இராமாயணம்

கள்ளிப்பட்டி

சு. குப்புசாமி

ரிதம்

ரிதம் வெளியீடு

இராமாயணம்
கள்ளிப்பட்டி சு. குப்புசாமி ©

Ramayanam
Kallippatti Su. Kuppusawmy ©

1st Edition: Dec 2022
Pages: 296   Price: Rs. 299
ISBN: 978-93-93724-30-4

Publishing Editor
T. Senthil Kumar

Published by:
Rhythm Book Distributors
New No.58, Old No.26/1, 1st Floor,
Alandur Road, Saidapet,
Chennai - 600 015, Tamil Nadu, INDIA
Ph : (044) 2381 0888, 2381 1808, 4208 9258
E-mail : senthil@rhythmbooks.in
Web : www.rhythmbooksonline.com

Book Layout by
Visual Vinodh - 9500149822

இராமாயணமும் நானும்...!

இதிகாசங்கள் இரண்டினில் முதலிடம் பெறுவது இராமாயணம்.

அதன் கதாநாயகன் இராமன்.

அவனது புகழ் பன்னிரண்டாயிரம் ஆண்டுகளுக்கு முன்பே உலகம் முழுவதும் பரவியிருந்ததாகக் கூறப்படுகிறது.

மேலும் கூறுவது யாதெனில்......

"அரசன் எப்படி ஆட்சி செய்ய வேண்டும்?"

"சகோதரர்களிடம் எப்படி இணக்கமாக இருக்க வேண்டும்?"

"நண்பர்களிடம் எவ்விதம் நட்புடன் இருக்க வேண்டும்?"

"சத்ருக்களிடம் எவ்விதம் நடந்து கொள்ள வேண்டும்?"

இதுபோன்ற ஒப்பற்ற கருத்துக்களை இந்த இதிகாசத்தில் காணலாம்.

"இரா என்றால் இல்லை."

"மன் என்றால் தலைவன்."

இராமன் என்றால் 'இவனைப் போல எந்தத் தலைவனும் இல்லை!' என்று அர்த்தம்.

"'ரமா' என்றால் லட்சணம்"

"'மா' என்றால் போக்கடிப்பது"

"'ரம்ய' என்றால் மகிழ்ச்சி"

"'ராம' என்றால் ஆனந்தம் தருவது."

இவ்விதம் இராமனுக்கு விளக்கம் அளிக்கப்பட்டுள்ளது.

அத்தோடு, 'இராமநாமம்' என்பது சிறுவர்கள் முதல் பெரியவர்கள் வரை எளிதில் உச்சரிக்கக்கூடிய மந்திரச் சொல்லாகும்.

மேலும், 'ராம' என்ற இரண்டெழுத்து மகத்துவம் என்னவென்றால் 'ராமா' என்ற சொல் வராத ஆதி காலத்தில் வேடன் ஒருவன் மரத்தினடியில் நின்று கொண்டு, 'மரா... மரா... என்ற மந்திர வார்த்தை சொல்லி வந்தான்.

அதனைக் கவனித்த வால்மீகி முனிவர்

'ரமா' என்ற பெயரினைக் கொண்டு 'இராமாயணம்' என்ற சரிதத்தை எழுதும் ஆற்றலை 'வால்மீகி' முனிவர் பெற்றார் என்பதும் தெரிய வருகிறது.

அந்த நாமத்தைக் கொண்டு உருவாக்கப்பட்டது 'இராமாயணம்.' அது பெரிய சமுத்திரம் போன்றது.

அதில் மூழ்கினால் 'புதுப்புது அர்த்தங்கள்' கிடைக்கும்.

அந்த வழியில் தலைமுறை தலைமுறையாக நம் மக்கள் படித்தும் கேட்டும் அனுபவித்தும், மனத் தூய்மை பெறுவதற்கான வழிமுறைகளை வெளிப்படுத்திவந்த இதிகாசம்தான் 'இராமாயணம்'.

அநீதி, அக்கிரமம், கொடுமை போன்றவைகளை ஒழித்து அறமும், நலமும், இன்பமும் பெருக ஆண்டவன் அருள்பாலிப்பான் என்ற உண்மையை விளக்குகிறது.

பண்புகள் மேலோங்கிய இதிகாசத்தின் குணசித்திரப் பாத்திரங்கள் நம்மைத் தீய வழிகளிலிருந்து விலக்கி, நாம் சீரும் சிறப்புமிக்க வாழ்வைப் பெற வழி காட்டிகளாக உள்ளன.

அதனால்தான் இந்த இதிகாசம் நமது பழமைச் செல்வமாகவும், பண்பாட்டின் களஞ்சியமாகவும், நெறி காட்டும் கலங்கரை விளக்கமாகவும் ஆன்றோரால் போற்றப்பட்டு வருகிறது.

இத்தகைய உன்னதமான 'இராம கதை'யினைப் பள்ளிகளில் படிக்கும்போது, ஆசிரியர்கள் சொல்வதின் மூலம் கேட்டும், 'சம்பூர்ண இராமாயணம்' என்ற திரைப்படத்தினைப் பார்த்தும், பட்டிமன்றங்கள், ஆன்மிகச் சொற்பொழிவுகளைக் கேட்டும், நூலகங்களில் உள்ள ஆன்மிக நூல்கள் பலவற்றைக் கற்றும், ஆன்மிகத்தின்பால் பெரும் நாட்டம் கொண்டிருந்த நம்மிடம் 'சென்னை புக்ஸ்' பதிப்பாசிரியர் அன்புக்குரிய இனிய நண்பர் திரு. ரவிக்குமார் எம்மிடம் இராமாயணம்' என்னும் நூலினை எழுதுமாறு பணித்தார்.

முதலில் தயக்கம் காட்டினேன்.

அப்போது நண்பர், 'ஏன் தயக்கம் காட்டுகிறீர்? உங்களுக்குள் ஓர் ஒளி இருக்கிறது. அந்த ஒளி உங்களுடைய எழுத்தின் மூலம் பிரகாசிக்கச் செய்யும்' என்று ஊக்கம் காட்டினார்.

நண்பரது ஊக்கம் தான் 'இராமாயணம்' என்னும் இந்நூலினை எழுதுவதற்குத் தூண்டுகோலாக இருந்தது.

கிட்டத்தட்ட மூன்று மாதங்கள் இரவுபகல் பாராது எழுதி முடிக்கப்பட்டது இராமாயணம்.

வழக்கம்போல இந்நூலையும் எளிய நடையில் சிறுவர் முதல் பெரியவர்கள் வரை விரும்பிப் படித்திடும் வண்ணம் எழுதியுள்ளேன்.

ஒவ்வொருவரின் வீட்டிலும் அவசியம் இருக்கவேண்டிய நூல் என்பதனை அன்புடன் தெரிவித்துக் கொள்கிறேன்.

என்றும் அன்புடன்
கலைநன்மணி
நல்லாசிரியர்: **சு.குப்புசாமி**

கள்ளிப்பட்டி - 625 605
பெரியகுளம் வட்டம்,
தேனி மாவட்டம்.

உள்ளே...

முதல் காண்டம்
பால காண்டம்....................9

இரண்டாம் காண்டம்
அயோத்தியா காண்டம் 53

மூன்றாம் காண்டம்
ஆரண்ய காண்டம் 124

நான்காம் காண்டம்
கிஷ்கிந்தா காண்டம் 162

ஐந்தாம் காண்டம்
சுந்தர காண்டம் 193

ஆறாம் காண்டம்
யுத்த காண்டம்.............................. 226

முதல் காண்டம்
பால காண்டம்

அயோத்தி நகரம்

புனித நதிகளுள் 'கங்கை' நதி சிறந்தது. அந்நதிக்கு வடக்கே உள்ளது 'சரயூ' நதிக்கரை.

அக்கரையில் மிகவும் செழித்து வந்தது 'கோசல தேசம்.' அந்த தேசத்தின் தலைநகராக விளங்கி வந்தது அயோத்தி. அந்நகர் அழகான நகரம் மட்டுமின்றி, பெரிய நகரும் கூட.

'அயோத்தி' என்றால் 'போரால் வெல்ல முடியாதது' என்ற பொருளும் கொண்ட நாடாக விளங்கி வந்தது.

அந்த நாட்டில் 'பஞ்சம்' என்ற பேச்சுக்கே இடமில்லாதிருந்தது. தர்ம நியாயத்திற்குக் கட்டுப்பட்டவர்களாக மக்கள் வாழ்ந்து வந்தனர். அதன் வழியில் ஜாதி, மத, இனச் சண்டையின்றி, 'ஒன்றே குலம் ஒருவனே தேவன்' என்ற கொள்கைதனைக் கடைப்பிடித்து வந்தனர்.

மக்கள் நீதி, நேர்மை, பொய்யின்றி வாழ்ந்து வந்ததினால் மாதம் மும்மாரி பெய்து நாட்டினைச் செழிக்க வைத்து வந்தது.

மன்னன் எவ்வழியோ? மக்களும் அவ்வழியே என்ற சொல்லுக்கேற்ப, சத்தியம் தவறாத உத்தமனாக அந்நாட்டினை ஆண்டு வந்தான் தசரத சக்கரவர்த்தி. சகல கலைகளையும் அறிந்த அவன், நாட்டு மக்களைத் தன் இரு கண்களாக மதித்து வந்தவன்.

இரகு வம்சத்தில் பிறந்தவன் என்பதினால் பத்து உலகிலும் ரதம் செலுத்தும் வல்லமை பெற்றிருந்தான். அதனால் 'பத்து ரதன்' என்ற பெயரினையும் பெற்றிருந்தான்.

அது மட்டுமின்றி,

தேவர்களுக்காக அரசர்களை யுத்தம் செய்தவன். அதன் மூலம் மூன்று உலகங்களிலும் புகழ்பெற்றதோடு, இந்திரன், குபேரன் இவர்களுக்குச் சமமானவனாகவும் விளங்கி வந்தான்.

இவ்விதம் பேரும் புகழும் கொண்டு ஆட்சிபுரிந்து வந்த அவனுக்குச் சரியான ஆலோசனைகளைச் சொல்வதிலும், நல்லமுறையில் நாட்டுத் திட்டங்களை நிறைவேற்றுவதிலும் 'எட்டு' கெட்டிக்கார மந்திரிகள் இருந்தனர்.

தர்ம உபதேசம் செய்வதற்கும், பூஜை போன்ற வேள்விகளைச் செய்வதற்கும் வசிஷ்டர், வாமதேவர் என்ற முனிவர்கள் பக்கத்திலிருந்து வந்தனர்.

நாட்டு மக்கள் எவ்விதத்திலும் சிரமமின்றி வாழ்க்கை நடத்துவதற்காக வரிகளை அளவோடு விதித்தான். விலைவாசிகளைக் கட்டுப்படுத்தி வந்தான்.

நாட்டில் கற்பழிப்பு, கொலை, களவு போன்ற குற்றங்கள் நிகழாவண்ணம் குற்றத்திற்குத் தகுந்த தண்டனைக்களை கொடுத்து, மீண்டும் அந்தக் குற்றங்கள் நிகழாவண்ணம் தன்னலமற்ற, பாரபட்சமற்ற ஆட்சி நடத்தி வந்தான்.

'மக்கள் சேவையே மகேசன் சேவை' என்ற பாணியில் மக்களுக்கு எந்த விதத்திலும் குறையில்லாத ஆட்சி புரிந்த அவனுக்கு ஓர் பெருங்குறை இருந்தது.

குறை தீர்ந்தது

உலகில் பிறந்த ஒவ்வொருவருக்கும் ஏதாவது ஒரு வகையில் இறைவன் குறை வைப்பான்.

அந்த வழியில் தசரதனுக்கும் ஒரு குறைதனை வைத்திருந்தான். இத்தனைக்கும் ஒரு மனைவிக்குப் பதில் கௌசல்யா, கைகேயி, சுமித்திரை என்ற மூன்று மனைவிகள் இருந்தனர்.

இருந்தும் மூவரில் ஒருவருக்குக்கூட 'குழந்தை பாக்கியம்' இல்லாததைக் பெருங்குறையாகக் கருதினான்.

என்னதான் கெட்டிக்காரனாகவும், பேரும் புகழும் பெற்றவனாகவும், பல்வேறு விதத்தில் திறமைசாலியாகவும் இருந்தாலும் குழந்தை பெற முடியாத அபாக்கியவானாக ஆகிவிட்டோமே என்ற வருத்தமும் அவனைச் சூழ்ந்தது.

அரண்மனைச் சேவகன், துணி வெளுப்பவன், முடி வெட்டுபவன், மந்திரிகள் இப்படி அனைவருக்கும் 'குழந்தை பாக்கியம்' சுலபமாகக் கிடைத்திருக்கும்போது நமக்கு மட்டும் 'கொம்புத் தேனாக' இருக்கிறதே....

ஏன்?

அந்தக் கேள்விக்கு விடை தெரிந்துகொள்ள,

நாட்டுத் திட்டங்களை நிறைவேற்றுவதில், திருஷ்டி, ஜெயந்தன், விஜயன், சித்தார்த்தன், அர்த்தசாதன், அராகன், மந்திரபாலன், சுமந்திரன் போன்ற திறன் கொண்ட எட்டு மந்திரிகளையும், வசிஷ்டர், வாமதேவர் போன்ற முனிவர்களையும், அறிஞர் பெருமக்களையும் அரசவைக்கு அழைத்து ஆலோசனையைக் கேட்டான் தசரதன்.

"முன்வினைப் பயன், முன்னோர்கள் செய்த தீவினையின் பயன் போன்ற பல்வேறு காரணங்கள் இருக்கலாம்.

இவைகளில் எந்தக் காரணமாக இருந்தாலும், அதற்கான பரிகாரத் தீர்வு ஒன்றின் மூலம் தீர்க்கலாம்.

அதற்கு 'அசுவமேத யாகம்' ஒன்றினை நடத்திட வேண்டும். அதன்மூலம் புத்திர பாக்கியம் உண்டாகலாம் என்ற கருத்தினை ஒட்டுமொத்தமாகக் கூறினார்கள்.

யாகம் நடத்துவதற்கு தசரதனும் சம்மதித்தான்.

யாகத்திற்கான ஏற்பாடுகள் மும்முரமாக நடந்து வந்த வேளையில் மந்திரி சுமந்திரர் ரகசியமாக ஒரு விஷயத்தை தசரதனிடம் கூறினான்.

"சக்கரவர்த்தியாரே! நான் சொல்லப் போகும் விஷயம் என்னுடைய விஷயமல்ல. முக்காலத்தையும் உணர்ந்த ஞானியான சனத்குமார் சொன்னது.

அவர் என்னிடம் நேரிலும் சொல்லவில்லை. அவர் சொல்லியிருந்த விஷயத்தை ஓர் ஓலைச் சுவடியின் மூலம் தெரிய வந்தேன்."

"அந்த விஷயம் யாது எனச் சொல்லுங்கள்," என்று வெகு ஆவலுடன் கேட்டான் தசரதன்.

"தசரத சக்கரவர்த்தியின் வாரிசை உண்டாக்கக்கூடிய யாகத்தைச் செய்ய, ரிஷ்ய சிருங்கர் என்ற முனிவர் தான் தகுதியானவர் என்றும், அவரது சுவடியில் உள்ளதைக்

கண்டேன். எனவே நிச்சயம் உங்களுக்குப் புத்திர பாக்கியம் உண்டு. நம்புங்கள் சக்கரவர்த்தியாரே! என்று மந்திரி கூறினார்.

இந்த விஷயத்தை மந்திரி சொன்னதும், தசரதன் ஆனந்தத்தில் மிதந்து, மந்திரியாரைக் கட்டித் தழுவிக் கொண்டான். சிறிதும் தாமதிக்காமல் அங்க தேசம் சென்றான் தசரதன். காரணத்தைச் சொன்னான் தசரதன்.

இவ்விஷயத்தைக் கேட்ட 'ரோம பாதர்' இதைத் தன் மருமகனான 'ரிஷ்ய சிருங்கரிடம்' தெரிவித்தார். அவரும் மிகவும் மகிழ்ச்சி கொண்டு, நன்முறையில் 'புத்திர சுமேஷ்டி' என்ற யாகத்தை நடத்தித் தருவதாக வாக்குக் கொடுத்தார்.

அவரது வாக்கின்படி அவரது தலைமையில் யாகத்தை நடத்தத் தீர்மானித்தார்கள்.

அதன்படியே சகல ஏற்பாடுகளையும் செய்தார்கள். அடுத்த நாட்டு மன்னர்களுக்கு முறைப்படி அழைப்பு விடப்பட்டது. 'யாகசாலை' நிர்மாணத்துக்கு வேண்டிய காரியங்கள் எல்லாம் மிகத் தீவிரமாக நடைபெற்று வந்தன.

தற்காலத்தில் 'அரசாங்க' ஆதரவில் நடத்தப்படும் யாகங்களைப் போலவே அந்தக் காலத்தில் யாகங்கள் நடத்தப்பட்டன.

எல்லாக் காரியங்களும் சரியாகவும், மும்முரமாகவும் நடத்தப்பட்டு வந்தன.

முதல் வேலையாக 'யாகக் குதிரையும்' அதனுடன் படைவீரர் படையும் அனுப்பப்பட்டன.

பல நாடுகள் சுற்றி வரும்படி அப்படைக்கு உத்தர விடப்பட்டிருந்தது.

ஓராண்டு காலம், எவ்வித இடையூறின்றியும், யாகக் குதிரையும், அக்குதிரையுடன் சென்ற படைவீரர்களும், வெற்றிக் களிப்புடன் அயோத்திக்குத் திரும்பி வந்தார்கள்.

அதன் பேரில் யாகத்தை முறைப்படி செய்ய ஆரம்பித்தார்கள். அப்போது அங்கு கூடியிருந்த தேவர்கள், தங்களிடையே ஏற்பட்டிருந்த சந்தேகம் ஒன்றினைப் பிரமனிடம் தெரிவிக்கலானார்கள்.

'பிரமரே! உம்மிடம் வரம் பெற்ற இராவணன் என்ற அரக்கன் எங்களுக்கெல்லாம் தொல்லைக்கு மேல் தொல்லை தந்து வருகிறான்.

அவனை நாம் அடக்கவோ, ஜெயிக்கவோ, கொல்லவோ முடியாத அளவிற்கு உம்முடைய வரம் அவனைப் பாதுகாத்து வருகிறது.

அதனால் அவன் அகங்காரம், அகம்பாவம் நாளுக்கு நாள் அதிகரித்து வருகிறது. சொல்லொணாத் துன்பத்திற்கும் ஆளாகி வருகிறோம். ஏன், சுருக்கமாகச் சொல்லப் போனால், இந்திரனையே, துரத்திவிட்டு தேவலோகத்தையே கைப்பற்ற எண்ணுகிறான்.

அவனது செயல்களைக் கண்டு சூரியன், சந்திரன், வாயு, வருணன் என அனைவரும் பயந்து கொண்டிருக்கின்றனர்

அப்படிப்பட்ட கொடும்பாவியின் கொடுமைகளை ஒரு முடிவுக்குக் கொண்டு வரத் திட்டம் ஏதும் உம்மிடம் இருக்கிறதா? இல்லை தொடர விட்டு விடுவீர்களா என்ற சந்தேகமும் உள்ளது... என்ன கூறுகிறீர்கள்?' என்று கேட்டனர் தேவர்கள்.

அதற்குப் பிரமன் "சந்தேகம் வேண்டாம் தேவர்களே! அவன் அழியும் காலம் நெருங்கிவிட்டது!"

"எதை வைத்துச் சொல்லுகிறீர்கள்?"

"அவன் என்னிடம் வரம் கேட்கும்போது, தேவ கந்தர்வ ராட்சசர்களால் தனக்கு மரணம் ஏற்படக் கூடாது என்று வரம் பெற்றானே தவிர, மானிடர்களால் தனக்கு மரணம் உண்டாகக் கூடாது என்று வரம் கேட்கவில்லை. அதனால் மானிட வடிவம் பூணுவதற்கான வழிமுறைகளை மகா விஷ்ணுவிடம் கேளுங்கள்' என்ற ஆலோசனைதனை கூறினான்.

மகிழ்வு கொண்ட தேவர்கள் மகா விஷ்ணுவைச் சரணடைந்தார்கள்.

"என்ன விஷயம்?' என்று கேட்டார்.

"இராவணனின் கொடுமைகளிலிருந்து நாங்கள் விடுபட, 'மனித ஜன்மம்' எடுத்துத் தாங்கள் எங்களைக் காப்பாற்ற வேண்டும் என்ற விஷயத்தைச் சொல்ல வந்தோம்," என்றனர்.

"அப்படியா! நீங்கள் இனி இராவணனை நினைத்துக் கவலையே படத்தேவையில்லை. பூவுலகில் புத்திர பாக்கியத்துக்காக 'யாகம்' செய்யும் 'தசரத சக்கரவர்த்திக்கு நான்கு குமாரர்களாக நான் அவதரித்து சம்பந்தப்பட்டவனையும், அவன் குலத்தையும் வேரறுத்து, உங்கள் வேதனையைப் போக்குவேன்!" என்றவர்,

தசரதனுடைய மூன்று மனைவியரின் வயிற்றில் ‘கர்ப்பவாசம்’ செய்யத் திருவுளம் கொண்டார்.

இந்த நேரத்தில் ரிஷ்ய சிருங்கர்’ நடத்தி வந்த யாகக் குண்டத்தில் ஓர் அதிசயம் நிகழ்ந்தது.

அதைக் கண்டு தசரதன் பிரமிப்படைந்தான்.

அக்கினியில் இருந்து திடீரென ஒருவன் தோன்றினான், கம்பீரமான அவனது இருகரங்களிலும் திவ்விய தங்கப் பாத்திரம் ஒன்று இருந்தது

பாத்திரத்தை நெஞ்சோடு அணைத்திருந்தான்.

யாகக் குண்டத்தில் இருந்து எழுந்த இவன் யார்? மனிதனா? தேவனா? கடவுளா? யார் என்ற புதிரோடு எல்லோரும் திகைத்தனர்.

இந்த வேளையில், கம்பீரமான துந்து பிரசுரத்தில் நெருப்பிலிருந்து தோன்றிய உருவம் சொல்லத் தொடங்கியது.

“தசரத சக்கரவர்த்தியே! நான் பிரம்மாவின் தூதுவன். தேவர்கள் மனம் மகிழ யாகம் நடத்தி வரும் உம்மிடம் இந்தப் பாயசத்தைக் கொடுக்கச் சொன்னார்கள். இது சாதாரண பாயசம் அல்ல. ஜீவித பாயசம். இந்தப் பாயசத்தை உன் மனைவியர் மூவருக்கும் கொடுத்துப் பருகச் செய்தால், பருகியவுடன் அவர்களுக்குக் கர்ப்பம் உண்டாகும்!” என்றது.

பாயசத்தைப் பெற்றுக் கொண்ட தசரதனும், எல்லையில்லா மகிழ்ச்சி கொண்டவனைப் போல் குழந்தையைத் தூக்கி எடுப்பதுபோல பாத்திரத்தைப் பத்திரமாக வைத்துக் கொண்டான். நெருப்பினின்று கிளம்பியவனும், ‘மங்களம்’ உண்டாகட்டும் என்று கூறிவிட்டு மறைந்தான்.

யாகம் முடிந்த பின்னர், தசரதன், பாயசப் பாத்திரத்தை அப்படியே எடுத்துக் கொண்டு அந்தப்புரம் சென்றான்.

ஆவலுடன் அவனை வரவேற்ற மூன்று மனைவியரிடமும் பிரம்மனுடைய தூதுவன் கொடுத்த பாத்திரத்திலிருந்த பாயசத்தின் சிறப்புப் பற்றிக் கூறினான்.

தங்களுக்குப் புத்திரபாக்கியம் பாயசம் பருகுவதன் மூலம் கிடைக்கப் போவதனை எண்ணி அகம் மகிழ்ந்தனர்.

தசரதனும், பாத்திரத்திலுள்ள பாயசத்தினை கௌசல்யா, கைகேயி, சுமித்திரை என மூவருக்கும் சரியாக தன் கையில் அள்ளிக் கொடுத்தான்.

மூவருக்கும் கொடுத்தது போக, மீதமிருந்த பாயசத்தை சுமித்திரைக்கு இரண்டாவது தடவையும் கொடுத்தான்.

பாயாசம் பருகியதின் பயனாக தசரதனின் மூன்று மனைவிகளும் கர்ப்பம் தரித்தனர்.

இதைக் கண்டு நாடே மகிழ்ந்தது.

குழந்தைகளின் பிறப்புக்கு முன்பே மக்கள் அனைவரும் விழாக் கொண்டாடியதோடு, குலதெய்வ பூஜையும் செய்யலானார்கள்.

அவதரித்தனர்

கௌசல்யாவின் கர்ப்பத்தில் ராமன் இருக்கும்போது, அதிக அழகுடன் விளங்கினாள் கௌசல்யா.

அவளது உடல் எங்கும் நறுமணம் வீசியது.

கண்களிலோ கருணா கடாட்சம் சுடர்விட்டது. அவளது மணி வயிறு வீக்கத்தில், அடிக்கடி உள்ளிருக்கும் சிசுவானது உதைத்துக் கொண்டே இருந்தது.

அதுபற்றி தசரதனிடம் கூறி அகமகிழ்ந்தாள்.

தசரதனும் அரிதாகப் பிறக்கப்போகும் குழந்தைகளை எந்தக் காரணம் கொண்டும் தாதியர் கையில் வளர்க்கக் கொடுக்கக் கூடாது. தாயின் அரவணைப்பில்தான் வளர்க்க வேண்டும். அப்போது தான் குழந்தைகள் சத்புத்திரர்களாக இருப்பார்கள் என்றான்.

"அப்படியே வளர்க்கிறோம் மன்னவரே!" என்று ஒப்புதல் அளித்தனர் மூன்று மனைவிகளும்.

அவர்களுக்கு முறையே குழந்தைகள் பிறக்கலானார்கள்.

சித்திரை மாதம், நவமிதிதி, புனர்பூச நட்சத்திரம் கூடிய ஜனவரி மாதத்தில் கி.மு. 1020ஆம் ஆண்டு கடக லக்கனத்தில் இராமனும், (கௌசல்யாவின் மகனாக)

பூச நட்சத்திரம் மீன லக்கனத்தில் பரதனும், (கைகேயின் மகனாக) ஆயில்ய நட்சத்திரத்தில் லட்சுமணன், சத்ருக்னன் எனும் இரட்டையர்கள் (சுமித்திரையின் மகன்களாக) பிறந்தனர்.

குழந்தை பாக்கியமே இல்லாதிருந்த தசரதன் நடத்திய யாகத்தினால் ரிஷ்ய சிருங்கரின் புத்திர காமேஷ்டியின்

விளைவாக நான்கு குழந்தைகள் பிறந்ததில் அளவற்ற மகிழ்ச்சி கொண்ட தசரதன்,

அரண்மனை ஊழியர்கள், முனிவர்கள், புலவர்கள், கலைஞர்கள் என அனைவருக்கும் விருந்துகளை வைத்ததோடு பரிசுப் பொருள்களையும் மன்னன் வழங்கி நன்றியினைத் தெரிவித்துக் கொண்டான்.

நான்கு குழந்தைகளும் நாளொரு மேனியும் பொழுதொரு வண்ணமுமாக வளர்ந்தன. மழலைக் குரல்களால் அந்த அரண்மனையே இன்ப லோகம் ஆனது.

குழந்தைப் பருவம் ஒன்றுதான், 'வாழ்க்கை' என்ற இன்னலின் காற்றுப்படாத பருவம் அது.

குழந்தையும் தெய்வமும் குணத்தால் ஒன்று
குற்றங்களை மறந்து விடும் மனத்தால் ஒன்று.

என்று பாடக்கூடிய பருவமும்கூட.

அம்மாவின் அன்பு அரவணைப்பு!
தந்தையின் தர்மம் வழிகாட்டல்
மழலைகளின் நெஞ்சில் பதிந்து வந்தது.
அது மட்டுமின்றி

கல்வி, கேள்விகளில் மட்டுமின்றி, வில்விடுதல், அம்பு எய்தல், குதிரை ஏற்றம், யானை ஏற்றம் என அத்தனை வித்தைகளிலும் குருவிடம் சிறப்புப் பெற்று முதன்மையானவர்களாக நால்வரும் விளங்கினார்கள்.

குழந்தைப் பருவத்திலிருந்து இராமனுக்கும் லட்சுமணனுக்கும் விசேஷப் பிரியம் வளர்ந்து வந்தது.

அதேபோன்று பரதனுக்கும், சத்ருக்கனுக்கும் பரஸ்பரம் இருந்து வந்தது.

எப்போதும் கூடவே இருப்பார்கள்.

இவ்வித நிலைக்குக் காரணம் மூன்று தாய்மார்களும், பாயசம் அருந்திய முறையின் நெருங்கிய பற்றினால் விளைந்தது எனலாம்.

நான்கு குழந்தைகள் எவ்வித வேறுபாடின்றி, நன்றாக விளையாடி வந்தனர்.

அவர்களின் விளையாட்டுகளில் முக்கிய பங்கு வகித்து வந்த விளையாட்டு ஒன்று உண்டென்றால் அது வில் விளையாட்டே ஆகும்.

ஒரு நாள்

கைகேயியின் வேலைக்காரியான 'மந்தரை' என்ற கூனி, தண்ணீர் கொண்டு வரும்போது, ராமன் விட்ட வில் கூனியின் முதுகிலும் அவள் பானையிலும் பட்டது.

அக்கணத்தில் தன் மீது யார் வில் விட்டது என்ற கோபத்தில் பார்த்தாள். ராமன் தெரிந்தான்.

அன்றே அவளது நெஞ்சத்தில் வஞ்சம் வைத்தாள். வெறுப்பினையும் வளர்க்கத் தொடங்கினாள்.

கைகேயியோ, தான் பெற்ற பிள்ளை போல இராமனைக் கவனித்து உணவு, பட்சணங்கள் அனைத்தையும் அன்புடன் கொடுத்து வந்தது கூனிக்கு அறவே பிடிக்காதிருந்தது. அதனால், அம்மா, உங்க பிள்ளை பரதனுக்குப் பட்சணத்தைக் கொடுங்கள். அவன் வெகுளிப் பிள்ளை.... ராமன் சூதுக்காரன், மோசடிக்காரன், கெட்டவன்!" என்றெல்லாம் பொறாமையுடன் கூறி வந்தாள்.

கூனியின் பொறாமை வார்த்தைகள் கைகேயிக்குப் பிடிக்காது. அதனால், 'ஏய்! மந்தரை! இப்படியெல்லாம் இராமன் மீது ஓரவஞ்சகம் வைத்துப் பேசினால், உன்னை இந்த அந்தப்புரத்தின் பக்கமே உள்ளே விடமாட்டேன். யாரைப் பார்த்து என்ன சொல்றே. தவப்பிள்ளை இராமன். என் வயிற்றில் அவன் பிறக்கவில்லையே தவிர எனக்கு அவன் தான் தலைப்பிள்ளை என்று கூனியின் வாயினை அடக்கி வந்தாள் கைகேயி.

ஒருநாள் தசரதன் தன்னுடைய மந்திரிகளுடன் அரசவையில் கூடி, தன்னுடைய நான்கு குமாரர்களுக்கும், 'திருமணம்' செய்து வைப்பது பற்றி ஆலோசித்துக் கொண்டிருந்தான்.

அந்த சமயத்தில் அரண்மனைக் காவலன் ஒருவன் பரபரப்புடன் அரசவைக்குள்ளே ஓடிவந்து, மன்னனை வணங்கி நின்றான்.

"காவலா! என்ன விஷயம்?" என்று கேட்டான் மன்னன்.

"சக்கரவர்த்தியாரே! மகாமுனிவர் விசுவாமித்திரர் நம் அரண்மனைக்குள் வந்து தங்களைக் காண விரும்புகிறார்..." என்று பணிவுடன் கூறினான்.

விசுவாமித்திர முனிவர் என்றாலே எல்லோருக்கும் பயம் மனத்தில் இருக்கும்.

அப்படிப்பட்ட மகாசக்தியும், புகழும் பெற்ற முனிவர், எதிர்பாராத விதத்தில் தன்னைக் காண வந்திருக்கிறார் என்றால் என்ன காரணமாக இருக்கும்! ஏதும் புரியாது மனத்திலே ஒரு பயத்துடன், தன் ஆசனத்தை விட்டு எழுந்து, அரண்மனை வாசலுக்கு வந்து முனிவரை வணங்கி,

"வருக! வருக! முனிசிரேஷ்டரே வருக! உங்கள் வரவால் இந்த அரண்மனை புனிதம் ஆகட்டும்!" என்று அன்புடன் அவரை வரவேற்ற சக்கரவர்த்தி,

முனிவரின் பாதங்களைத் தொழுது,

"இன்றே என் வினைத் தொடர்பு தீர்ந்துவிட்டது. இது என்னுடைய முன்னோர் செய்த தவப்பயனே. தெய்வ ஒளி நிறைந்த தங்களுடைய திருமுகம் கண்டேன். இனி எனக்கு எந்தவிதமானக் குறையுமில்லை. ஒரு காலத்தில் அரசனாக இருந்து நாட்டை ஆண்டு வந்ததோடு, அருந்தவத்தின் பெருமையினால் பிரம்ம ரிஷியான தாங்கள், என்னைத் தேடி வந்திருக்கிறீர்கள் என்றால் அது நான் செய்த பெரும் பாக்கியம். தாங்களால் பாக்கியம் பெற்ற என்னால் ஏதாவது காரியம் ஆக வேண்டுமா சொல்லுங்கள் பிரம்ம ரிஷியே. அதைச் செய்யக் கடமைப்பட்டிருக்கிறேன்," என்று கேட்டான் பணிவோடு....

தசரதன் கேட்ட விதம் முனிவரை அகம் மகிழச் செய்தது. அந்த மகிழ்வில் தான் வந்த நோக்கத்தையும் சொல்ல நினைத்தார்.

"சக்கரவர்த்தியே! நீர் கூறிய பொன்மொழிகள் மிகப் பொருத்தமானதே. இத்தகைய பழமொழிகளை உம்மைத் தவிர வேறு யார் இப்படிப் பேசக்கூடும். நீர் பிறந்த குலம் இரகுவம்சம். உம்முடைய குருவோ வசிஷ்ட முனிவர். அப்படியிருப்பதனால்தான் நான் கேட்காமலேயே நீர் வாக்குத் தந்து விட்டீர். அது என் இதயத்தைத் திருப்திப்படுத்துவதாக இருப்பினும் தாங்கள் என் கோரிக்கையை நிறைவேற்றித் தருவதில் தான் முழுத் திருப்தி அடைய முடியும்" என்று கூறித் தாம் வந்த நோக்கத்தை உடனே சொல்லத் தொடங்கினார்.

இராமனைத் தருவீர்

"தசரதா! இந்த உலக நன்மைக்கு நான் மிகப் பெரிய யாகம் ஒன்றினை நடத்திக் கொண்டிருக்கிறேன். அது முடியும் நிலையில் உள்ளது.

ஆனால், இராவணனின் ஆட்களான சுபாகு, மாரீசன் என்ற அரக்கர்கள் அதைக் கெடுத்து வருகிறார்கள்.

அவர்கள் தேக பலமும், வீரிய பலமும், யுத்தப் பலமும் பெற்றவர்கள். அதற்காக நியாயமும், தவமும் கெடாமல் நடந்து கொள்ள வேண்டியதாக உள்ளது.

இந்தச் சங்கடத்தில் நானும் மற்ற ரிஷிகளும் கஷ்டப் படுகிறோம். அவர்கள் யாக வேதிகை பேரில் மாமிசத்தையும், ரத்தத்தையும் வீசி யாகம் நடைபெறாமல் செய்து வருகிறார்கள். எச்சில் படுத்தி 'ஹோமத்தை' அசிங்கப்படுத்தி வருவதனால் யாகத்தைப் பாதியிலே நிறுத்த வேண்டியதாகிவிட்டது.

அவ்விதம் யாகத்தைப் பாதியில் நிறுத்தக் கூடாது. அவிர்ப்பாகம் ஏற்க வந்த தேவர்கள் கோபத்தில் சபித்து விடுவார்கள். யாகம் நடத்துபவர்கள் கோபதாபம் செய்யக்கூடாது.

ஆனால் என்னால் கோபம் செய்யாமல் இருக்க இயலவில்லை.

யாகம் மீண்டும் தொடங்கும்போது, யாகத்தைக் கெடுக்க வரும் அரக்கர்களை அழித்தே ஆக வேண்டும் என்றார் முனிவர்.

"அருந்தவ முனிவரே! நான் இப்போதே உங்களோடு வருகிறேன். அவர்களைத் துவம்சம் செய்து விடுகிறேன்," என்றான்.

"மன்னா! நீ வேண்டாம்."

"பின் யார் வேணும்? எத்தனை படைகளை அனுப்ப வேண்டும். சொல்லுங்கள் முனிவரே."

"படைகள் எதற்கு தசரதா? உம்முடைய வீர குமாரர்களில் மூத்தவனான இராமன். நூறு படைகளுக்குச் சமமானவன். அவனை என்னுடன் அனுப்பிவை. அவன் ஒருவனே போதும்" என்றார்.

"முனிவரே! ரா...ம....னை...யா கேட்கிறீர்கள்? அவன் என் உயிர் போன்றவன் ஆயிற்றே. உயிருக்குயிராக அவனை நேசித்து வருகிறேனே. பாசம் அனைத்தையும் அவன் மீது கொட்டி வருகிறேனே. அப்படிப்பட்ட என் உயிரை எப்படி தங்களுடன் அனுப்பி வைப்பது...?" என்று கண் கலங்கக் கேட்டான் தசரதன்.

"தசரதா! சற்று நேரத்திற்கு முன்பு தானே எதுவானாலும் செய்கிறேன் என்று சொன்னாய்! அதற்குள் தயக்கம் காட்டுவதற்குக் காரணம் என்ன?" என்று கேட்டார் முனிவர்.

கள்ளிப்பட்டி சு.குப்புசாமி | 19

"இராமன் சிறுவன் ஆயிற்றே. 'அரக்கர்களால் அவனுக்கு ஏதும் ஆபத்து வந்திடக்கூடாதே' என்று தான் பார்க்கிறேன்."

'சக்கரவர்த்தியே! ஒன்று தெரிந்து கொள். இராமன் சிறுவனானாலும் அவன் மாபெரும் வீரன். அவனை யாராலும் அழிக்க முடியாது. அவன் உனக்காக, உன் நாட்டுக்கு மட்டும் பிறந்தவனல்ல. அசுரர்களின் தொல்லையை ஒழிக்க இறைவனால் அனுப்பப்பட்ட அவதார புருஷன் என்பதை உன் மந்திரியின் மூலம் அறிந்திருக்கிறாய்.

பிரம்ம தூதுவன் அக்னியில் பிரசன்னமாகி பாயசம் தந்ததனை நீ அறிந்திருப்பாய். இராமனின் பிறப்பைப் பற்றியும் அறிந்திருப்பாய்.

அப்படியிருக்கையில் உனக்கோர் எச்சரிக்கையாகக் கூறுவது என்னவென்றால் புத்திரபாசம் அவன் மீது ரொம்ப வைக்காதே, அதுவே உனக்கும் புத்திர சோகத்தைத் தரவும் செய்யும். தைரியமாய் அவனை என்னோடு அனுப்பி வை. அவனுடைய உயிருக்கு அசுரர்களால் ஏதாவது நிகழ்ந்து விடுமோ என்ற அச்சம் கொள்ளாதே.

என்னுடன் அவனை அனுப்பி வைப்பதின் மூலம் மூவுலகத்திலும் என்றென்றைக்கும் புகழ் அடைவீர்.

உன்னுடைய இந்தச் செயலை வசிஷ்ட முனிவரும், உனது அரசவையில் உள்ள மந்திரிகளும் அங்கீகரிப்பார்கள் என்பதில் எள்ளளவும் சந்தேகமில்லை," என்று விளக்கமளித்தார் விசுவாமித்திரர்.

அவரது விளக்கத்தைச் செவிமடுத்த தசரதன் சொல்லொணாத் துயரத்திற்கு ஆளானான்.

முனிவர் அரண்மனைக்கு வந்தபொழுது கொண்டிருந்த மகிழ்ச்சி இப்போது இல்லாமல் மிகவும் வேதனைப்படலானான்.

எவ்வளவோ தவமிருந்து, யாகம் செய்து, ஆசையுடன் பெற்ற அருமைப் புத்திரனை அரக்கர்களுக்குப் பலி கொடுக்க வேண்டுமா?

புத்திரனை அனுப்ப மறுத்தால், முனிவரின் கடுங் கோபத்திற்கு ஆளாக வேண்டிவருமே.

'இதற்கென்ன வழி செய்வது?' என்று ஒன்றும் புரியாமல் விழித்தான்.

சிறிது நேரத்தில் சிதைந்திருந்த சிந்தனையை ஒன்று படுத்தியவன் விசுவாமித்திரரிடம்,

'அருந்தவ முனிவரே! பதினாறு வயது நிரம்பப் பெறாத இராமனுக்கு அரக்கர்களோடு போரிடும் அளவிற்கு இன்னும் தகுதி பெறவில்லை. அப்படியிருக்கையில் மோசமான யுத்தத்தை மேற்கொள்ளும் அரக்கர்களை எதிர்ப்பதற்குச் சிறுவனை அனுப்புவதும் சரியானதா? அதனால் என் உயிரினும் மேலான, அவனுக்குப் பதிலாக நானே சேனையுடன் வந்தால்கூட, பலம் பொருந்தி உள்ளதாகக் கூறப்படும் அரக்கர்களை வெல்வது என்பது கடினமான ஒன்றாக இருக்கும் போலிருக்கிறது.

இந்த நிலையில் என் மகனை, உங்களுடன் தனித்து அனுப்புவது என்பது எப்படி இயலும்?"

இவ்விதம் தசரதன் திடீரென்று முன்னும் பின்னும் முரணாகப் பேசுவதைக் கண்டு விசுவாமித்திரருக்கு ஏற்பட்ட கோபத்திற்கு அளவேயில்லை.

'தசரதா!' என்று பலத்த குரலில் முகம் சிவக்க அழைத்தவர், 'இரகு வம்சத்தில் பிறந்த நீர், பிறந்த வம்சத்துக்குத் துரோகம் செய்யத் துணிந்துவிட்டீர். இதுதான் உம்முடைய முடிவென்றால், நான் வந்த வழி திரும்புகிறேன். நீரோ சத்தியம் தவறி, சொந்த பந்தங்களுடன் சுகமாக இருப்பீராக,' என்று கோபத்துடன் கூறிக் கொண்டு வெளியேறலானார்.

முனிவரின் கோபத்தினால் பூதேவி மட்டுமின்றி, தேவர்களும், முனிவர்களும் பயந்தனர்

இவற்றையெல்லாம் அறிந்த வசிஷ்ட முனிவர், விசுவாமித்திரரின் கோபத்தைத் தணித்திடச் செய்ய, தசரதனின் மூலம் சம்மதம் பெற்றிட, சக்கரவர்த்தியிடம் வந்தார்.

வசிஷ்டரை வரவேற்ற தசரதன். அமைதியாக இருந்தான். அவனது அமைதியைக் கலைக்கும்பொருட்டுத் தாமே பேச்சினைத் துவக்கினார் வசிஷ்டர்.

'தசரதா! தருமமே மானிட உருவம் எடுத்தது போல இரகு வம்சத்தில் பிறந்த நீர் சத்திரியக்குலத்திலிருந்து மாறலாமா!'

முனிவர் என்ன செய்ய வேண்டும் என்று கேட்டாலும் செய்கிறேன் என்று விசுவாமித்திரர்க்கு வாக்கினைக் கொடுத்துவிட்டு அதிலிருந்து மாற நினைக்கலாமா?

கள்ளிப்பட்டி சு.குப்புசாமி | 21

இவ்விதம் மாறுவது என்பது உம்முடைய தான, தர்ம, வேள்விகளையெல்லாம் ஒரேயடியாக அழித்ததிற்குச் சமமாகும்.

இராமனை முனிவருடன் அனுப்புவீராக. அது சம்பந்தமாக எவ்விதக் கவலையும் உமக்கு வேண்டாம்.

முனிவருடைய பாதுகாப்பிலுள்ள உம் மகனை அரக்கர்கள் நெருங்க முடியாது. அமிர்தத்தை அக்னி சக்கரம் காப்பதுபோல இவர் இராமனைக் காப்பார்.

முனிவருடைய பூரண மகிமை உனக்குத் தெரியாததல்ல. தவமே உருவானவர். அறிவிற்கும், தவத்திற்கும் இவரே எல்லை. இவருக்குத் தெரியாத அஸ்திரமில்லை.

அந்த விஷயத்தில் மூன்று உலகங்களிலும் இவருக்குச் சமமானவன் ஒருவனும் இருந்ததில்லை. இருக்கப் போவதுமில்லை.

இவர் மன்னராக இருந்த காலத்தில் 'கௌசிகர்' என்ற பெயரில், எல்லா அஸ்திர வித்தைகளையும் வசமாகப் பெற்றவர்.

முக்காலங்களிலும், மூவுலகங்களிலும் இவர் அறியாதது எதுவுமில்லை.

இத்தகைய வீரமும், தீரமும் கொண்ட முனிவருடன் உம் மகனை அனுப்புவதைப் பற்றிய சந்தேகமே வேண்டாம்.

முனிவருடைய காரியத்தை முனிவரே பார்த்துக் கொள்வதற்கு வேண்டிய அனைத்து சக்தியும் அவருக்கு உண்டு. உம்முடைய மகனின் நன்மைக்காக அல்லவா.... அவர் இங்கு வந்து உம்மிடம் அனுமதி கேட்கிறார்.

மனதில் எவ்விதச் சலனமுமின்றி, அச்சமுமின்றி, அவர் கேட்டபடி மகனை அனுப்புவீராக.

இவ்வாறு மகாஞானியான வசிஷ்ட முனிவர் எடுத்துச் சொன்ன பிறகு, மன்னரின் புத்தி தெளிவு பெற்றது.

ஆனால் இராமனை மட்டும் முனிவருடன் அனுப்புவதற்குப் பதிலாக, இராமனுக்கு உறுதுணையாகவும், அனைத்திலும் இணைந்தே இருக்கும் இலக்குவணனையும் அனுப்பிட எண்ணினான். அந்த எண்ணத்தினை வசிஷ்ட முனிவரிடம் வெளிப்படுத்தினான். அதில் எந்த விதத் தயக்கமும் வேண்டாம். இராமனுடன் இலக்குவணனையும் சேர்த்து அனுப்புவீராக என்று அனுமதி வழங்கினார்.

இந்த விஷயத்தை விசுவாமித்திரரிடமும் பக்குவமாக எடுத்துக் கூறி, அவரது கோபத்தினைத் தணித்தார்.

இராம இலக்குவணர்களைத் தசரதன் முனிவரின் முன்னே கொண்டு போய் நிறுத்தி, 'முனிவரே! எம்மை மன்னியும். உமது கோபத்திற்கு ஆளாகும் விதத்தில் நடந்து கொண்டேன்,' என்று பணிவுடன் கூறினான் தசரதன்.

'பரவாயில்லை. பெத்த மனமல்லவா... அதனால் பித்தத்தில் பேசிவிட்டாய். உம்மை மன்னித்தோம்!' என்றார்.

'இதோ எனது இரு புதல்வர்களை வழிநடத்துவது இனி உங்கள் பொறுப்பு,' என்று ஒப்படைத்தார்.

இராம, இலக்குவண சகோதரர்கள் இருவரையும், அவர்களுடைய தாய்மார்களும் வசிஷ்ட முனிவரும், மங்கள மந்திரம் சொல்லிய பின்னர் உச்சி மோந்து, அரவணைத்தனர்.

சகோதரர்கள் இருவரும், தாய்மார் மூவரின் கால்களிலும் தந்தையின் காலடியிலும், வசிஷ்ட முனிவரின் காலடியிலும் வீழ்ந்து வணங்கி ஆசிபெற்று, விசுவாமித்திரரின் பின்னே, அவர் அடியொற்றி வைத்துப் பின் தொடர்ந்தனர்.

அச்சமயம் வீசிய காற்றில் மலர்கள் சொரிந்து, சகோதரர்கள் இருவரின் மீது விழுந்தன.

கையில் வில்லினை ஏந்திய வண்ணம் சகோதரர்கள் கம்பீரமாகச் சென்று கொண்டிருந்தனர்.

அவர்கள். செல்வதையே பார்த்துக்கொண்டு, கண்களில் நீர்வடிய நின்ற தசரதனைக் கண்ட வசிஷ்டர்,

'தசரதா! என்ன இது, உன் கண்ணில் கண்ணீரா! மாவீரன் உனக்குக் கண்ணீர் வரலாமா? விசுவாமித்திரரின் யாகம் முடிந்ததும் பிள்ளைகளைப் பத்திரமாகக் கொண்டுவந்து அரண்மனையில் விட்டுவிடப் போகிறார். இதற்குப் போய்ப் பெண்பிள்ளை போல அழலாமா?' என்றார்.

அழுகையினை நிறுத்திய அதே வேளையில்,

ரிஷி யுலகத்துக்கே சிகரமாக விளங்கிய விசுவாமித்திரரும் அழகே தேகமெடுத்தாற் போன்ற அரசகுமாரர்களும் எவ்விதச் சலனமுமின்றியும் சென்று கொண்டிருந்தனர்.

அரண்மனை நிழலில் வளர்ந்து, பசி, தாகம் என்றால் என்ன என்பதையெல்லாம் அறியாத வண்ணம், மணிக்கொரு தடவை பால், பழம், பழரசங்கள், அறுசுவை உணவு என்று அருந்திப் பழக்கப்பட்டவர்கள்.

ஆனால் இன்றைய நிலையில் காடு, மேடு, கல்லு, முள்ளு என்று காலைக் குத்த, பசி காதை அடைக்க, ஒரே நாளில் அரச வாழ்க்கை இப்படி அடியோடு மாறிவிட்டதை எண்ணி இராமன் புன்னகைத்தான். அதே நேரத்தில் இலக்குவணனோ, 'அண்ணா! பசி, ரொம்ப பசிக்கிறது. எதை உண்பது?" என்று இராமனிடம் காதோடு காதாக மெல்லக் கேட்டான்.

சகோதரர்களின் பசியினைத் தனது ஞானதிருஷ்டியினால் அறிந்த விசுவாமித்திரர் அருகிலிருந்த மரத்தடியில் அமர்ந்தார்.

"சிறுவர்களே! உங்களுடைய பசியினை யான் அறிவேன். நீங்கள் இருவரும் அரண்மனை வாசிகள், உங்களைப் போல ஒரு காலத்தில் அரண்மனையில் வாழ்ந்தவன்தான். அவ்விதம் வாழ்ந்தது பழைய கதை. உங்களுக்கு இது புதுக் கதை. இன்னும் கொஞ்ச நேரத்தில் நான் வசித்து வரும் ஆரண்யம் சென்று விடுவோம்.

அங்கு உங்களது பசியினைப் போக்கும் வண்ணம் உள்ள உணவு, காய், கனி, பழவகைகள், தாகம் தணிக்க செவ்விளநீர் எல்லாம் இருக்கிறது.

அதுவரை, உங்களுக்கேற்பட்டுள்ள இந்தப் பசி, தாகத்தைப் போக்க ஒரு மந்திரம் சொல்லித் தருகிறேன். நீங்களும் சொல்கிறீர்களா?"

"சொல்லுகிறோம் குருவே!"

"பலை, அதிபலை. எங்கே இந்த மந்திரத்தைச் சொல்லிக் கொண்டே வாருங்கள், போவோம்," என்று மரத்தடியிலிருந்து மூவரும் புறப்பட்டனர்.

இராம இலக்குவண சகோதரர்கள், முனிவர் சொல்லச் சொல்லச் சொல்லிக் கொண்டே சென்றனர்.

சற்று நேரத்தில் பசியினை மறந்து, ஆச்சரியமான பலம் பெற்றார்கள். பசி, தாகம் இல்லை! களைப்புமில்லை! முக்கனியுடன் தேன் கலந்து அருந்தியதைவிடப் பன்மடங்கு புத்துணர்வு பெற்றார்கள்.

தாடகா வனம்

அன்றிரவு சரயூ நதிக்கரையில் முனிவரும், இராம இலக்குவண சகோதரர்களும் தரையில் படுத்துத் தூங்கலானார்கள்.

தூங்குவதற்கு முன்னர் விசுவாமித்திரர், 'பலம், அதிபலம்' என்ற இரண்டு ரகசிய மந்திரங்களைச், சகோதரர்களுக்கு உபதேசம் செய்தார். காட்டில் வன விலங்குகள், விஷ ஜந்துக்களிடமிருந்து தப்பிப்பதற்காகவே இந்த மந்திரங்கள்.

'இந்த மந்திரங்களை ஜெபித்தவனை எந்தத் தீங்கும் அண்டாது!' என்று சொல்லிச் சகோதரர்களை ஆசிர்வதித்தார்.

அடுத்த நாள்

சூர்ய உதயத்தில் அங்கிருந்து கிளம்பி, கங்கை நதியும், சரயூ நதியும் சங்கமமாகும் இடத்திற்குச் சென்றனர்.

அங்கே தவம் செய்து கொண்டிருந்த ரிஷிகளுக்கு, இராம இலக்குவண சகோதரர்களை அறிமுகம் செய்தவர்.

அங்க தேசத்தின் கதையையும் சொல்லலானார்.

'முன்பொரு சமயம் இந்த இடத்தில் சிவபெருமான் நீண்டதோர் தவத்திலிருந்தார்.

அது சமயம், பார்வதி தேவி, சிவனுக்கு வேண்டிய பணிவிடைகளைச் செய்து வந்தாள்.

சிவம் தவம் கலைந்து உமையோடு சேர்ந்தால்தானே குழந்தை உருவாகும். குழந்தையால் தேவர்கள் குறை தீரும் என்று எண்ணிய தேவர்கள் மன்மதனை வேண்டிக் கேட்டுக் கொண்டார்கள். அதாவது சிவனது தவத்தினைக் கலைக்க மலர்க் கணைகளைத் தொடுக்க வேண்டும் என்பதே அதனுடைய சாராம்சம்.

முதலில் மன்மதன் மறுத்தான்.

தேவர்கள் விடாது வற்புறுத்தி அவனைப் பணிய வைத்தனர்.

மலர்க்கணை தன் மீது பட்டவுடன், சிவன் கோபத்துடன் நெற்றிக் கண்ணைத் திறந்து பார்த்தார். அக்கணமே மன்மதன் பஸ்பமாகிப் போனான்.

அதைக் கண்ட ரதிதேவி, தன் கணவன் பஸ்பமாகிவிட்டானே என்று எண்ணிக் கவலைப்பட்டவள் சிவனிடம் சென்று அழுது கெஞ்சினாள்.

அவள்பால் இரக்கம் கொண்ட சிவன் மனம் இரங்கி ஒரு வரம் தந்தார்.

அதாவது மன்மதன் உயிர்பெறுவான்.

ஆனால் அவன் ரதியின் கண்களுக்கு மட்டும்தான் தெரிவான் என்ற நிபந்தனை சொன்னார்.

அதன்படியே ரதி தேவியின் கண்களுக்கு மட்டும் தெரிந்து வந்தான் மன்மதன்.

சிவனது நெற்றிக் கண் திறப்பினால் அவனது அங்கங்கள் இழந்தன. அவ்விதம் அங்கங்கள் இழந்த காரணத்தினால், இந்த தேசத்திற்கு 'அங்க தேசம்' என்ற பெயர். அத்தோடு மன்மதன் எரிக்கப்பட்ட நிலையில் 'காமாசிரமம்' என்ற பெயரும் பெற்றது.'

அன்று இரவு காமாசிரம ரிஷிகளுடைய அதிதிகளாக முனிவரும், சகோதரர்களும் தங்கினார்கள்.

மறுநாள்

காலையில் எழுந்து நித்திய கர்மங்களை முடித்துவிட்டு மூவரும் புறப்பட்டனர்.

கங்கைக் கரையை அடைந்ததும், அவ்விடத்திலுள்ள ரிஷிகள், அமைத்துத் தந்த ஓர் ஓடத்தில் ஏறிக் கொண்டு கங்கைக் கரையைத் தாண்டிச் சென்றார்கள்.

ஆற்றின் நடுவில் ஓடம் செல்லும்போது, ஒருவித பெருஞ்சத்தம் கேட்கவே, சகோதரர்கள் அது என்ன குருவே என்று கேட்டார்கள்.

"அது சரயூ நதியானது கங்கையில் பாய்ந்து சேருவதினால் உண்டாகும் ஓசை," என்று விளக்கினார் முனிவர்.

அவ்விடத்தில் இரு சகோதரர்களும், இரு புண்ணிய நதிகளையும் தியானித்து வணக்கம் செலுத்தினார்கள்.

அதன் பின்னர் கங்கையைக் கடந்து நடந்து சென்றார்கள். வழி ஒரு பயங்கரமான காட்டுக்குள் சென்றது. அங்கிருந்து போவதே மிகவும் கஷ்டமாக இருந்தது.

அதுமட்டுமின்றி துஷ்ட மிருகங்களின் பயங்கர சத்தமும் இருந்தது. அதைக் கேட்ட இராம இலக்குவண சகோதரர்களிடம்,

"இப்பொழுது பயங்கரக் காடாக இருக்கும் இந்த இடம், பூர்வத்தில் மிகச் செழிப்பும், செல்வமும் நிறைந்த பிரதேசமாக இருந்தது.

ஒரு காலத்தில் இந்திரன், விருத்திராசுரனைக் கொன்று, பிரம்மஹத்தி தோஷம் அடைந்தான். அதனால் துஷ்டனாகி மிக வருந்தினான்.

தேவேந்திரனுடைய பாவத்தைப் போக்க தேவர்கள் மிகவும் சிரமப்பட்டனர். புண்ணிய நதிகளிலிருந்து, பெரிய பாத்திரங்களில் தீர்த்தம் கொண்டு வந்து இந்திரன் மீது ஸ்நானம் செய்வித்து மந்திரங்களினால் பரிசுத்தப்படுத்தினார்கள். அந்த ஸ்நான நீரினால் அவனிடம் தங்கியிருந்த மாசு கழுவப்பட்டு அந்தப் பிரதேசம் மிகவும் செழிப்படைந்தது.

செழிப்பின் காரணத்தினால் இங்கே மக்கள் சுகமாக வாழ்ந்து வந்தனர் என்று கூறிக் கொண்டே விசுவாமித்திரர் முன்னே செல்ல, சகோதரர்கள் பின் தொடர்ந்த போது, பயங்கர வனம் ஒன்றினைக் கண்டனர்.

இரவா, பகலா என்றறியாத நிலையில் ஒரு காடு. ஆனால் அந்தக் காடு முழுவதும் துர்வாசனை கொண்டிருந்தது. அதாவது இறந்த பிணவாசனை. மூச்சு முட்டும் நிலை. காலை இடறச் செய்தது கல்லல்ல. மிருகங்களின் எலும்புக்கூடு... இவைகளெல்லாம்.... என்ன? என்று புருவம் சுழித்த சகோதரர்கள் முனிவரைப் பார்த்தனர்.

"என்ன சகோதரர்களே! துர்மணம் வீசும் காடாக இருக்கிறதே, அது ஏன் என்று கேட்கத் தோன்றுகிறதா?"

"ஆமாம் குருவே!"

"துஷ்டர்களின் இருப்பிடம் துர்நாடாகத்தானே இருக்கும்."

"குருவே! நீங்கள் சொல்வது எங்களுக்குப் புரியவில்லை. புரியும்படிதான் சொல்லுங்களேன்..." என்று கேட்டனர்.

விசுவாமித்திரரும் தாடகா வனத்தைப் பற்றிச் சொல்லலானார்.

"இந்த வனத்தில் சுகேது என்ற 'யட்சன்' ஒருவன் இருந்தான். தனக்குச் சந்ததியே வேண்டாம் என்ற எண்ணத்தில் தவத்தை மேற்கொண்டு வந்தான்.

ஆனால் பிரம்மாவோ, அவனுடைய நன்னடத்தையையும் தவத்தையும் கண்டு திருப்தியடைந்தார். அதன் பொருட்டு அவனுக்கு எப்படியாவது சந்ததியினை உருவாக்கிவிட வேண்டும் என்று எண்ணினார்.

அதற்குத் தகுந்தாற்போல சுகேதுவும், பிரம்மனிடம் வரம் ஒன்றினைக் கேட்டான்.

சந்தர்ப்பத்தைப் பயன்படுத்த எண்ணிய பிரமனும், சந்ததி வரம் தருகிறேன் என்றார்.

'சரி. அப்படியே கொடுங்கள்' என்று கேட்டான் யட்சன்.'

'ஆண் ஒன்று, பெண் ஒன்று என சந்ததி வரம் கொடுங்கள்,' என்று கேட்டான்.

'யட்சா! உனக்கொரு சிறப்பான பெண் குழந்தையினை மட்டும் தருகிறேன்," என்றார்.

'சிறப்பான பெண் குழந்தையா! அப்படியென்றால் விபரமாகக் கூறுங்களேன்.

'அழகில் சிறந்திருப்பாள். ஆயிரம் யானைகளின் தேகபலம் கொண்டவளாக இருக்கும் சிறப்பினைப் பெற்றவளாக இருப்பாள்!' என்றார்.

'அப்படியே பெண் குழந்தையினைத் தாருங்கள்,' என்று கேட்டுக் கொண்டான் யட்சன்.

அவன் கேட்டபடியே அவனுக்கு அழகான பெண் குழந்தை ஒன்று பிறந்தது. அவளுக்குத் 'தாடகை' என்ற பெயரினைச் சூட்டி வளர்த்து, பல்வேறு வழிகளில் உடல் வலிவினை ஏற்படுத்திவிட பயிற்சியினை அளித்து வந்தான்.

அனைத்துக் கலைகளிலும் தேர்ச்சி பெற்றாள்.

பருவ வயது வந்தவுடன், 'சுந்தன்' என்ற யட்சனுக்கு மணமுடித்துக் கொடுத்தான் சுகேது.

சுந்தன் - தாடகைக்கு ஆண் குழந்தை ஒன்று பிறந்தது. அக்குழந்தைக்கு 'மாரீசன்' என்ற பெயர் வைத்து வளர்த்து வரப்பட்டான்.

ஒரு சமயம் அகத்தியருடைய சாபத்துக்கு ஆளான சுந்தன் அவரால் அழிக்கப்பட்டான்.

இதனால் சுந்தனுடைய மனைவி தாடகையும், மகன் மாரீசனும், முனிவரைப் பழி வாங்கிட வேண்டும் என்ற எண்ணத்தில் அகத்தியனை எதிர்த்தார்கள்.

தேக பலத்தைக் கொண்டு எதிர்க்க வந்த அவர்களை, அகத்தியர் சாபமிட்டார். அதன் விளைவாக அவர்கள் நர மாமிசம் தின்னும் ராட்சசப் பிராணிகளாகிவிட்டார்கள்.

ராட்சசப் பிராணி வடிவம் கொண்டதினால் தாடகையின் அழகு உருவம் மாறி கோரமான ராட்சச உருவமடைந்தாள்.

அந்த நாள் முதல் அகத்தியருடைய பிரதேசத்தில் வாழ்ந்து வந்த மக்களைக் கொன்று நரமாமிசத்தைத் தின்று வரலானார்கள்.

"அந்த தாடகையையும், அவளது மகன் மாரீசனையும், கௌசல்யாவின் மகனான நீதான் அழிக்க வேண்டும். அது உன்னால் மட்டும் தான் முடியும் அதனால் தான் உன்னை இங்கு அழைத்து வந்தேன்," என்றார்.

விசுவாமித்திரர் இவ்விதம் சொன்னவுடன், இராமன் முகம் மாறியது. முதன் முதலாய்க் கற்ற வித்தைகளைப் பெண்ணிடம் காட்டுவதா! அதுவும் தாய்க்குலத்திடம் காட்டி அழிக்கச் சொல்கிறாரே என்று யோசித்தான்.

இராமனின் உள்ளுணர்வை அறிந்த முனிவர், "என்ன இராமா! பெண்ணோடு போரிடுவது உன் வீரத்துக்கு இழுக்கு என்று தானே எண்ணுகிறாய்!"

'ஆமாம் குருவே!'

'இவள் சாதாரணப் பெண்ணல்ல. மிகக் குரூரமான அரக்கத் தன்மை கொண்டவள். அக்கிரமங்கள் பல செய்துவரும் கொடுமைக்காரி.

அரக்கியைத் தண்டிப்பது அரசர்களுடைய கடமை. அனைவருடைய நலத்திற்காகக் காட்டு மிருகங்களைக் கொல்லுவதுபோல, இந்த அரக்கியைக் கொல்லுவது நியாயமானதே.

அரசாள்பவர்களுக்கு இது கடமை போன்றது. அதனால் நீ தயங்க வேண்டியதில்லை!' என்றார்.

'குருவே! தாங்கள் சொன்னால் அதில் தப்பு ஏதும் இருக்காது. தர்ம நியாயம் தெரிந்தவர் நீங்கள். உங்களுக்குத் தெரியாதது எதுவுமில்லை.'

உங்களைப் பற்றி தந்தை நிறையச் சொல்லியுள்ளார். அது மட்டுமின்றி, தாங்கள் சொல்வதுபடி நடந்து கொள்ள வேண்டும் என்று கூறியும் அனுப்பியுள்ளார். அதனால் உங்களுடைய சொற்படி மக்கள் நலத்துக்காக இந்தத் தாடகையைக் கொல்வேன் என்று தன் கையில் வைத்திருந்த வில்லினை வளைத்து நாண் ஏற்றித் தோள்வரை நாணை இழுத்து ஒலியினை எழுப்பிடச் செய்தான்.

அந்த ஒலியானது வனத்தின் எட்டுத் திக்கும் சென்று எதிரொலிக்கத் தொடங்கியது.

அந்த ஒலியினைத் தாடகையும் கேட்டாள். இவ்வித ஒலியினை எழுப்பும் அளவிற்கு யாருக்கு இவ்வளவு தைரியம் இருக்கும் என்று திகைத்தாள்.

இராமாயணம் அடுத்த கணத்தில் ஒலிவந்த திக்கை நோக்கி மகா கோபத்துடன் புறப்பட்டாள். எதிரே இராமன் இலக்குவணன் இருவரும் வில், நாணுடன் நின்று கொண்டிருப்பது தெரிந்தது.

அவ்வளவுதான். பேய்க்குரல், வனமே அதிரும்படி எழுப்பினாள். அங்கிருந்த பெரிய பெரிய மரங்களையெல்லாம் கிள்ளுக் கீரையைப் போலப் பிடுங்கிச் சகோதரர்கள் இருவர் மீதும் வீசினாள்.

பெரிய பெரிய பாறாங்கற்களைத் தூக்கி, பூப்பந்து ஆடுவது போல எறிந்தாள்.

இத்தகைய ஆங்காரக்காரியின் கைகளையும், கால் களையும், மூக்கையும் அரிந்து ஊனமுற்ற தன்மையை உண்டாக்கினால் போதும் என்று இராமன் எண்ணினான்.

ஆனால் -

தாடகையின் பாய்ச்சல் அதிகரித்துக் கொண்டே வந்தது. இங்குமங்கும் ஓடியவள், கல்மாரி பொழியச் செய்தாள்.

கல் மாரியினைத் தடுத்திட இராம இலக்குவண சகோதரர்கள் அம்புகளைப் பயன்படுத்தி வந்தனர்.

யுத்தம் நடந்து கொண்டே இருந்தது.

அந்தி நேரம் முடியும் நிலைக்கு வந்தது. இருட்டிவிட்டால் அரக்கியின் பலம் அதிகரித்து விடும் என்பதனை முனிவர் அறிந்திருந்ததினால், 'இராம இலக்குவண சகோதரர்களே! இனியும் கால தாமதம் செய்ய வேண்டாம். அரக்கியைக் கொன்று விடுங்கள்!' என்றார்.

அதன் பின்னர் சற்றும் தாமதிக்காமல், இராம இலக்குவணர்கள் அம்புகளைச் சரமாரியாகத் தாடகையின் உடலை நோக்கி எய்தனர்.

இவ்விதம் எய்த அம்புகளில் ஒன்று அவள் நெஞ்சில் பாய்ந்து துளைத்தது. அக்கணமே அவளுடைய கோரமான பேருடல், உயிரற்றுப் பூமியில் வீழ்ந்தது.

முனிவர் எல்லையில்லா மகிழ்வு கொண்டு, இராம இலக்குவணர்களை உச்சி மோந்து ஆசிர்வதித்தார்.

தாடகையின் வீழ்ச்சியினால், அந்த வனம், சாபம் நீங்கப் பெற்று ரம்மியமாகக் காட்சியளிக்கத் தொடங்கியது. அந்த வனத்திலே மூவரும் அன்றிரவினைக் கழித்தனர்.

சித்தாஸ்ரமம்

மறுநாள்

அதிகாலையில் முனிவர், மற்றும் இராம இலக்குவணர்கள் மூவரும் எழுந்து, காலைக்கடன்களையும், அனுஷ்டானங்களையும் முடித்துக் கொண்டு புறப்பட்டனர்.

சிறிது தூரத்தில் விசுவாமித்திரரின் ஆசிரமம் இருந்தது. அதனை அடைந்து ஆசுவாசப்படுத்திக் கொண்டனர்.

சிறிது நேரத்தில் இராமனை அழைத்தார் முனிவர்.

அருகில் வந்த இராமனைத், தன் எதிரே அமரச்செய்து, 'இராமா! உனக்கு மங்களம். உனது வீரமும், விவேகமும் என்னை வெகுவாகக் கவர்ந்து விட்டது. நீ தாடகையை அழித்த அந்தக் காரியத்துக்காக உனக்கு நான் என்ன கைம்மாறு செய்யப் போகிறேன்?' என்று கூறித் தயங்கினார்.

'குருவே! தாங்கள் என்னை ஆசிர்வதித்தாலே போதும்!' என்றார்.

'இராமா! ஆசிர்வாதத்துடன் உனக்கு அஸ்திர உபதேசத்தினைச் செய்யட்டுமா?' என்று கேட்டார் முனிவர்.

'அப்படியே ஆகட்டும் குருவே....

அதன் பின்னர், முனிவர் தான் பெற்ற சகல திவ்ய அஸ்திரங்களையும் முறைப்படி பிரயோகிக்கவும், அவற்றை அடக்கிப் பின் திருப்பவும், உரிய மந்திரங்களையெல்லாம் உபதேசித்தார்.

உபதேசம் முடிந்தவுடன் அஸ்திரங்களுக்குரிய தேவதைகள் இராமனுக்குத் தரிசனம் தந்தனர். அத்துடன் உமது உத்தரவுக்கு அடங்கி எல்லாம் செய்வோம். தாங்கள் எப்போது அழைத்தாலும் வருவோம் என்று சொல்லி மறைந்தன.

தான் முனிவரிடம் கற்றவைகளையெல்லாம் நம்பி இலக்குவணுக்கு உபதேசித்தார் இராமன்.

அஸ்திர மந்திரங்களை இராமன் சரியாகப் பெற்றுள்ளாரா? என்பதை அறிய சில பரிட்சைகள் வைத்தார் முனிவர்.

அதில் வெற்றி பெற்றார் இராமன்.

முனிவருக்கு, இராமனது செயல்கள் மீது திருப்தி ஏற்படவே,

கள்ளிப்பட்டி சு. குப்புசாமி | 31

"இராமா! இந்த அஸ்திரங்களைக் கொண்டு தேவாசுரர்கள், கந்தர்வர்கள், அரக்கர்கள் என அத்தனை பேரையும், நீ யுத்தத்தில் அழித்து வெற்றி பெறுவாய்" என்று கூறி இராமனை ஆசிர்வதித்தார் முனிவர்.

கொஞ்ச தூரம் நடந்து சென்றனர்.

எதிரே பெரிய மலையும், ரம்மியமான வனமும் தெரிந்தது. அதனை முனிவரிடம் காட்டிய இராமன், "குருவே! அது தான் நாம் போக வேண்டிய இடமா?" என்று கேட்டார்.

'ஆமாம் இராமா,' என்றார்.

'அந்த இடத்தின் சிறப்பு என்ன குருவே...?'

'இராமா! ஆதி நாராயணன் தவமிருந்த இடம். அதுமட்டுமின்றி மகா விஷ்ணு வாமனனாக அவதரித்த இடமும் அதுவே. வெகு நாட்கள் வாமனர் தபஸ் இருந்து சித்தி பெற்ற இடம் என்பதினால் இதற்கு "சித்தாஸ்ரமம்' என்ற சிறப்பும் உண்டு.''

'இந்த இடத்தை யாகத்திற்காக' தாங்கள் தேர்ந்தெடுக்க ஏதாவது காரணம் உண்டா குருவே?' என்று இராமன் கேட்டார்.

'காரணம் இருக்கத்தான் செய்கிறது இராமா! எவ்விதமெனில் விஷ்ணுவின் பாதகமலங்கள் பட்ட இடம் என்பதனால் இதை நான் யாகத்துக்குத் தேர்ந்தெடுத்தேன்.

'இங்குதான் தாங்கள் நடத்தும் யாகத்தை தடுக்கும் துராத்மாக்கள் இருக்கிறார்கள்! அவர்களை ஒழித்துக்கட்ட நாங்கள் என்ன செய்ய வேண்டும்? எங்களுக்கு விபரமாகச் சொல்லுங்கள் குருவே!' என்று கேட்டார் இராமன்.

கேட்டதோடு நில்லாமல், கைகள் துடிக்கவும் செய்தன. யுத்தம் செய்து வெற்றி பெற்ற, முனிவருடைய ஆசிர்வாதத்தைப்பெற ஆவல் கொண்டான்.

அதற்கான சந்தர்ப்பத்தினை எதிர்நோக்கிக் கொண்டிருந்தான் இராமன்.

யாகத்தைக் காத்தனர்

மன்னன் மைந்தர்களுடன் விசுவாமித்திரர் வந்துவிட்டதைக் கண்டு, மற்ற முனிவர்கள் மிகவும் மகிழ்ச்சி அடைந்தனர்.

அதன் பொருட்டு, ஒருவர் பின் ஒருவராக வந்து, விசுவாமித்திரரையும், இராம இலக்குவணர்களையும் வணங்கி வரவேற்றனர்.

வரவேற்பினை ஏற்றுக் கொண்ட இராமன், முனிவரை நோக்கி, 'குருவே! தாங்கள் இன்றே யாகத்தைத் தொடங்கலாம்,' என்று கூறினார்.

விசுவாமித்திரரும் யாக துவக்கத்துக்கான உரிய விரதத்தை அன்றிரவே எடுத்துக் கொண்டார்.

மறுநாள்

அதிகாலையில் எழுந்த இராம இலக்குவணர்கள் யாக சாலையில் இருந்த முனிவரை வணங்கி,

'குருவே! ராட்சசர்கள் இங்கு எப்போது வருவார்கள்? நாங்கள் ஜாக்கிரதையாக இருந்து அவர்களைத் தாக்க வேண்டுமல்லவா? அதற்காக எங்களுக்கு விபரமாகக் கூறுங்கள்,' என்று கேட்டார்.

குரு எதுவும் பேசாதிருந்தார். காரணம் அவர் மௌன விரதத்தில் இருந்தார். இந்த விஷயத்தை அங்கிருந்த ரிஷிகள் சொன்னதோடு, 'யாகம் நடக்கும் ஆறு நாட்களும், இரவுபகல் பாராது, தூக்கத்தைப் பெரிதுபடுத்தாமல், யாகத்தைக் காக்க வேண்டும்,' என்ற விபரத்தையும் கூறினார்கள்.

அச்சமே கொள்ள வேண்டாம். நாங்கள் அஞ்சாது, கண் துஞ்சாது யாகத்தைக் காப்போம் என்று கூறியவர்கள் வில்லும் கையுமாக தயார் ஆனார்கள்.

இரவும் பகலுமாக யாகத்தை ஆறு நாட்கள் காத்தனர். ஆறாவது நாள் காலையில் இலக்குவணனிடம், இராமன் சொன்னார்.

'தம்பி! இன்று நாம் வெகு ஜாக்கிரதையாக இருக்க வேண்டும். இன்று தான் அரக்கர்கள் வருவதாக ரிஷிகள் கூறியுள்ளனர்,' என்றார்.

இவ்விதம் இராமன் சொல்லிக் கொண்டிருக்கும்போதே அக்னி குண்டத்திலிருந்து நெருப்பு கொழுந்துவிட்டு எழுந்தது.

ராட்சசர்கள் யாகத்தை அழிப்பதற்காக ஆகாயத்தில் வந்து நிற்கிறார்கள் என்பதனைத் தெரிந்து வைத்திருந்தது அக்னி.

அந்த விஷயத்தை இராமனும் அறிந்து வைத்திருந்தான். அதன்பொருட்டுச் சுதாரிப்பானான்.

யாக காரியம் சகலமும் கிரமமாக நடந்து கொண்டிருந்த வேளையில், மேலே ஆகாயத்தில் பெரும் கர்ஜனை கேட்கத் தொடங்கியது.

இராமன் ஒலி வந்த திக்கை நோக்கிப் பார்த்தார். மாரீசனும், சுபாகுவும், அரக்கர் கும்பலோடு சேர்ந்து கல்லெறி தூரத்தில் நின்று கொண்டு மாமிசத்துண்டு, ரத்தக் கட்டிகள் அனைத்தையும், யாகக் குண்டங்களின் மீது வீசத் தயாராகி வந்தனர்.

அதனை அறிந்த இராம இலக்குவணர்கள் சரம் வாரியாகப் பாணம் தொடுத்து, யாகக் குண்டங்களின் மீது அம்புக் கூரை போட்டுவிட்டதால் யாகசாலையினை அரக்கர்களால் ஒன்றும் செய்ய முடியவில்லை.

இராம பாணங்கள் மாரீசனை அலாக்காகத் தூக்கிச் சென்று கடலில் அழுத்திக் கொன்றது. சுபாகுவையும் வீழ்த்திடச் செய்தது. பிறகு வேறு அஸ்திரங்களின் மூலம் அரக்கர் கூட்டத்தை அழிக்கச் செய்ததின் விளைவாக ஆகாயமும் வெண்மையாகப் பிரகாசிக்கச் செய்தது.

இவ்வாறு யாகத்தைக் கெடுக்க வந்த அரக்கர்கள் வீழ்த்தப்பட்டு ரிஷிகளுக்கு எந்தவொரு தொந்திரவில்லாமல் காரியம் முடிந்ததனை எண்ணிய விசுவாமித்திரர் எல்லை கடந்த மகிழ்ச்சியடைந்தார்.

'இராமா! தங்களது தந்தைக்கு நன்றி செலுத்துகிறேன். அவரது ஆணைப்படி நடத்திக் கொடுத்தீர்கள். உங்களுடைய பராக்கிரமத்தைப் பாராட்டுகிறேன். இந்த ஆசிரமம் மறுபடியும் எங்களுக்குச் சித்தா சிரமம் ஆயிற்று என்று கூறி இராம இலக்குவணர்களை ஆசிர்வதித்தார்.

அன்றிரவு இராம இலக்குவணர்கள், நிம்மதியாக தூங்கி, இழந்த ஆறு நாள் தூக்கத்தினையும் ஈடு கட்டினர்.

மறுநாள்

காலை நியமங்களை முடித்த இராம இலக்குவணர்கள் முனிவரின் முன் நின்று வணங்கி, 'குருவே! அடுத்து நாங்கள் என்ன செய்ய வேண்டும்? உத்தரவு தாருங்கள், என்றார்கள்.

விசுவாமித்திரர் மட்டுமின்றி, அங்கிருந்த ரிஷிகளும், இராமா இலக்குவணர்களை நோக்கி,

"ராஜ சிரேஷ்டரான ஜனகர் ஒரு யாகம் செய்யவிருக்கிறார். அந்த யாகத்தில் கலந்து கொள்வதோடு, அவர் வைத்திருக்கும் அற்புத வில்லை இராமன் இயக்க வேண்டும். அதற்காக மிதிலைக்கு எங்களுடன் வருகிறீர்களா!" என்று கேட்டனர்,

"அப்படியே ஆகட்டும்!" என அனுமதியளித்தனர்.

அதன்படியே, விசுவாமித்திரருடன், இராம இலக்குவணர்கள் மிதிலைக்குப் புறப்பட்டனர்.

அகலிகை

விசுவாமித்திரர் தலைமையில் புறப்பட்ட இராம இலக்குவணர்கள் சோணா நதிக்கரையைச் சேர்ந்தபோது மாலையானது.

அதற்குமேல் பயணத்தை தொடங்காமல் அன்றிரவு அங்கே தங்கினார்கள்.

அந்த இடத்தின் பூர்வ கதைகளை அரசகுமாரர்களுக்கு முனிவர் சொல்ல, இரவு மகிழ்வுடன் கழிந்தது.

அடுத்த நாள் காலை எழுந்து, ஆழமில்லாதிருந்த நதியைத் தாண்டினார்கள்.

பிறகு நடுப்பகலில் கங்கைக் கரையை அடைந்தார்கள். எல்லோரும் கங்கைக் கரையில் குளித்து விட்டு, அங்கேயே ஆகாரத்தை முடித்தனர்.

அதன் பின்னர் பயணத்தைத் தொடர்ந்து விசால நகரத்தில் ஒரு நாள் தங்கினார்கள்.

மறுநாள்

மிதிலையை நோக்கிச் சென்றனர்.

வழியில் அழகான ஆசிரமம் ஒன்றினைக் கண்டார் இராமன். அதில் யாருமில்லாமலிருந்தது. அதற்கான காரணத்தை அறிந்து கொள்ள முனிவரிடம் கேட்டார்.

"கௌதம முனிவருடைய ஆசிரமமாக இருந்தது. சாபத்துக்குட்பட்டதினால் யாரும் இல்லாமலிருக்கிறது. அதற்கான காரணத்தைச் சொல்கிறேன், கேள்," என்று ஆரம்பித்தார்.

"கௌதம முனிவரும், அவருடைய மனைவி அகலிகையும், தவத்தை மேற்கொண்டு வாழ்ந்து வந்தனர்.

அழகான அகலிகை மீது இந்திரனுக்கு ஒரு நோட்டமிருந்து வந்தது.

ஒருநாள் கௌதமர் ஆற்றிற்கு ஸ்நானம் செய்துவரச் சென்ற சமயத்தில் அவருடைய உருவத்தினைத் தரித்துக் கொண்டு ஆசிரமத்துக்குள் புகுந்தான்.

வந்தவர் கௌதம முனிவரல்ல தேவேந்திரனே, வேடமிட்டு வந்துள்ளான் என்பதனை அறிந்தாள்.

ஆனாலும் போகத்தில் விருப்பமின்றி, எந்நேரமும் யோகத்தில் கௌதமர் ஆழ்ந்திருந்ததினால், மோகம் தலைக்கேறிய அகலிகை தன் மீது மோகித்து வந்த இந்திரனின் விருப்பத்துக்குக் கட்டுப்பட்டாள்.

தன் விருப்பம் நிறைவேறியதை பெரும் பாக்கியமாகக் கொண்ட இந்திரன் மிகுந்த மகிழ்வோடு ஆசிரமத்துக்கு வெளியே வந்தான்.

அந்த நேரம் பார்த்து, ஓமத்துக்கு வேண்டிய தர்ப்பையையும், சமித்தையும் கையிலே பிடித்துக் கொண்டு கௌதமர் அங்கே வந்து சேர்ந்தார்.

அவரைக் கண்டு நடுங்கிய இந்திரனைக் கண்ட கௌதமர், விஷயத்தை அறிந்து கோபம் கொண்டவர்.

“மூடனே! என் உருவத்தைத் தரித்துக் கொண்டு, தகாத காரியம் செய்து மோசக்காரனாகி விட்டாய். தகாத செயலில் ஈடுபட்ட நீ, ஆண்மையை இழப்பாயாக!” என்று சாபமிட்டார்.

மிகவும் பயந்த இந்திரன், சாபத்திற்கான பரிகாரம் கேட்டுக் கெஞ்சினான். முனிவர் சொன்ன பரிகாரத்தைக் கேட்டபின்னர், அவ்விடத்தை விட்டு அகன்றான் இந்திரன்.

அவன் போன பிறகு அகலியைப் பார்த்த முனிவர்.

“கணவனுக்குத் துரோகம் செய்த நீ, எவ்வித ஆகாரமுமின்றி காற்றையே உண்டு கொண்டு, எவர் கண்ணுக்கும் தென்படாமல் சாம்பல் மேல் கல்லாய்க் கிடப்பாய். பல ஆண்டுகளுக்குப் பின்னர் அயோத்தி மன்னன் தசரதனின் மூத்த மகன் இராமன் இப்பக்கம் வரும் போது அவனது காலடி பட்டதும் கல்லாக இருக்கும் நீ உயிர் பெற்று, அதன் பின்னர் நான் தவம் செய்து கொண்டிருக்கும் இமய மலைக்கு வந்து சேர்வாயாக...”

இவ்வாறு சொல்லிவிட்டுக் கௌதமர் நெறி தவறிய மனைவியை விட்டு விலகி, இமயமலைக்குச் சென்று அங்கே தவமிருந்து வரலானார்.

இவ்விதம் 'அகலிகை' கதையைச் சொல்லி முடித்த விசுவாமித்திரர், 'உன் வருகைக்காகக் காத்திருக்கும் அகலிகையின் மீது உன் பாதத்தை எடுத்து வை, அவளது பாவம் நீங்கட்டும்!' என்று கூறி ஆசிரமத்துப் பக்கம் அழைத்துச் சென்றார்.

சாம்பல் மேட்டுப் பகுதியில் இராமனது பாதம் பட்டவுடன் அகலிகையும் பாவ விமோசனம் பெற்றாள்.

விமோசனம் பெற்ற அகலிகை, இராமனை வணங்கியவாறு, "ஸ்ரீ இராமபிரானே! உன்னால் மீண்டும் நான் உயிர்பெற்றதினால் என் தந்தை ஸ்தானம் உங்களுக்கு.... என் கதை எல்லாப் பெண்களுக்கும் ஒரு பாடமாக அமையட்டும்!" என்றாள்.

இராமனும், 'மகளே! நீ வாழ்க' என்று வாழ்த்தினார்.

எவ்வளவு பாவம் செய்தாலும், அந்தப் பாவத்திற்குரிய தண்டனையைப் பொறுத்துத் தவமிருந்தால் விமோசனம் அடையலாம் என்பது அகலிகை நிகழ்த்தித் தரும் பாடமாகும்.

சீதா கல்யாணம்

மறுநாள்

விசுவாமித்திரர், இராம இலக்குவணர்களுடன் மிதிலை சென்று கொண்டிருந்தார்.

இந்த விஷயத்தை வழிப்போக்கர்களின் மூலம் கேள்விப்பட்ட ஜனக மன்னர் மிகுந்த மகிழ்வு கொண்டார்.

ஏற்கனவே அங்கு மிகப் பெரிய யாகத்திற்கு வந்திருந்த பல்வேறு தேசங்களைச் சேர்ந்த ரிஷிகளுக்கும் பிராமண சிரேஷ்டர்களுக்கும் தகுந்த விடுதிகளை அமைத்துக் கொடுத்துத் தங்க வைத்திருந்தார்.

யாகமும் நன்முறையில் நடந்து வந்த வேளையில் விசுவாமித்திரரின் வருகை 'சுப சகுனம்' என்று கருதிய மன்னர், தன்னுடன் சதானந்தர் என்ற புரோகிதரையும் அழைத்துக் கொண்டு நகரின் எல்லைக்கே சென்று முனிவரையும், அவருடன் வந்த இராம இலக்குவணர்களையும் மரியாதையுடன் வரவேற்கலானார்.

'அருந்தவ முனிவரே! வருக! வருக! என்று வரவேற்றார்.

வரவேற்பினைப் புன்முறுவலுடன் ஏற்றுக் கொண்ட முனிவர், 'ஜனகரே யாகம் எத்தனை நாட்கள் நடக்கும்?' என்று கேட்டார்.

'முனிவரே! பன்னிரண்டு நாட்கள் நடக்கும்...'

'நான் என்ன செய்ய வேண்டும்?'

'மகரிஷியே! தாங்கள் தான் யாகத்தின் 'பூர்ணாகுதி' செய்ய வேண்டும்,' என்று கேட்டுக் கொண்டார் ஜனகர்.

'அதற்கென்ன, செய்துவிட்டால் போகுது!' என்றார் விசுவாமித்திரர்.

இவ்விதம் கூறிய விசுவாமித்திரரைப் பார்த்த ஜனகர், ஓரக்கண்ணால் அவருடன் வந்திருந்த இராம இலக்குணவர்களைப் பார்த்தபின்,

'இந்த வாலிபர்கள் இருவரும் யார்? இவர்களைப் பார்த்தால் தேவலோக வாசிகளைப் போலிருக்கிறார்கள். ஆயுதங்களைத் தாங்கியிருப்பதுபோலக் காணப்படுகிறார்களே. இவர்கள் இருவரும் ஒரே சாயலாகவும் இருக்கிறார்கள். இவர்களைப் பெற்ற மகாபாக்கியவான் யார்?' என்றெல்லாம் ஜனகர் கேட்டார்.

"ஜனகரே! இவர்கள் இரகுவம்சத்து, சூர்யகுலத்து அயோத்திய மன்னன் தசரதனின் குமாரர்கள். இவன் இராமன், அவன் இலக்குவணன். நான் யாகத்தைத் தொடர்ந்து செய்திட இவர்களை பாதுகாப்புக்காக அழைத்து வந்தேன். யாகத்துக்கு இடைஞ்சல் செய்து வந்த தாடகையையும், அவனது மகனையும் கொன்றதோடு அசுரர்களையும் அழித்தனர். அதன் பின்னர் கௌதம முனிவரின் சாபத்துக்கு ஆளான அகலிகை கல்லாகச் சபிக்கப்பட்டிருந்தாள். இராமனது பாதம் பட்டவுடன் சாபவிமோசனம் பெற்றாள்.

இத்தகைய வீரதீரச் செயல்களைச் செய்து வருபவர்கள் இவர்கள்!" என்று விசுவாமித்திரர் கூறினார்.

இதைக் கேட்ட சதானந்தர் என்ற புரோகிதர் சட்டென இராமபிரானின் கால்களில் விழுந்தார்.

"எதற்காகக் கால்களில் விழுந்தாய்?" என்று கேட்டார் இராமன். அதற்குச் சதானந்தர்

"சுவாமி! தங்களால் உயிர் பெற்ற அகலிகை என் தாய். சாபம் நீங்கபெற்ற பின்னர் என் தந்தை கௌதம முனிவருடன் சேர்ந்தாளா! என்று கேட்டார்.

"உங்கள் தந்தையின் வாக்குப்படி, சாபம் நீங்கப் பெற்றபின்னர், தங்களது தந்தையிருக்கும் இமயமலைக்கே சென்றுவிட்டாள்" என்றார் இராமபிரான்.

மகிழ்வு கொண்டார் சதானந்தர்.

இரவு வந்தது.

நிலவும் வந்து, இரவைப் பகலாகக் காட்டிக்கொண்டிருந்தது. வயது முதிர்வின் காரணமாகவும், நடைக்களைப்பின் காரணமாகவும் அரண்மனைப் பட்டு மெத்தையில் சயனத்தை மேற்கொண்டிருந்தார்.

இராம இலக்குவணர்கள் நிலவொளியைப் பார்த்து ரசித்துக் கொண்டிருந்தனர்,

இந்தச் சமயத்தில், இரு சகோதரர்களின் அருகே வந்தார் சதானந்தர். அவரை வரவேற்றனர் சகோதரர்கள்.

வந்த சதானந்தர், இரு சகோதரர்களையும் நோக்கி, 'உங்களுக்கு விசுவாமித்திர மகரிஷியைப் பற்றித் தெரியுமா?' என்று கேட்டார்.

"இவர் மகரிஷி என்று மட்டும் தெரியும். ஆனால் வரும் வழியெல்லாம் நிறைய சாஸ்திர சம்பிரதாயங்களைப் பற்றியும் மன்னர்களின் முன்னோர்களைப் பற்றியும் சொன்னாரே தவிர, அவரைப் பற்றி எதுவும் சொல்லவில்லை," என்று பதிலளித்தனர்.

"சகோதரர்களே! விசுவாமித்திரர் முனிவர் மட்டுமல்ல. முன்னொரு காலத்தில் சக்கரவர்த்தியாகவும் இருந்து வந்தவர்.

அவரது ஆட்சியில் 'இல்லை' என்ற சொல்லுக்கே இடமில்லாதிருந்து வந்தது. மக்களின் மனம் கோணாத ஆட்சியை நடத்தி வந்தவர். ஆனால் ஒன்று. கொஞ்சம் பிடிவாதக்காரர்.

நினைத்ததைச் சாதிக்காமல் விடமாட்டார். நன்மையோ தீமையோ முன் வைத்த காலைப் பின் வைக்காதவர்.

அப்படிப்பட்டவர் ஒரு நாள், தன் பரிவாரங்களோடு காட்டிற்கு வேட்டைக்குச் சென்றார்.

வேட்டை எதுவும் கிடைக்கவில்லை.

அதே நேரத்தில் தாகம் ஏற்படவே, எங்காவது நீர் கிடைக்குமா என்று தேடிக் கொண்டு மரங்கள் அடர்ந்த வனப்பகுதிக்குச் சென்றார். அங்கு ஒரு ஆசிரமம் இருப்பதைக் கண்டார்.

கள்ளிப்பட்டி சு. குப்புசாமி | 39

ஆவலோடு தாகத்தினைத் தணித்திட அங்கு சென்றார்.

அந்த ஆசிரமம் வசிஷ்ட முனிவருக்குச் சொந்தமானதாக இருந்தது. விசுவாமித்திரர் அங்கு சென்றவுடன், அன்போடு வரவேற்றார் வசிஷ்டர்.

'சுவாமி! தாகத்திற்குக் குடிநீர் கிடைக்குமா? என்று கேட்டார்.

'குடிநீர் மட்டுமென்ன, உண்ண உணவும் அளிக்கிறேன்!' என்றார் வசிஷ்டர்.

'சுவாமி! விருந்து எனக்கு மட்டுமா!'

'இல்லை. உங்களுடன் வந்திருக்கும் அனைவருக்கும்... விருந்து வைக்கப் போகிறேன்...'

'சுவாமி! நாங்கள் இருப்பது இருபது பேர்கள். அத்தனை பேருக்கும் விருந்து படைப்பது என்பது சிரமமான காரியமில்லையா?'

'சிரமத்திற்கு இங்கு இடமே இல்லை. தாராளமாக வந்தவர் அனைவரும் விருந்து உண்ணலாம்.'

'விருந்திற்கான சமையலை யார் சுவாமி செய்வார்கள்.'

'என் தாய் இருக்கிறாள்!' என்றவர், வந்த அனைவருக்கும் வாழை இலைகளை விரித்து இனிப்பு, துவர்ப்பு, காரம், புளிப்பு, உவர்ப்பு என அறுசுவை உணவுடன் வகைக்கொரு பட்சணம், அப்பளம், பாயசம், வடை என விருந்தினரை அமர்க்களப்படுத்தினார் வசிஷ்டர்.

விருந்தினை உண்டு முடித்த பின்னர் தாம்பூலம் தரித்து விருந்தினை வெகுவாகப் பாராட்டவும் செய்தனர்.

அரண்மனையில் இப்படியொரு விருந்து கிடைக்குமா என்பது சந்தேகமே. அப்படியிருக்கையில் காட்டுப்பகுதியில் இப்படியொரு விருந்தா? இது எப்படிச் சாத்திய மானது என்று வியப்படைந்தனர்.

அதனை அறிந்த வசிஷ்டர் என் தாயாருக்கு அத்துணையும் சாத்தியமானது என்று பதிலளித்தார்.

'தாய் என்றால் வயதான அம்மாவா?'

'இல்லை...'

'அந்த அம்மாவை நாங்கள் பார்க்கணுமே!' என்று கேட்டனர்.

'அவசியம் பார்க்கணுமா?' என்று வசிஷ்டர் கேட்டார்.

'ஆமாம்...'

'இதோ அழைத்து வருகிறேன்,' என்று சொல்லி விட்டுச் சென்றவர், 'காமதேனுப்' பசுவை அழைத்து வந்தார்.

அப்பசுவை ஏளனமாகப் பார்த்தவர்கள், 'இவளா! உங்கள் தாய்?' என்று கேட்டனர்.

"ஆமாம்..."

"இவளா விருந்தைப் படைத்தாள். நம்ப முடியவில்லையே..."

"உங்கள் இருபது பேருக்கு மட்டுமல்ல. ஆயிரம் பேருக்கும் விருந்து வைக்கவும் தயாராக உள்ளாள்" என்று பெருமைபடக் கூறினார் வசிஷ்டர்.

"அப்படியென்றால் உங்கள் தாயாக உள்ள காமதேனுவை அரண்மனைக்குக் கொண்டு செல்ல வேண்டும்," என்று விசுவாமித்திரர் கேட்டார்.

'உண்ட வீட்டிற்கே ரெண்டகம் செய்வது போல்' உள்ளது, விருந்தளித்த என் தாயான பசுவை அரண்மனைக்குக் கொண்டு செல்ல நினைப்பது... அது ஒருபோதும் முடியாது! என்று மறுத்தார்.

'சுவாமி! என் நாட்டின் ஒரு பகுதியைத் தங்களுக்குத் தருகிறேன். காமதேனுப் பசுவைக் கொடுங்கள்,' என்று கேட்டார் விசுவாமித்திரர்.

'தாங்கள் இந்த உலகத்தையே தருவதாக இருந்தால்கூட காமதேனுவைத் தரமாட்டேன்!' என்று அழுத்தமாகக் கூறிவிட்டார்.

'சுவாமி! நியாயமாகக் கேட்டால் நீங்கள் காமதேனுவைத் தரமாட்டீர். அதனால் நானே அதைக் கொண்டு செல்கிறேன்,' என்று கூறியதோடு நில்லாமல், காமதேனுவைத் தரதரவென்று இழுத்துச் செல்லவும் ஆயத்தமானார்.

வசிஷ்டரும், காமதேனுவைப் பார்த்து, 'தாயே! என்னால் தடுத்து நிறுத்த முடியாது. அதனால் உன்னை நீயே காப்பாற்றிக் கொள்! என்றார்.

அவ்வளவுதான். காமதேனுவும், தன்னைக் காத்துக் கொள்வதற்காகத் தன் உடலிலிருந்த ஆயிரக்கணக்கான

கள்ளிப்பட்டி சு.குப்புசாமி | 41

வீரர்களை இறக்கிவிட்டு, தன்னை இழுத்துச் செல்ல ஆயத்தமான விசுவாமித்திரருடன் போர் செய்யச் செய்தது.

விசுவாமித்திரரின் படைவீரர்கள் அனைவரையும் தோற்கடிக்கச் செய்தது.

போரில் தோற்ற விசுவாமித்திரரின் சிந்தனையில்,

'முனிவரின் தவவலிமைக்கு முன் மன்னன் என்பது தூசு!' என்று பட்டது.

அன்றே தன் மகனிடம் ஆட்சியைக் கொடுத்துவிட்டு, இமயமலைப் பகுதிக்குச் சென்று அங்கு தவமிருக்கலானார். அவரின் தவத்தை மெச்சிய சிவபெருமான், சாஸ்திர வித்தைகள் அனைத்தையும் பெறுக என்று வரம் அளித்து விட்டு மறைந்தார்.

சிவபெருமான் அளித்த வரத்தினை நிலை நிறுத்திக் கொள்ள விரும்பியவர், மேலும் தவமிருந்தார்.

அது சமயம் அவருக்குத் தொடர்ந்து பல சோதனைகள் ஏற்பட்டன.

இந்திரன், அவரது தவத்தைக் கலைக்க எண்ணி, மேனகையை விசுவாமித்திரர் தவமிருக்கும் இடத்தில் நடனம் ஆடச் செய்தான்

அதே போன்று அவருக்குப் பிடிக்காதவர்கள் பல சோதனைகளை அளித்துப் பார்த்தனர்.

அத்தனை சோதனைகளிலும் வெற்றி பெற்ற அவரைப் பாராட்டியதோடு, 'பிரம்ம ரிஷி' என்ற பட்டத்தையும் வழங்கினார்.

இவ்விதம் சதானந்தர் கூறிவந்த சம்பவங்களை இராம இலக்குவணர்கள் பிரமிப்பாகக் கேட்டு வந்தனர். என்றாலும், இராமனது சிந்தனை மட்டும் மிதிலை நகருக்குள் விசுவாமித்திர முனிவருடன் நுழைந்து ஜனக மன்னரின் வரவேற்பினைப் பெற்று அரண்மனைக்குள் நுழைந்தபோது அரண்மனை அந்தச் சாளரம் இராமனுக்குத் தெரிந்தது. அதை உற்று நோக்கினார். சாளரத்தின் வழியே தங்க நிலவு ஒன்று எட்டிப் பார்ப்பது போன்று தெரிந்தது.

அந்த நிலவுக் கண்களைக் கண்ட இராமனது கண்கள் இமைக்க மறந்தன.

இராமனின் கணைகள் எத்தனையோ அசுரர்களை மாய்த்துள்ளன. அப்படிப்பட்ட கணைகள் இந்த வேல் விழிக் கணைகளிடம் மட்டும் ஏனோ தயக்கம் காட்டின.

'அண்ணலும் நோக்கினான்... அவளும் நோக்கினாள்!' என்று கவிதை பாடும்படி இருந்தது.

ஆனால் இந்த இடைவெளியில் அவள் இதயம் இராமனிடமும், இராமனின் இதயம் அவளிடத்திலும் இடம் மாறிக் கொண்டிருந்தன.

இவ்வளவிற்கும் அவன் இராமனின் முழு உருவைக் கண்டாள். ஆனால் இராமனோ, சாளரத் திரைச்சீலை மறைவில் மின்னலாய்த் தெரிந்த முகத்தையும் இரு வேல் விழிகளையும் மட்டுமே பார்த்து, இதயத்தை இப்படி நழுவவிட்டுக் கொண்டிருந்தது.

மாலையில் பார்த்த சாளரத்து இரண்டு வேல் விழிகள் தான் சதானந்தர், விசுவாமித்திரர் சம்பந்தப்பட்ட சம்பவங்களைச் சொல்லி முடித்த போதும், அதனை ரசனையில்லாமலும் வேல் விழிகளை மறக்க முடியாத நிலையிலும் இருந்ததனைத் தம்பி இலக்குவணன் கண்டறிந்தார்.

இவ்விஷயத்தை விசுவாமித்திரரிடம் சூசகமாகச் சொன்னார் இலக்குவணார்.

விசுவாமித்திரரும் விஷயத்தைப் புரிந்து கொண்டு, சாளரமங்கை ஜானகியான சீதையை மணமுடித்துவிடத் திட்டம் தீட்டினார்.

அத்திட்டத்தை இராமனிடம் சொல்லிவிட வேண்டாம் என்று இலக்குவணிடம் கேட்டுக் கொண்டார்.

மறுநாள்

ஜனக மன்னன் தனக்குச் சமமான ஆசனம் கொடுத்து, விசுவாமித்திரரை அமரச் செய்தார்.

'மன்னா! தங்களின் சிவதனுசைக் கொண்டுவரச் சொல்லுங்கள்!' என்று விசுவாமித்திரர் கேட்டுக் கொண்டார்.'

'அப்படியே ஆகட்டும் அருந்தவ முனிவரே!' என்றவர், படைவீரர்கள் பத்துப் பேரிடம் தனுசை எடுத்து வருமாறு ஆணையிட்டார் ஜனகர்.

பத்து வீரர்கள் மிகவும் சிரமப்பட்டுக் கொண்டுவந்து வைத்தனர்.

அதைக் கண்ட விசுவாமித்திரர், 'மன்னரே! இந்த தனுசைப் பற்றிய விஷயங்களைச் சொல்லுங்கள்,' என்று கேட்டார்.

அந்தச் சமயம் பார்த்து விசுவாமித்திரரும், சிவதனுசாவரும் வணக்கம். அந்த தனுசைப் பற்றிய விஷயங்கள் சொல்லுங்கள் என்று கேட்டார்.

ஜனகரும் சிவதனுசைப் பற்றி விபரங்களைச் சொல்லலானார்.

'ஒரு சமயம் தட்சன் ஒரு யாகம் நடத்த விரும்பினான். அந்த யாகத்திற்குப் பல முனிவர்களுக்கும், தேவர்களுக்கும் அழைப்பு விடுத்தான். ஆனால் அவனது மருமகன் சிவ பெருமானுக்கு மட்டும் அழைப்பு விடவில்லை. காரணம் சிவனை அவமானப்படுத்த வேண்டும் என்ற எண்ணம் இருந்ததே அதற்குக் காரணம்.

இந்த விஷயத்தை அறிந்த சிவபெருமானின் மனைவி தாட்சாயிணி தன் தந்தை நடத்தும் யாகத்தைக் காணப் போக வேண்டும். அங்கு, தன் கணவனை அழைக்காததற்காக தந்தையின் யாகத்தை நடத்த விடாமல் செய்ய வேண்டும் என்ற நோக்கத்தில் தன் கணவன் சிவபெருமானிடம் அனுமதி கேட்டாள்.

சிவபெருமான் யாகத்திற்குச் செல்ல அனுமதி தர மறுத்துவிட்டார். அப்படியிருந்தும், கணவனது சொல்லையும் மீறி, தந்தை நடத்திவந்த யாக சாலைக்குச் சென்றாள். தன் கணவருக்குத் தர வேண்டிய உரிமையினை ஏன் தரவில்லை? தராததனால் உன் யாகம் நடக்காத அளவிற்குச் செய்வேன் என்று கோபத்துடன் பேசினாள்.

மகள் தாட்சாயிணியையும் அவமானப்படுத்தினான் தட்சன். அவமானம் தாங்காத தாட்சாயினி. கணவர் சிவபெருமானிடம் வராமல், இமயமலைச் சாரலுக்கே சென்று தன்னைத் தானே எரித்துக் கொண்டாள்.

இந்த விஷயத்தைக் கேள்விப்பட்ட சிவபெருமான் பெருங் கோபங்கொண்டு, சிவதனுசை எடுத்துக் கொண்டு தட்சனின் யாக சாலைக்குச் சென்று, சிவதனுசில் வில்லைப் பொருத்தி அங்குள்ளவர்களை அழிக்க முயன்றார்.

எல்லோரும் சிவபெருமானின் காலில் விழுந்து தங்களை மன்னிக்குமாறு வேண்டிக் கொண்டனர்.

கோபம் தணிந்த சிவபெருமான் அந்தத் தனுசை தேவர்களிடம் தந்தார். தேவர்கள் எங்கள் மூதாதையரான

தேவராதனிடம் கொடுத்ததால் பரம்பரையாக அந்தத் தனுசு என்னிடம் உள்ளது என்றார் ஜனகமன்னர்.

"அதற்கும் உங்கள் பெண் ஜானகி கல்யாணத்திற்கும் என்ன சம்பந்தம்?" என்று கேட்டார்.

"ஜானகி நான் பெற்ற. பெண்ணல்ல... என் வளர்ப்பு மகள்."

"கொஞ்சம் விபரமாகச் சொல்லுங்கள்," என்று கேட்டார் விசுவாமித்திரர்.

"ஒரு சமயம், யாகம் செய்வதற்காக, யாக பூமியைத் தயார் செய்ய என் கைப்பட உழுதேன். அப்படி உழும்போது, பெட்டியொன்று கிடைத்தது. அப்பெட்டியைத் திறந்து பார்த்தேன். பொன்மேனி கொண்ட பெண் குழந்தையொன்று அதில் இருந்தது.

மண்ணுக்குள் புதைந்திருந்ததால், அது இறந்த குழந்தையாகத்தானே இருக்க வேண்டும். மாறாக இறக்காத குழந்தையாக இருந்தது.

அப்போதுதான் எனக்குப் புரிந்தது. இது சாதாரணர் குழந்தையல்ல. 'பூமாதேவியின் புதல்வி' என்று தெரிந்து கொண்டேன்.

அன்றிலிருந்து அந்தப் பெண் குழந்தையை வளர்த்து வந்தேன். நாளொரு மேனியும், பொழுதொரு வண்ணமுமாக வளர்த்து வந்த பெண்ணை யாரோ ஒருவனுக்கு எப்படி கல்யாணம் முடித்துத் தர முடியும்! தெய்வீக வரம் பெற்றவராகத் தானே மாப்பிள்ளை இருக்க வேண்டும். அவ்வித தெய்வீக வரன் கிடைக்க வேண்டும் என்பதற்காகத்தான் 'தனுசை' முறிக்கும் போட்டி வைத்துள்ளேன்!" என்றார் ஜனகர்.

சிறிது நேரத்திற்கெல்லாம் எட்டுச் சக்கரங்கள் பொருந்திய நிலையில் உயர்ந்த மேடையில் இருந்த தனுசை ஆயிரக்கணக்கான படைவீரர்கள் சேர்ந்து உற்சவத் தேர் போல இழுத்து வந்தனர்.

'இதோ, எனது முன்னோர் பூஜித்து, நான் பூஜித்து வரும் மகாதேவனுடைய வில். இந்த வில்லை எத்தனையோ மன்னர்கள் வளைத்து நாண் ஏற்றிப் பார்த்து, வெற்றி பெற முடியாமல் திரும்பிப்போய்விட்டனர்.

இதைக் காண எவரும் முன்னால் வரலாம் என்று அழைப்பு விடுத்தார்' ஜனகர்.

சபையில் இவ்வாறு ஜனகர் சொன்னவுடன், விசுவாமித்திரர் இராமனைப் பார்த்து,

'இராமா! பெட்டியைத் திறந்து வில்லைப் பார்!' என்றார்.

குருவின் ஆணையைப் பெற்ற இராமன், இரும்புப் பெட்டியைத் திறந்து, வில்லைப் பார்த்தார்.

அந்த நேரத்தில் 'களுக்'கென்ற சிரிப்பொலி அரண்மனை மேல் மாடத்திலிருந்து தன் அபிமானக் கண்களுக்குரிய ஜானகி சிரித்ததைக் கடைக் கண்ணால் பார்த்தார்.

'இந்த வில்லை முறித்தால், ஜானகி கிடைப்பாள்!' என்று இராமரின் உள் மனது சொல்லவே, குருவைப் பார்த்து, மிக வினயமாக,

"இந்தப் புண்ணிய தனுசை நான் எடுத்து நாண் ஏற்றலாமா குருவே?' என்று கேட்டார்.

'மங்களம் உண்டாகட்டும்!" என்று ஆசி வழங்கினார் விசுவாமித்திரர். இராமனும் தனுசை ஒடிக்க ஆயத்தமானார்.

சபையிலிருந்த அனைவரும் கண் இமைக்காமல் பார்த்துக் கொண்டே இருந்தனர்.

இராமன் தனுசின் அருகில் வந்தார். ஒரு ரோஜாப் பூவை எடுப்பது போலக் கையில் எடுத்தார். அதைக் கால் கட்டை விரலால் ஒரு முனையைப் பொருத்தி, தாக்குக் கொடுத்து, தனுசை வளைத்து நாண் ஏற்றினார். அதன் பிறகு நாணைப் பிடித்துக் காது வரையில் இழுத்தார்.

திடீரென்று பெரிய இடியோசை கேட்டது. என்ன ஏதுவென்று அனைவரும் ஓசை வந்த பக்கம் உற்று நோக்கினர். தனுசு ஒடிந்த சப்தம் தான் என்பதனை அறிந்து கொண்டனர். தேவர்கள் பூமாரி பொழிந்தனர்.

விசுவாமித்திரரும், இராம இலக்குவணர்களும் அங்கிருந்த அனைவரும் மிக்க மகிழ்ச்சி அடைந்தனர்.

பெண்ணை வளர்த்த ஜனகருக்கு இரட்டிப்பு மகிழ்ச்சி. பெண்ணை இராமனுக்கு மணமுடித்துக் கொடுப்பதில் அளவற்ற மகிழ்ச்சி. அதன் பொருட்டு, அயோத்தியில் உள்ள இராம இலக்குவணரின் தந்தையான தசரத மன்னருக்குத் தகவல் அளிக்க விரும்பினார். அதற்காக, அரசவையில் உயர்பதவியில் உள்ள இருவரை மிதிலைக்கு அனுப்பினார் ஜனகர்.

இரண்டு தூதுவர்கள் மூன்று நாட்கள் பயணத்தை மேற்கொண்டு அயோத்தி போய்ச் சேர்ந்தார்கள்.

சிம்மாசனத்தில் அமர்ந்திருந்த தசரத சக்கரவர்த்தியை வணங்கினர்.

வந்த விஷயம் என்னவென்று கேட்டான் மன்னன் தசரதன்.

"மன்னர் மன்னா! மிதிலையை ஆண்டு வரும் ஜனக மன்னர் தங்களுக்கு முக்கியச் செய்தியொன்றினை சொல்லி தங்களைத் தக்க மரியாதைகளுடன் அழைத்து வருமாறு கூறினார்."

'அப்படியென்ன முக்கிய செய்தி?' என்று புரியாது கேட்டான் தசரதன்.

"தங்களது மூத்த குமாரர் இராமன் சீதாவின் சுயம்வரத்திற்கு ஏற்பாடு செய்யப்பட்டிருந்த 'சிவதனுசை' வளைத்து நாணேற்றி நாணை இழுத்து வில்லை ஒடித்தேவிட்டார். யாரும் ஒடிக்காத வில்லை இராமர் ஒடித்ததினால், தனது வளர்ப்பு மகள் சீதையை உங்களது மகன் இராமனுக்கு மணமுடித்துக் கொடுக்கும் நோக்கத்தில் தங்களது சம்மதம் வேண்டியும், நாட்டு மக்கள் அனைவரும் பூரிப்படையும் பொருட்டும், தாங்களும், பரிவாரமும் மிதிலை வரவேண்டும் என்றும் எதிர்பார்த்துக் காத்துக் கொண்டிருக்கிறார்!" என்ற விபரத்தை ஒளிவு மறைவின்றிக் கூறினார்கள்.

பயந்து பயந்து தனது குமாரர்களை விசுவாமித்திர முனிவருடன் அனுப்பிய பின்னர், எந்தத் தகவலும் இல்லாமல் கவலைப்பட்டுக் கொண்டிருந்த தசரதனுக்கு விதமான சந்தோஷச் செய்தி வந்ததும் அவன் பரவசப்பட்டான்.

நல்ல தகவல்களைச் சொன்னவர்களுக்குப் பரிசுப் பொருள்களை அளித்ததோடு, விருந்தினையும் படைத்தான் மன்னன்.

உடனே மந்திரிகளுக்கும் மற்றும் அவையிலிருந்த மற்றவர்களுக்கும் மகிழ்வான செய்தியைச் சொன்னதோடு மந்திரிகளிடம் மிதிலைக்குப் போக வேண்டிய அனைத்து ஏற்பாடுகளையும் செய்யுமாறு உத்தரவிட்டான்,

அடுத்த நாளே அனைத்து ஏற்பாடுகளுடன், தசரதன் தன் பரிவாரங்களுடன் மிதிலைக்குப் புறப்பட்டான்.

மிதிலை நகரே கல்யாணக் கோலம் பூண்டது. நகரெங்கும் தோரணம்... வீடெங்கும் கோலங்கள், மாவிலைத் தோரணம் என்று விமரிசையாகக் கொண்டாட மக்கள் காத்திருந்தனர்.

கள்ளிப்பட்டி சு. குப்புசாமி | 47

சகல பரிவாரங்களுடனும், மன்னர்க்குரிய ரத்தினாதி பரிசுகளுடன் மிதிலை நகருக்கு வந்த தசரத சக்கரவர்த் தியை மன்னன் ஜனகர் சந்தித்து, உரிய மரியாதைகள் செய்தான்.

ஜனகனும், தசரதனும் நீண்ட நாள் நண்பர்களைப் போல, அன்யோன்யமாகப் பழகினார்கள்.

மகிழ்வான உரையாடல்களில், "சக்கரவர்த்தியாரே! யாகம் சீக்கிரத்தில் முடியும். அது முடிந்தவுடனே சீதாராம கல்யாணத்தை முடித்து விடலாம் என்று நான் எண்ணுகிறேன். நீங்கள் என்ன சொல்லுகிறீர்கள்?" என்று கூறிச் சம்மதம் கேட்டான் ஜனகன்.

'பெண்ணைக் கொடுப்பவர் நீங்கள் உங்கள் சம்மதமே எனது சம்மதம்!' என்று ஒரே வரியில் சம்மதம் தெரிவித்தார்.

சம்மதத்தைப் பெற்றுக் கொண்ட ஜனகருக்குப் புதிய யோசனை ஒன்று தோன்றியது. அதாவது தனது சொந்த மகள் ஊர்மிளாவை, இலக்குவணனுக்குக் கொடுத்தால் நலமாக இருக்கும் என்ற எண்ணத்தினைத் தசரதனிடம் தெரிவித்தான்.

அதற்குச் சம்மதம் தெரிவித்ததோடு, தானும் ஒரு கோரிக்கையினை ஜனக மன்னனிடம் வைத்தான்.

'மன்னரே! எனக்கு இராமன், இலக்குவணன், பரதன், சத்ருக்கன் என நான்கு பையன்கள் இருக்கின்றனர். இராம இலக்குவணர் இருவருக்கும் சம்பந்தம் செய்து கொள்வதில் சம்மதம். அதேபோன்று பரதன், சத்ருக்கன் என்ற இருவருக்கும் உங்களின் தம்பி மகள்கள் இருவரையும் மணமுடித்துவிட்டால் ஒரே குடும்பத்தைச் சேர்ந்தவர்களாகி விடுவார்கள்.

ஒரே குடும்பத்தைச் சேர்ந்த பெண்களாக இருந்தால் ஒற்றுமையாக இருப்பார்கள். அதனால் உங்கள் தம்பியின் சம்மதத்தைக் கேட்டுச் சொல்லுங்கள்," என்றான் மன்னன் தசரதன்.

ஜனகன், தனது தம்பியிடம் தசரதனின் மகன்களுக்குத் தனது இரு பெண்களையும் மணமுடித்துக் கொடுப்பதில் எவ்வித ஆட்சேபனையும் இல்லை என்றும் தனக்குச் சம்மதம் என்றும் தெளிவுடன் கூறிவிட்டனர்.

மூன்று அரச குடும்பத்தினரின் சம்மதத்துடன் இராமன் - சீதா, லட்சுமணன் - ஊர்மிளா, பரதன் - மாண்டவி, சத்ருக்கனன் - சுருதி கீர்த்தி என்ற நால்வர் திருமணமும் வெகு விமரிசையாக நடந்தேறியது.

பரசுராமன்

அயோத்தியில் தன்னிடம் தசரதன் ஒப்படைத்த அவரது இரண்டு மைந்தர்களையும், மிதிலையில் மங்கள காரியங்களை முடித்த கையோடு தசரதனிடம் மகிழ்வுடன் ஒப்படைத்ததோடு, இரண்டு மன்னர்களிடமும், விடைபெற்றுக்கொண்டு இமயமலைச்சாரல் பகுதிக்குச் சென்றார் விசுவாமித்திரர்.

தசரத சக்கரவர்த்தியும், ஜனக மன்னனிடம் விடை பெற்றுக் கொண்டு, தன் பரிவாரங்களோடு அயோத்திக்குப் புறப்பட்டார்.

வழியில் துர்சகுனங்களைக் கண்டான் தசரதன். அதனை உடன் வந்த ஜோதிடரிடம் கேட்டான்.

"மன்னா! நானும் அத்தகைய சகுனங்களைப் பார்த்தேன். கவலைப்படாதே. அதற்கான காரணங்கள் கொஞ்ச நேரத்தில் தெரியும். முதலில் சோதனையாகக் கூட இருக்கலாம். பின்னர் அதுவே பெரிய நன்மையாக மாறும். பொறுத்திருந்து பார்...." என்று ஆறுதல் கூறினார்.

இவ்வாறு ஜோதிடரும் தசரத சக்கரவர்த்தியும் பேசிக்கொண்டிருக்கும் போது, தூரத்தில் 'ஒளிப் பிழம்பாய்' கோடரி ராமன் வந்து கொண்டிருந்தான். அவனது தோளில் வில்லும், கையிலே கோடாலியும் இருந்தது. கோடரியும் எப்போதும் வைத்துக் கொண்டே இருப்பவன் என்பதினால் 'கோடரி ராமன்' எனப் பெயர் பெற்றார்.

பரசுராமனைக் கண்டதும், தசரதருக்கு உள்ளம் கலங்கியது. ஏனெனில் பரசுராமனின் தந்தை சமதக்கினி முனிவர் நிஷ்டையில் இருக்கும்போது, சத்திரிய குலத்தைச் சேர்ந்த கார்த்தவீர்யார்ஜுனன் அவரைக் கொன்று விடுகிறான்.

அதை அறிந்து கொதித்தெழுந்த பரசுராமன் சத்திரிய வம்சமே இல்லாத அளவிற்கு அழிப்பேன் என்ற சபதம் கொண்டார்.

அதன்படியே சத்திரிய குல மன்னர்களைக் கொன்றும் வந்தார். அதிலிருந்து விடுபட வேண்டும் என்பதற்காகத் தசரதன் வலியச் சென்று பரசுராமனை வரவேற்று அன்போடு நலம் விசாரித்தார். அத்தோடு பிழையேதும் தங்கள் பரம்பரை செய்திருந்தால் மன்னிக்கும்படி மன்னன் கேட்டுக் கொண்டான்.

கள்ளிப்பட்டி சு.குப்புசாமி | 49

தசரதன் சொன்ன விஷயத்தை ஒரு பொருட்டாக எடுத்துக் கொள்ளாமல் இராமனைப் பார்த்து பரசுராமன், 'ஹேய்! இராமா! உன் புகழ் நாடெல்லாம் பேசப்படுகிறது.'

சிவதனுசை ஒற்றை விரலால் உடைத்தாயாமே... பலே! பலே! இவற்றையெல்லாம் நான் நம்பமாட்டேன். அந்த அளவிற்கு சிவ தனுசு எத்தனையோ தலைமுறையாக இருந்து வந்தது. காக்கா உட்காரப் பனம்பழம் விழுந்த கதை மாதிரி, நீ தொட்டவுடன் இற்றுப்போன அந்த வில் முறிந்துவிட்டது அவ்வளவுதான்,

முறிந்த வில் ஜனகரின் மூதாதையருக்குக் கொடுக்கப்பட்டது. முறியாது வைத்திருந்த மகாவிஷ்ணுவின் வில் கிரிசிக முனிவருக்கு அளிக்கப்பட்டது.

அதை அவர் என் தந்தைக்கு அளித்து, இப்போது என்னிடத்தில் வந்துள்ளது. அப்படிப்பட்ட பலம் வாய்ந்த இந்த வில்லை நீ வளைத்தால் உன்னை ஒப்பிலா வீரன் என ஒப்புக் கொள்வேன். அதன் பின்னர் நமக்குள் யுத்தம் கிடையாது.

மூவேழு இருபத்தொரு முறைகள் உலகைச் சுற்றி வலம் வந்து உன்னுடைய சத்திரிய குலத்தைச் சேர்ந்த பல மன்னர்களைக் கொன்று, காசிபர் ஆட்சி செய்யத் தந்தேன்.

எனக்குப் பகைவரே இல்லை என யாவரையும் அடக்கிப் பின் தவம் செய்ய மலைச்சாரலையடைந்தேன். அங்கிருந்து வந்த வேளையில் நீ சிவதனுசை முறித்த சத்தம் கேட்டு வந்தேன். நீ வில்லை ஒடித்ததை நான் பார்க்க வில்லை. அதனால் என்ன... என் கையில் ஒன்று இதோ இருக்கிறது. இதை வளைத்துவிடு, பார்ப்போம்....

பாவம், நீயோ சிறுவன் போன்றிருக்கிறாய். உன்னை இடுப்பில் வைத்துக் கொள்ளலாம் போலிருக்கிறாய், அதற்குள் உன் அப்பா உனக்குக் கல்யாணமும் முடித்து வைத்துவிட்டார்.

'ஜனகர் ரொம்ப உஷாராகத் திட்டமிட்டே வளர்ப்புப் பெண்ணை இளவரசனான உனக்குக் கட்டி வைத்துவிட்டார்.'

இவ்விதமாக இளக்காரமாகப் பேசி இராமனிடம் கோபத்தை ஊட்ட உத்தியைக் கையாண்டார் பரசுராமன்.

பரசுராமனின் வார்த்தைகள் இராமனுக்குப் பிரமிப்பையோ வருத்தத்தையோ, கோபத்தையோ உண்டாக்கவில்லை. பதிலாக 'பரசுராமரே! நீர் வைத்திருக்கும் வில்லை எம்மிடம் தாரும்! என்று கேட்டார் இராமன்.

அவர் கேட்டபடியே பரசுராமனும் வில்லைக் கொடுத்தார். வில்லினைப் பெற்றுக்கொண்ட இராமன் சிரித்துக்கொண்டே பரசுராமனைப் பார்த்து,

'பரசுராமனே! உலகத்து அரசையெல்லாம் கொன்றீர். அந்தக் கொலைக் குற்றங்களையெல்லாம் நீரே ஒப்புக் கொண்டீர்.

இப்படிப்பட்ட உமக்குக் கொலைத் தண்டனையளிப்பது தான் நீதி. இருப்பினும், சமதக்னி முனிவரின் குமாரர் என்பதினால் உம்மைக் கொல்லக் கூடாது. ஆனாலும் நீர் கொடுத்த வில்லில் ஒரு அம்பைக் கோத்துள்ளேன். இதற்கு இலக்கு என்பதையும் நீரே கூறும். வில்லில் ஏற்றிய அம்பை இறக்குவது மரபல்ல என்பது உமக்குத் தெரியாததல்ல!' என்று தெளிவாகக் கேட்டார் இராமன்.

பரசுராமன் இமயமலையிலிருந்து வந்தபோதிருந்த கோபம் மாறிச் சாந்தமானார்.

சாட்சாத் பரந்தாமனே தசரத இராமனாக நிற்பதுபோல் உணர்ந்தார் பரசுராமன்.

'நீதியே உருவான இராமா! நீ இங்கு யாவர்க்கும் ஆதிமூர்த்தி என்பதை அறிந்து கொண்டேன். உன் அம்பு வீணாக வேண்டாம். நான் இதுவரை செய்த தவம் பூராவும் உன் பாணம் விழுங்கட்டும்!' என்று அனுமதியளித்தார்.

இராமனும் குறி வைத்துப் பாணத்தைச் செலுத்தினார். அப்பாணம் பரசுராமனின் பலத்தையும், தவத்தையும் முழுக்கப் பறித்துத் திரும்பியது.

இராமனுக்கும், பரசுராமனுக்கும் வாக்குவாதம் நடந்ததே இந்த குறிக்கோளுக்காகத்தான். இருப்பினும் இராமன் பரசுராமன் இருவருமே விஷ்ணுவின் அம்சமே பிரிந்த இரு சக்திகளை இணைக்கும் பாலமே இவர்களின் வாதமாக இருந்தது.

பரசுராமனின் அவதார காரியம் முடிந்ததும், அவருடைய சக்தியையும் இராமன் அடைந்து உலகத்திற்கு ஒரே இராமனாகி விடுகிறார்.

பரசுராமனின் மூலம் தன் மகனுக்கு ஏதேனும் ஆபத்து வருமோ என அஞ்சிய தசரதன், பரசுராமனின் தவம், பலம் இரண்டும் வந்து சேர்ந்ததின் மூலம் ஆனந்தக் கண்ணீர் வடித்தார்.

பால காண்டத்தில் இராமன் பிறந்து அக்கிரமக்காரர்களை அழிக்கும் மூர்த்தி என்பதனை நிரூபிக்கத் தாடகையைக் கொன்றும், நல்லோரைக் காப்பவன் என்பதற்கு அகலிகைக்கு முன்னுருக் கொடுத்தும் மனிதவாழ்வின் சிறப்பினை விளக்கும் பொருட்டுச் சீதையைத் திருமணம் முடித்தும், இனி தருமத்தை நிலை நிறுத்துவதற்காக அசுரர்களை அடியோடு ஒழிக்க வேண்டும். அதற்கு விசுவாமித்திரர், வசிஷ்டர் போதித்த பலாபலன் தரும் மந்திரங்களும் உறுதுணையாக இருக்கும், பரசுராமனின் தவம், யோகம் சேர்ந்து நன்கு பக்குவமடைந்துள்ளார்.

தன் அருமைத் தந்தையையும், மற்றவர்களையும் அழைத்துக் கொண்டு அயோத்திக்குத் திரும்பினார் இராமன்.

இவ்விஷயத்தை அறிந்த அயோத்தி மக்கள் பூத் தோரணங்களைக் கட்டி, வாணவெடிகளை விட்டு, யானைகளிடம் மாலைகளைக் கொடுத்து, தசரதனின் நான்கு மகன்கள் - நான்கு மருமகள்களுக்கு மாலை சூட்டி அரண்மனைக்கு அழைத்துச் செல்லக் காத்திருந்தனர்.

அதன்படியே மாலை சூட்டப்பட்டது. அயோத்தி நகரம் தேவலோகத்தைப் போல் ஜொலிக்கத் தொடங்கியது.

அரண்மனையில் தடபுடலான விருந்துகளும் தொடங்கின. மகிழ்வுடன் தசரதனின் மகன்கள் அரண்மனையில் இருக்கும்போது, கேகய நாட்டைச் சேர்ந்த கசா கைகேயியின் தந்தை, பேரன்களான பரதன், சத்ருக்கனைக் காண விரும்பியதின் பேரில் தசரதன் அவர்களைச் சிறிது காலம் அங்கே இருந்து வரும்படி அனுப்பி வைத்தான்.

பாலகாண்டம் முற்றிற்று

இரண்டாம் காண்டம்

அயோத்தியா காண்டம்

இராமனுக்குப் பட்டாபிஷேகம்

இராமன்-சீதை இருவரின் அன்னியோன்யம், கணவன்-மனைவிக்கு இலக்கணம் என்றால் இவர்கள் தானா என்று வியக்கும் வண்ணம் அன்பு கொண்ட தம்பதிகளாய் வாழ்ந்து வந்தனர்.

இலக்குவணனோ, தன் அன்னைக்கும் மேலாக அண்ணியை உயர்வாக எண்ணினார்.

ஆனாலும் அண்ணியின் காலடி மட்டும்தான் அவனுக்குத் தெரியும். அந்த அளவிற்கு மரியாதையுடன் நடந்து வந்தார்.

அப்படியொரு கொழுந்தன் கிடைக்க சீதா பாக்கியம் செய்தவளாக இருந்தாள்.

நாலு மகன்கள். நாலு மருமகள்கள். அனைவரும் சுகவாழ்வு வாழ்ந்து வரும்போது எனக்கென்ன கவலை? எந்தவிதமான கவலையுமின்றி வாழ்ந்து வந்தான் தசரதன்.

ஒரு நாள் மகிழ்வோடு, தனியாகத் தசரதன் அமர்ந்திருந்த போது, இராமனைப் பற்றி எண்ணலானான்.

எவ்வளவு அருமையான ஒரு புத்திரனைப் பெற்றுள்ளோம். என்ன தவம் செய்தாலும் இப்படி ஒரு புத்திரன் கிடைப்பானா? நம்மை விடப் பன்மடங்கு புத்திசாலியாய் இருப்பதால் நாட்டு நிர்வாகத்தை நன்முறையில் பார்ப்பான். குடிமக்களை குறைவின்றிக் காப்பான். அதனால் இராமனுக்கு முடிசூட்டி அரியணையில் அமர்த்திவிடலாம் என்ற எண்ணத்துடன் இரவு படுக்கைக்குச் சென்றான்.

நான்கு புத்திரர்களில் இராமனிடத்தில் மட்டும்தான் அதிகப் பிரியம் கொண்டிருந்தான். அந்தப் பிரியத்துக்குத் தகுந்த ராஜ லட்சணங்களும், பலமும் இராமனிடத்திலிருந்தன.

மறுநாள்

அரசவையைக் கூட்டினான் தசரதன்.

"சபையோர்களே! முதுமையின் காரணமாக என் உடலும், உள்ளமும் சலித்து விட்டது. அன்பு, அறிவு, ஆற்றல் உள்ள இராமனை மன்னனாக்க எண்ணியுள்ளேன். நீங்கள் என்ன சொல்ல விரும்புகிறீர்கள். உங்களது அபிப்ராயம் எதுவென்றாலும் தயங்காது என்னிடம் சொல்லலாம். ஒரு வேளை நீங்கள் அனைவரும் ஒன்றுகூடிக் கலந்து பேசிக்கூட சொல்லலாம்.

ஒருவேளை என் முடிவு தவறு என எண்ணினாலும், அதையும் தயங்காமல் என்னிடம் சொல்லுங்கள். அதற்கு விளக்கம் சொல்ல வேண்டியது என்னுடைய பொறுப்பு.

உங்களுக்கு விருப்பம் இல்லாத எந்தச் செயலையும் நான் செய்யமாட்டேன்!" என்றான் தசரதன்.

மன்னன் எண்ணினால் தன் மகனை ஆட்சியில் அமர்த்துவது சம்பந்தமாக, ஆணையாகவே வெளியிடலாம். ஆனால் இது போன்ற முடிவினை ஒருபோதும் தனித்து எடுக்கவில்லை. அதனால் பொது அபிப்ராயம் கேட்டான்.

நீண்ட நேரம் அவையினர் கூடிப் பேசினர். கருத்துக்களை ஒருவருக்கொருவர் பரிமாறிக் கொண்டனர். ஒட்டு மொத்த அவையினரும் தங்களின் முடிவினை மன்னரிடம் கூறலானார்கள். 'மன்னவா! தாங்கள் எடுத்துள்ள முடிவே மிகச் சரியானது. அதுவே எங்கள் முடிவும்கூட. எங்கள் எல்லோருக்கும் இதில் பூரண சம்பந்தம்.

இராமன் பட்டத்து யானையின் மீது, வெண்கொடையின் கீழ் அமர்ந்து பவனி வந்து பட்டமேற்கும் நாளை எதிர்பார்க்கிறோம் மன்னா!' என்றார்கள்.

"என் அன்பார்ந்த சபையோர்களே! நீங்கள் சொல்வதைக் கேட்டு நான் எல்லை கடந்த மகிழ்ச்சி அடைந்தேன். அப்படியே செய்வேன். யுவராஜ்ய பட்டாபிஷேகம் மங்கள காரியம் கிரமப்படி நடைபெறும்.

ஆனால் இராமன் பட்டத்துக்கு வருவதை விரும்புவதாகவும், பட்டம் ஏற்கும் நாளை எதிர்பார்ப்பதாகவும் கூறுகிறீர்கள்.

அதற்கு என்ன காரணம் என்று எனக்குச் சொல்வீர்களா? என்று கேட்டான் மன்னன்.

"மன்னவா! இராமரை நாங்கள் ஏன் விரும்புகிறோம் என்பதைச் சொல்லுகிறோம், கேளுங்கள்."

"சொல்லுங்கள் மந்திரி பிரதானிகளே!"

"இராமன் பிறரது உயர்வு கண்டு பொறாமை கொள்ளாதவர். நீதிநெறி தவறாதவர். போரில் எவரையும் வெற்றி கொள்ளும் வீரர். நாட்டு மக்களின் நலனில் அக்கறையும், அன்பும் கொண்டவர். சகல கலைகளையும் கற்றுத் தேர்ந்தவர். மக்கள் எல்லோராலும் மதிக்கப்படுபவர். சுயநலம் இல்லாதவர். ஒரு மன்னருக்குத் தேவையான எல்லா நற்பண்புகளையும் பெற்றவர்.

இப்படி எல்லாச் சிறப்புகளையும் ஒருங்கே அமையப் பெற்றவர். தங்களின் தலைப்பிள்ளையையும் கூட, இப்படி எந்த வகையில் பார்த்தாலும் சிறந்தவர் என்பதினால் அவர் மன்னராக விரும்புகிறோம்!" என்ற விபரத்தைக் கூறினார்கள்.

மகனின் குணநலன்களைப் பற்றிப் பிறர் சொல்லக் கேட்டு தசரதன் மிகவும் பூரிப்படைந்தான். அந்த பூரிப்பின் பேரில் பட்டாபிஷேகத்தின் நாளினை ஜோதிடர் மூலம் கேட்டுத் தெரிந்து கொண்டான்.

'இந்தச் சித்திரை மாதம் வசந்தத்தின் முதல் மாதம். அதுவும் இல்லாமல் இராமன் பிறந்ததும் இதே சித்திரையில்தான், நமக்கெல்லாம் இப்படி எண்ணம் தோன்றியதும் இதே மாதம் தான். அதனால் ஒன்றே செய்; அதை இன்றே செய்!' என்று பட்டாபிஷேக நாளை இந்த மாதத்திலேயே வைத்துக் கொள்ளலாம்," என்று ஜோதிடர் சொல்லவே, அந்த நாளையே அவரும் தேர்ந்தெடுத்துச் சொன்னார்.

அவையும் கலைந்தது.

அன்றிலிருந்தே தசரதனும் ஆயத்த வேலையில் இறங்கினான். வசிஷ்டர், வாமதேவர் போன்ற பெரியோர்களிடம் தெரிவித்தான். நாட்டு மக்கள் அனைவரிடமும், அயல்நாட்டு மன்னர்களிடமும் செய்தியைத் தெரிவிக்கலானான்.

இத்தனை பணிகளுக்கிடையில் பட்டாபிஷேகத்துக்குச் சம்பந்தப்பட்ட இராமனுக்கும் தெரிவிக்க வேண்டாமா? என்று நினைத்த தசரதன் அந்தரங்க காரியதரிசியான சுமந்திரனிடம் இராமனை அழைத்து வருமாறு சொன்னான்.

சுமந்திரனும் அரண்மனை அந்தப்புரத்தில் சீதையுடன் உரையாடிக் கொண்டிருந்தவனை அழைத்து வந்தான்.

இராமன் வந்தவுடன், "இராமா! உனக்குப் பட்டாபிஷேகம் செய்ய நினைக்கிறேன்," என்றான்.

'தங்கள் ஆணைப்படியே நடக்க, அதற்கு நான் கட்டுப்படுகிறேன்!' என்றார் இராமன்.

மன்னனும், இராமனை ஆசிர்வதித்தான். அடுத்த நிமிடத்தில் இராமனும் தன் இருப்பிடம் திரும்பினார்.

சிறிது நேரத்தில் சுமந்திரனுக்கு அழைப்பு விடுத்தான் மன்னன். வந்த சுமந்திரனிடம் மீண்டும் இராமனை அழைத்து வா என்று உத்தரவிட்டான்.

சுமந்திரன் சென்று இராமனிடம் சொன்னான்.

அதைக் கேட்ட இராமன் என்ன காரணத்துக்காக மறுபடியும் என்னை அழைத்து வரச் சொன்னார் என்று கேட்டார்.

"என்னிடத்தில் எந்தக் காரணத்தையும் சொல்லவில்லை. மன்னன் அழைத்து வரச் சொன்னதுதான் எனக்குத் தெரியும்" என்று சொன்னான் சுமந்திரன்.

செய்தி கேட்டவுடன் தாமதிக்காமல் தந்தை இருக்கும் இடத்திற்கு இராமன் சென்றார்.

இருக்கையைவிட்டு எழுந்து வந்த தசரத மன்னன், தனது மகனைக் கட்டிச் சேர்த்துப் பிடித்து ஆசனத்தில் அமரச் செய்தான்.

"இராமனே! எனக்கு வயது அதிகமாகிவிட்டது. அதனால் உனக்குப் பட்டாபிஷேகம் நாளைக்கே முடித்துவிட வேண்டும் என்பது என் எண்ணம். என் உள்ளத்தில் ஏதோ என்னைத் தூண்டித் துரிதப்படுத்திக் கொண்டிருக்கிறது. அதனால் நீயும், சீதையும் பட்டாபிஷேகத்துக்காக, விரதமிருங்கள்.

கிரமப்படி இன்று உபவாசமிருந்து, தரையில் படுத்துத் தூங்கி மங்கள காரியத்துக்கு எந்தவிதமான இடைஞ்சலும் வராதபடி பூஜை செய்வீராக.

பரதன் இப்போது ஊரில் இல்லை என்பது உனக்குத் தெரியும். அதற்காகக் கேகய தேசத்தில் இருப்பவனை உடனுக்குடன் வரவழைக்க முடியாது. அதே நேரத்தில் பட்டாபிஷேகத்தை நிறுத்தி வைப்பது என்பதும் சாத்தியமல்ல!" என்றான்

'அப்படியே செய்கிறோம் தந்தையே!' என்று விடைபெற்றுக் கொண்டு, இராமன் தனது தாய் தங்கியிருந்த அந்தப்புரம் சென்றான்.

தந்தை சொன்ன விஷயத்தைச் சொல்லுவதற்கு முன்பு, தனது தாய் கௌசல்யா மட்டுமின்றி சுமத்திரைக்கும் இவ்விஷயம் எட்டியிருந்தது.

கௌசல்யா, மடிப்பட்டு உடுத்தி, மகனுடைய சுப நிகழ்ச்சியைக் குறித்துப் பூசையில் அமர்ந்தாள்.

தந்தை இட்ட விஷயம் பற்றிக் கௌசல்யாவிடம் இராமன் சொன்னார்.

"கேள்விப்பட்டேன் மகனே! இது உண்மையானதுதான் என்பதை நீயும் உறுதிப்படுத்துகிறாய்.

சிரஞ்சீவியாக இருப்பாயாக. இராஜ்யத்தையும் பரிபாலனம் செய்து, விரோதிகளை அடக்கி, நாட்டு மக்களைக் காப்பாற்றுவதோடு உன்னுடைய தந்தையையும் திருப்திப்படுத்து!" என்று சொல்லி மகனை ஆசிர்வதித்தாள்.

இராமன், தன் பக்கத்தில் நின்ற தம்பி இலக்குவணனைப் பார்த்து,

"இலக்குவணா! என்னோடு சமமாக இருந்து செல்வம் நிறைந்த இந்த நாட்டை நீ ஆள்வாயாக. என் உடலுக்கு நீ வெளியில் நடமாடும் இரண்டாவது உயிரல்லவா! எனக்குக் கிடைக்கும் பாக்கியமெல்லாம் உனக்கும் சேர்ந்ததாகும்!" என்றார்.

அதன் பிறகு இரு தாய்மார்களையும் வணங்கி விடை பெற்றுச் சீதையை அழைத்துக் கொண்டு அந்தப்புரம் சென்றார் இராமன்.

மன்னனின் அன்பின் அடிப்படையில் வசிஷ்டர், இராமன் இருக்கும் இடத்திற்கு வந்தார்.

இதையறிந்த இராமன், வெளியில் வந்து வசிஷ்டரை வணங்கி உள்ளே அழைத்துச் சென்றார்.

வசிஷ்டர் மந்திர பூர்வமாக உபவாச சங்கற்பம் செய்வித்துவிட்டு மன்னனிடம் திரும்பிச் சென்றார்.

வசிஷ்டர் வந்ததும், மன்னன் ஆசனத்தை விட்டு எழுந்து வணங்கியவன், 'முனிவரே! இராமனுக்குச் செய்ய வேண்டிய உபவாச சங்கற்பம் செய்து முடித்தீர்களா?' என்று கேட்டான்.

கள்ளிப்பட்டி சு. குப்புசாமி | 57

‘ஆயிற்று’ என்று வசிஷ்டர் சொன்னார்.

அதைக் கேட்டதும் மன்னன் மகிழ்ந்தான். ஆனாலும் பட்டாபிஷேகத்திற்கு ஏதாவது இடையூறு நேர்ந்துவிடுமோ என்ற அச்சம் தசரதனுக்கு இருந்து கொண்டே இருந்தது

அயோத்தி மாநகரமே மகிழ்ச்சிக் கடலில் மிதந்து கொண்டிருந்தது. எல்லா இல்லங்களிலும், எல்லாத் தெருக்களிலும் தங்களுடைய மங்கள நிகழ்ச்சியாகவே கொண்டாடத் தயாராகிக் கொண்டிருந்தனர்.

மறுநாள் காலையே இந்த மகோற்சவம் நடக்கப்போகிறது என்ற விவரம் தெரிந்தவுடன் நகரமக்களின் மகிழ்வு இரட்டை மடங்கானது.

எங்கு பார்த்தாலும் மங்கள வாத்தியங்களும், கோஷங்களுமாகவே இருந்தன.

இராமனும், சீதையும் தங்களுடைய இல்லத்தில் நாராயணனைத் தியானித்து ஓமத் தீயில் நெய்விட்டு, எஞ்சி நின்ற நெய்யைத் தேவப் பிரசாதமாகப் பக்தியுடன் அருந்தி, இருவரும் தரையில் புல் பரப்பி அன்றிரவு படுத்தார்கள்.

கைகேயி

கைகேயின் தோழியும், அந்தரங்க வேலைக்காரியுமான மந்தரை என்னும் கூனி, எங்கிருந்தோ வந்து சேர்ந்திருந்தாள்.

நகரெங்கும் வாண வெடிகளும், வாத்திய முழக்கங்களும் தடபுடலாக நடந்து கொண்டிருந்தன.

தற்செயலாக அந்தப்புரத்து மேல் மாடி ஏறி, அழகிய உப்பரிகையில் நின்றிருந்த மந்தரையின் காதுகளில் ஒலித்திடச் செய்தது.

பணிப் பெண்களை அவசரமாக அழைத்தாள். “என்ன இது? இப்போது எந்தப் பண்டிகையுமில்லையே. அப்படியிருக்கையில் தோரணங்களும், வாத்திய முழக்கங்களும் ஏன்?” என்று கேட்டாள்.

“உனக்கு விஷயம் தெரியாதா?” “தெரிந்தா நான் ஏன் உன்னிடம் கேட்கிறேன்!”

“நம்ம இராமச்சந்திர பிரபுவுக்கு நாளைக் காலை பட்டாபிஷேகம் நடக்கப் போகிறது. அதற்குத்தான் இந்த தடபுடலெல்லாம்!” என்றாள் பணிப்பெண்.

இதைக் கேட்டதும் மந்தரைக்கு அளவுக்கு மீறிய கோபம் ஏற்பட்டது. உப்பரிகையிலிருந்து வேகமாகக் கீழே இறங்கியவள், நேராகக் கைகேயியின் அறைக்குள் சென்றாள்.

அப்போது கைகேயி தூங்கிக் கொண்டிருந்தாள்.

"கைகேயி, கைகேயி... இன்னும் என்ன தூக்கம்? தலைக்கு மேலே வெள்ளம் போய்க் கொண்டிருக்கிறது. எழுந்திரு, நீ மோசம் போய் விட்டாய், மோசம் போய்விட்டாய்! இனி உன்னுடைய வாழ்க்கையில் இன்பம் என்பதே இல்லாமல் போகப் போகிறது!" என்று கதறி ஒப்பாரி வைக்கத் தொடங்கினாள் மந்தரை.

அவள் வைத்த ஒப்பாரிக்கு அர்த்தம் ஒன்றும் புரியவில்லை கைகேயிக்கு... அதனால், 'என்னடி நீயாக ஏதோ உளறிக் கொண்டிருக்கிறாய்?' என்று கேட்டாள்.

"உளறலேம்மா... ஆபத்து வரப்போகிற உண்மையைச் சொல்ல வந்தேன்."

"என்னடி, ஆபத்தா, யாருக்கு? எப்போது... கொஞ்சம் புரிகிற மாதிரி சொல். இல்லேன்னா அறையை விட்டு வெளியில் போ!" என்றாள் கைகேயி.

அவளது கோபத்தைக் கண்ட மந்தரை அதைத் தணிக்கும் பொருட்டு, அவளின் காலடியில் அமர்ந்தாள்.

"இதோ பார் கைகேயி. உன்னை என் உயிருக்கு மேலாக வைத்திருக்கிறேன் என்பதை நீ நம்பினால், நான் சொல்வதைக் கேள். குறுக்குக் கேள்விகளைக் கேட்காதே..." என்று சொல்லிக் கொண்டே அவளது கால்களைப் பதமாகப் பிடித்துவிட்டாள்.

"இதோ பார் கைகேயி! நாளை உனது சக்களத்தி கௌசல்யாவின் மகன் இராமனுக்குப் பட்டாபிஷேகம் நடக்கப் போகிறது. உனக்குத் தெரியாமலேயே அரண்மனையில் இப்படியொரு சதி நடந்திருக்கிறது. இதற்குத் தான் உனது மகன் பரதனைக் கேகய நாட்டுக்கு உன் கணவர் திட்டமிட்டு அனுப்பியிருக்கிறார்... சதிகாரர்..." என்று கோபமாகச் சொன்னாள் மந்தரை.

மந்தரை கோபமாகப் பேசிய பேச்சு கைகேயியின் காதில் பட்டதேயன்றி அதில் அவளது கவனமின்றி இராமனுக்குப் பட்டாபிஷேக மகோற்சவம் நடக்கப்போகிறது என்பதில் மட்டுமே அவளது கவனம் இருந்தது.

"என் குமாரன் இராமனுக்குப் பட்டாபிஷேகமா? நல்ல செய்தியைக் கொண்டு வந்தாய் மந்தரை! இதைவிட வேறென்ன

சந்தோஷம் இருக்கிறது எனக்கு. இந்தா, இதைப் பெற்றுக்கொள்!" என்று தன் கழுத்திலிருந்த மாலையை எடுத்து மந்தரைக்குக் கொடுத்தாள்.

மங்களச் செய்தி கொண்டு வந்தவர்களுக்கு, ஏதாவது பொருளை உடனே தருவது ராஜகுல வழக்கம்.

வெள்ளை உள்ளம் கொண்ட கைகேயி எப்போதுமே இராமன் வேறு, பரதன் வேறு என்று பிரித்துப் பார்த்ததே இல்லை.

இந்த விபரத்தை மந்தரையிடம் கைகேயி மகிழ்வுடன் சொன்னாள். அவள் சொன்ன வார்த்தைகள் மந்தரைக்கு ஆத்திரத்தைக் கிளப்பி விட்டது. அதனால் கைகேயி தந்த மாலையை வாங்கித் தூக்கி எறிந்தாள்.

கைகேயி எவ்வளவுதான் நல்லவள் என்றாலும், வெகுளிக் குணம் கொண்டவள். அவளை எளிதில் வீழ்த்திவிடலாம் என்ற கணக்கினை மந்தரை போட்டாள்.

அதன்படியே லாகவமான வார்த்தைகளைப் பதமாகச் சொல்லத் தொடங்கினாள்.

"கைகேயி! வெகு அப்பாவியாக, உலகம் புரியாதவளாக இருக்கிறாயே! சக்களத்தி மகன் நாடாளப் போவதில் உனக்கென்ன அவ்வளவு சந்தோஷம்....

இராமன் முடி சூட்டிக் கொண்டால், உனது மகன் பரதனுக்குத்தான் ஆபத்து என்பதைப் புரிந்து கொள்ளாமல் என் இருக்கிறாய்? அதுவும் தவிர, அயோத்தி மன்னருக்கு நீதான் பிரியமானவள் என்பதால் எப்போதுமே கௌசல்யாவுக்கு உன் மீது கோபம் உண்டு.

அவளது மகன் மன்னனாகி விட்டால், முதலில் உன்னைப் பழிவாங்கத்தான் நினைப்பாள். பிறகு நீ அவளுக்கு வேலைக்காரியாகத்தான் அரண்மனையில் வாழ வேண்டியிருக்கும். இம்மாதிரியான நிலை உனக்கு ஏற்பட்டால் அதைப் பார்த்து என்னால் சகித்துக் கொள்ள முடியாது!" என்று துக்கத்துடன் கூறினாள்.

கைகேயிக்கு மந்தரையின் துக்கம் வேடிக்கையாகத்தான் இருந்தது. சாந்தமூர்த்தியும், தர்மவானுமாகிய இராமனைப்பற்றி மந்தரை பேசுகிறாளே என்று வருத்தப்பட்ட, கைகேயி. மந்தரையிடம், "இராமன் அரியணையில் அமருவது நியாயமான ஒன்றுதானே. இதில் மகிழ்ச்சியடைவதைத் தவிர பயப்படுவதற்கு

என்ன இருக்கிறது! பரதனுக்கு ஆபத்து வரும் என்று எதை வைத்துச் சொல்ல வருகிறாய்," என்றாள்.

"எவ்வளவு தான் உனக்கு எடுத்துச் சொன்னாலும் புரியவில்லையே. பரதனுக்கு ஆபத்து என்று நான் சொல்வதற்குக் காரணம் இருக்கத்தான் செய்கிறது.

நன்றாக ஞாபகப்படுத்திப்பார். அயோத்தி மன்னன் தசரதர் புத்திர பாக்கியம் கிடைக்காத காலத்தில், உன்னை மணந்து கொள்ள வந்தபோது, உனது தந்தை வாக்குறுதி ஒன்றினைக் கேட்டாரல்லவா....? நினைவிருக்கிறதா! என் மகளுக்குப் பிறக்கும் மகனே அயோத்தியை ஆள வேண்டும். அதற்குச் சம்மதம் தெரிவித்தால்தான் என் மகளை உனக்கு மணம் முடித்துக் கொடுப்பேன் என்று கேட்டபோது தசரத சக்கரவர்த்தியும் அதற்கு ஒப்புக் கொண்டுதானே உன்னை மணந்து கொண்டார்! இந்த விஷயம் உனக்குத் தெரியும்தானே..."

"ஆமாம், அந்தச் சமயத்தில் கௌசல்யாவுக்கும் சுமித்ராவுக்கும்கூட குழந்தைகள் இல்லாமல் இருந்தது. எங்களைத் தவிர வேறு யாரையாவது மணந்து கொண்டு அந்தப் பெண்ணின் பிள்ளைக்கு அரசுரிமை போய்விடக் கூடாது என்ற எண்ணத்தில்தான் அப்படியொரு நிபந்தனையை என் தந்தை விதித்தார்.

இப்போது நிலை வேறு. மூத்த புதவல்வன் யாரோ அவனுக்குப் பட்டம் சூட்டுவது தானே நியாயம். அதுவுமில்லாமல் அனைத்து நற்குணங்களையும் கொண்டிருப்பவனும் அவனே. மேலும் சொல்லப் போனால் பரதனுக்கு நாடாளும் ஆசை இருப்பதாக எனக்குத் தோணலே."

"ஒருவேளை பரதனுக்கு அந்த ஆசையிருப்பதாக இராமனுக்குத் தெரிந்தால், நாம் ஆட்சி ஏறுவதைத் தடுக்க வந்துள்ள இவனைத் தீர்த்துக் கட்டிவிட்டால் என்ன, என்று நினைத்தால் பரதனுக்கு ஆபத்துத்தானே....

உனது வயிற்றில் பிறந்த பாவத்தினால் அவன் இறக்கத் தான் வேண்டுமா?" என்று கூறிக் கொண்டே பெருமூச்சுவிட்ட மந்தரை, ஓரக்கண்ணால் கைகேயியைப் பார்த்தாள்.

கைகேயியின் முகத்தில் கவலை தேங்கியிருந்தது. கண்கள் கலங்கிக் கொண்டிருந்தன.

மந்தரைக்குத் திருப்தியும், சந்தோஷமும் நிலவத் தொடங்கியது. அதன் வழியில் மேலும் தூபம் போடத் தொடங்கினாள்.

"அரண்மனையில் உனக்குத் தெரியாமல் எல்லோரும் ஒன்று சேர்ந்து பெரிய சதித்திட்டமே போட்டிருக்கிறார்கள். பட்டாபிஷேக விஷயத்தை ஏன் இன்னும் உன்னிடம் வந்து தெரிவிக்கவில்லை?

அது மட்டுமா?

உனது மகன் பரதன் ஊரில்லாத சமயத்தில் இதை நடத்துகிறார்கள் என்றால், என்ன காரணம்? கேகய நாட்டுக்கு விஷயம் தெரியக்கூடாது என்பது தானே? இன்னும் சொல்லப் போனால் உன்னையும், பரதனையும் வஞ்சிக்கத்தானே இத்தனை சூழ்ச்சி. சிந்தித்துப் பார் கைகேயி."

சிந்திக்காதிருந்தவளைச் சிந்திக்கத் தூண்டியது மந்தரையின் மந்திர வார்த்தைகள்.

"மந்தரை! சிந்தித்துப் பார்த்தால் நீ சொல்வதிலும் உண்மை இருக்கத்தான் செய்கிறது. இராமன் மன்னனானால், அவனது தாய் கௌசல்யாவுக்கு நான் வேலைக்காரியாக இருக்க நேரிடும் என்பது உண்மைதான். அதைவிட முக்கியமாக எனது செல்வமகன் பரதனின் உயிரைக் காப்பாற்றவாவது நான் ஏதாவது செய்தே தீரவேண்டும். இதற்கு நீ தான் ஒரு வழி சொல்ல வேண்டும்," என்று ஏக்கத்தில் மந்தரையைப் பார்த்தாள் கைகேயி.

கூனியின் கோணல் புத்தி

அதுவரையில் இராமனைத் தன் வயிற்றில் பிறந்த குழந்தையாகவே பாவித்து வந்த கைகேயி,

இப்போது மந்தரையின் மாய வலையில் சிக்கிக் கொண்டதால் புலம்பலானாள்.

"பரதன் காப்பாற்றப்பட வேண்டுமே மந்தரை."

"அதற்கு முதலில் விழாவை நிறுத்துங்கள்."

"எப்படி பட்டாபிஷேகத்தை நிறுத்துவது?"

"அதற்கான வழியொன்றினைச் சொல்கிறேன், கேள்!"

"கேட்கிறேன். சொல் மந்தரை..."

"முன்பொரு சமயம் உன் கணவர் தசரதன் தேவ லோகத்துக்கு அதிபதியான இந்திரனுக்கு உதவியாளராக இருந்த சுமந்திரன் என்பவனோடு போர் தொடுத்தார் அல்லவா!"

"ஆமாம். மறக்க முடியாத நிகழ்வே அது. அந்தப் போருக்கு நானும் தானே போனேன்."

"அந்தப் போரில் தசரத மன்னன் எதிரியால் உடலில் தாக்கப்பட்டு உடலெல்லாம் காயம்பட்டு மயங்கி விழுந்தார் அல்லவா!"

"ஆமாம். அப்போது நான் தான் கணவரின் தேரை யுத்த களத்திலிருந்து வெளியே கொண்டு வந்தேன். அதன் பின்னர் அவருடைய உடலில் பாய்ந்திருந்த அம்புகளையெல்லாம் பிடுங்கி, சிகிச்சையிலிருந்து உயிரைக் காப்பாற்றினேன்."

"அப்போது உன் கணவர் என்ன சொன்னார்?"

"என்னைக் காப்பாற்றியதற்குப் பிரதிபலனாக உனக்கு இரண்டு வரங்களைத் தருகிறேன்," என்றார் அல்லவா?

"ஆமாம், மகிழ்ச்சியின் மிகுதியால் அவ்விதம் சொன்னார்."

"நீ அந்த வரங்களைக் கேட்டாயா?"

"இப்போதைக்கு வரங்கள் வேண்டாம். தேவைப்படும்போது கேட்டுக் கொள்கிறேன் என்றேன் அவரும் ஒப்புக் கொண்டார்.

இந்த நிகழ்ச்சியை நான் தானே உனக்குச் சொன்னேன். இப்போது அதற்கென்ன?"

"அதற்கென்னவா! அதைக் கேட்கும் நேரம் வந்துவிட்டது இப்போது!"

"எனக்குப் புரியவில்லை. விபரமாகச் சொல்," என்று கேட்டாள் கைகேயி.

"இராமனுக்குச் சூட்டவுள்ள பட்டாபிஷேகத்தை நிறுத்தி, பரதனுக்குப் பட்டம் சூட்ட வேண்டும் என்று கேட்பது முதல் வரம்.

இரண்டாவது வரத்தின்படி, இராமனைப் பதினான்கு ஆண்டுகள் காட்டுக்குப் போக வேண்டும் என்று கேட்பது."

இவ்விதம் நா கூசாமல் சொன்ன மந்தரையின் சொல்லைக் கேட்ட கைகேயி நடுநடுங்கிப் போனாள்.

"பட்டாபிஷேகம் சரி! இராமன் ஏன் பதினான்காண்டுகள் காட்டுக்குப் போகணும்? பாவம், அரண்மனையிலேயே இருந்திட்டுப் போகட்டுமே?"

"விபரம் தெரியாதவளா இருக்கேயே... இராமன் நாட்டில் இருந்தால் மூத்தவன் இராமன் இருக்க இளையவன் பரதனுக்கு

கள்ளிப்பட்டி சு.குப்புசாமி | 63

என்ன பட்டாபிஷேகம் வேண்டிக்கிடக்கு... இது அநியாயம். அக்கிரமம். பரதனை ஆட்சியாளவிடக் கூடாது, என்று மக்களிடையே எண்ணம் தோன்றுவதின் மூலம் வெறிகொண்ட யாராவது பரதனைக் கொன்றுவிட்டால் என்ன செய்வது? அதற்குத்தான் அவனைக் காட்டுக்கு அனுப்புவது......

இது தவிர, ஒருவர் தானடைந்த சொத்தையோ, பதவியையோ, பன்னிரண்டு ஆண்டுகாலம் அனுபவித்துவிட்டால், பிறகு வம்சாவளியாக அது அவருக்கே சொந்தமாகிவிடும். இதனால் பரதனுக்குப் பின்னாலும், அவனது வாரிசுகளுக்கே அரசாட்சி தொடர்ந்து கிடைக்கும்.

எனவே, தயக்கம் காட்டாதே கைகேயி. போ! போய் காரியத்தைச் சாதித்துக் கொள். உன் கணவன் மீது கொஞ்சமும் கருணை காட்டாதே. அவர் வேறு எதைத் தருவதாகச் சொன்னாலும் ஏற்றுக் கொள்ளாதே!

இரண்டு வரங்களைத் தந்தே ஆக வேண்டும் என்று பிடிவாதம் செய். சத்தியத்துக்குக் கட்டுப்பட்டு அவர் ஒப்புக்கொண்டே தீர்வார். அவர் உன் மீது வைத்திருக்கும் காதலுக்காக உயிரையும் கூடத் தரத் தயங்கமாட்டார். வெற்றி உன் பக்கம்..."

இவ்விதம் காரண காரியத்துடன் மந்தரை கூறியதும், கைகேயியின் முகம் மலர்ச்சியடைந்தது.

அடுத்த கட்டமாக அவள் தலை முடியைத் தானே பிடித்துக் கூந்தலைத் தவழவிட்டு... சாதாரண புடவையைக் கட்டிவிட்டு, அவள் அணிந்திருந்த ஆபரணங்களையெல்லாம் அறை முழுவதும் சிதறிவிட்டு, பஞ்சணையில் படுக்காமல், தரையில் குப்புறப்படுக்க விட்டாள்.

தனது அறைக்குப் போவதற்கு முன்னர், 'கைகேயி!' 'இராமனைக் காட்டுக்கு அனுப்பச் சொல்வதை மறந்துவிடாதே!' என்று சொல்லிவிட்டே சென்றாள் மந்தரை.

கைகேயி கேட்ட வரங்கள்

பட்டாபிஷேக மகோற்சவத்துக்காகச் செய்யவேண்டிய காரியங்களையெல்லாம் செய்துவிட்டு, இனி பட்டாபிஷேகத்திற்கு எவ்விதத் தடையோ, அது பற்றிய கவலையோ எதுவுமில்லை என்ற சந்தோஷம் கொண்டான் தசரதன்.

சந்தோஷமடையும் நாளிலெல்லாம், சந்தோஷத்தைப் பகிர்ந்து கொள்ளத் தன் காதல் மனைவி கைகேயியின் அந்தப் புரத்தை நோக்கிச் செல்வதை வழக்கமாகக் கொண்டிருந்தான்.

இன்று அவளோடு விருந்துண்டு எப்படியெல்லாம் உப்பரிகையில் விளையாட வேண்டும், காம இன்பத்தை அவளிடம் எவ்வாறெல்லாம் பகிர்ந்து கொள்ள வேண்டும் என்ற இன்பக் கனவுகளோடு வந்தான்.

எப்போதும் கைகேயி வாசலில் வந்து அலங்காரப் பதுமையாக.... சிரித்த முகத்துடன், மல்லிகைப்பூவினைத் தலையில் சூடிக் கொண்டு வரவேற்பாள்.

அத்தகையவள் வாசலில் காணவில்லை. ஆசனங்களையெல்லாம் பார்த்தான். அங்கும் காணவில்லை.

விளையாட்டுக்காக ஒளிந்து கொண்டிருக்கிறாளோ என்று எண்ணி மகிழ்ச்சியடைந்து, திரும்பத் திரும்பக் கவனித்துப் பார்த்தான். என்றும் இப்படி இருந்தது இல்லையே. என்ன காரணம் என்று யோசித்து அங்கிருந்த ஒரு காவல் பெண்ணைக் கேட்டான்.

அவள் கைகூப்பி, 'சக்கரவர்த்தியாரே! தேவியார் மிகக் கோபங்கொண்டு அறைக்குள் போய்விட்டார்கள்,' என்றாள்.

தசரதனுக்கு அச்சம் தோன்றியது, உள்ளே ஊடலறைக்குள் நுழைந்தான். கொஞ்சமும் எதிர்பாராத விபரீதக் காட்சியைக் கண்டான்.

கட்டிலில் படுக்காது தரையில் தலைவிரி கோலமாகப் படுத்திருந்த கைகேயியைப் பார்த்தவன் ஒரு கணம் நிலை குலைந்து போனான்.

ஏன் இப்படி, ஆபரணங்கள் மூலைக்கொன்றாகச் சிதறிக்கிடக்கின்றன? பஞ்சணையில் படுக்காமல் நைந்துபோன துணி போன்று தரையில் கிடக்கிறாள்.

மெல்ல கைகேயியை நெருங்கியவன் அவள் பக்கத்திலேயே தரையில் அமர்ந்தான்.

"கைகேயி! என் கண்ணே! உனக்கு இன்று என்ன ஆனது? ஏன் இந்த தலைவிரி கோலம்?" என்று கேட்டுக் கொண்டே அவளது தலையைத் தூக்கித் தன் மடியில் வைத்துக் கொண்டான்.

"ஒரு மகிழ்ச்சியான விஷயத்தைச் சொல்வதற்காக ஓடோடி வந்தேன். ஆனால் நீயோ ஏதோ வருத்தத்தில் இருக்கிறாய்.

கள்ளிப்பட்டி சு.குப்புசாமி | 65

இப்படி இருப்பதற்கு என்ன காரணம் சொல். ஏன் இந்த வருத்தம்....?" என்று கேட்டான்.

கைகேயியிடமிருந்து பதில் இல்லை.

"யாராவது உன்னை அலட்சியம் செய்தார்களா? அவமதித்தார்களா? யாரென்று சொல். கடுந்தண்டனை அவர்களுக்கு விதிக்கிறேன். இல்லை... உனக்கு ஏதாவது வேண்டியதாயிருந்து, நீ கேட்டு நான் வாங்கிட்டு வராமல் விட்டுவிட்டேனா? சொல்..."

இவ்வாறு சாதாரணமாகக் கேட்டுப் பார்த்தான்.

கைகேயியோ இவற்றையெல்லாம் கவனிக்காமல் பிசாசு பிடித்தவள் போல் பேசாமல் கிடந்தாள்.

"உனக்கு என்ன வேண்டுமானாலும் கேள். யாரைத் தண்டிக்க வேண்டும். யாரைத் தண்டனையிலிருந்து விடுவிக்க வேண்டும். எது கேட்டாலும் தருகிறேன். தயவு செய்து எழுந்திரு. என்னோடு பேசு."

இப்படியெல்லாம் காமமோகத்தால் பீடிக்கப்பட்டுக் கெஞ்சிக் கேட்டான்.

எது கேட்டாலும் தருகிறேன் என்ற வார்த்தைகளுக்காகத் தானே காத்திருந்தாள். உடனே எழுந்து உட்கார்ந்து கொண்டாள்.

மன்னனுக்கு ஒரே மகிழ்ச்சி.

கைகேயி பேச ஆரம்பித்தாள்.

"என்னை யாரும் அலட்சியமாகப் பேசவுமில்லை. யாரும் நிந்திக்கவுமில்லை. அவமானப்படுத்தியதுமில்லை. மன்னவரே, உம்மால் ஆக வேண்டிய காரியம் ஒன்று இருக்கிறது. அதை நீர் செய்து தர வேண்டும். சம்மதம் கூறினால் சொல்கிறேன்," என்றாள்.

"கைகேயி! எதை வேண்டுமானாலும் கேள். அதை உறுதியாகச் செய்வேன்," என்று வாக்குறுதியளித்தான்.

"அப்படியானால் சரி, இராமன் மேல் அணையிட்டுச் சொல்லுங்கள்."

"அப்படியே. இதோ என் அன்புக்குரிய இராமன் மீது ஆணையிட்டுச் சொல்கிறேன். இது சத்தியம்!" என்றான் மன்னன். சிக்கிக் கொண்டான் என்பதனை அறிந்து கொண்ட கைகேயி தைரியமாக ஆரம்பித்தாள்.

"மன்னவரே! முன்னாளில் யுத்த பூமியில் நீங்கள் காயப்பட்டு உயிரிழக்கும் தருவாயில், ரதத்தை நானே மெள்ளச் செலுத்தி, தேரினை ஒரிடத்தில் நிறுத்தி, உம்முடைய உடலில் பாய்ந்திருந்த அம்புகளையெல்லாம் எடுத்துச் சுத்தப்படுத்தினேன்.

மயக்கம் தெளிந்த தாங்கள் என்னுடைய வீரச் செயலைப் பாராட்டியதோடு, எனக்கு உயிர் கொடுத்த உனக்கு வேண்டிய வரங்கள் இரண்டினைக்கேள் என்றீர்."

"இப்போது வேண்டாம். பிறகு வேண்டும்போது கேட்கிறேன் என்று சொல்லியிருந்தேன் அல்லவா....?"

"ஆமாம். நன்றாக நினைவிருக்கிறது. இரண்டு வரங்களையும் கேள். இப்போதே தருகிறேன்."

"இராமன் மேல் ஆணையிட்டுச் சபதம் செய்திருக்கிறீர்." நீங்கள் எனக்குத் தருவதாகச் சொன்ன இரண்டு வரங்கள் பற்றியத் தேவர்களும், பஞ்சபூதங்களும் *சாட்சியாக இருக்கிறார்கள்.*

இதோ கேட்கிறேன்.

சத்தியத்தைக் காப்பாற்றுவீர் என்று நம்புகிறேன்.

உம்முடைய முன்னோர்கள் வழியில் நின்று நல்லகதியடைவீர். வாக்குத் தவறாதீர்.

"பீடிகைகளை அடுக்காமல் விஷயத்தைச் சொல்," என்று கேட்டான் தசரதன்.

"மன்னா நான் கேட்கும் முதல்வரம் பரதன் நாடாள வேண்டும்.

"அடுத்த வரம்..."

"இராமன் பதினான்கு ஆண்டுகள் வனவாசம் போக வேண்டும்." இரண்டு வரங்களும் இதயத்தைச் சுக்கு நூறாகச் சிதறடிக்க, நிலைகுலைந்து போனான் தசரதன்.

இதைக் கேட்ட அதிர்ச்சியில் இன்னும் தனது உயிர் போகாமலிருக்கிறதே என்று வருத்தப்பட்டான். உடல் நடுநடுங்கியது. வியர்வை கொட்டியது. கண்களில் ஆறாகக் கண்ணீர் பெருகியது. மனம் துடிதுடித்தது.

மன்னன் என்பதையெல்லாம் மறந்துபோன தசரதன், ஒரு பிச்சைக்காரனாக மாறினான்.

கைகேயியிடம் கையேந்தினான்.

கள்ளிப்பட்டி சு.குப்புசாமி | 67

அந்த இரண்டு வரங்களுக்குப் பதிலாக வேறு எதை வேண்டுமானாலும் தருவதாகக் கூறி மண்டியிட்டான்.

அவள் மனத்தை மாற்றிக் கொள்ளும்படி கெஞ்சினான். கதறினான்.

கைகேயி எதற்கும் அசைவதாக இல்லை. தனது நிலையிலிருந்து அவள் மாறுவதாகவும் இல்லை.

இரண்டு வரங்களையும் நிறைவேற்றாவிட்டால், சத்தியம் காக்கத் தவறியவர், வாக்குறுதியை மீறியவர் என்ற பழி உங்களை வந்து சேரும் என்றாள்.

தடுமாறிய தசரதன்

தசரதன் அவளுக்கு எத்தனையோ விதத்தில் நல்ல புத்திமதிகளைச் சொல்லிப் பார்த்தான்.

அத்தனையும் கைகேயி கேட்பதாக இல்லை.

வேறு வழியில்லாமல் மனம் வெறுத்துப் போய்க் கத்தலானான்.

"சதிகாரப் பிசாசே, பரதனே இந்த நாட்டை ஆண்டு கொள்ளட்டும். ஆனால் இராமனை மட்டும் பதினான்கு ஆண்டுகள் காட்டுக்கு அனுப்பச் சொல்லும் உனது கொடிய எண்ணத்தையாவது மாற்றிக் கொள்ளப் பார்.

பாவம், ஜனகருடைய மகள் சீதா, சிறு பெண். கணவன் காட்டுக்குப் போகிறான் என்றால் அவள் கதி என்ன? தயவு செய்து அவளுக்காவது இரக்கம் காட்டு!" என்று வேண்டினான்.

"பரதனுக்கு நாடு! இராமனுக்குக் காடு இதில் எவ்விதமான மாற்றமும் கிடையாது!" என்று கருணை சிறிதும் இல்லாத கல் நெஞ்சுக்காரியாகக் கூறினாள் கைகேயி.

"பாவி! இராமன் காட்டுக்குப் போனால், நான் உடனே செத்துச் சுடுகாட்டுக்குப் போவேன். இது சத்தியம். அதற்குப் பிறகு கணவனை இழந்து, மகன் பரதனுடன் சந்தோஷமாக நாட்டை அனுபவி......"

தசரதன் சொல்லி முடித்துவிட்டுக் குலுங்கிக் குலுங்கி அழத் தொடங்கினான். தாங்க முடியாத துக்கத்தினால் மூர்ச்சையடையும் நிலைக்குப் போனான்.

உப்பரிகையில் சற்று முன்னர் இரவு நீண்டு கொண்டே போகிறதே என்று வருத்தப்பட்டவன், இப்போது இரவு முடியப் போகிறதே என்று பயப்பட்டான்.

"ஐயோ! விடிந்தால் பட்டாபிஷேகத்தைக் காண வருபவர்களுக்கு நான் என்ன பதில் சொல்வேன்? அயோத்தி மக்கள் என்னைத் தூற்றுவார்களே. மூத்த மகனை வஞ்சித்த பாவி என்று என்னைச் சபிப்பார்களே.

இராமா! என் கண்மணியே! என் உயிரினும் மேலானவனே! உனக்குத் துரோகம் செய்தவனாகிவிட்டேனே. நான் செய்த சத்தியம் உனது வாழ்க்கையைப் பலி கேட்கிறதே! நான் என்ன செய்வேன்?

பைத்தியம் பிடித்தவன் போலப் புலம்பினான்.

துயரத்தின் உச்சத்தில் பிதற்றலும் முனகலுமாக நினைவிழந்த நிலைக்குப் போனவன், அப்படியே மயங்கித் தரையில் வீழ்ந்தான்.

அதைக்கூடச் சட்டை செய்யாமல் கைகேயி இருந்தாள்.

சற்று நேரம் கழித்து மூர்ச்சை தெளிந்த மன்னன். நடந்தது கனவா அல்லது நனைவா என்று விழித்தான்.

எல்லாமே நிஜம் என்பதுபோல விரிந்த கூந்தலும், பொட்டில்லாத நெற்றியுமாய் பேயைப் போல நின்ற கைகேயியைப் பார்த்ததும் நடந்தது நினைவிற்கு வந்தது.

"கைகேயி! யாரோ போட்ட தூபத்தில் நீ இப்படி ஆடுகிறாய். பெண்புத்தி பின் புத்தி என்பதை நிரூபித்துவிட்டாய். என்னால் இராமனைப் பிரிந்து வாழ முடியாது.

இதனால் நீ மட்டுமின்றி உன்னோடு சேர்ந்து கௌசல்யா, சுமித்ரா இருவரும் பூ பொட்டு இழக்கப் போகிறார்கள்.

அவ்விதம் நேராவண்ணம் நீ உன்னுடைய வரத்தை மாற்றிக் கொள். உனக்கு எத்தனை நாடுகள் வேண்டுமானாலும் உனக்கு சாசனம் பண்ணி வைக்கிறேன். உன் எண்ணத்தை மாற்றிக் கொள்!" என்று கூறி அவள் காலைப் பிடித்துக் கெஞ்சிக் கேட்டான்.

அவள் எண்ணத்தை மாற்றிக் கொள்ளவே இல்லை.

பதிலாக,

"வரம் தருவதாக வாக்குத் தந்துவிட்டு இப்போது வழி மாறுவதுதான் உங்களின் நாட்டுப் பெருமையோ?

புறாவுக்குக் கொடுத்த வாக்குகளைக் காப்பாற்ற தன் தொடைப்பகுதியிலிருந்த மாமிசத்தை அறுத்தெடுத்துத் தந்த சிபிச்சக்கரவர்த்தியை உமக்குத் தெரியாதா?

அவன் தன் கண்ணைப் பறித்துத் தந்து சத்தியம் காத்து உத்தம கதியைடைந்தான் என்று நீர் கேட்டதில்லையா!

அப்படிப்பட்ட வம்சாவளியில் வந்த சத்தியத்தை மீறலாமா? கர்ம தேவனை மறவாமல் நீ இருப்பது உண்மையானால் இப்போதே நான் கேட்ட வரம் இரண்டையும் நிறைவேற்று. இல்லையென்றால் நான் என் உயிரை விடுவேன்!" என்று கைகேயி உறுதியாகச் சொல்லிவிட்டுப் பேச்சை நிறுத்தினாள்.

இரக்கமற்ற மனைவியின் முகத்தைக் கண் கொட்டாமல் பார்த்துக் கொண்டு தசரதன் பேச்சில்லாமல் நின்றான்.

இவள் கைகேயியா, அல்லது பிசாசா என்று சந்தேகப்பட்டுப் பார்த்தான்.

மந்திரத்துடன் கையைப் பிடித்துத் தீயின் முன் உன்னைக் கொண்டேன். இப்பொழுது உன்னை நீக்கினேன். இப்போது உனக்கும், எனக்கும் பிறந்த மகனையும் நீக்கிவிட்டேன்.

இரவு முடிந்தது. பொழுது விடியப் போகிறது.

'அடப்பாவி! இப்படியா, இந்தக் கிழவனுக்குப் புத்திப் போக வேண்டும். சபை அறிய இராமனுக்குப் பட்டம் சூட்டுவதாக அறிவித்துவிட்டு, கைகேயியின் அந்தப்புரம் நுழைந்ததும் இளையமகன் பரதனுக்குப் பட்டம் சூட்டச் சம்மதித்துவிட்டானே!' என்றல்லவா.... 'நாட்டு மக்கள் என்னை ஏளனமாகப் பேசுவார்களே! நான் என்ன செய்வேன்!' நான் என்ன செய்வேன்! என்று பிதற்றிக் கொண்டிருந்தான்,

அதைக் கண்ட கைகேயி,

'வீணாகப் பிதற்றிக் கொண்டிருக்காதீர். இராமனுக்குச் சொல்லியனுப்பி அவனை இங்கே உடனே வரவழைக்கவும். பரதனுக்கே நாடு, இராமனுக்குக் காடு என்று கூறிச் சத்தியத்தைக் காப்பாற்றவும், தாமதம் செய்ய வேண்டாம்!' என்றாள் கைகேயி.

பேய் போன்ற கைகேயியின் முகத்தையே வெறுப்புடன் பார்த்துக் கொண்டிருந்தான்.

'ஏன்னா சொல்வது உங்க காதிலே விழலேயா?'

'விழுந்தது. விழுந்தது.... உன் சொற்படியே ஆகட்டும், நான் இறப்பது நிச்சயம். என் மகன் முகத்தையாவது ஒரு முறை

நன்கு பார்த்துக் கொள்கிறேன். சத்தியம் என்கிற கயிற்றினால் கட்டப்பட்ட இந்த மூடக் கிழவனால் ஒன்றும் செய்ய முடியவில்லை!' என்று தீனசுரத்தில் சொல்லிவிட்டு மீண்டும் நினைவினை இழந்தான்.

வியப்புற்றாள் கைகேயி

பொழுது விடிந்தது.

முகூர்த்த காலம் நெருங்கி விட்டது என்பதனை வசிஷ்ட முனிவர் மற்றும் சிஷ்யர்களும் உணர்ந்தனர்.

உடனுக்குடன் பொன்னாலான பாத்திரங்களில், புண்ணிய நதிகளின் தீர்த்த நீரினை நிரப்பினர்.

அத்துடன் பட்டாபிஷேகத்துக்கு வேண்டிய அனைத்துப் பொருள்களையும் எடுத்துக் கொண்டு ராஜ வீதியில் அரண்மனைக்குச் சென்றார்கள்.

தெருவின் இருபுறமும் மக்கள் நிறைந்து நின்று கொண்டிருந்தனர்.

எப்போது... எப்போது? பட்டாபிஷேகம் எப்போது? என்று எதிர்பார்த்திருந்தவர்களுக்கு வசிஷ்ட முனிவரும், அவருடைய சிஷ்யர்களும் நீர்க்குடங்கள், தானியங்கள், ரத்தினங்கள், தேன், தயிர், நெய், பொரி, தர்ப்பைப்புல், சமித்து, புஷ்பம், பால், கனிகள், யானை, குதிரை, புலித் தோலாசனம் போன்றவைகளைக் கொண்டு வாத்திய கோஷ்டிகளுடன் செல்வதைப் பார்த்து ஆரவாரமும், உற்சாகமும் முன்னைவிட அதிகமாகக் காணப்பட்டன.

அரண்மனை வாயிலில் மன்னனின் ஆலோசகரான சுமந்திரனை வசிஷ்ட முனிவர் கண்டார்.

அவனிடம், 'சுமந்திரா! சகல ஏற்பாட்டுகளுடன் எல்லோரும் நாங்கள் காத்திருக்கிறோம் என்ற விஷயத்தை மன்னனிடம் உடனே தெரிவிக்க வேண்டும் என்றார்.

சுமந்திரனும், மன்னன் படுத்திருந்த அறைக்கு முன் நின்று, கைகூப்பி வணங்கிய வண்ணம் வழக்கப்படி மங்கள ஸ்துதி செய்தவன், வசிஷ்டர் வந்துள்ள விஷயத்தைத் தெரியப்படுத்தலானான்.

'மன்னர்க்கு மன்னவரே! எழுந்தருள வேண்டும்! வசிஷ்ட முனிவர் மற்ற சிஷ்யர்களுடன் காத்திருக்கிறார்' என்ற தகவலைத் தெரிவித்தான்.

மன்னன் எழவில்லை. எந்த விதமான பதிலும் அவரிடமிருந்து வரவுமில்லை. மன்னனுக்குப் பதிலாக கைகேயி தைரியமாகச் சுமந்திரனிடம் சொல்லலானாள்.

"சுமந்திரா! மகா ராஜா ராத்திரி முழுவதும் இராம பட்டாபிஷேகத்தைப் பற்றியே பேசிக் கொண்டிருந்தார். அதனால் தூங்காமல் கண் விழித்துக் கொண்டிருந்தவர், இப்போதுதான் அயர்ந்து தூங்கிக் கொண்டிருக்கிறார். காலையில் நான் எழுந்ததும், செய்ய வேண்டிய விஷயம் ஒன்றினைச் சொன்னார்..."

"சொல்லுங்கள் மகாராணியாரே!"

"என் மூத்த மகன் இராமனை அழைத்துக் கொண்டுவா," என்றாள்.

"அப்படியே செய்கிறேன் மகாராணியே!"

சுமந்திரன், அவ்விடத்தை விட்டு அகன்றவுடன், தசரதன் தான் கேட்ட வரங்களுக்கு ஒப்புக்கொண்டுவிட்டார். ஆனால் அதைச் செய்து முடிக்கும் ஆற்றலில்லை. அதனால் நாமே அனைத்தையும் பார்த்து, அதற்கு ஆவன செய்வோம் என்று கைகேயி தனக்குள் தீர்மானித்துக் கொண்டாள்.

இந்த நிலையில் இராமனும், சீதையும் பட்டாபிஷேகத்திற்கு ஆயத்தமாகிக் கொண்டிருந்தனர்.

அந்தச் சமயம் சென்ற சுமந்திரன்,

'இராமச் சந்திர மூர்த்தியாரே! மன்னனும், கைகேயி அரசியாரும் உம்மை உடனே வரச் சொன்னார்கள்,' என்ற தகவலைத் தெரிவித்தான்.

உடனே இராமன் புறப்பட்டார்.

தெருவின் இரு மருங்கிலும் ஒரு சமுத்திரம் திரண்டிருந்ததால், ஜனங்களை மெதுவாக ஒதுக்கிக் கொண்டு இராமனும், சுமந்திரனும் சென்றார்கள்.

சுமந்திரன் வெளியே நின்று கொள்ள, தந்தையின் படுக்கையறையில் இராமன் நுழைந்தான்.

அங்கே பரிதாப நிலையில் படுத்திருந்த தந்தையைப் பார்த்துத் திடுக்கிட்டான்.

இருப்பினும் தந்தையின் பாதங்களைத் தொட்டு வணங்கினான். பிறகு கைகேயின் பாதங்களையும் தொட்டு வணங்கினான்.

'இராமா! என் ஆருயிர் மகனே!' என்று சில வார்த்தைகளை மட்டும் தீன சுரத்தில் தசரதன் சொல்லிவிட்டுச் சும்மா இருந்து விட்டான்.

பேசவோ, இராமனது முகத்தை நேராகப் பார்க்கவோ தசரதனால் முடியவில்லை.

தன்னுடன் பேசாமலும், தன் முகத்தைப் பாராமலும் படுத்துக் கிடந்த தந்தையின் நிலையைப் பார்த்து, தாங்க முடியாத துக்கம் கொண்ட இராமன்,

"அம்மா! ஏன் என்னிடம் பேசாமல் இருக்கிறார். நான் ஏதாவது தவறு செய்து விட்டேனா!

இல்லை, யாராவது அவருக்குக் கோபமூட்டும்படி பேசிவிட்டார்களா?

தயவு செய்து நடந்ததை என்னிடம் கூறுங்கள்" என்று கேட்டான்.

"மகனே! தந்தைக்கு யார் பேரிலும் கோபமில்லை. ஏதோ அவர் மனத்திலுள்ள விஷயத்தை உன்னிடம் சொல்லப் பயப்படுகிறார்."

"தந்தையே! எந்த விஷயம் என்றாலும் என்னிடம் தயங்காது கூறுங்கள்," என்று கேட்டார் இராமன்.

"இராமா! அவர் எதுவும் பேசமாட்டார். நான் சொன்ன பேச்சில் அதிர்ச்சியாகி இருக்கிறார்."

"அப்படி நீங்க என்னம்மா சொன்னீங்க?"

"இராமா! முன்பொரு சமயம் எனக்கு இரண்டு வரங்களைத் தந்திருந்தார். அதை இப்போது கேட்டேன். நான் கேட்கும் வரங்களை விட்டு, கேட்காத வரங்களைக் கேட்கச் சொல்லுவது நியாயமா? நீயே சொல் இராமா!"

"அம்மா! மன்னனாலும் சரி, சாதாரண மக்களானாலும் சரி, யாராக இருந்தாலும் கேட்கும் வரத்தைத்தான் நிறைவேற்ற வேண்டும் என்பதில் சந்தேகமில்லை. நான் என்ன செய்ய வேண்டும் என்று ஆணையிடுங்கள்," என்று பணிவாகக் கேட்டான் இராமன்.

கள்ளிப்பட்டி சு.குப்புசாமி | 73

"தந்தையின் சத்தியத்தைக் காக்க வேண்டியது உனது கையில் தான் இருக்கிறது. உனக்காகவும், உன்னுடைய நலனுக்காகவும் தான், அவர் சத்தியத்தைக் கைவிட எண்ணுகிறார். அது சம்பந்தமாக இப்போது விபரமாகச் சொல்கின்றேன் கேள். நான் கேட்ட வரங்கள் இரண்டு. ஒன்று பரதனுக்குப் பட்டாபிஷேகம் சூட்ட வேண்டும். மற்றொன்று இராமன் பதினான்கு ஆண்டுகள் நாட்டைவிட்டு வெளியேறித் தண்டகாருண்யம் போக வேண்டும் என்பதே நான் கேட்டவையாகும்.

அதற்குத்தான் இவர் இந்தக் கோலம் பூண்டிருக்கிறார்!" என்றாள். இதைக்கேட்ட இராமன், கைகேயியைப் பார்த்துக் கம்பீரமாகப் பேசலானான்.

"தாயே! பரதன் என் தம்பிதானே! தந்தையின் பிள்ளை தானே அவனும். எனக்குப் பட்டாபிஷேகம் என்பதைவிட பரதனுக்குப் பட்டாபிஷேகம் என்றால் எனக்கு மிகுந்த மகிழ்ச்சி. அப்படியிருக்கையில் அவருக்கு நான் அடிமையல்லவா? அவருடைய வாக்கைச் சத்திய வாக்காகச் செய்வதை விட எனக்கு வேறு என்ன புகழ்? அவரே நேரில் என்னிடம் இந்த விஷயத்தைச் சொல்லாதது எனக்கு வருத்தமாக இருக்கிறது," என்று கூறியவாறே தந்தை அருகே அமர்ந்தான்.

அவருடைய தலை முடியை வருடிய வண்ணம் இராமன் இருந்தபோது, அங்கே தன் தனயனாக இராமனைப் பார்க்காமல், தனது தந்தையே வந்து தனக்கு ஆறுதல் சொல்வது போன்று தசரதன் உணர்ந்தார். இராமனும் அதற்குத் தகுந்தாற்போல,

'தந்தையே! இதற்கா இவ்வளவு கலக்கம்? திடமனம் கொண்ட நீங்களா இப்படி நிலைகுலைவது!'

"என்னைவிட தம்பி பரதன் நன்றாக அரசு புரிவான் என்பது ஆண்டவரின் கட்டளையோ என்னவோ! எனக்குக் காட்டில் என்ன வேலை கொடுப்பாரோ! எல்லாமே அவனது கட்டளையென்று எண்ணுங்கள்.

நாட்டு மக்கள் இது சம்பந்தமாக உங்களைத் தவறாகப் பேசாமல், நானும் மந்திரியாரும் இதைச் சாமர்த்தியமாக அவர்களிடம் பேசிக் கொள்கிறோம்.

நீங்கள் எழுந்து பழையபடி நடமாட வேண்டும். குதிரையில் நகர் உலா போக வேண்டும்."

இவ்விதம் இராமன் மென்மையாகப் பேசி, தந்தையின் முகத்திற்கு நேராகச் சிறிது குனிந்து, தன் பொன்னான இதழ்களால் அவர் நெற்றியில் முத்தமிட்டான்.

தசரதன் நெகிழ்ந்து போனான்.

"இவன் பிள்ளையா! இல்லை... அந்த ஆண்டவன் பிறப்பெடுத்து என் பிள்ளையாய்ப் பிறந்துள்ளான். அதிர்ச்சிதரும் செய்தியினைச் சொன்ன போதும், இவ்வளவு நிதானமாகப் பேசுகிறான்... என்றால்.... இவன் ஆட்சி எப்படி இருக்கும்! கோசல நாட்டு மக்களுக்குக் கொடுப்பினை இல்லாமல் போய்விட்டதே!" என்று வருத்தப்பட்டான்.

கைகேயியோ, இராமனது அதிர்வில்லா நிலையைக் கண்டு மிகவும் ஆச்சரியமடைந்தாள்.

எல்லாவற்றையும் கேட்ட பிறகும் புன்னகை மாறாதவனாக இருக்கிறானே... எப்படி இவனால் இருக்க முடிகிறது என்று சிந்தித்த வண்ணம் கைகேயி இருந்தபோது, அவளிடம் பணிவுடன் தனது எண்ணத்தைத் தெரிவிக்கலானான்.

"தாயே! பரதன் நாட்டை ஆளட்டும். உடனே கேகய நாட்டுக்கு ஆளனுப்பி, பரதனை அழைத்துவரச் செய்து முடிசூட்டி விடுங்கள். நான் மரவுரி தரித்துக் கொண்டு காட்டுக்குப் போக ஆயத்தமாகிறேன்."

இவ்விதம் அமைதியாகக் கூறிய இராமன், தந்தையின் பாதங்களைத் தொட்டு வணங்கினான். அதே போன்று கைகேயியின் பாதத்தையும் வணங்கிவிட்டு, அவ்விடத்தைவிட்டு வெளியேறினான்.

கோபமும் சமாதானமும்

கௌசல்யா தேவியின் மனையில் பிராமணர்கள், பெண்கள் என எல்லோரும் கூடியிருந்தார்கள்.

மூன்றாம் கட்டுக்குள், கௌசல்யா வெண்பட்டு உடுத்தி, ஓமத்தீயில் நெய்விட்டுக் கொண்டிருந்தாள்.

அந்தச் சமயம் இராமன் அங்கு சென்றான்.

அவரைக் கண்டதும் கௌசல்யா எழுந்து அவனை ஆலிங்கனம் செய்து உச்சிமோந்தாள். ஓர் ஆசனத்தைக்காட்டி அதில் அமரச் சொன்னாள்.

“தாயே! எனக்கு இந்த ஆசனம் தகாது. கீழே தர்ப்பைப்புல் பரப்பி உட்கார வேண்டிய தபஸ்வி நான்.”

“இராமா! நீ என்ன சொல்கிறாய்?”

“தம்பி பரதன் நாட்டை ஆள வேண்டும் என்றும் நான் காட்டுக்குப் போக வேண்டும் என்பதும் தந்தையின் ஆணை.”

“போனா போகட்டும்! பரதனே நாடாளட்டும்..... உன்னை ஏன் காட்டுக்குப் போகச் சொல்லுகிறார்....?”

“எனக்கும் காரணம் புரியவில்லை தாயே...”

“ஐயோ! இதென்ன கொடுமை. என் மகனுக்குக் கல்யாணம் முடிந்து விட்டது. இனி உன்னை மன்னனாக்கிவிட்டு உனக்குப் பிறக்கும் குழந்தைகளை வளர்த்துக் கொஞ்சிக் குலாவி மகிழலாமென்று இருந்தேனடா...” அந்த எண்ணத்தில் மண் விழுந்து விட்டதே, அரண்மனையில் இல்லாது போனால் என்னை வேலைக்காரியாக நடத்துவார்களே.

“இத்தனை நாளும் இந்த அரண்மனையில் ஏதோ நானும் ஒரு மனுஷியாய் நடமாடினேன். நீ பட்டம் சூட்டின பின்னால் என்னை எல்லோரும் மரியாதையாய் நடத்துவார்கள் என்று எண்ணினேன். ஆனால் நீயோ....”

மேற்கொண்டு வார்த்தைகள் சொல்ல முடியாத அளவில் நெஞ்சை அடைக்க துக்கம் தாங்க முடியாத அளவில் மயங்கிக் கீழே விழுந்தாள்.

சுமத்திரா, சீதை இருவரும், கௌசல்யாவின் முகத்தில் தண்ணீர் தெளித்து, மயக்கத்தைத் தெளிவித்தனர்.

மயக்கம் தெளிந்த கௌசல்யா,

“எனது செல்வ மகன் காட்டுக்குச் செல்ல வேண்டுமா? அதுவும் பதினான்கு ஆண்டுகளா? ஐயோ! தெய்வங்களே! உங்களுக்குக்கூட கருணையில்லையா? இந்தத் தாயின் தவிப்பு புரியவில்லையா?” அழுத கண்களோடு புலம்பினாள்.

இலக்குவணனால் இதைப் பார்த்து சும்மா இருக்க முடியவில்லை. தனக்கு எழுந்த கோபத்தினை வெளிப்படுத்தலானான்.

‘முட்டாளாகிப் போய்விட்டார் அயோத்தி மன்னர். மோகம் அவர் கண்களை மறைத்திருக்கிறது.

கொடுமையான தீய செயல்களைச் செய்யும் குற்றவாளிகளுக்குத் தரும் தண்டனையை அண்ணன் இராமனுக்குக் கொடுத்திருக்கிறார். இளைய மனைவி கைகேயியின் மேல்கொண்ட காதல் மயக்கத்தில் நிலை தடுமாறிப் போய்விட்டார் அந்தக் கிழ மன்னன். ஒரு பெண்ணின் பேச்சைக் கேட்டுக் கொண்டு அதர்மம் செய்யத் துணிந்த மன்னனுக்கு இனி மன்னனாக இருக்கவே தகுதியில்லை! என்று சீறியவாறு கௌசல்யாவைப் பார்த்த இலக்குவணன்.'

"தாயே! வருத்தப்படாதீர்கள். நான் உயிருடன் இருக்கும்வரை இது நடக்காது, நடக்கவும் விடமாட்டேன். அண்ணா... அறிவில்லாத முட்டாளுக்கு அறிவினை ஊட்டிட நாம் இருவரும் சேர்ந்து கிழட்டு மன்னரைத் தூக்கியெறிந்துவிட்டு நாட்டினை எடுத்துக் கொள்வோம். யார் தடுத்தாலும் சரி. அவர்களைக் கொன்று குவித்து விடுகிறேன். உம்முடைய அரசுக்கு எவ்விதத் தீங்கும் வராமல் பார்த்துக் கொள்ளும் சக்தி எனக்கிருக்கிறது. உத்தரவிடுங்கள் அண்ணா..."

ஆத்திரங் கலந்த குரலில் அனுமதி கேட்டான்.

"தம்பி! இலக்குவணா! ஆத்திரத்தில் அறிவிழந்து பேசுகிறாய். தந்தையின் நிலைமையைக் கொஞ்சம் யோசித்துப் பார். சத்தியம் செய்துவிட்டு அதிலிருந்து தவறிவிடுவோமோ என்று பயந்து போயிருக்கிறார். அதிலிருந்து அவரை நாம் மீட்க வேண்டுமே ஒழிய வெந்த புண்ணில் வேலைப் பாய்ச்சுவது போல நாம் செய்யக் கூடாது.

அதேபோல, நமது சிற்றன்னையிடம் கோபம் கொள்வதிலும் அர்த்தமில்லை. குழந்தைப் பருவத்திலிருந்தே நம்மீது அளவுக்கு மீறிய அன்பு கொண்டிருந்தார். அவருக்கு இப்படியொரு எண்ணம் தோன்றுவதற்கு விதியே காரணமாக இருக்கலாம். அதனால் கோபத்தை விட்டு விடு..."

'அண்ணா! என்னை என்னதான் செய்யச் சொல்கிறீர்கள். மனம் பொறுக்கவில்லையே...'

"நான் காட்டுக்குச் செல்வதிலிருந்து பின் வாங்கப் போவதில்லை. நான் அவ்விதம் சென்ற பின்பு நீதான் தந்தையையும், நமது அன்னையரையும் காக்க வேண்டும். எக்காரணத்தைக் கொண்டும் பரதன் மீது நீ கோபம் கொள்ளக் கூடாது. அவனுடைய ஆட்சிக்கு எந்த இடையூறும் வராமல் நீதான் பக்கத்தில் துணை நிற்க வேண்டும். எனக்காக வருத்தமே பட வேண்டாம்."

இவ்வித வார்த்தைகளைக் கேட்ட இலக்குவணன் தேம்பித் தேம்பி அழத் தொடங்கினான்.

அவனது கண்களிலிருந்து வழிந்த கண்ணீரைத் தனது கரங்களால் இராமன் துடைத்தான்.

அதன் பின்னர் ஓரளவு சமாதானமானான் இலக்குவணன்.

"சரி தம்பி! உடனே நான் காட்டுக்குச் செல்வதற்கான ஏற்பாடுகளைச் செய்," என்றான் இராமன்.

இதைக் கேட்டு மேலும் கதறியழகத் தொடங்கினாள் கௌசல்யா.

"என் செல்வமே! உன்னைப் பிரிந்து நான் எப்படியடா உயிர் வாழ்வேன். நானும் உன்னுடன் வருகிறேன். என்னையும் காட்டுக்கு அழைத்துப் போ" என்று விசும்பினாள்.

"தாயே! தந்தையார் மிகத் துயரம் கொண்ட நிலையில், உடல் நலமில்லாமல் இருக்கிறார். அவருக்கு அருகில் இருந்து பணிவிடை செய்ய வேண்டியது உங்களது கடமை.

கணவனைவிட்டு மனைவி நீங்கக் கூடாது என்பதே இல்லற தர்மம். கவலைப்படாதீர்கள். வனவாசத்திலிருந்து வந்த பின்னர் சுகமாக வாழ்வோம்! என்றார்.

இந்த வார்த்தைகளைத் தனக்குச் சாதகமாக்கிக் கொள்ள நினைத்த சீதா, 'சுவாமி! மனைவியின் கடமையைப்பற்றி நீங்கள் சொன்னது முற்றிலும் சரி. ஒரு பெண் தனது கடைசி மூச்சு உள்ள வரையிலும் கணவருடன் இணை பிரியாமல் தான் இருக்க வேண்டும் என்பதனை நிலை நிறுத்த நானும் வனவாசத்துக்குத் தயாராகி வந்துவிடுகிறேன்' என்றார்.

"சீதா! நீயோ அரண்மனையை விட்டு வெளியே வராத பெண், காடு என்பது கல், முள், மேடு, பள்ளம் அனைத்தும் கொண்டது. உன்னால் நடக்க முடியாது. கல்லிலும், கட்டாந்தரையிலும் படுத்துறங்க வேண்டி யிருக்கும். காய்கிழங்குகளை மட்டுமே உண்ண வேண்டியிருக்கும். உனக்கு எதற்கு இந்தத் துன்பங்கள்! என்னுடன் வந்து நீ கஷ்டப்பட வேண்டாம். அம்மா கௌசல்யாவுடன் அவருக்குத் துணையாக இங்கே இருந்து அவரைக் கவனித்துக் கொள்!" என்றான்.

"சுவாமி! எவ்வளவு சிரமங்கள் வந்தபோதிலும், அதை மகிழ்வுடன் ஏற்றுக் கொள்வேன். அதை விட்டு என்னை அழைத்துச் செல்லாமல் இங்கேயே விட்டுச் சென்றால், என்

உயிர் என்னை விட்டுப் போய் விடும் என்பது நிச்சயம்!" என்று உறுதியாகக் கூறினாள் சீதை.

சீதையும் - இராமனும் வனவாசத்துக்குத் தயாரானபோது, இலக்குவணனும், அண்ணனுக்கு உதவியாக வருவதாகப் பிடிவாதமாகச் சொன்னான்.

எவ்வளவோ இலக்குவணனிடம் எடுத்துச் சொல்லியும் கேட்கவில்லை. பாசமான தம்பியை இராமனும் தவிர்க்க முடியவில்லை.

இலக்குவணன் எடுத்த முடிவுக்கு அவனது தாய் சுமத்திரா மனம் மகிழ்ந்து போனாள். மகன் இலக்குவணனைக் கட்டிச் சேர்த்துப் பிடித்து உச்சியில் முத்தமிட்டாள்.

"உன்னைப் பெற்றதற்குப் பெரும் பாக்கியம் பெற்றேன் இலக்குவணா! அண்ணன் இராமனைக் காப்பது உன் கடமை. வனவாசத்தில் நொடி நாழிகைகூட இராமனையும், சீதையையும் விட்டுப்பிரியாமல் எச்சரிக்கையோடு பார்த்துக் கொள்ள வேண்டியது உன் கடமை.

"இனி இராமனே உன் தந்தை. சீதையே உனது தாய். சந்தோஷமாகப் போய்வா! உனக்கு என் ஆசிர்வாதம்!" என்று வாழ்த்தி வழியனுப்பினாள்.

இராம இலக்குவணர்கள் சீதை மூவரும் பட்டாடை அணிகலன்களைக் களைந்து விட்டு, வனவாசத்துக்குத் தயாராகி மரவுரி அணிந்து கொண்டனர்.

மூவரும் தசரதனிடம் விடை பெற்றுக் கொள்ளச் சென்றனர்.

சந்நியாசிகள் போன்ற மரவுரி தரித்த கோலத்தில் மகன்களைக் காணச் சகிக்காதவன் ஆனான் தசரதன்.

"தந்தையே! நான் காட்டிற்குச் செல்லத் தயாராகிவிட்டேன். எவ்வளவு சொல்லியும் கேட்காமல், இலக்குவணனும் சீதையும் பிடிவாதமாக என்னுடன் வருகின்றனர். எங்கள் மூவரையும் ஆசிர்வதித்து வழியனுப்புங்கள்!" என்று வேண்டினார் இராமன்.

"இராமா! உன்னைப் போல் ஒரு மகனைப் பெற நான் பெரும் புண்ணியம் செய்திருக்க வேண்டும். தயவு செய்து என்னை வெறுத்து விடாதே. இந்த விபரீதம் ஏற்பட்டது என் விருப்பத்தினாலோ, அல்லது என் சம்மதத்தினாலோ அல்ல! சத்தியமாகச் சொல்கிறேன். என்னை நம்பு."

"தந்தையே! கைகேயி அன்னையின் விருப்பப்படி பரதனை அழைத்து வந்து முடி சூட்டி விடுங்கள். கொடுத்த வரத்தை நிறைவேற்றுங்கள் ஒரே ஒரு வேண்டுகோள்."

"சொல்லு இராமா!" "எனது தாய் கௌசல்யாவை தங்கள் பொறுப்பில் விட்டுப் போகிறேன். மிகுந்த துயரத்தில் ஆழ்ந்திருக்கும் அவருக்கு ஆறுதல் கூறிப் பத்திரமாகப் பார்த்துக் கொள்ளுங்கள்.

அயோத்திக்கு நான் திரும்பி வரும்போது அவரை உயிருடன் பார்க்க வேண்டும்."

தாங்க முடியாத துக்கத்துடன் கூறிவிட்டு, உடனே அங்கிருந்து வெளியேறினான் இராமன்.

இலக்குவணனும், சீதையும் அவரைப் பின் தொடர்ந்தனர்.

"ஐயோ! எனது செல்வங்கள் மரவுரி உடுத்திய கோலத்தைப் பார்க்கும் பாவியாகி விட்டேனே! எனது கண்கள் இன்னும் குருடாகவில்லையே! இதைப் பார்த்த பிறகும் எனது உயிர் இந்தப் பாழும் உடலை விட்டுப் போகாமல் இருக்கிறதே!" என்று தசரதன் கதறினான்.

பக்கத்தில் கண்கள் கலங்கிய வண்ணம் நின்றிருந்த தனது ஆலோசகர் சுமந்திரனைத் திரும்பிப் பார்த்தான்

"சுமந்திரா! அவ்வளவுதான். எல்லாம் முடிந்துவிட்டது. அயோத்தியின் தர்மம் விடைபெற்றுவிட்டது. போ! உடனே போ! வனவாசம் செல்லும் மூன்று பேரையும் ரதத்தில் ஏற்றி, நாட்டின் எல்லை வரையில் சென்று வா!" என்று ஆணையிட்டான்.

சுமந்திரன் ரதத்தினை ஓட்டிச்செல்லப் புறப்பட்டபோது, இராம இலக்குவணன், சீதையின் பிரிவினைத் தசரதனால் தாங்கிக் கொள்ள முடியாமல், கைகளைக் கொண்டு கண்களை மூடிக் கொண்டான்.

அயோத்தியை விட்டு இராமன்

மரவுரியைத் தரித்துக் கடைசியாகப் பேசியதைக் கேட்ட மன்னன். அதையே நினைத்துக்கொண்டு அழுதான். அவனால் பேச முடியவில்லை.

சிறிது நேரத்தில்,

பேசுவதற்குக் கொஞ்சம் சக்தி வந்ததும்,

"நான் எத்தனையோ பசுக்களைக் கொன்று, தாய்ப் பசுக்களை இம்சித்திருக்க வேண்டும். இல்லாவிடில் இந்தத் துக்கம் எனக்கு நேர்ந்திருக்காது. மரணமும் நாம் வேண்டுகிறபோது நம் இஷ்டப்படி வராது."

கைகேயியினுடைய இம்சையை நான் அனுபவிக்க வேண்டியதாக இருக்கிறது.

"அக்னி தேவனைப்போல் எழில் கொண்ட என் மகன், தன்னுடைய நாட்டு உடைகளைக் கழற்றிவிட்டு, காட்டுவாசியைப் போன்று மரவுரியைத் தரித்ததை நானும் பார்த்தேனே. ஐயோ, அவ்விதம் பார்த்தும் இன்னும் நான் உயிருடன் இருக்கிறேனே..."

"இராமா... இராமா... வனம் போய்விட்டாயா!" என்று முணுமுணுத்துக் கொண்டு படுக்கையில் அரை நினைவாகக் கிடந்தான்.

அதன் பின்னர் தெளிவு பெற்றான்.

அப்போது சுமந்திரன், தான் ஓட்டிச் சென்ற தேரினை நிறுத்தினான்.

இராம இலக்குவணர்கள் அதில் மகிழ்வுடன் ஏற,

சீதையும் சிரிப்பும் சந்தோஷமுமாகத் தேரில் ஏறினாள்.

அவளுக்கு வேண்டிய துணிகளையெல்லாம் மாமியார் கௌசல்யா, கட்டிக் கொடுத்திருந்தாள்.

இராம இலக்குவணர்களுக்குரிய கவசங்களும், ஆயுதங்களும் கிழங்கு வெட்டிக் கொள்வதற்கான குந்தாலியும் கூடையும் எடுத்துக் கொடுத்திருந்தாள்.

மூவரும் தேரில் ஏறியவுடன், சுமந்திரன் தேரினை ஓட்டினான்.

ராஜ வீதியின் வழியாகத் தேர் புறப்பட்டுச் சென்றது.

வீதியின் இரு மருங்கிலும் நின்று கொண்டிருந்த மக்களிடையே எவ்விதமான மகிழ்வையும், குதூகலத்தையும் காண முடியவில்லை. பதிலாக ஒரே சோகமயம் அவர்களிடையே நிலவியிருந்தது.

அழுத கண்களும், சோகம் ததும்பிய சொற்களுமாகப் புலம்பிக் கொண்டிருந்தனர்.

"அயோத்தியின் அழிவு காலம் நெருங்கிவிட்டதுபோலும். இல்லையென்றால் மன்னர் இப்படியொரு விபரீத முடிவை எடுத்திருக்க மாட்டார்.

கள்ளிப்பட்டி சு.குப்புசாமி | 81

சத்தியத்தையும், தர்மத்தையும் காட்டுக்கு அனுப்பிவிட்டு, இந்த தேசம் இனி எந்த சந்தோஷத்தையும் அனுபவிக்கப் போவதில்லை" என்று கொந்தளித்தனர்.

"சாரதியே! தேரினை மெல்லச் செலுத்துங்கள். நாங்கள் இராமச் சந்திர மூர்த்தியின் திருமுகத்தைக் காண வேண்டும். மூர்த்தியே! உம்மைப் பதினான்கு ஆண்டுகள் காணாமல் நாங்கள் எப்படி இருக்கப் போகிறோம்" என்று கூக்குரலிட்டனர்.

"இராமன் இல்லாத இடத்தில் இனி நமக்கு என்ன வேலை? வாருங்கள், நாமும் மூர்த்தியுடனே செல்வோம். இராமச்சந்திரமூர்த்தி இருக்கும் வனமே நமக்கு அயோத்தி! இனி இந்த அயோத்தி காடாகிப் போகட்டும். மக்கள் இருந்த இடத்தில் வன விலங்குகள் வந்து குடியேறட்டும்."

இவ்விதம் சிலர் கோபத்துடன் கூறிக் கொண்டே, இராமன் செல்லும் தேரினைப் பின் தொடர்ந்து சென்றனர்.

இதைக் கண்ட இராமன், தேரினை நிறுத்தச் சொல்லி, மக்களிடம் பேசலானான்.

"எனது அன்புக்குரிய அயோத்தி மக்களே! உங்களது பாசத்தை நான் பெரிதும் மதிக்கிறேன். தந்தையின் சத்தியத்தைக் காப்பதற்காக நான் வனம் செல்கிறேன். நீங்கள் என் மீது வைத்திருக்கும் அன்பும், பிரியமும் உண்மையானால் தயவு செய்து என் பின்னே தொடர்ந்து வந்து என்னைத் துயரத்தில் ஆழ்த்தாதீர்கள்.

என்னைப் போலவே உங்கள் மீது மிகுந்த பேரன்பு கொண்டவன் பரதன். குணத்தில் மிகச் சிறந்தவன். அவனது ஆட்சி சிறப்பாக நடக்க ஒத்துழைப்புக் கொடுங்கள்.

அவனுக்கு ஆதரவாக இருங்கள். தயவு செய்து திரும்பிச் செல்லுங்கள்! என்று வேண்டினான்.

இராமனது சொல்லைத் தட்ட முடியாமல் மக்கள் அப்படியே நின்றனர்.

'மிக நல்லது!' என் சொல்லுக்குக் கட்டுப்பட்டு ஒத்துழைப்பு அளித்ததற்கு உங்கள் அனைவருக்கும் நன்றி. ஏதும் கவலைப்பட வேண்டாம். பதினான்கு ஆண்டு காலம் வன வாசம் முடிந்ததும், உங்களை வந்து சந்திக்கிறேன். இப்போது எனக்கு விடை கொடுங்கள்!" என்று கேட்டுக் கொண்டான்.

மகுடிக்குக் கட்டுப்பட்ட நாகம் போன்று, இராமனது சொல்லுக்குக் கட்டுப்பட்டு, மன மகிழ்வு கொண்டு, பத்திரமாகப் போய் வாருங்கள் என்று கூறி ஆரவாரத்தில் தங்களது கைகளை ஆட்டி, பிரியாவிடை கொடுத்தனர்.

இராமனும், தேரினைச் செலுத்தச் சுமந்திரனிடம் சொன்னான். வனத்தை நோக்கித் தேரும் விரைந்தது.

மன்னன் தசரதன் அந்தப் புரத்தை விட்டு வெளியே வந்து, தேர் போவதையே வெகுநேரம் பார்த்துக்கொண்டு நின்றான்.

தேர் கிளப்பிய தூசியை இராமனாகப் பாவித்து, அந்தத் தூசி கண்ணுக்குத் தெரியும் வரையில் பார்த்துக் கொண்டு நின்றான்.

அந்தத் தூசியும் மறைந்து போன பின்னர், 'ஐயோ!' என்று கூறிக் கீழே விழுந்தான். கௌசல்யாவும் கைகேயியும் ஓடி வந்து கணவனைத் தூக்கினார்கள்.

ஒரு பக்கம் கைகேயியும், மறுபக்கம் கௌசல்யாவும் இருந்தார்கள். இடது கையினைப் பிடித்திருந்த கைகேயியைப் பார்த்தவன் கோபத்தில் வார்த்தைகளைக் கொட்டலானான்.

"பாவியே! என்னைத் தொடாதே! நெறி தவறியவளே. உன் முகத்தைப் பார்க்க எனக்கு வெறுப்பாயிருக்கு. எனக்கும் உனக்கும் இருந்த பந்தம் இன்றோடு முடிந்தது.

பரதனும் உன் பேச்சினைக் கேட்டு இராச்சியத்தை ஏற்றுக் கொண்டானேயானால், என் இறப்பின் போது நீர்க்கடன் செய்தாலும் அது என்னைச் சேராது.

இராமன் எவ்வாறு காட்டில் வசிப்பான்? கல்லையோ, கட்டையையோ தலைக்கு வைத்துத் தரையிலே தானே படுப்பான். ஐயோ, அவன் எப்படித் தான் கிழங்கையும், கனியையும் உண்டு பிழைப்பான்!

"கைகேயி! நீ சுகமாக இருக்க, உன் காரியத்தை நடத்தி முடித்தாய்... நீ நினைத்தது நடக்காது விதவையாகி இரு!" என்று கோபாவேசத்துடன் கூறினான்.

சிறிது நேரத்தில், 'கௌசல்யா! என்னை உன் வீட்டுக்குக் கொண்டு போ. என் உயிர் போவதானாலும் அங்கேயே போகட்டும்!" என்றான்.

அவனது விருப்பப்படியே கௌசல்யாவின் வீட்டிற்குக் கொண்டு செல்லப்பட்டான்.

கள்ளிப்பட்டி சு. குப்புசாமி | 83

கௌசல்யாவின் அந்தப்புரத்தில் உள்ள கட்டிலில் தசரதன் படுத்திருந்தான்.

நடு இரவில்

'கௌசல்யா! நீ இருக்கிறாயா? கைகளால் தொட்டுக்காட்டு. என் கண்களின் பார்வை இராமனுடனே போய்விட்டது!' என்றான்.

கௌசல்யாவின் துக்கமோ மிகப் பெரியது. அவளும்...

"இராத்திரி நேரங்கூட நடுமத்தியான வெயிலைப் போல உடல் சுடுகிறதே!" என்று அழுதாள்.

சுமித்ரா அவளுக்கு ஆறுதல் சொல்லலானாள்.

"அக்கா! சாஸ்திரமும் தருமம் தெரிந்த நீ ஏன் துக்கப்படுகிறாய்? மற்றவர்களுக்கு வழிகாட்ட வேண்டிய நீயே இப்படித் தைரியம் இழக்கலாமா! சத்தியத்தைக் காக்கத்தானே இராமன் வனம் சென்றிருக்கிறான்.

இராச்சியத்தைத் துச்சமாக எண்ணித் தந்தையைச் சத்தியவான் ஆக்குவதே தன் கடமை என்ற தீரனை மகனாய்ப் பெற்ற நீ அல்லவோ பாக்கியசாலி!

கஷ்டமான தருமத்தைக் குறைவற நடத்திக் கொண்டிருக்கும் உன் மகனைப் பற்றி நீ துக்கப்படலாமா?

முன்னோர் வழியில் நடந்து, முடிவில்லாத புகழைப் பெறப்போகும் இராமனைப் பற்றி நாம் துயரப்படலாகாது. இலக்குவணனும் அவனுடன் சென்றானே என்று என் மகனைப் பற்றி நான் பெருமைப்படுகிறேன்.

வனவாசத்தின் கஷ்டங்களை நன்றாகத் தெரிந்தும் சீதா உன் மகனுடன் சென்றிருக்கிறாளே. இராமனுடைய கீர்த்தி மேலோங்கிப் பிரகாசித்து உலகமெலாம் ஒளி வீசும். அப்படியிருக்கையில் நாம் துக்கப்படக்கூடாது.

என் வீரமகன் வில்லும் கத்தியும் கையில் தாங்கி இராமனைக் காக்கவே கூடப் போயிருக்கிறான். இராமனுக்கு ஒரு குறையோ பயமோ கிடையாது. அனைத்தையும் முடித்துவிட்டு அவன் திரும்பி வருவதை உன் கண்ணாலேயே பார்ப்பாய். சோகத்தை விடு. நான் சொல்வது சத்தியம். சந்திரனைப் போல் பூரண கலையுடன் திரும்பி வருவான். உன் பாதங்களைத் தொட்டு நிற்பான். அப்போது உன் கண்களிலிருந்து ஆனந்தக் கண்ணீர் பெருகும். அதனால் கவலையை விடு அக்கா.

துக்கப்படும் அந்தப்புரத்து மக்களுக்கு ஆறுதலும் தைரியமும் நீ சொல்ல வேண்டும்."

இவ்வாறு சுமத்ரா கூறிய தைரியமான வார்த்தைகள் கௌசல்யாவின் துக்கத்தை அகற்றின.

அதே நேரத்தில் இராம இலக்குவணர்கள் மற்றும் சீதை மூவரும் அயோத்தி எல்லையைக் கடந்திருந்தனர்.

தேர் அயோத்தி எல்லையைக் கடந்தபோதும், மக்களில் சிலர், அயோத்தியிலிருந்து விடாப்பிடியாகத் தேரினைப் பின் தொடர்ந்து வந்திருந்தனர்.

இராமனைத் தடுத்து நிறுத்தி மறுபடியும் அயோத்திக்கு அழைத்து வந்து விட வேண்டும் என்பது அவர்களது நோக்கமாக இருந்தது.

அயோத்தி மக்களைப் போலவே, தேரினை மேலே செல்லவிடாமல் இடையே குறுக்கிட்டது தமஸா நதி.

இராம இலக்குவணர்களும், சீதையும், தேரோட்டி சுமந்திரனும் தேரை விட்டுக் கீழே இறங்கினார்கள்.

அப்போது அந்தி நேரமானது.

"சுமந்திரரே! குதிரைகளை அவிழ்த்துப் புல்மேய விட்டு, தண்ணீர் பருக வையுங்கள்," என்ற இராமன்,

"இலக்குவணா! நமது வனவாசத்தின் முதல் ராத்திரி இன்று தொடங்குகிறது. இன்றிரவு இங்கேயே தங்கலாமா? என்று கேட்டார்.

"அப்படியே ஆகட்டும் அண்ணா!"

அதைக் கேட்ட சீதை மிகவும் மகிழ்ச்சியடைந்தாள். நதி நீரைக் கால்களால் துழாவியபடி, பறக்கும் பறவைகளையும், சுற்றிலும் அடர்ந்துள்ள தோப்புகளையும், மரங்களையும் பார்த்து ரசித்துக் கொண்டிருந்தாள்.

அதை ரசித்த இராமனும், இலக்குவணனைப் பார்த்துப் புன்முறுவல் பூத்தவாறே,

"இலக்குவணா! வனவாசம் கஷ்டமாக இருக்கும் என்று எனக்குத் தோன்றவில்லை. எத்தனையோ ரிஷிகளும், முனிவர்களும் அங்கு இருக்கவில்லையா என்ன! அதுபோலவே நாமும் வனவாசத்தில் பதினான்காண்டுகள் கடத்திவிடலாம். அதுபற்றிக் கவலையில்லை. அயோத்தியில் நமது தந்தையையும்,

அன்னையர்களையும் நினைத்தால்தான் துயரமாக இருக்கிறது. ஆனாலும் பரதனை நினைத்து நான் ஆறுதல் அடைகிறேன். நிச்சயம் நமது பெற்றோர்களைப் பார்த்துக் கொள்வான்.

மனக் கவலையைப் பகிர்ந்து கொண்டிருக்கும்போதே, இரவு நெருங்கிவிட்டது.

இராமன்-சீதை இருவர் படுப்பதற்கேற்றவாறு புல் பரப்பி படுக்கையினைத் தயார் செய்து கொடுத்தார். அதில் இராமனும் சீதையும் படுத்துத் தூங்கலானார்கள்.

இருவருக்கும் இலக்குவண் கண் விழித்துக் காவல் புரிந்து வந்தான்.

இவர்களைத் தொடர்ந்து வந்த சிலர், நடுக்கரையில் இராமன் தூங்கிக் கொண்டிருப்பதைக் கண்டு மகிழ்ச்சியடைந்தனர்.

இராமன்-சீதை ஆகியோரின் தூக்கத்தைக் கலைக்காமல், தாங்களும் சற்றுத் தள்ளி நதிக் கரை மணலிலேயே ஆங்காங்கே ஆளுக்கொரு இடம் பிடித்துக் கொண்டனர்.

அதிகாலையில், விடியலுக்கு முன்பே எழுந்துவிட்ட இராமன். உடன் வந்த அயோத்தி மக்கள் ஆழந்த உறக்கத்தில் இருப்பதைப் பார்த்தான்.

இலக்குவணன் அருகிலிருந்த சுமந்திரனைத் தட்டி எழுப்பி, சற்றுத் தள்ளி அழைத்துச் சென்று பேசினான்.

'சுமந்திரரே! என் மீது மிகுந்த பிரியங்கொண்ட அயோத்தி மக்கள் நன்றாகத் தூங்கிக் கொண்டிருக்கின்றனர். உறக்கத்திலிருந்து எழுந்து விட்டால், என்னைக் கட்டாயப்படுத்தித் திரும்பவும், அயோத்திக்கே அழைத்துச் செல்வதை நோக்கமாகக் கொண்டுள்ளனர்.

இவர்களது பாசம் என்னை மிகுந்த துன்பத்தில் மூழ்க வைக்கிறது. எனவே இவர்கள் விழித்துக் கொள்ளும் முன்பாகக் கிளம்பி விடுவோம் என்றான்.

'அப்படியே ஆகட்டும். முதலில் சீதையை எழுப்புங்கள். நான் இலக்குவணனை அழைத்து வருகிறேன், தேரில் குதிரைகளைப் பூட்டுகிறேன். மூவரும் ஏறிக் கொள்ளுங்கள்' என்றான்.

அவ்விதமே இராம இலக்குவணர்கள், சீதை மூவரும் தேரில் ஏறியவுடன் தென்புறமாகத் தேரைச் செலுத்தினான்.

கங்கையைத் தாண்டினர்

தமஸா நதிக் கரையில் படுத்து உறங்கிக் கொண்டிருந்த அயோத்தி நகர வாசிகளின் முகங்களில் 'சூரிய ஒளி படவே' எழுந்து பார்த்தனர்.

இராமனையும், தேரையும் காணாமல் அங்குமிங்கும் தேடிப் பார்த்தனர். கண்ணுக்கு எட்டவில்லை. தரையைப் பார்த்தனர். தேர்ச் சக்கரத்தின் சுவடு தெரிந்தது.

அந்தச் சுவட்டின் தடத்திலே போனார்கள். அந்தத் தடம் சிறிது தூரம் சென்ற பின்னர் அயோத்திக்குப் போகும் வழியோடு கலந்து சென்றது. அதைக் கண்டு ஏமாற்றமடைந்தவர்கள் -

இனி இராமனைக் காணவோ, அவருடன் பேசவோ இயலாது. பேசாமல் நகருக்குத் திரும்புவதே உத்தமம் என்ற முடிவுக்கு வந்தனர்.

வழி நெடுக இராமன் காட்டுக்குச் செல்லக் காரணமாக இருந்த கைகேயியை நிந்தித்தவாறு நகருக்குள் நுழைந்தனர்.

இராமனை இழந்த நகரம் அழகையிழந்து துயரத்தில் மூழ்கியதுபோலக் காணப்பட்டது.

விடிவதற்கு முன் புறப்பட்டுப் போன தேர், பல நதிகளைக் கடந்து சென்றது.

அந்த வழியில் கோசல தேசத்தின் தெற்கு எல்லையை நோக்கிச் சென்றது.

கோசல நாட்டின் தென் எல்லையை அடைந்ததும், தேரை நிறுத்தச் சொன்னான் இராமன்.

நிறுத்தப்பட்ட தேரிலிருந்து கீழே இறங்கிய இராமன், அயோத்தி நகரத்துத் திசையை நோக்கி வணக்கம் செலுத்தினான்.

'நகரங்களுக்குள் மாணிக்கமே! இரகுவம்சத்தின் தலைநகரமே! என் வனவாச விரதம் முடிந்து தாய் தந்தையையும், உன்னையும் தரிசிக்கும் சந்தோஷத்தை மீண்டும் எனக்குத் தரவேண்டும்!' என்று பிரார்த்தனை செலுத்தினான்.

தேர் கங்கை நதிக் கரையை அடைந்தது. அந்நதியின் இயற்கை அழகை ரசித்துக் கொண்டே சென்றார்கள்,

கள்ளிப்பட்டி சு.குப்புசாமி | 87

ஓரிடத்திலிருந்து இயற்கை அழகு இராமனை வெகுவாகக் கவர்ந்ததினால், அவ்விடத்தில் தேரினை நிறுத்துமாறு சுமந்திரரிடம் கேட்டுக் கொண்டான்.

சுமந்திரரும் அவ்விடத்தில் தேரினை நிறுத்திவிட்டு, அதிலிருந்த குதிரைகளைக் கழற்றி மரத்தின் ஓரமாகக் கொண்டு சென்றான்.

சீதா இராம இலக்குவணர்கள் மூவரும் அவ்விடத்திலுள்ள மர நிழலில் தங்கலானார்கள்.

அவ்விடம் 'சிருங்கிபேரம்' என்ற நகரத்தின் பகுதியாகும். அந்தப் பகுதியை ஆண்டு வந்தவன் குகன். வேடர்குலத் தலைவனாக விளங்கி வந்தான்.

அவன் இராமனிடம் அளவு கடந்த அன்பு கொண்டவன்.

அயோத்தி நகரிலிருந்து இராமன் பதினான்கு ஆண்டுகள் வனவாசம் செய்யும்பொருட்டுக், கிளம்பிவிட்டதாகக் கேள்விப்பட்டிருந்தான்.

எப்படியும் இப்பகுதிக்கு இராமன் வருவான் என்ற நம்பிக்கையினையும் வைத்திருந்தான்.

அதன்படியே காத்திருந்தான் இராமனை வரவேற்க,

மரத்தடியில் இளைப்பாறிய மூவரும் மீண்டும் பயணத்தைத் தொடரத் தேரில் ஏறிப் புறப்பட்டனர்.

அத்தேரின் வருகையினைக் கண்ட குகன், தனது வேடர் குலத்தவர்களையும் வரவழைத்து இராமனைத் தரிசிப்பதற்காகக் காத்திருந்தான்.

அவனைக் கண்டதும் சீதா இராம இலக்குவணர் மூவரும் தேரிலிருந்து இறங்கினர்.

இறங்கிய இராமனைக் குகன், கட்டித் தழுவி வரவேற்றான்.

"அப்பனே! அயோத்தி எப்படியோ, அப்படியே இந்த தேசமும் உன்னுடையதாகும். பதினான்கு வருடகாலமும் மூவரும் இங்கேயே தங்கிக் கழிக்கலாம். அது நாள் வரை உங்களை உபசரிக்கும் சந்தோஷம் எங்களுக்குக் கிடைக்க அருள வேண்டும்!" என்று வேண்டிக் கொண்டான்.

அந்தச் சமயத்தில் குகனுடைய ஆட்கள் மீனும், தேனும் உணவாகக் கொண்டு வந்து குவித்து உண்ணுமாறு வேண்டினர்.

நானே உங்களுக்குப் பரிமாறுகிறேன் என்று குகனே பரிமாற முன் வந்தான்.

"அப்பனே! நீ பரிமாற வேண்டாம். ஏனெனில், நாங்கள் மூவரும் விரதத்தை மேற்கொண்டுள்ளோம். எனவே, வனவாசத்துக்குரிய உணவைச் சாப்பிடுவதே சிறந்தது. வருத்தம் கொள்ள வேண்டாம். உனது உபசாரத்துக்கு நன்றி. அதே போன்று பதினான்கு ஆண்டுகள் இங்கேயே தங்குவதென்பதும் முறையாகாது. அதனால் நாங்கள் அக்கரைக்குச் செல்ல வேண்டும்."

"விடிந்ததும் அக்கரைக்கு எனது படகின் மூலம் கொண்டு சென்று விடுகிறேன். இப்போது இருட்டிவிட்டதால் இங்கேயே இரவு தங்குங்கள்" என்று வேண்டிக் கொண்டான் குகன்.

சுத்தப்படுத்திய மரத்தடியில் இராமன் தரையில் படுக்க, சீதையும் அருகில் படுத்துறங்க, இலக்குவணன் காவல் இருந்தான்,

"இலக்குவணரே! இந்த இடம், இப்போது எனது ஆட்களால் காவல் காக்கப்படுகிறது. இது எனது கட்டுப்பாட்டில் உள்ள பிரதேசம். என்னை மீறி யாரும் இங்கே நுழைய முடியாது. ஆகவே எந்தக் கவலையும், பயமும் இல்லாமல் நீயும் உறங்கலாம்," என்றான் குகன்.

"குகனே! அண்ணன் இதுவரை அரண்மனை மஞ்சத்தில் பட்டு மெத்தையில் மென் மலர் தூவிய பஞ்சணையில், சாளரத் தென்றல் வீச உறங்கியவர். இன்று மண் தரையில் படுத்துறங்கும் காட்சியைக் கண் கொண்டு பார்க்கின்ற நானே பெரும் பாவம் செய்தவனாவேன். அப்படியிருக்கையில் எனக்கு எப்படித் தூக்கம் வரும்!"

இவ்விதம் துயரங் கலந்த குரலில் சொன்னான்.

அதைக் கேட்ட குகனும் மனம் நொந்தவனாகப் பேசலானான்.

"ஆமாம் இலக்குவணரே! எனது கண்களும் இந்தத் துயரக் காட்சியைக் காண நேர்ந்ததே எனக்கும் வருத்தம்தான். கைகேயி இவ்வளவு கல் மனம் கொண்டவராக இருப்பார் என்று நான் நினைத்துக்கூடப் பார்க்கவில்லை. விரோதிக்குக் கூட இப்படியொரு நிலை ஏற்படக் கூடாது."

இவ்விதம் இரவெல்லாம் பேசிக் கொண்டு இருவரும் இரவுப் பொழுதினைக் கழித்தனர்.

அதிகாலையில் அனைவரும் எழுந்து கங்கைக் கரையைக் கடக்கத் தயாரானார்கள்.

இராமன் ஏற்கெனவே கேட்டுக் கொண்டதற்கிணங்கப் பெரும் படகு ஒன்றினைக் கொண்டுவரக் குகன் புறப்பட்டான்.

அந்த நேரத்தில் இராமனை வணங்கிய சுமந்திரன், "ஐயனே! இனி நான் என்ன செய்ய வேண்டும்!" என்று பணிவுடன் கேட்டான்.

சுமந்திரனின் தோளின் மீது அன்போடு கையை வைத்தவாறே 'சுமந்திரரே! நாங்கள் படகின் மூலம் கங்கைக் கரையைத் தாண்டிச் செல்கிறோம். நீங்கள் தேரினை ஓட்டிக் கொண்டு அயோத்திக்குச் செல்லுங்கள். அங்கு மன்னர் பக்கத்திலிருந்து நன்கு கவனித்துக் கொள்வீர்!' என்றான்.

"ஐயனே! இராம இலக்குவணர்களும், சீதையும் வனத்தில் தங்கப் போகிறீர்களே! தங்களுக்கு இனி என்ன கதி? கைகேயி ஆட்சியில் நாங்கள் எப்படிப் பிழைப்போம்?" என்று சொல்லிச் சுமந்திரன் குழந்தைபோல உரக்க அழுதான்.

"அழாதே சுமந்திரா! இதென்ன சிறு குழந்தைபோல அழுகிறாய்." அவனது கண்களைத் துடைத்து, "எங்கள் குலத்துக்கு உத்தமமான நண்பர் உம்மைப்போல் வேறு யாரும் இல்லை. தந்தை துக்கம் அடையாமல் பார்த்துக் கொள்ள வேண்டியது உம்முடைய பொறுப்பு!" என்று கூறி அனுப்பினான்.

சுமந்திரனை வழியனுப்பிய பிறகு, மூவரும் ஆலமரத்துப் பால் கொண்டு தங்கள் தலைமுடியை முனிவர்களைப் போன்று ஜடா முடியாகத் திரித்துக் கொண்டனர்.

அதற்குள் குகன், படகோட்டியுடன் பெரிய படகைக் கொண்டு வந்திருந்தான். "ஐயனே! மூவரும் படகில் ஏறிக் கொள்ளுங்கள்!" என்று கவலை தோய்ந்த குரலில் குகன் கேட்டுக் கொண்டான்.

"வருத்தப்படாதே நிஷாதர் தலைவனான குகனே! உனது அன்பை நான் என்றும் மறவேன், நேற்றுவரையில் நாங்கள் நான்கு சகோதரர்களாக இருந்தோம். இன்று உன்னையும் சேர்த்து ஐவரானோம். வனவாசம் முடிந்து வருகையில் மீண்டும் உன்னை வந்து சந்திக்கிறோம்!" என்று விடைபெற்றுக் கொண்டான்.

ஓடக்காரன் ஓடத்தைக் கங்கை நதியில் வேகமாகச் செலுத்தினான். நடு ஆற்றில் சீதை, பாகீரதையைத் தியானித்து,

"தேவி! எங்களுடைய விரதத்தை முடித்து, மறுபடியும் உன்னைக் காண ஊர் திரும்ப அருள்புரிவாயாக!" என்று வேண்டிக் கொண்டாள்.

பிறகு மூவரும் பேசிக்கொண்டே கங்கையைக் கடந்து, அக்கரை அடைந்தார்கள்.

அங்கே மூவரும் முதல் முதலாக வேறு துணையின்றி நின்றார்கள்.

"இலக்குவணா! நீதான் இனி எங்களுக்குக் காவல் படை! நீ முன்னால் செல், சீதை உன்னை அடுத்தாற்போல் நடுவிலும் அதற்கு அடுத்தாற்போல் நான் மூன்றாவதாகவும் வருவேன். ஏனெனில் வனவாசத்தில் துன்பங்கள் ஏராளமாக வரலாம். அவைகளையெல்லாம் நாம் கவனமாக இருந்து ஆபத்திலிருந்து காக்க வேண்டும். இனி எந்த விதமான மக்கள் கூட்டமோ, பொழுது போக்கிற்கான விளையாட்டுக்களோ, வேடிக்கைகளோ கிடையாது!" என்று கூறினான்.

அன்றைய இரவு தென்கரையின் ஆலமரத்தடியில் ஒரு மொழு மொழு பாறையில் இராமன் அமர்ந்தான்.

இலக்குவணன் அங்கு கிடந்த மயில் இறகுகளைப் பொறுக்கித் துடைப்பமாக்கி கூட்டியவாறே, இலை தழைகளைப் பொறுக்கி அந்த இடத்தைச் சுத்தமாக்கினான்.

மெதுவான மண்தரை.... மெத்தையைப் போன்று மென்மையாக இருந்தது.

பழங்களை வாளால் நறுக்கி இராமனுக்குக் கொடுக்க, சீதை அருகில் வந்தாள்.

திடீரென்று இராமன் உட்கார்ந்திருந்த பாறை அசைவது போலத் தெரிந்தது. அத்துடன்.... உஸ்... உஸ் என்ற சத்தம்... சீதைக்குப் பயம் மேலிட்டது. இலக்குவணா இங்கே சீக்கிரம் வாயேன் என்று அழைத்தவள், இராமனை நோக்கி, 'சுவாமி... நீங்க மெல்ல... மெல்ல... சத்தம் இல்லாம எழுந்து நில்லுங்கள் என்று கூறிக் கொண்டே மிரண்டாள். அவளது கண்களில் பயம் திரண்டிருந்தது.

இராமன் மெதுவாக எழுந்ததும், இலக்குவணன் அவரை அவசரமாகத் தன் பக்கம் இழுத்துக் கொண்டார். இராமன் அமர்ந்திருந்த பாறை மெதுவாக அசைந்து நகர்ந்தது.

எது அசைகிறது என்று மூவரும் உற்றுப் பார்த்தபோது, பெரிய மலைப்பாம்பு ஒன்று மெல்ல இடம் பெயர்ந்து நகர்ந்தது.

கள்ளிப்பட்டி சு.குப்புசாமி | 91

இலக்குவணன் வில்லை எடுத்தான்.

இராமன் வேகமாகத் தடுத்தான்.

"தம்பி! என்ன செய்யப் போகிறாய்…"

"அண்ணா! இன்றிரவு இங்கு தங்கப் போகிறோமே… இந்த மலைப்பாம்பு எவ்வளவு பெரியது. நம்மை மூன்று பேரையும் விழுங்கிவிடுமல்லவா!"

"வேண்டாம் தம்பி! இவ்வளவு நேரம் அதன்மேல் தானே அமர்ந்திருந்தேன். சீதா சொல்லாமல் இருந்திருந்தால் சுகமாக இருக்கிறது என்றெண்ணி களைப்பில் உறங்கி இருப்பேன்.

ஆனால் அந்த ஜீவன் ஒரு துன்பமும் தரவில்லையல்லவா! நியாயமாக அது இடத்துக்கு நாம் வந்துள்ளது அதற்கு இடைஞ்சல். நம் இடத்துக்கா வந்து நம்மைத் தொல்லை செய்தது தம்பி? முடிந்தவரை ஆரண்யவாசிகளான இவற்றுக்குத் தொல்லை தராமல் இருப்போம்."

சீதாவின் கைகள் இன்னும் நடுங்கிக் கொண்டே இருந்தன. ஆனால் மலைப்பாம்பு வேகமாய்த் தூரத்தில் மறைந்தது.

அதன் பின்னர் மூவரும் கனிகளைச் சுவைத்தனர். மூவரையும் அச்சுவை பேச வைத்தது.

"இவ்வளவு சுவையான கனிகளை நாம் இதுவரை சாப்பிட்டதே இல்லை!" எனப் பேசிக் கொண்டனர்.

"தினம் இப்படிப்பட்ட கனிகள் கிடைத்தால் அரண்மனையின் அறுசுவை உணவும்கூட மறந்து போகும் இல்லையா அண்ணா?" என்றார் இலக்குவணன்.

"ஆமாம் தம்பி! நீ சொல்வது ரொம்பவும் சரி. ஆரண்ய வாசம் என்பது தண்டனை அல்ல. அது கிடைத்தற்கரிய பெரும் பேறு. அதனால் தான் முனிவர்கள் எல்லாமே ஆரண்ய வாசம் வந்து விடுகின்றனர்!" என்றார் இராமன்.

அன்றைய இரவினை ஆலமரத்தடியில் கழித்தனர்.

மறுநாள் காலையில் எழுந்து நதியில் ஸ்நானம், அனுஷ்டானங்கள் பூஜை என அனைத்தையும் முடித்தனர்.

மேலே மரங்களின் அழகை அண்ணாந்து பார்த்த சீதையிடம், "அண்ணி! இன்னைக்கும் நேற்றுபோல கனிகள் கிடைக்குமா?" என்று கேட்டார் இலக்குவணன்.

"கிடைக்கும்! கிடைக்கும்!" என்று சொல்லிக்கொண்டே மகிழ்வுடன் பயணத்தைத் தொடங்கினார்கள்.

மாலை வேளையில் கங்கை, யமுனை, சரஸ்வதி சங்கமிக்கும் பிரயாகையை அடைந்தார்கள்.

ஆறுகள் பாய்ந்து வனப்பான பகுதி.

அங்கே அவர்களின் கண்களில் பட்டது பரத்வாஜர் முனிவருடைய ஆசிரமம்.

பரத்துவாஜர் ஆசிரமம்

"**தம்பி!** ஆசிரமத்திலுள்ள பரத்வாஜ முனிவரைப் பார்த்து வணங்கிய பின்னர் இன்றிரவு இங்கேயே தங்கிவிட்டு நாளை நமது பயணத்தைத் தொடரலாமா?" என்று இலக்குவணனிடம் இராமன் கேட்டான்.

"சரி அண்ணா! அப்படியே செய்வோம்," என்றான் இலக்குவணர்.

மூவரும் ஆசிரமத்திலிருந்த பரத்வாஜரை வணங்கினார்கள். தன் ஆசிரமம் வந்த சீதா இராம இலக்குவணர்களை அன்போடு வரவேற்று அவளாவினார் ரிஷி.

"என் அருமை இராமா! உன்னை எண்ணாத நேரமில்லை. இன்று உன்னைச் சந்திக்கும் பாக்கியம் பெற்றேன். இந்த நாள் ஒரு இனிய நாளாகும். இந்த இடமே பிரயாகை... பேசாமல் நீங்கள் மூவரும் இங்கேயே தங்கிவிடுங்கள். குறையில்லாமல் உங்களைப் பார்த்துக் கொள்கிறோம்!" என்றார்.

"முனிவரே! நீங்கள் சொன்னதே எங்களுக்கு மகிழ்வாக இருக்கிறது. ஆனால் இந்த இடம் அயோத்திக்கு அருகில் இருப்பதால்.... தெரிந்தால் அயோத்தி மக்கள் என்னைக் காண வேண்டும் என்று எண்ணி அடிக்கடி இங்கு வருவார்கள். அதுவே அன்புத் தொல்லையாக மாறிவிடும்!" என்றான்.

"அப்படியானால் இராமா! இங்கிருந்து இருபது கல் தொலைவில் சித்திரக்கூடம் என்ற சிறப்புமிக்க மலை ஒன்று உள்ளது. ஒப்பற்ற அந்த மலையில் உயர்வான சிகரத்தில் நீங்கள் தங்கலாம். அங்கு சிரமம் இல்லை இயற்கை அன்னையின் இனிய சொர்க்கம் அது. காய்கனி, கிழங்கு வகைகளுக்குக் குறைவில்லாத இடம் அது!" என்றார் முனிவர்.

கள்ளிப்பட்டி சு.குப்புசாமி | 93

அன்று இரவு பரத்வாஜர் அங்கு தங்கும்படி வற்புறுத்தி, இரவு சுவையான உணவளித்து உபசரித்தார்.

அதன்படியே அங்கேயே மூவரும் தங்கினர்.

காலையில் எழுந்து சீதா இராம இலக்குவணர்கள் மகரிஷியை வணங்கிவிட்டுச் சித்திரகூட மலைக்குப் புறப்பட்டனர்.

தம்முடைய சொந்தக் குழந்தைகளை ஆசிர்வதிப்பதுபோல வேறு துணையின்றி வனம் செல்லும் அரச குமாரர்களை முனிவர் ஆசிர்வாதம் கூறி வழி அனுப்பினார். போகும் வழியை நன்றாக விளக்கிக் கூறினார். அவர் குறிப்பிட்டுச் சொன்ன மார்க்கமாகவே மூவரும் சென்றார்கள்.

முனிவர் சொல்லியபடி மிகவும் வேகமாக ஓடும் காளிந்தியாற்றைக் கடப்பதற்கு ஒரு தெப்பம் கட்டினார்கள்.

அதற்கு வேண்டிய மரக்கட்டைகளும், மூங்கில்களும் வெட்டிச் சேர்த்துக் கொடிகளால் நன்றாகக் கட்டினார்கள்.

அதில் சீதை உட்கார்வதற்காக இலக்குவணன் இலைகளையும், சிறு கிளைகளையும் பரப்பி நன்கு அமைத்தான்.

தெப்பத்தில் சீதையை இராமன் உட்காரச் சொன்னபோது, கொஞ்சம் கூச்சத்தோடு ஏறி உட்கார்ந்தாள்.

பிறகு சீதையின் துணி மூட்டையையும், கிழங்கு வெட்டுவதற்குரிய குந்தாலி, கூடை முதலியவற்றையும் சரியாகத் தெப்பத்தில் வைத்துத் தாங்களும் ஏறினார்கள்.

ஏறி மெதுவாக ஆற்றைத் தாண்டினார்கள்.

ஆற்றின் நடுவே செல்லும்போது, சீதை நதியை வணங்கி, நாங்கள் மூவரும் ஊர் திரும்பும்படி அருள் வாயாக என்று வேண்டிக் கொண்டாள்.

இவ்வாறே இன்னும் சில ஆறுகளையும் கடந்து சென்ற பின்னர் பரத்வாஜ முனிவர் குறிப்பிட்ட பெரிய ஆலமரத்தைக் கண்டார்கள்.

அந்த ஆலமரத்தடியிலும் சீதை வணங்கத் தொடங்கினாள். "மரமே! எங்களுடைய விரதம் இனிதே முடிய வேண்டும். கௌசல்யை, சுமத்திரை, இவர்களை நாங்கள் திரும்பி வரும்போது பார்க்கும்படி அருள்வாயே! என்று பிரார்த்தித்துக் கொண்டாள்.

அங்கிருந்து மூவரும் புறப்படும்போது, "தம்பி! நீ முன்னால் சீதையுடன் செல்வாய். நான் பின்னால் ஆயுதம் கொண்டு வருகிறேன். வழியில் சீதை கேட்கும் பழமோ, பூவோ எதைக் கேட்டாலும் அதைப் பறித்துக் கொடுத்து, அவளை உற்சாகப்படுத்திக் கொண்டே நடப்பாய்!" என்றார் இராமன்.

அவ்வாறே சீதையும், அந்தப் பழம் நல்லா இருக்கு பறித்துக் கொடுங்கள் சாப்பிடுகிறேன் இந்தப் பூ அழகாய் இருக்கு. பறித்துக் கொடு. தலையில் வைத்துக் கொள்கிறேன்!' என்று ஆனந்தமாய் கேட்டுக் கொண்டும், பெற்றுக் கொண்டும் மகிழ்வுடன் சென்று கொண்டிருந்தாள்.

பிறகு ஓர் ஆற்றங்கரையை அடைந்தார்கள். அந்தக் கரை ஓரங்களில் காணப்பட்ட மிருகங்களையும் பட்சி களையும் சீதைக்குக் காட்டிச் சந்தோஷப்படுத்திக்கொண்டே அங்கே இரவு தங்கலானார்கள்.

மறுநாள் காலையில் எழுந்து, பரத்துவாஜர் குறிப்பிட்டிருந்த வழியே சென்றார்கள்.

அப்போது வசந்தகாலமாக இருந்ததினால், எல்லா மரங்களும் பூத்துக் குலுங்கி அழகுக்கு அழகூட்டிக் கொண்டிருந்தன. அவற்றையெல்லாம் பார்த்து ரசித்த வண்ணம் மூவரும் சென்றனர்.

எதிரில் சித்திரக் கூட மலை தென்பட்டது. அதைக் கண்டதும் மகிழ்ச்சியடைந்த மூவரும் வேகமாக நடக்கலானார்கள்.

"இந்த மலைப் பிரதேசத்தின் அழகு, பார்க்கப் பார்க்க அழகாக இருக்கிறது. கிழங்குகளும், பழங்களும் நிறைந்து காணப்படும் வளமாக இருக்கிறது. தெளிந்த நீரோடையில் செல்லும் நீர் ருசியாகவும் இருக்கிறது. ரிஷிகளும், ஆசிரமவாசிகளும் இருக்கும் இந்த வனத்தில் நாமும் மகிழ்வுடன் இருக்கலாம்!" என்றார் இராமன்.

அதன்பிறகு அங்கேயே மூவரும் வசித்து வருவதற்கான 'பர்ணசாலை' ஒன்றினை அமைக்கத் திட்டமிட்டனர்.

இலக்குவணன் மிகச் சாமர்த்தியசாலி அல்லவா? எல்லா வசதிகளும் கொண்ட முறையிலும், காற்றுக்கும், மழைக்கும் அசையாதபடி பர்ணகசாலை ஒன்றினைக் கட்டிமுடித்தான்.

சாளரமும், கதவுகளும் அமைத்துப் பாய்களும் வேய்ந்து தொங்கவிட்டு, எல்லாவற்றையும் அழகாகவும், மிகவும்

நேர்த்தியாகவும், இலக்குவணன் ஒருவனாகவே செய்து முடித்திருந்தான்.

ரம்மியமான சித்திரகூட மலைப் பிரதேசத்தில் 'மால்யவதி' நதிக்கரையில் கட்டிய இந்த ஆசிரமத்தில் மூவரும் வசித்து வரலானார்கள்.

எந்தக் கவலையுமின்றி வனவாச தருமத்தை அனுசரித்து வந்தார்கள்.

பிறந்து வளர்ந்த நகரத்தை விட்டு வெளியேற்றப்பட்ட துக்கத்தை மறந்து, இந்திரன் தேவகணங்களுடன் கூடிய சொர்க்கத்தில் வசிப்பதுபோல மூவரும் மகிழ்வுடன் காலங் கடத்தி வந்தனர்.

சாபம் பலித்தது

அயோத்தியில் கௌசல்யா தேவியின் அந்தப் புரத்தில், தசரதன் குற்றுயிராகக் கிடந்தான்.

எதிரே, சீதா இராம இலக்குவணரைக் காட்டில் விட்டுவிட்டுத் துயரத்துடன் திரும்பியிருந்தான் சுமந்திரன்.

"இராமா..... இராமா... என்னைவிட்டுப் போய்விட்டாயா!" என்று புலம்பிக் கொண்டிருந்த தசரதனிடம்,

"மன்னர் பெருமானே! வேடர் குலத்தலைவன் குகன். மூவருக்கும் உதவி செய்தார். கங்கைக் கரையிலும் கொண்டு போய்ச் சேர்த்தார்.

வேடர்களும், ரிஷிகளும் இராமருக்கு உதவி செய்வதைப் பெரும் பேறாய் எண்ணி உதவி வருகிறார்கள்.

நான் கூட முதலில் கவலைப்பட்டேன். ஆனால் அவர்கள் மூவரும் மிகவும் சுதந்திரமாகவும், ஆனந்தமாகவும் இருக்கின்றனர். எனக்கே கூட அவர்களுடன் இருந்துவிடலாமா என்ற ஒரு சபலம் கூடத் தோன்றியது.

ஆனால் மன்னரின் நிலைதனைச் சீரடைய வைக்க நாடு திரும்பினேன்.

நீங்கள் இனிமேல் அவர்களைப் பற்றிய கவலையில்லாமல் நிம்மதியாய் இருக்க வேண்டும்!" என்றான்.

சுமந்திரன் இராம இலக்குவண சீதையுடன் வராமல் தனித்து வந்ததைக் கண்ட தசரதனுக்கு, சுமந்திரன் கூறிய

விஷயங்கள் எதுவும் செவிகளில் விழவில்லை. பதிலாகக் கண்ணீரை வடித்தான். துக்கத்தால் தொண்டை அடைத்தது. பேச வார்த்தைகள் வராமல் தவித்தான்.

கௌசல்யா தேவிக்கும், வெறுமையான தேருடன் சுமந்திரன் திரும்பி வந்ததைப் பார்த்தபோது துயரம் பொங்கியது. இதற்கெல்லாம் காரணம் தசரதன் தான் என்று எண்ணியவளுக்குக் கோபம் கொந்தளிக்கத் தொடங்கியது. அதனை வார்த்தைகளில் காட்டவும் தொடங்கினாள்.

"ஏன் பேசாமல் இருக்கிறீர்கள்? சுமந்திரனிடம் மேலும் ஏதாவது விசாரித்தால் கைகேயி கோபித்துக் கொள்வாளே என்று பயமா? பயப்பட வேண்டாம்.

ஏனென்றால் இங்குதான் கைகேயி இல்லையே. அவருக்கு வரம் தந்தபோது மகிழ்ச்சியாக இருந்ததில்லையா? இப்போதும் மட்டும் ஏன் இந்த தயக்கமும் துக்கமும்.... ஐயோ எனது மகனைப் பிரிந்து என்னால் இருக்க முடியவில்லையே.

இராமனையும் மற்ற இருவரையும் விட்ட இடத்திலேயே என்னையும் கொண்டு சென்று விடுமாறு சொன்னேனே... அவன் கேட்கவில்லையே..."

சுமந்திரன் அவளுக்கு ஆறுதல் கூறலானான்.

"மகாராணியாரே! வருத்தம் கொள்ளாதீர்கள். அமைதியாக இருங்கள். மூவரும் வனத்தில் மகிழ்வுடன் இருக்கின்றனர். அண்ணனுக்குப் பணிவிடை செய்வதில் தம்பி ஆனந்தம் கொண்டிருக்கிறார். சீதையோ, பிறந்த இடமே அந்த வனம் என்பது போல, விளையாட்டாக இருக்கிறாள். எவ்வித முறையும் இல்லாமல் இருக்கும் அவர்களைப் பற்றி நீங்கள் ஏன் கலங்குகிறீர்கள்? கலக்கத்தை விடுங்கள்."

இவ்விதம் சுமந்திரன் இன்னும் எவ்வளவோ சொல்லித் தேற்றப் பார்த்தும் தேறாமல், அதற்குப் பதிலாகத் தசரதனை வார்த்தைகளால் வதைத்துக் கொல்லலானாள்.

"கௌசல்யா! நீ திட்டித் தீர்க்கும் அத்தனை வார்த்தைகளுக்கும் நான் உரியவன்தான். பெற்ற தாயிடமிருந்து பிள்ளையைப் பிரித்த பாவி நான். அதற்குக் காரணமே எனக்கு முனிவர் இட்ட சாபம்தான்!" என்று வாய்விட்டு அலறினான் தசரதன்.

"என்ன சாபம்? ஏன் இப்படி அலறிக் கொண்டிருக்கிறீர்?" என்று புரியாது கேட்டாள் கௌசல்யா...

“இப்படி வா, கௌசல்யா! இதுவரைக்கும் யாருக்குமே சொல்லாத சாபக் கதையை இப்போது சொல்கிறேன், கேள்.”

தசரதன் திக்கித் திணறிச் சொல்லத் தொடங்கினான்.

“ஒரு நாள் காட்டில் வேட்டையாடிக் கொண்டிருந்தேன். அப்போது தொலைவில் ஒரு யானை ஆற்றுநீரில் தண்ணீர் குடிக்கும் சத்தம் கேட்டது. ஒலிவந்த திசையை நோக்கிக், குறி வைத்து அம்பினை எய்தேன்.

அடுத்த நொடி, ஐயோ, நான் செத்தேன் என்று ஓலக்குரல் ஒன்று கேட்டது.

யானைக் குரலாக இல்லாமல், மனிதக் குரல் மாதிரி கேட்கிறதே... யாருடைய குரலாக இருக்கும் என்று ஓடிச் சென்று பார்த்தேன்.

அங்கே ரிஷிகுமாரன் சிராவணன் மார்பில் அம்பு பாய்ந்து கிடந்தான். அவனது மார்பிலிருந்து ரத்தம் பீறிட்டு வந்து கொண்டிருந்தது.

‘இளைஞரே!’ என்று அழைத்தேன்.

இலேசாகக் கண்ணைத் திறந்த வாலிபன் என்னைப் பார்த்ததும் கோபம் கொப்புளிக்கக் கேட்டான்.

“நீங்கள் யார்? என் மீது உங்களுக்கு என்ன விரோதம்? நான் மனத்தளவில்கூட யாருக்கும் தீங்கு நினைத்ததில்லையே... அப்படிப்பட்ட என் மீது ஏன் அம்பை எய்தீர்கள்? ஆ! ஐயோ வலி உயிர் போகிறதே... இன்னும் சில நாழிகைகளிலேயே என் உயிர் பிரிந்து விடப் போகிறது. நீங்கள் யார் சொல்லுங்கள்.”

“இளைஞரே! நான் கோசலை நாட்டு மன்னன். வேட்டைக்கு வந்த இடத்தில், யானை என்று தவறுதலாக அம்பு எய்தி விட்டேன் என்னை மன்னித்துவிடு.”

“மன்னிப்பது இருக்கட்டும் மன்னா. குருவி உட்காரப் பனம் பழம் விழுந்த கதை போல நீங்கள் அம்புவிட்டவுடனே... எனது விதி முடியப் போகிறது. அதைப்பற்றி எனக்குக் கவலையில்லை. என்னுடைய கவலையெல்லாம் பார்வையிழந்த என் பெற்றோர்களைப் பற்றியதே. அவர்கள் என்னை நம்பியே வாழ்ந்து வந்தவர்கள். இப்போது தரையில் தாகத்தோடு காத்துக் கொண்டிருப்பார்கள். அவர்களது தாகத்தைத் தணிக்கத்தான் தண்ணீர்க் கொண்டுபோக வந்தேன். இந்த நேரத்தில் இப்படி அம்பால் துளைத்துப் போட்டுவிட்டாய், பாவம்! அவர்களின்

நிலைமை இனி என்னாகுமோ தெரியவில்லை. உடனே நீங்கள் அவர்களிடம் சென்று தண்ணீரைக் கொடுத்துத் தாகத்தைத் தீர்க்கச் சொல்லுங்கள். அதற்காக அவர்களில் காலில் விழுந்து மன்னிப்புக் கேளுங்கள். இல்லாவிட்டால் அவர்களது கோபம் உங்களைச் சுட்டெரித்துவிடும்.

சீக்கிரம் போங்கள். போவதற்கு முன் என் மார்பில் செருகி வேதனை தரும் இந்த அம்பைப் பிடுங்கிவிட்டுப் போங்கள்."

சிராவணன் கேட்டுக் கொண்டபடி, மிகுந்த துயரத்துடன் அம்பை வெளியே இழுத்தேன். உடனே அவனது உயிர் உடலை விட்டுப் பிரிந்தது.

"ஐயோ! அப்புறம் என்ன ஆனது?" தவிப்புடன் கேட்டாள் கௌசல்யா. சிராவணன் சொன்னபடி தண்ணீர்க் குடத்துடன் அவனது பெற்றோர்களிடம் சென்றேன்.

"மகனே! சிரவணனா! வந்துவிட்டாயா? ஏன் இவ்வளவு நேரம்?" என்று கேட்டனர்.

பாசத்துடன் அவர்கள் கேட்டதற்கு என்னால் உடனே பதில் சொல்ல முடியவில்லை.

"சொல் மகனே, சொல்... ஏன் பேசாமல் நிற்கிறாய்" என்று மீண்டும் மீண்டும் கேட்டனர்.

"முனிவர்களே! முதலில் நீரினைப் பருகித், தாகத்தினை தணித்துக் கொள்ளுங்கள். இந்தாருங்கள்," என்று குடத்தை நீட்டினேன்.

"தண்ணீர் குடித்து எங்களது தாகம் தணிக்கிறது இருக்கட்டும். என் மகன் எங்கே? தெரிந்தால் தான் தண்ணீரைக் குடிப்போம்," என்றனர்.

வேறு வழியின்றி, 'அதிக நேரம் விஷயத்தை சொல்லாமல் இருக்க முடியாமல்!', 'உங்கள் மகன் மாண்டுவிட்டான் என்றதுமே, பார்வையற்ற அவர்கள் மாலை மாலையாகக் கண்ணீரை விட்டனர்.

பின்னர் அவனது தந்தையார் கூறினார்.

"ஒரே மகனை நம்பி வாழ்ந்த கபோதிகள் நாங்கள். எங்களை நிர்கதியாகத் தவிக்குமாறு பெரிய பாவம் செய்துவிட்டாய். நீ யார்?" என்று கேட்டார்.

"நான் கோசல நாட்டு மன்னன்..."

"என்ன செய்தாய் என் மகனை"

"யானை என்று நினைத்து அம்பு எய்தேன். அது உங்கள் மகன் மார்பின் மீது பாய்ந்து விட்டது!" என்றேன்.

அதைக் கேட்ட அவளது பெற்றோர்கள்

"ஐயோ! எங்களது ஒரே மகனை இப்படிக் கொன்று விட்டாயே. எங்களது மகனது பிரிவினால் நாங்கள் உயிர் துறக்கப் போகிறோம். அதேபோல நீயும் புத்திர சோகத்தால் மரணமடைவாய்!" என்று சாபம் அளித்தார்கள். அது இன்று நிறைவேறிவிட்டது.

"இதை ஏன் இவ்வளவு காலமாக எங்களுக்குச் சொல்லவில்லை?"

"நமக்கு வெகுநாட்களாகக் குழந்தை இல்லாமல் இருந்ததினால் அதைப் பற்றிய சிந்தனையோ, சாபத்தைப்பற்றிய நினைவோ இல்லாமல் இருந்துவிட்டேன். இப்போது மகனைப் பிரிந்து மரணமடையப் போகிற சமயத்தில் அது மீண்டும் நினைவுக்கு வந்துவிட்டது. ஆமாம், ரிஷிகள் இட்ட சாபம் பலித்துவிட்டது. முழுமையாக, பலித்தேவிட்டது. இராமா.... இராமா... இராமா..." என்று குரல் கொடுத்த வண்ணம் மூர்ச்சித்துப் போனான்.

பொழுது விடிந்து மன்னனை எழுப்ப கௌசல்யா முயற்சித்தபோது, தசரதனின் மூச்சு நின்றிருந்தது.

மாபெரும் மன்னன், வேத சாஸ்திரங்கள் முழுமையாக அறிந்தவன். மூவுலகங்களிலும் புகழ் பெற்றவன். எல்லாப் போரிலும் வெற்றியைக் கண்டவன். இந்திரன், குபேந்திரன் போன்ற தேவர்களுக்கு நிகரானவன். தர்மம் தவறாதவன்.

கடைசியில் மகனைப் பிரிந்து சோகத்தால் மாண்டுபோனான். ஏற்கெனவே இராமனைப் பிரிந்த துக்கத்தில் நாடே சோகத்தில் இருந்த இந்த நேரத்தில், மன்னன் இறந்த செய்தி மேலும் ஒரு துக்கத்தை ஏற்படுத்தியது.

மங்களகரமாக இருந்த நாடு இப்படி அமங்கலமாய்ப் போய்விட்டதே. இராமனை காட்டுக்கு அனுப்பியதுதான் இந்தத் துக்கத்துக்கு காரணம் என்று மக்கள் பேசிக் கொண்டனர்.

நகரெங்கும் ஒரே ஒப்பாரிக் குரல்.

அந்தப்புரத்து மகாராணிகளின் அழுகுரல்களும் அதில் இணைந்து கொண்டன.

நாடே செயலிழந்து ஸ்தம்பித்துப் போனது.

அரண்மனையில் வசிஷ்டர் முதலான முக்கியஸ்தர்கள் கூடி ஆலோசனை நடத்தினர்.

முதலில், மன்னனுக்கு உத்தரக் கிரியைகள் நடத்தப்பட வேண்டும். நான்கு புதல்வர்களில் ஒருவர்கூட அருகிலில்லை. வனவாசம் போன இராம இலக்குவணர்களை அழைக்க முடியாது. பரதனும், சத்ருக்கனனும் வெகு தூரத்தில் இருக்கிறார்கள். அவர்களுக்குத் தகவல் சொல்லி அனுப்பினாலும் வந்து சேரவே ஏழு எட்டு நாட்கள் ஆகும். என்ன செய்யலாம்? என்று யோசித்தார்கள்.

"வேறு வழியில்லை. எத்தனை நாட்கள் ஆனாலும் பரவாயில்லை. பரதனை அயோத்திக்கு வரவழைத்து விட வேண்டியதுதான். அதுவரையில் மன்னரின் உடல் கெட்டுப் போகாமல் இருக்கத் தைலம் ஊற்றி வையுங்கள்!" என்று கூறினார் வசிஷ்டர்.

"குருவே! மன்னன் இல்லாத தேசத்தில் மாபாவங்கள் மேலோங்கும். தர்மம் அழிந்தே போகும். எனவே அடுத்தபடியாகத் தேசத்தை ஆள மன்னனைத் தேர்ந்தெடுப்பதும் மிக முக்கியம்!" மந்திரி பிரதானிகள் வசிஷ்டரிடம் வேண்டினார்கள்.

'ஆம், அது உண்மைதான். தசரத மகாராஜா வாக்குத் தந்தபடியும், இராமன் கேட்டுக் கொண்டபடியும் பரதனுக்கே முடிசூட்டி விடுவோம்!' என்றார் வசிஷ்டர்.

தூதர்களை அழைத்த வசிஷ்டர் -

"நீங்கள் இப்போதே கேகய நாட்டிற்குப் புறப்படுங்கள். அங்குள்ள பரதர், சத்ருக்கனனிடம் நாங்கள் அழைத்துவரும்படி மட்டும் சொல்ல வேண்டும். அதைவிட்டு மன்னர் இறந்த செய்தியையோ, இராம இலக்குவணர்கள் காட்டிற்குச் சென்ற செய்தியையோ தெரிவிக்கக்கூடாது!" என்ற விஷயத்தை அவர்களிடம் கூறி எச்சரித்து அனுப்பிவைத்தார்.

கேகய நாட்டுக்குச் சென்ற தூதர்கள், வசிஷ்ட முனிவர் சொன்னது போலவே நடந்து கொண்டனர்.

பரதன் எவ்வளவோ தூதுவர்களிடம் கேட்டுப் பார்த்தும், எந்த விஷயத்தையும் அவர்களிடம் சொல்லவில்லை. திடீரென்று நம்மை அழைப்பது காரணம் என்னவென்று அறியாத குழப்பத்தில் பரதன், சத்ருக்கனன் இருவரும், தூதர்களுடன் அயோத்திக்குப் புறப்பட்டனர்.

பரதன் காட்டுக்குப் பயணமானான்

பரதனும், பரிவாரமும் வெகு துரிதமாகவே புறப்பட்டு, வேகமாகப் பிரயாணத்தை மேற்கொண்டனர்.

ஏழு நாட்கள் இரவு பகலாகப் பயணித்து, எட்டாவது நாள் அதிகாலையில் அயோத்தி நகரம் வந்து சேர்ந்தார்கள். எப்போதும் கலகலவென்று மகிழ்ச்சியோடு இருக்கும் நகரம் மகிழ்வின்றிக் காணப்பட்டது.

காலையில் நகரத்திலிருந்து ஜனங்கள் வெளியே வருவதும் உள்ளே புகுவதுமாக எப்போதுமுள்ள காட்சி இன்று காணவில்லையே.....

வீதிகளில் ஆங்காங்கே தென்பட்ட மக்களும் இவர்களைக் கண்டவுடனே வெடுக்கென்று எழுந்து வீடுகளுக்குள் சென்று கதவைத் தாழிட்டுக் கொண்டனர்.

அயோத்திக்கு ஏதோ ஒரு துயரம் ஏற்பட்டிருக்கிறது என்பதை மட்டும் இருவரும் உணர்ந்து கொண்டனர்.

அரண்மனை வாசலில் தேரினை நிறுத்திவிட்டு வேகமாக உள்ளே சென்றனர்.

தசரதனுடைய மாளிகைக்குள் நுழைந்தனர்.

அங்கே தந்தையைக் காணவில்லை. கவலை இன்னும் அதிகரித்தது. பரதன் கைகேயியின் மாளிகைக்குள்ளும், சத்ருக்கனன் கௌசல்யாவின் மாளிகைக்குள்ளும் நுழைந்தனர்.

கேகய நாட்டிலிருந்து திரும்பி வந்த பரதனைப் பார்த்ததும், கைகேயி தன் தங்க ஆசனத்தைவிட்டுக் குதித்து இறங்கிப், பரதனைக் கட்டியணைத்துக் கொண்டாள்.

அவனும் அவள் கால்களைத் தொட்டு வணங்கினான்..

மகனை அணைத்து உச்சிமோந்து, “வந்தாயே மகனே! மகாராஜனாக இருப்பாய்! பிரயாணம் சுகமாக இருந்ததா? மாமன் முதலானோர் நலமா? அங்குள்ளவர்களில் சுகநலங்களைப் பற்றிச் சொல்” என்று மடியின் மீது தலை வைத்திடச் செய்து மிகப் பரிவுடன் கேட்டாள்.

“அதெல்லாம் இருக்கட்டும்மா..... தூதுவர்களைவிட்டு என்னையும் தம்பியையும் ஏன் அவசரமாக வரச் சொன்னீர்? தந்தையைப் பார்க்க அவருடைய மாளிகைக்குச் சென்றேன்.

அவர் இல்லை. இங்கேயும் அவருடைய ஆசனம் காலியாக இருக்கிறது. இங்கு தானே வழக்கமாகப்படுத்திருப்பார்.

ஒருவேளை பெரிய தாயார் கௌசல்யா மாளிகைக்குச் சென்று உடனே தந்தையைத் தரிசித்து வணக்கம் செலுத்த வேண்டும்!" என்றான்.

நடந்த நிகழ்ச்சிகளில் ஒன்றுகூட அறியாத தன் மகனிடம், 'அயோத்தியின் காவலரான உனது தந்தை காலமாகிவிட்டார்! உலக மக்கள் அனைவரும் ஒரு நாள் சென்று அடைய வேண்டிய பரமபதத்தை அடைந்துவிட்டார்' என்றாள்.

பரதன் ஸ்தம்பித்துப் போனான். மனம் உடைந்தவனாக அப்படியே சரிந்து தரையில் அமர்ந்தான், கண்களில் நீர் பெருகின.

"ஐயா! தந்தையே! நான் பாவியாகிவிட்டேனே. தங்களின் இறுதிக் காலத்தில் பக்கத்தில் இல்லாமல் போய்விட்டேனே!" என்று கதறினான்.

"இங்கிருந்து நான் போகும்போது தந்தை நன்றாகத் தானே இருந்தார். திடீரென்று அவருக்கு என்ன ஆனது? ஏதேனும் உடல்நிலை சரியில்லாமல் போனதா? அய்யோ! அண்ணன் இராமன் தந்தையின் மீது உயிரையே வைத்திருந்தானே. தந்தை மறைந்து போனதில் அவன் மனமுடைந்து போயிருப்பானே. அம்மா! நான் உடனே அண்ணனிடம் போகிறேன். அவனது தோளில் சாய்ந்து கதறினால் தான் மனம் ஆறுதலடையும்!" என்ற எண்ணம் கொண்டு இராமனின் மாளிகைக்குச் செல்ல ஆயத்தமானான்.

அதை அறிந்த கைகேயி, 'பரதா! பொறு. பதட்டப்படாதே. உனது அண்ணன் இராமன் இங்கில்லை."

பரதன் திடுக்கிட்டுப் போனான்.

"என்ன, அண்ணன் இங்கில்லையா? தந்தை இருக்கும்போது அண்ணன் இங்கில்லாமல் எங்கே போனார்? சொல்லுங்கம்மா... சொல்லுங்க..." என்று கைகேயியை உலுக்கிக் கேட்டான்.

"மகனே பரதா! இராமனும் இலக்குவணனும், சீதையுடன் தவக்கோலம் பூண்டு, பதினான்கு ஆண்டுகள் வனவாசம் செய்யச் சென்றுவிட்டனர்."

'ஐயோ! இதென்ன அநியாயம்! அண்ணன் இராமன் குற்றம் செய்தான். எதற்காக அந்தத் தர்மவானுக்கு இந்த தண்ட காரண்யத் தண்டனை? இதை அவன் மேல் விதித்தது யார்?'

'பரதா! இராமன் எந்தக் குற்றமும் செய்யவில்லைதான். ஆனால் உன் பொருட்டு, உனது நலனுக்காகவே இதை ஏற்றுக் கொண்டான்!" என்றான்.

'அய்யோ! அம்மா! இந்தக் கொடுமையான நிகழ்ச்சியைச் சர்வசாதாரணமாகச் சொல்ல உங்களுக்கு எப்படித்தான் மனம் வருது? என் மனம் சுக்கு நூறாகத் தெறித்துவிடும் போலிருக்கிறதே! எனக்கொன்றும் விளங்கவில்லையே. அப்படி என்ன தான் அயோத்தி நகரத்தில் நடக்கிறது?"

மகனது மன வேதனையைச் சாமர்த்தியமாகச் சமாளிக்கும் பொருட்டு தசரதன் மீது பழியைப் போடும் விதத்தில் நடந்தவை அனைத்தையும் விலாவாரியாகச் சொன்னாள்.

"ஏம்மா இரண்டு வரத்தைக் கேட்டு அண்ணனைக் காட்டுக்கு அனுப்பியும், தந்தையை இறக்கவும் செய்தாய்?"

"எல்லாம் உனக்காகத்தான் செய்தேன் மகனே! பெருமை மிகு ரகுவம்சத்தின் ஆட்சியை ஏற்று நீ பட்டாபிஷேகம் செய்ய வேண்டும் என்பதற்காகத்தான்!" என்றாள்.

அவள் சொன்னதைக் கேட்ட பரதனுக்குக் கோபம் கோபமாக வந்தது. தனது தாயின் கொடூர சூழ்ச்சிதான் இந்த அளவிற்குச் செய்துள்ளது என்பதை நினைத்த போது நெஞ்சம் பதறியது. அதன் மூலம் கோபத்தை வெளிப்படுத்தலானான்.

"பாவி! உன்னைத் தாயென்று சொல்லவே என் மனம் கூசுகிறதே. தர்மத்தின் காவலனான எனது தந்தைக்கு, நீ மனைவியாக வந்து வாய்த்தாயே. அவருக்கு எமனாக இருந்து காரியத்தைக் கச்சிதமாக முடித்துவிட்டாயே. எனது தந்தையைக் கொன்றுவிட்டு, என்னை நாடாளச் சொல்ல உனக்கு எவ்வளவு தைரியம்! பாவி! பாவத்தை நீ தேடிக் கொண்டதோடு, தீராத பழியை என் மீது சுமத்திவிட்டாயே.

நாடாளும் ஆசையில் தாயின் சூழ்ச்சிக்கு ஆளான துரோகி என்றல்லவா... உலகம் என்னைப் பழிக்கும்... பழிச் சொல்லுக்கு ஆளாகிவிட்டேனே... பழிச் சொல்லுக்கு ஆளாகி விட்டேனே! என்று இதயமே வெடித்து விடும் அளவிற்குக் கதறியழுதான்.

நடந்த நிகழ்வுகளையெல்லாம் நினைக்க நினைக்க அவன் மனம் பொறுமையிழந்து தன் தாயினை நோக்கிச் சிங்கம்போல கர்ஜிக்கலானான்.

'பெற்ற தாய்க்கும் மேலாக அண்ணன் உன்னிடம் பாசம் வைத்திருந்தானே பாவி! அப்படிப்பட்ட நல்லவனைப்போய்க் காட்டுக்கு அனுப்பிவிட்டாயே...'

“இந்த உலகத்தில் நடைமுறையில்லாத வழக்கத்தினை மாற்றி இளையவனுக்குப் பட்டம் சூட்டத் திட்டமிட்டது உன்னைத் தவிர வேறு யாரும் இருக்க முடியாது. அந்த அளவிற்கு இதயம் இல்லாமல் போய்விட்டதா உனக்கு...!”

“உனது இத்தகைய சூழ்ச்சியின் கபடநாடகத்துக்கு நான் ஒருபோதும் பாத்திரமேற்று நடிக்கமாட்டேன். இப்போதே காட்டுக்குச் சென்று எனது அருமை அண்ணனை நாட்டுக்கு அழைத்து வந்து பட்டாபிஷேகம் செய்வித்து உன்னுடைய முகத்தில் கரியைப் பூசுகிறேன். போ! இனி, என் முகத்தில் ஒருபோதும் விழிக்காதே. நீ எனக்குத் தாயுமில்லை. உனக்கு நான் மகனுமில்லை... மனச்சாட்சி இல்லாத மாயப் பிசாசு... இந்தப் பிசாசுக்கு நான் மகனில்லை. உன்னைப் பொறுத்தவரை நான் இறந்துவிட்டேன் என்று வைத்துக்கொள்!”

கோபத்தையும், அழுகையையும், துயரத்தையும், புலம்பலையும் வைத்துக் கொண்டு அங்கிருந்து புறப்பட்டான். சத்ருக்கனனைத் தன்னுடன் அழைத்துக் கொண்டு கௌசல்யாவின் அந்தப்புரத்துக்குச் சென்றான்.

கைகேயி இதைக் கொஞ்சமும் எதிர்பார்க்கவில்லை. அவள் கண்ணெதிரே... அவள் கட்டிய மனக்கோட்டை தகர்ந்து தூள் தூளாகிப் போனதைப் பார்த்தாள்.

அதன் மூலம் அவள் தனது தவறை உணரத் தொடங்கினாள்.

“பெற்ற பிள்ளையே தன்னை வெறுக்கும் விதமாக அரக்க குணம் கொண்டுவிட்டோமே என்று நினைத்தவளால் அழுகையைக் கட்டுப்படுத்த முடியவில்லை. மனம் உடைந்து தனிமையில் கதறத் தொடங்கினாள்.

இந்த நிலையில் பரதன் கேகய நாட்டிலிருந்து, அயோத்திக்கு வந்த செய்தி கௌசல்யாவுக்குத் தெரிந்திருந்தது.

‘வஞ்சனையின் சூழ்ச்சியினால் எளிதாகத் தாயின்மூலம் கிடைத்த வாக்குப்படி இராஜ்ஜியம் கிடைக்கப்போகிறது. அதில் பட்டாபிஷேகம் சூட்டிக் கொள்ளப்போகும் மகிழ்ச்சியில் பறந்தோடி வந்திருக்கிறான் போலிருக்கிறது!’ என்று நினைத்துக் கொண்டாள் கௌசல்யா....

அவளது எண்ணத்தை மாற்றும் விதமாக, ஓடோடி வந்த பரதன் அவளது காலில் நெடுஞ்சாண் கிடையாக விழுந்தவன் அவளது பாதங்களைப் பற்றிக் கொண்டு கதறலானான்.

"தாயே! தயவு செய்து என்னைத் தவறாக எண்ணி விடாதீர்கள். இங்கு நடந்து முடிந்த சூழ்ச்சிகள் எல்லாம் எனக்குச் சத்தியமாகத் தெரியவே தெரியாது. என்னை நம்புங்கள் தாயே.

அண்ணன் இராமன் மீது நான் வைத்திருக்கும் பாசம் உங்களுக்குத் தெரியாததா! அண்ணனைக் காட்டுக்கு அனுப்பக்கூடிய கொடிய செயலுக்கு நான் துணை போவேனா?"

"சத்தியமாகச் சொல்லுகிறேன் தாயே! நாட்டை ஆள நான் ஒருபோதும் ஆசைப்பட்டதில்லை. நான் சொல்வதை நம்புங்கள்! தாயே... நம்புங்கள்!" என்று கெஞ்சினான்.

இதைக் கண்ட சுமத்திரை, 'அக்கா! பாவம் தாயின் சூழ்ச்சியில் துளியும் பங்கு பெறாதவன். இவனைப் பகடைக் காயாக்கப் பார்த்தவள் இவனைப் பெற்றவள் தான்...'

இவ்விதம் சுமத்திரை உள்ள நிலைமைகளை எடுத்துச் சொன்னதைக் கேட்ட கௌசல்யாவுக்குத் தாங்க முடியாத துக்கத்தைத் தந்தது. அவனைத் தவறாக நினைத்தது தனது தவறுதான். பரதன் மாசு குறையாத புடம் போட்ட தங்கம் போன்றவன் என்பதை உணர்ந்தவள் பரதனின் பக்கத்தில் தரையில் அமர்ந்து அவன் தலையை எடுத்து மடி மீது வைத்து, ஆதரவாகக் கோதினாள். "பரதா! என் மகனே! உன்னை நான் தவறாகப் புரிந்திருந்தேன். உனது சொல்லும் செயலும் என்னை வெட்கித் தலைகுனிய வைத்துவிட்டது," என்றாள்.

"தாயே! என்னை நீங்கள் புரிந்து கொண்டதே எனக்குப் போதும். ஆனால் ஒன்று. எனது தாய் செய்த சதிவேலையினை விதியென்று சும்மா விட்டுவிடப் போவதில்லை. நானே காட்டுக்குச் சென்று அண்ணன் இராமனை அழைத்து வந்து அவரிடம் இந்த நாட்டினை ஒப்படைப்பேன். இது நிச்சயம்" என்றான்.

பரதன் சொன்னதைக் கேட்டுப் பெருமிதம் அடைந்தாள் கௌசல்யா பரதனை மனமார வாழ்த்திப் பேசலானாள்...

"பரதா! உன்னுடைய முன்னோர்கள் எல்லாம் நல்லபடியாக இந்த நாட்டினை ஆட்சி புரிந்து வந்து, அதன்மூலம் பெரும் புகழ் பெற்றிருக்கிறார்கள்.

ஆனால் அரசை வேண்டாம் என்று சொல்லும் உனக்குச் சமமானவர்கள் யாருமே இல்லை. நீ தான்டா மகனே! மன்னர்களுக்கெல்லாம் மன்னன்!" என்று நா தழுதழுக்கப் பாராட்டினாள்.

இறந்துபோன தசரத மன்னனுக்கு நடக்க வேண்டிய அனைத்துக் காரியங்களும் நியமம் தவறாமல் நடந்து முடிந்தன.

மன்னனின் இறுதிக் கடனைப் பரதன் செய்தான்.

பதினான்காம் நாள் மன்னனின் நினைவாக அரசவை கூடியது.

பரதனுடைய மாளிகைக்குத் தூதர்களை அனுப்பி அவனை அழைத்தார்கள்.

அழைப்பினை ஏற்று வந்தவனை வரவேற்கும் விதமாக இன்னிசை நாதங்களை முழக்கலானார்கள்.

அந்த இன்னிசையைக் கேட்டு மனம் வருந்திய பரதன், வரவேற்பிசையை நிறுத்துங்கள் என்று சொன்னான்.

வாத்தியம் நிறுத்தப்பட்டது.

சத்ருக்கனனிடம், "இராஜ்ஜியம் வேண்டாம் என்று சொல்லிவிட்டு வந்த பிறகும் என்னை இவ்விதம் வற்புறுத்துகிறார்களே! தாய் செய்த சூழ்ச்சியினைப் பார்! இந்தப் பூமியைச் சுமக்க என்மீது பாரத்தைப் போட்டுவிட்டுத் தந்தை சென்றுவிட்டாரே... இந்த இராஜ்ஜியம் அரசரில்லாமல் தவிக்கிறது. மாலுமியில்லாத கப்பலைப் போல் அலைகிறது" என்று சொல்லித் துக்கப்பட்டான்.

களங்கமற்ற பரதன் வருகிறான் என்று மிக்க ஆவலுடன் அரச சபையில் இருந்தோரெல்லாம் ஆரவாரத்துடன் வரவேற்றனர்.

கூடியிருந்த பெரியோர்களை வணங்கிவிட்டு, பரதன் தனது ஆசனத்தில் போய் அமர்ந்தான்.

அவையின் முன்னவர் போன்றிருந்த வசிஷ்டர் எழுந்து, "மேன்மை பெற்ற மகாராஜாவான தந்தையும் உங்கள் சகோதரன் இராமச் சந்திரனும் உங்களுக்கென்று தந்திருக்கும் இந்த இராஜ்ஜியத்தை ஒப்புக் கொண்டு முறைப்படி எங்களை ரட்சிப்பீர்களாக!" என்று கூறினார்.

அதைக் கேட்டவுடன், பரதன் கண்களிலிருந்து அருவிபோல நீர் வெளி வந்தது.

வாலிபனான பரதன் சபை நடுவில் உரக்க அழுதுவிட்டு, சபையோர்களைப் பார்த்து,

"தயவு செய்து என்னை மன்னியுங்கள். மூத்தவன் என் அண்ணன் இராமன். எதிலும் மேலானவன். தர்மாத்மா,

திலீபன், நகுவுன் ஆகியவர்களுக்குச் சமமானவன். அவனல்லவா இந்த இராஜ்ஜியத்துக்குரிய அரசன். அப்படியிருக்கையில் என்னை இராஜ்ஜியத்துக்கு அரசனாக்க நினைப்பது சரியல்ல.

இங்கிருந்து வனத்திலிருக்கும் இராமனுக்குக் கைகூப்பி வணங்குகிறேன். அவனே அரசனாகத் தக்கவன். நானல்ல."

இந்தப் பேச்சைக் கேட்ட சபையோர், 'இவனல்லவோ... பெருந்தகை!' என்று ஆனந்தக் கண்ணீர் வடித்தனர்.

பரதனின் மேன்மையான குணம், அண்ணன் மீது கொண்டுள்ள பாசம் மரியாதை இவற்றைக் கண்டு அவையோர் ஆச்சரியப்பட்டனர்.

கைகேயியின் வஞ்சத்தில் பரதனுக்கு எந்த சம்பந்தமும் இல்லை. நல்ல வேளை, தாயின் குணம் இல்லாமல் சூரிய வம்சத்து விளக்காகத்தான் பரதன் இருக்கிறான். இதை மன்னர் இருந்து பார்த்திருந்தால் எப்படி சந்தோஷப்பட்டிருப்பார் என்று எண்ணினர் அமைச்சர்கள்.

பரதனும், "நான் படைகளோடு சென்று என் அண்ணனை அழைத்து வர வேண்டும்," என்று சொல்லிவிட்டு அங்கிருந்த சுமந்திரனைப் பார்த்து வனம் போவதற்கான துரிதமான ஏற்பாடுகளைச் செய்யும்படி கூறினான்.

மீண்டும் பரதன் சொன்னான். "அரசாள இராமனை என் பேச்சால் சம்மதிக்கும்படி செய்ய முடியாவிட்டால், நான் அங்கேயே வனத்திலிருந்து தவமிருப்பேன். நீங்கள் பெரியோர்கள், எல்லோரும் எப்படியோ சகல உபாயங்களையும் பயன்படுத்தி இராமனை அயோத்திக்குக் கொண்டுவந்து பட்டம் சூட்ட வேண்டியது உங்கள் கடமை!" என்றான்.

இராம இலக்குவணர்களைப் போலவே தானும் ஜடாமுடியும், மரவுரியுமாகத் துறவுக் கோலம் பூண்டான்.

அவனுடன் வசிஷ்டர் முதலான மந்திரி பிரதானிகளும் கௌசல்யா, சுமித்ரா மற்றும் முப்படைகளும் புறப்பட்டன.

குகனுடைய சந்தேகம்

கங்கையின் எதிர்க் கரையில் என்றுமே காணாத பெரும்படையொன்று தங்கியிருப்பதனை நிஷாத மன்னன் குகன் பார்த்தான்.

உடனே தனது ஆட்களுக்கெல்லாம் சேதி சொன்னான்.

அவனுடைய ஆட்கள் வந்தவுடன், "பார்த்தீர்களா கங்கைக் கரையில் படையை! யார் மீது யார் போர் தொடுக்கப் போகிறார்கள்? எந்த நாட்டுப்படையெனக் காண நதிக்கரைக்குப் போவோம், வாருங்கள்," என்று அழைத்துக்கொண்டு சென்றான்.

தேர்களின்மீது திருவாத்தி மரக்கொடி காற்றில் ஆடுவது தெரிந்தது. உடனே அவளது ஞாபகத்துக்கு வந்தது.

அது அயோத்திய மன்னருடைய கொடி. அந்தக் கொடியை இப்போது பயன்படுத்துவது கைகேயியின் மகன் பரதன். அவன் தான் படையைத் திரட்டி வந்திருக்கிறான் போலிருக்கிறது. அதனால் எந்நாட்டவரே.

"தாயின் சூழ்ச்சியினால், அநீதியான வழியில் இராஜ்ஜியத்தை அடைந்து கொண்ட கைகேயியின் மகன் பரதன்தான் இங்கு வந்துள்ளான். இராமனுக்கு விரோதியான அவன், சூழ்ச்சியினால் இராஜ்ஜியத்தை அடைந்தது மட்டுமில்லாமல், இராமனைக் கொல்லவும் படைதிரட்டி வந்துள்ளான் என்று நினைக்கிறேன்.

ஆனால் நான் எண்ணுவது சரிதான் என்று சொல்வதற்கில்லை. எதற்கும் நீங்கள் அனைவரும் எச்சரிக்கையோடு கங்கையைக் காத்து நில்லுங்கள்.

நான் சென்று வந்திருப்பவர்களிடம் பேசிப்பார்க்கிறேன். இராமன் மீது அன்பு கொண்டு வந்திருந்தால் கங்கையைக் கடக்க உதவி செய்வோம். இல்லையென்றால் வந்தவர்களை இங்கேயே தடுத்து நிறுத்திவிடுவோம்."

இவ்விதம் தனது ஆட்களிடம் சொல்லிக் காவலுக்கு வைத்து விட்டு, பரதன் இருக்கும் இடத்திற்கு படகில் சென்றான் குகன்.

அவன் கரையில் கால் எடுத்து வைத்தவுடன் அவனது அடையாளத்தைக் கண்டு கொண்ட மன்னனின் உதவியாளன் சுமந்திரன் மகிழ்ச்சியில் குரல் கொடுக்கலானான்.

"இதோ நிஷாத் தலைவனான குகன் வருகிறார். இவர் இராமச்சந்திர மூர்த்தியின் இனிய நண்பர். இராமன் இருக்குமிடத்தை இவரே அறிவார். இவரால் மட்டுமே, நம்மை இராமனிடம் விரைவாக அழைத்துப் போக முடியும்!" என்று பரதன் உட்பட வந்திருந்த அனைவரிடமும் கூறினான்,

"அப்படியானால் மிக்க மகிழ்ச்சி. அண்ணன் இராமன்மீது அளவற்ற பாசம் வைத்துள்ளவர் என்றால் நமக்கும் வேண்டியவர்தான்!" என்று கூறியவன்,

"நண்பரே! வணக்கம். நான் இராமச்சந்திர மூர்த்தியின் சகோதரன் பரதன்!" என்று தன்னை அறிமுகப்படுத்திக் கொண்டான்."

"மிக்க மகிழ்ச்சி. தாங்கள் வந்த நோக்கம்?"

"அண்ணன் இராமன் இருக்கும் இடம் நான் செல்ல வேண்டும்."

"எதற்காக?"

"நண்பரே! என் மீது சந்தேகம் கொண்டு இந்தக் கேள்வியைக் கேட்கிறீர் என்று நினைக்கிறேன். என்னால் என் அண்ணனுக்கு ஒருபோதும் ஆபத்து ஏற்படாது. நண்பரே! என்னை நம்புங்கள். தந்தையை இழந்து தவிக்கும் எனக்கு, அண்ணனே எனக்குத் தந்தையுமாவார். அவரே அயோத்தியை ஆளத் தகுந்தவர். எனக்கு ஆட்சி ஆள விருப்பமில்லை. அதனால் அவரை எப்படியாவது சமாதானப்படுத்தி அயோத்திக்கு அழைத்துச் செல்வதற்காகவே வந்திருக்கிறேன். இது சத்தியம். எனக்கு உதவி செய்!" என்றான்.

பரதனின் பெருந்துக்கமும், அண்ணன் இராமனிடம் உள்ள அவனது அன்பும், அவனது முகத்திலும், பேச்சிலும் கண்டு, உள்ளம் பூரித்த குகன்.

"ஐயனே! உம்மைப் போன்ற மகான் வேறு யார் இந்த உலகத்தில் இருக்கிறார்கள்? தானாக வந்த பெரும் பதவியைத் துறக்க வல்லவர் தாங்களன்றி வேறு யாருளர்? தங்களுடைய புகழ் உலகத்தில் என்றென்றும் நல்கி நிற்கும்!" என்றான்.

இரவு வந்தது.

பரதனுக்கும், அவனுடைய சேனைக்கும் வேண்டிய அனைத்தையும் குகன் குறைவின்றிச் செய்து முடித்தான்.

அனைவரும் நிம்மதியுடன் படுத்தனர்.

குகனைச் சந்தித்த பிறகு பரதனுக்குத் தூக்கம் அதிகரிக்கவே, அவனும் நிம்மதியுடன் படுத்துறங்கினான்.

மறுநாள்

குகன் பெரியதொரு படகைத் தயார் செய்தான்.

அப்படகில் பரதனும், அவனுடன் வந்த சேனைப் படைவீரர்களும் ஏறினர். பாரமூட்டைகளும், வண்டிகளும் ஏற்றப்பட்டன.

கங்கா நதியில் பரதனுடைய பரிவாரம் ஏறிய படகுகளைச் செலுத்தினார்கள். அப்போது எழுந்த ஆரவாரம் ஒரு பெரிய திருவிழா போலிருந்தது.

கங்கையைக் கடந்து எல்லோரும் பரத்வாஜருடைய ஆசிரமம் போய்ச் சேர்ந்தனர்.

பரதனுக்கு விருந்து

பிரயாகவனத்தை அடுத்துள்ள பரத்வாஜ முனிவரின் ஆசிரமத்தின் முன் பரிவாரக் கூட்டத்தை நிற்கச் சொல்லிவிட்டு வசிஷ்டர் முதலிய சில முக்கியமான பெரியவர்களுடன் அடக்கமாக பரதன், தன்னுடைய பட்டாடை, வில், அம்பு, கத்தி முதலியவற்றை கழற்றி வைத்துவிட்டு ஆசிரமத்திற்குள் சென்றான்.

வசிஷ்டரைக் கண்டவுடன், பரத்வாஜர் ஆசனத்திலிருந்து எழுந்தார்.

சிஷ்யர்களிடம் பரதனுடைய பாதத்தை நீரினைக் கொண்டு கழுவச் செய்து விடச் சொன்னவர், வசிஷ்டருடன் உரையாடத் தொடங்கினார்.

பாதம் கழுவப்பட்ட பரதன், பரத்வாஜ முனிவரை வணங்கினான்.

வசிஷ்டர் - பரதனின் சுக நலன்களை விசாரித்தார். தசரதனின் இறப்பினைப் பற்றி ஏற்கெனவே பரத்வாஜ முனிவர் தெரிந்திருந்ததினால், அது சம்பந்தமாக எதையும் விசாரிக்கவில்லை.

நேரடியாகச், சில விஷயங்களை விசாரிக்கலானார்.

"பரதனே! நீ ஏன் அரசாட்சியை நடத்தாமல் இங்கே வந்தாய்?"

"மூத்த அண்ணன் இருக்கும்போது, இளையவன் நான் எப்படி குருவே அரசாட்சி செய்வது? அதற்காக அண்ணனை காட்டிலிருந்து நாட்டிற்கு அழைத்துச் சென்று அரசாட்சியை ஏற்றுக் கொள்ளச் செய்யவே இங்கு வந்தேன்."

"பரதனே! உன் உள்ளத்தின் ஆழம் புரிந்து கொண்டேன். உன் நல்ல எண்ணத்தின்படியே எல்லாம் நடக்கும். உனக்குக் கீர்த்தி உண்டாகட்டும்!" என்று வாழ்த்தினார்.

கள்ளிப்பட்டி சு. குப்புசாமி | 111

"குருவே! விடை கொடுங்கள். நாங்கள் அண்ணன் இருக்கும் இடம் செல்ல வேண்டும்," என்றான்.

"பரதா! இன்றிரவு இங்கே உன் பரிவாரங்களுடன் தங்கிவிட்டு நாளை மந்திரிகளுடன் போவாயாக. இந்த ஆசிரமத்தில் இன்று தங்குவதற்கு ஒப்புக் கொண்டு என்னை மகிழச் செய்வாய்!" என்று கேட்டுக் கொண்டார்.

"அப்படியே ஆகட்டும் குருவே!" என்று சம்மதம் அளித்தான்.

"சரி! உன் சேனை பரிவாரம் எல்லோரும் ஏன் தூரத்தில் நின்று விட்டார்கள்? ஏன் அவர்களை அழைத்து வரவில்லை?" என்று கேட்டார்.

"பரிவாரங்களோடு ரிஷிகளுடைய ஆசிரமத்தின் அருகில் போகக் கூடாது என்கிற நியமப்படி அவ்வாறு செய்தேன். என்னுடன் வந்திருக்கும் கூட்டம் மிகப்பெரியது. அது இங்கே வந்தால் உங்களுக்குப் பெரிய தொல்லையாக இருக்கும்!" என்றான்.

"அப்படியெல்லாம் பெரும் தொல்லை எனக்கு ஏற்படாது. எல்லோரையும் இங்கே வரச் சொல்லி உத்தரவிடுங்கள்" என்றார்.

அவ்வாறே பரதனும் தன் பரிவாரத்தினை ஆசிரமத்துக்குப் பக்கம் வருமாறு உத்தரவிட்டான்.

பரத்வாஜர் தம் ஹோம சாலைக்குச் சென்று, மூன்று தரம் மந்திரம் செய்தார்.

அதன்பின்னர், மயன், வருணன், குபேரன், அக்னி முதலிய தேவர்களை வரவழைத்து, உங்கள் உதவியைக் கொண்டு பரதனுக்கு நான் அதிதி பூஜை செய்ய விரும்புகிறேன் என்றார்.

முன்பு விசுவாமித்திரருக்கு வசிஷ்டர் செய்த விருந்து போல் பரத்வாஜரின் ஆசிரமத்தில் விருந்து நடந்தது. பரதன் உட்பட அனைவரும் விருந்தினை மெய்மறந்து உண்டனர்.

அன்றிரவு அனைவரும் ஆசிரம எல்லையிலேயே தங்கினர்.

இராமனுடைய பர்ணசாலை

மறுநாள்

காலையில் தன்னுடன் வந்த மூன்று அன்னையரையும் அறிமுகம் செய்யலானான் பரதன்.

‘இதோ துக்கப்பட்டு, பட்டினி கிடந்து இளைத்து நிற்கும் கௌசல்யா, மகாராஜாவின் பட்ட மகிஷி, இந்திரனுக்குச் சமமான இராமனைப் பெற்ற தாய்.’

‘அடுத்து வாடிய புஷ்பங்கள் நிறைந்த கொடியைப்போல் துக்கப்பட்டு நிற்பவர் அன்னை சுமத்திரா, லட்சுமண, சத்ருக்கனர்களைப் பெற்ற தாய்.’

“எங்களுடைய துக்கத்துக்கெல்லாம் காரணமான கைகேயி என்னைப் பெற்ற தாய். ஆர்ய வடிவம் கொண்ட அனார்யை!” என்று சொன்னான் பரதன்.

“பரதா! தாயை அப்படிச் சொல்லாதே. உலகத்தின் நன்மைக்காகவே அனைத்தும் நடந்துள்ளன. அப்படியிருக் கையில் உனது தாயின் மீது குற்றம் காணாதே. அவரும் அன்பு மயமான தாய்தான்.

எப்போதும் இராமன் மீது அன்பு செலுத்தியவள் தான். அப்படிப்பட்டவளின் மனத்தில் திடீரென்று இப்படியொரு எண்ணம் தோன்றியதென்றால், அது தெய்வத்தின் சித்தம் என்று தான் சொல்ல வேண்டும்!” என்றார்.

வந்திருந்த அனைவருக்கும் விடை கொடுக்கும் நேரத்தில்,

“பரதா! இவ்விடத்திலிருந்து இரண்டரை யோசனை தூரத்தில் மந்தாகினி நதி ஓடுகிறது. அதன் கரையில் ஜன சஞ்சாரமற்ற பெரிய காடு இருக்கிறது.

அதன் அருகே தெற்குப் பகுதியில் சித்திர கூட மலை இருக்கிறது. மலைக்கும் கீழ் வனத்தில் ஓர் பர்ணசாலை அமைத்து அதில் சீதா இராம இலக்குவணர்கள் மூவரும் வசித்து வருகின்றனர்,” என்று சொல்லியதோடு, அங்கே போகும் வழியையும் விளக்கமாகக் கூறினார்.

பரத்வாஜர் சொன்ன வழியைத் தடம் பிடித்துச் சென்றார்கள். சித்திரகூடமலை தெரிந்தது.

அந்த மலையில் அடிவாரத்திலிருந்து புகை கிளம்பி வருவதையும் கண்டார்கள்.

அங்குதான் இராமனின் பர்ணசாலை இருக்க வேண்டும் என்று ஊகித்துக் கொண்டனர். உடனே பரிவாரத்தைச் சேர்ந்த அனைவரும் ஆரவாரம் செய்தனர்.

கோபம் கொண்ட இலக்குவணன்

சித்திரகூட மலையின் சிறப்பான அழகினைச், சீதையும், இராமனும் கண்டு ரசித்துக் கொண்டு இருந்தனர்.

அழகான இப்பகுதி மனதிற்கு எத்தனை அமைதி, சாந்தியைத் தருகிறது என்று இராமன் சொல்ல,

சீதையும், "ஆம் பிரபு! இங்கு பறவைகளும், மானும், மயிலும், என் தோழிகள் போன்று என்னிடம் பழகுகின்றன.

பச்சைக்கிளி ஒன்று என்னோடு எப்போதும் பழகி, சீதா, இராமா, லட்சுமணா என்று எவ்வளவு அழகாகக் கூப்பிடுகிறது தெரியுமா!" என்றாள்.

அந்தச் சமயத்தில் திடீர் என்று தூசி கிளம்பி ஆகாயத்துக்கும் பூமிக்குமாக நின்றது. அத்துடன் பெரிய ஜன சமுத்திரத்தின் கம்பீரப் பேரொலியும் கேட்டது.

உடனே இலக்குவணனை அழைத்து, "தம்பி! ஏதோ பெரிய சத்தம் கேட்கிறது. யானைகளும், காட்டெருமைகளும், மான்களும் நாலா பக்கமும் ஓடுகின்றன.

என்ன காரணம் என்று நன்றாகப் பார். எந்த மன்னராவது இங்கு வேட்டையாட வந்திருக்கிறார்களா

அல்லது சிங்கம், புலி இவற்றின் வேட்டைச் செயல்களா! என்னவென்று பார்த்துச் சொல்வாய்," என்றார்.

அண்ணன் இட்ட ஆணையினைச் சிரமேற்கொண்ட தம்பி இலக்குவணன் உடனே மிக உயர்ந்த ஆச்சா மரத்தின் மேல் ஏறினான். நான்கு பக்கமும் நன்றாகப் பார்த்தான்.

வடதிசையிலிருந்து பெரியதொரு சதுரங்க சேனை வந்துகொண்டிருப்பதைக் கண்டான்.

மரத்தின் மேலிருந்தே இராமனுக்கு எச்சரிக்கை செய்யலானான்.

"அண்ணா! மூவகைப் படைகளுடன் பெருஞ்சேனை ஒன்று வந்து கொண்டிருக்கின்றது. அபாயக் கட்டம் வந்துவிட்டது. உடனே நெருப்பை அணைத்துவீட்டு, அண்ணி சீதையை அழைத்துச் சென்று மலைக் குகையில் பத்திரமாக இருக்கச் செய்துவிட்டு, வேடம் பூண்டு வில்லும் அம்பும் எடுத்து யுத்தத்துக்கு ஆயத்தமாவோம்!" என்றான்.

"தம்பி! நன்றாகப் பார்த்துச் சொல். இந்தப் படை எந்த அரசனுடையது என்று தேர்க் கொடியைக் கவனித்துப் பார்," என்றான் இராமன்.

அவ்வாறே பார்த்தான் இலக்குவணன். பார்த்துவிட்டு ஒரே கோபமாகக் கத்தலானான்.

"அண்ணா! தேரில் திருவாத்திக் கொடி பறக்கிறது.

"அப்படியென்றால் நம்ம நாடு அயோத்தியின் கொடி தானே..."

"அந்தக் கொடியைக் கட்டிக் கொண்டு வருபவன் பரதன் போன்று தெரிகிறது. நாட்டுக்கு அரசனான பின்னும், நம்மைக் கொல்ல வருகிறானே. அவன் நம்மைக் கொல்வதற்கு முன்பு, அவனை நாம் கொன்று விடுவோம். இந்தச் சேனையை நிர்மூலமாக்குவோம். இந்தக் காட்டிலிலுள்ள பிணம் தின்னும் மிருகங்களுக்கு நிறைய உணவு கொடுப்போம்."

"இலக்குவணா! என்ன இது உன் முன் கோபம். அன்று தந்தையைக் கொன்று என்னை அரியணையில் அமர வைப்பதாகச் சொன்னாய். இன்று பரதன், மற்றும் நம் நாட்டு அமைச்சர்களைக் கொல்வதாகச் சொல்கிறாய்! ஆரண்யம் வந்தும் இன்னும் நீ அமைதியாகாமல் இருக்கிறாய். எனக்கு நீ, பரதன், சத்ருக்னன் எல்லோரும் ஒன்றுதான்.

அவர்களைக் கொன்று நான் அரியணை ஏறுவேனா? என்னை என்ன அசுரன் என்று எண்ணிவிட்டாயா? அமைதியாய் இரு. எதிலும் அவசரப்படாதே" என்றார் இராமன்.

அதைக் கேட்ட இலக்குவணன் குற்ற உணர்வில் தலை குனிந்தான். அதனையறிந்த இராமன், "என் தம்பி! இப்படிக்கூட இருக்கலாமில்லையா? நாம் வனவாசத்தில் கஷ்டப்படுகிறோமென்று எண்ணி நமது தந்தையார் நம்மை நாட்டுக்கு அழைத்துச் செல்ல வந்திருக்கலாமில்லையா...?"

"அப்படியென்றால் வெண்கொற்றக் குடையில்லையே அண்ணா!"

"ஆனாலும் பரவாயில்லை! எப்போதும் எதையும் தப்பான கண்ணோட்டத்திலேயே பார்க்காதே. நல்லதாகவே எண்ணிப்பார். கேகய நாட்டிலிருந்து திரும்பிய பரதன். நாம் காட்டிற்கு வந்த செய்தி கேட்டு கொதித்துப் போயிருப்பான். ஏனெனில் பரதனும் உன்னைப் போலவே என் மேல் தாளாத அன்பு கொண்டவன்.

கள்ளிப்பட்டி சு. குப்புசாமி | 115

அவன் தனது தாயாரை ஏசியிருப்பான். அதன் பின்னர் நம்மிடம் மன்னிப்புக் கேட்டுத் திரும்பவும் நாட்டுக்கு அழைத்துப்போகும் எண்ணத்தோடு, படைபலத் தோடு வருவதாக இருக்கக்கூடும். அருகில் வந்தால் தெரியும். எப்படியிருந்தாலும் சரி. நீ சாந்தமடைவாய்!" என்றார்.

பரதனும் தன்னுடன் வந்த படையைத் தூரத்தில் நிறுத்திவிட்டு, வசிஷ்டர், சுமந்திரன், குகனுடன், இராமன் தங்கியிருந்த பர்ணசாலையை நோக்கி வந்தான். இராமன் புல் தரையில் உட்கார்ந்திருப்பதைக் கண்டதும், ஒரே பாய்ச்சலாகப் பாய்ந்து அண்ணன் இருந்த இடம் நோக்கி ஓடினான்.

அண்ணனிடம் ஏதேதோ பேச வேண்டும், என்னென்னவோ சொல்ல வேண்டும் என்றெல்லாம் எண்ணிக் கொண்டு வந்தவன், இராமனைப் பார்த்ததுமே எல்லாவற்றையும் மறந்தான்.

அதற்குப் பதிலாக இரு கைகளையும் கூப்பியபடி வேகமாக வந்தவன், வெட்டப்பட்ட மரம்போல, இராமனின் காலடியில் தடாலென சாஷ்டாங்கமாக விழுந்தான்,

"அண்ணா... அண்ணா..." வார்த்தைக்கு மேல் பேச முடியாமல் தேம்பித் தேம்பி அழுதான்.

இதற்குள் குகனும், சுமந்திரனும், வசிஷ்டரும் அங்குவந்து சேர்ந்தார்கள்.

ஜடாமுடியும், மரவுரியும் தரித்துத் தன் முன் கைகூப்பிய வண்ணம் தரையில் விழுந்து கிடந்த பரதனைப் பார்த்த இராமன்.

துக்கத்தாலும், உபவாசத்தாலும் தேகம் மெலிந்து நிறம் மாறிப் போய்க் கிடந்த பரதனை வாரியணைத்து உச்சிமோந்து, மடியின் மேல் உட்கார வைத்து, 'தம்பி! பரதா! நமது தந்தையைத் தனியாக விட்டுவிட்டு நீ இப்படி வெகுதூரம் வனத்துக்கு வரலாமா? ஏன் இந்த மாதிரி இளைத்துப் போயிருக்கிறாய்?' என்று கேட்டார்.

"அண்ணா! நாடாள வேண்டிய மூத்தவன் கானகத்தில் இருக்க, அதற்குக் காரணமான நான் மட்டும் பட்டுப் பீதாம்பரங்கள் உடுத்தி சுகபோகமாக இருக்க முடியுமா? உனக்கு ஒரு துன்பம் என்றால், அத்துன்பம் எங்களுக்கும் இல்லையா? என்று கேட்டான்.

இராமன் தனது பேச்சினை மாற்றி, அயோத்தியைப் பற்றியும், இராஜ்ஜிய பரிபாலனம் குறித்தும் விசாரித்தான்.

"அண்ணா! இராஜ்ஜிய பரிபாலனம் பற்றி என்னிடம் நீங்கள் கேட்கலாமா அரச பதவி ஏற்க வேண்டிய மூத்தவன் நீயிருக்க, நான் எப்படி அரசாளுவேன்? அப்படிப் பதவி ஏற்பேன் என்று நீ நினைக்கவும் செய்யலாமா? ராஜ குல வழக்கப்படி மூத்தவனான நீயே அரசாள வேண்டியவன். அதன்படி இப்போதே என்னுடன் அயோத்திக்கு வந்து அரசினை ஏற்றுக்கொள்."

"இன்று, அயோத்தி இராஜ்ஜியம் ஆதரிப்பார் இல்லாத அநாதைக் குழந்தையாக அழுது கொண்டிருக்கிறது அண்ணா! நான் கேகயத்திலிருக்கும்போது, நீங்கள் வனத்துக்கு வந்துவிட்டீர்கள். தந்தையார் உயிர் நீத்துவிட்டார் அண்ணா!"

"ஹா... நீ என்ன சொல்கிறாய்? தந்தையார் இறந்துவிட்டாரா? இஃதென்ன கொடுமை! அவர் நலமாக இருக்கட்டுமென்று தானே நான் கானகம் வந்தேன். என் பிரிவு தாங்கமாட்டேன் என்றாரே! என் பிரிவே அவருக்கு இப்படி எமனாக முடிந்ததோ! என்று அழுதார். சீதையும் சேர்ந்து அழுதாள்.

"ஐயோ! தந்தையின் கடைசி காலத்தில் அவர் அருகே இருக்கும் பாக்கியம் கூட எனக்கும், அண்ணனுக்கும் இல்லாமல் போனதே!" என எண்ணி இலக்குவணனும் அழுதான்.

சற்று நேரத்தில் மனதினைத் திடப்படுத்திக் கொண்ட இராமன், "தம்பி பரதா! தந்தையிட்ட கட்டளையை, எவ்வளவு கஷ்டங்கள் வந்தாலும் நிறைவேற்றியே ஆக வேண்டும். அவர் என்னை வனம் போகச் சொல்லி உத்தரவு பிறப்பித்தார், உனக்கு ராஜ்யம் ஆளும் கடமையைத் தந்தார். நாம் அதைப் புறக்கணிக்கக் கூடாது. உதறித் தள்ளுவதும் முறையாகாது. அவரவர்களுக்கு இட்ட கட்டளைகளைச் செய்வதே தர்மமாகும்.

தந்தையின் கட்டளையை நிறைவேற்றுவதற்குப் பதிலாக வேறு இந்திர லோகத்தைத் தருவதாக யார் சொன்னாலும் அதை ஏற்கப் போவதில்லை. அதில் எனக்கு மகிழ்வும் இல்லை!" என்று கூறினார் இராமன்.

"அண்ணா! தந்தைக்குச் செய்ய வேண்டிய ஈமக் காரியங்கள் பாக்கி இருக்கிறது!" என்றான் பரதன்.

"தம்பி! மந்தாகினி நதிக்கரைக்குச் சென்று நாம் நான்கு அண்ணன் தம்பிகளும், நம்மைப் பெற்ற அன்னையர்களும்

தந்தைக்குரிய பித்ரு கடன்களை முடிப்போம்!" என்றான் இராமன்.

ஆற்றங்கரையில் இராம இலக்குவணர்கள், பரதன், சத்ருக்கனன் ஆகியோர் தந்தைக்காக ஜலக்கிரியை செய்த இடத்தில் தெற்கு நோக்கி வைக்கப்பட்ட தர்ப்பைப் புல் நுனினையும் கண்டார்கள். பித்ருக்களுக்காக அங்கே எள்ளும் புண்ணாக்கும் வைத்திருப்பதையும் கண்டார்கள்.

தந்தைக்குச் செய்ய வேண்டிய காரியங்களையெல்லாம் முடித்த பிறகு வசிஷ்டர் முதலான பெரியோர்களும், அயோத்தி இராஜ்ஜியத்தை ஏற்றுக் கொள்ள வேண்டுமெனக் கேட்டுக் கொண்டனர்.

"இராமா! தஞ்சமடைந்தவர்களை எந்த நிலையிலும் கைவிடாதவன் நீ" அப்படியிருக்கையில் பரதனின் வேண்டுகோளை நிராகரிக்கலாமா?" என்றார்கள்.

எதற்கும் இணங்காதிருந்த இராமனிடம், "அண்ணா! நீங்கள் அயோத்திக்குத் திரும்பவில்லையென்றால் நான் இங்கிருந்து செல்லமாட்டேன். இங்கேயே உபவாசம் இருந்து உயிர்துறப்பேன்!" என்றான்.

சொன்னதோடு நில்லாமல், தர்ப்பைப் புல் பரப்பி அதன் மீது உட்கார்ந்துவிட்டான்.

"பரதா! என்ன காரியம் செய்யத் துணிந்து விட்டாய்! ஏற்கெனவே நான் சொன்னபடி அயோத்திக்குச் சென்று உனது கடமையைச் செய்!" என்றார்.

இவைகளையெல்லாம் கவனித்த வசிஷ்டர் சொல்லலானார்.

"பரதா! இராமனின் முடிவை யாராலும் மாற்ற முடியாது என்பது தெளிவாகி விட்டது. எனவே இராமனின் அனுமதியைப் பெற்றுக் கொண்டு அவன் வனவாச காலம் முடிந்து வரும் வரை இராமனுக்குப் பதிலாக நீ ஆட்சி செய்து வா!" என்றார்.

பரதனும் ஒரு முடிவுக்கு வந்தான்.

"அண்ணா! நீ சொன்னபடியே செய்கிறேன். ஆனால் ஒன்று."

"சொல்லு பரதா!"

"உனது பாதுகையைத் தந்தால், அதை வைத்துக் கொண்டு உங்களுக்குப் பதிலாக இராஜ்ஜியத்தை ஆண்டு வருகிறேன்.

நீங்கள் வனவாசம் திரும்பி நாட்டுக்கு வரும்போது, இராஜ்ஜியத்தை உங்களிடம் தந்து விடுகிறேன்!" என்றான்.

பரதனின் பாச உள்ளத்தை மேலும் சோதிக்க விரும்பாத இராமன், "பரதா! உனது விருப்பப்படியே எனது பாதுகையைச் கழற்றித் தருகிறேன்," என்று கழற்றி பரதனிடம் தந்தான்.

பாதுகையை வணங்கிப் பெற்றுக்கொண்டான் பரதன்.

"சரி, எல்லோரும் புறப்படுங்கள்!" என்றான் இராமன். ஒருவருக்கும் இராமனை விட்டுப்பிரிய மனமில்லை.

இராமன் ஒவ்வொருவரையும் அழைத்து ஆறுதல் சொல்லி, தைரியம் ஊட்டியதோடு, சற்றுக் கண்டிப்பையும் காட்டி அனுப்பினான்.

குற்ற உணர்வினால் கூனிக் குறுகி நின்ற கைகேயியிடம் அன்புடன் பேசி, "நடந்ததெல்லாம் விதியின் வினைதான் தாயே! அதைத் தவிர வேறொன்றுமில்லை. நீங்கள் எவ்வித சங்கோஜத்துக்கும் ஆளாகாமல் உங்கள் பணியைச் செவ்வனே செய்யுங்கள்!" என்று தேறுதல் சொன்னார்.

அதன் பின்னர் கௌசல்யா, சுமித்ரா அன்னையரிடமும் குரு வசிஷ்டரிடமும் இராமன் ஆசி பெற்றுக் கொண்டான். மற்றவர்கள் அவரிடம் ஆசி பெற்றுக் கொண்டு அயோத்திக்குப் புறப்பட்டார்கள்.

நாடு திரும்பினான் பரதன்

பரதனும் பரிவாரமும் அயோத்தியை நோக்கிச் சென்றார்கள். வழியில் பரத்வாஜ முனிவரைக் கண்டு, நடந்த விஷயங்களை அவரிடம் கூறினார்கள்.

பரதனுடைய குணத்தையும், முயற்சியையும் பாராட்டிய முனிவர்

"உன் மதிப்பும் மரியாதையும் என்றென்றும் விளங்கும். தசரதன் மகன் அல்லவோ நீ! நெறி தவறாமல் உன் குலத்தின் சீலம் உன்னை அடைந்திருக்கிறது. உன்னைப்பெற்ற தசரதன் பாக்கியவான். அவன் இறக்கவில்லை. உயிருடனே உன் ரூபத்தில் அமரனாக வாழ்கிறான்!" என்று சொல்லி ஆசிர்வதித்தார்.

அவ்விடத்திலிருந்து குகனுடைய இருப்பிடம் சென்று அவனிடமும் நடந்தவைகளைக் கூறிவிட்டு, அவனுடைய படகில் ஏறிக் கங்கையைக் கடந்து அயோத்தியை அடைந்தார்கள்.

பரதனின் கண்ணுக்கு அயோத்தி நகரம் அமாவாசை இருள் சூழ்ந்து துக்கத்தில் ஆழ்ந்து கிடப்பதாகத் தோன்றியது.

முன்பு கேகய நாட்டிலிருந்து வேகமாக, அயோத்திநகர் வந்தபொழுது எவ்விதம் இருந்ததோ, அவ்விதம் இப்போதும் இருந்தது. திகிலுடன் பிரவேசித்தான்.

இப்போது எல்லாம் நன்றாகத் தெரிந்த நிலையில் சென்று, ஒவ்வொன்றையும் எண்ணி எண்ணித் துக்கப்பட்டான்.

பரதன் இராஜ்ஜியத்தை அடைந்ததும் அரசவையைக் கூட்டினான்.

'மந்திரி பிரதானிகளே! சபையோர்களே! இந்தக் கோசல இராஜ்ஜியம் அண்ணன் இராமனுடையதுதான். அதைத் தற்காலிகமாக அவர் என்னிடம் ஒப்படைத்திருக்கிறார். இதோ! அண்ணனுக்குப் பதிலாக அவருடைய பாதுகையை அரியாசனத்தில் அமர்த்தியிருக்கிறேன். அவருடைய திருவடிகள் அயோத்தியை ஒளிபெறச் செய்து நம்மை வழிநடத்தும்.

அண்ணன் திரும்பி வரும்வரை இந்தப் பாதுகையின் அடிமையாகவே நான் இந்த இராஜ்ஜியத்தைப் பரிபாலனம் செய்வேன்.

பதினான்கு ஆண்டுகளுக்குப் பிறகு ஒரு நாளும் பொறுக்கமாட்டேன். இராமன் வராவிட்டால் எனது உயிரையே தத்தம் செய்வேன். இது சத்தியம்!" என்று பிரமாணம் செய்தான்.

பாதுகா பட்டாபிஷேகம் நடத்தப்பட்டது.

சபா மண்டபத்திலிருந்த வசிஷ்டர் முதலானவர்களுக்குச் சொல்லலானான்.

'என் துக்கம் மிகப் பெரியது. அதை நந்திக் கிராமத்திலிருந்து சகித்துக் கொண்டு, அண்ணன் இராமனிடம் வாக்குக் கொடுத்தபடி காரியங்களை அங்கிருந்து கொண்டே பார்ப்பேன். அதற்கு வேண்டிய ஏற்பாடுகளைச் செய்யுங்கள்" என்றான்.

அவ்வாறே சபை கூட்டப்பட்டு, "இந்த இராஜ்ஜியம் இராமனுடையது. தற்காலிகமாக என்னிடம் ஒப்புவித்திருக்கிறார் அண்ணன். அவருக்குப் பதிலாக அவர் அணிந்த பாதுகைகளை ஆசனத்தில் அமர்த்தியிருக்கிறேன். அதன் அடிமையாக நான்

அரசாங்கம் நடத்தி வருவேன்! என்று பரதன் அரச சபையில் பிரதிக்ஞை செய்தான்.

சித்திரக் கூடத்தில் பரதனின் நினைவாகவே இராமன் இருந்தார்.

அவனுடைய நினைவுகளால் துக்கம் சூழ்ந்து கொள்ளும் என்பதால், இராமன் அங்கிருந்து புறப்பட்டு வேறு இடத்துக்குச் செல்லத் தீர்மானித்தான்.

அது சம்பந்தமாக இலக்குவணனிடம் கேட்டான்.

"அண்ணா! நான் உங்களுடைய நிழல். நிழலுக்கென்று தனித்த அபிப்பிராயங்கள் கிடையாது. நீங்கள் எங்கு செல்கிறீர்களோ உங்களைப் பின் தொடர்வதே என் கடமை!" என்றான்.

இராம இலக்குவணர்கள், சீதையை அழைத்துக் கொண்டு, வேறிடம் செல்லக் கிளம்பினர்.

சித்திரக் கூடத்திலிருந்து புறப்பட்டு அத்திரி மகரிஷியின் ஆசிரமத்துக்குச் சென்றனர்.

மகனை வரவேற்கும் மாதா, பிதா போல அன்போடு ரிஷியும், அவருடைய மனைவி அனுசூயாவும் வரவேற்றனர்.

ரிஷி, இராம இலக்குவணர்களுடன் பேசிக் கொண்டிருக்கும் போது சீதாவை, அனுசூயா குடிலுக்குள் அழைத்துப்போனாள்.

"அம்மா! குடில் வெளியில் பார்க்கச், சிறியது போல் இருந்தாலும், உள்ளே இவ்வளவு விசாலமாகவும், வசதியாகவும் இருக்கிறதே!" என்று ஆச்சரியத்துடன் கேட்டாள் சீதா.

"ஆமாம் குழந்தாய் சீதா. இது போலத்தான் மனிதர்களும் வெளியே நல்லவர் போல நடித்தாலும் உள்ளே பொல்லாதவர்களாய் இருப்பார்கள். நாம் ஜாக்கிரதையாகப் பழக வேண்டும். எல்லாவற்றிலும் பெண்களுக்குச் சிறந்தது எது தெரியுமா? சொல்."

"இறை பக்தி..."

"இல்லே குழந்தாய்... கற்புள்ள பத்தினிப் பெண்ணுக்குக் கடவுளைக் கும்பிடும் சிரமமே இல்லாமல், கணவனை கும்பிட்டாலே போதும்.

பதியின் மனம் நோகாமல் நல்ல மனைவியாய் இருந்தாலே எல்லாத் தெய்வங்களின் அருளும் நம்மைத் தேடி வந்துவிடும்.

உண்மை, அன்பு, பாசம் இவற்றைக் கணவன் மனைவியிடம் விரும்புவான்.

பொறுமைதான் பெண்மைக்கு அழகு! பெண்களின் கோபம் அவளை அவலட்சணப் படுத்திவிடும்!" என்று நீண்டதோர் விளக்கத்தினை அளித்தாள்.

அதன் பின்னர் அனுசூயா, பெட்டிக்குள் வைத்திருந்த உயர்வான தன் ஆபரணங்களைக் கொண்டு வந்து சீதைக்கு அணிவித்து விட்டாள். சீதைக்கு ஆபரணங்களின் மீது அவ்வளவு தூரம் பிடித்தமில்லாததினால்,

'ஏம்மா! அரண்மனையிலேயே ஆபரணங்களைவிட்டு வந்தபிறகு இப்போது எதுக்கம்மா... அணியனும்?' என்று கேட்டாள் சீதா.

"நீ ஆரண்ய வாசம் தானே வந்தாய். சந்நியாசினி வாசத்திற்கு வரவில்லையே! நீ ஒன்றும் துறவியல்லவே. இவற்றை அணியக்கூடாதென்று சொல்ல, இதெல்லாம் சீதைப் பெண்ணுக்கு அளிக்கும் தாய் வீட்டுச் சீதனம்!" என்று செல்லமாய்க் கடிந்து கொண்டு அவற்றை அணிவித்தாள்.

அணிகலன்கள் பூட்டிய வண்ணம் வெளியே வந்து நின்ற சீதையைக் கண்ணிமைக்காமல் இராமன் பார்த்தான்.

ஆரண்யவாச மரவுரியிலும், சீதை ஒருவித அழகு என்றால், இந்தப் பழமையான நகைகள் தான் இவளுக்கு எவ்வளவு அழகாக இருக்கிறது.

எப்படிப் பார்த்தாலும் சீதையின் அழகு குறையாது போலும் என எண்ணினான். கணவரின் பார்வையில் வெட்கித் தலை குனிந்தாலும், இன்றும் கொஞ்சநேரம் தன்னை பார்க்க மாட்டாரோனு என்ற நோக்கமும் தோன்றியது சீதையின் மனதில்....

"அண்ணி!.... ஆரண்ய தேவதை என்று எண்ணி இங்குள்ள எல்லோரும் உங்களைக் கும்பிடப் போகிறார்கள்!" என்றான் இலக்குவணன்.

அன்றிரவு அத்ரி முனிவரின் ஆசிரமத்தில் அன்னமும், பருப்பும் காய்கறி பழங்களுடன் பாயசத்துடன் அனுசூயாவின் கைப்பக்குவம் சேர நன்கு ரசித்து உண்டனர்.

மறுநாள்

அதிகாலை மூவரும், அத்ரி அனுசூயா இருவரிடமும் பிரியா விடை பெற்று வெளியேறினர்.

சிறிது தூரம் சென்ற பின்னர், சீதா சற்றுத் தயங்கி நின்றாள்.

'சீதை! ஏன் நிற்கிறாய்'

'ஒன்றை மறந்துவிட்டு வந்துவிட்டேன்!' என்றாள்.

'அண்ணி, அது என்னவென்று என்னிடத்தில் சொல்லுங்கள். நான் போய் எடுத்து வந்து விடுகிறேன். எந்த இடம் என்று மட்டும் சொல்லுங்கள்,' என்றான்.

'இல்லை இலக்குவணா! அது உன்னால் எடுத்து வர முடியாது.'

'என்ன அண்ணி! அப்படிச் சொல்லிவிட்டீர்கள்.' இலக்குவணனால் முடியாததும் உண்டா? என்னவென்று தான் சொல்லுங்களேன்,' என்று கேட்டான்.

"ம்...... மறந்து அங்கு வைத்துவிட்டது எது தெரியுமா?'

'அதைத்தான் சொல்லுங்களேன்.'

'அது வேறொன்றுமில்லே...'

"இலக்குவணா! நான் சொல்லுகிறேன்,' என்றான் இராமன்.'

'உங்களுக்கு எப்படி அண்ணா தெரியும்?'

'சீதை போய் முயற்சித்தாலும், அவளால் எடுத்து வர முடியாது.'

'அதெப்படி என்னால் முடியாது என்கிறீர்கள்?' என்று கேட்டாள்.

'ஏன்னா, உன் மனசு அங்கில்லை. அது இங்கேயில்லே இருக்கு!' என்று இராமன் தன் பரந்த மார்பனைக் காட்டிச் சொல்லவும், சீதை வெட்கித் தலை குனிந்தாள்.

'ஆஹா! அண்ணா! நீங்கள் இருவரும் பெரிய கவியாகிவிட்டீர்கள்!' என்று இலக்குவணன் அவர்களைக் கேலி செய்ய, பேசிக் கொண்டே சென்றதினால், நடைப் பயணம் எளிதாக இருந்தது.

அடர்ந்த இருள் சூழ்ந்த தண்டக வனத்துள் இராமனின் திருவடிகள் பதிந்ததும் வானத்தில் ஒரு மின்னல் போன்ற வெளிச்சம் தோன்றி மறைந்தது.

அயோத்தியா காண்டம் முற்றிற்று

மூன்றாம் காண்டம்
ஆரண்ய காண்டம்

விராதன் வதம்...!

தண்ட காருண்யக் காட்டுக்குள் சீதா இராம இலக்குவணர்கள் மிகவும் எச்சரிக்கையோடு நாற்புறமும் பார்த்துக்கொண்டே நடந்தனர். திடீரென்று பயமுறுத்தும் உறுமல் சத்தம் கேட்டது. குரல் வந்த திக்கை நோக்கிப் பார்த்தனர்.

மலை போன்ற வடிவத்தில் உருவம் கொண்ட ராட்சதன் ஒருவன் எதிர்ப்பட்டான்.

பார்க்கவே சகிக்காத விகாரமான தோற்றத்துடன் கையில் பெரிய சூலாயுதத்தை வைத்திருந்தான். அந்தச் சூலத்தின் முனையில் ஒரு யானையின் தலை குத்தப்பட்டிருந்தது. அவனது இரண்டு தோள்களின் மீதும் கொல்லப்பட்ட சிங்கம், புலியின் உடலைத் தொங்கவிட்டிருந்தான்.

அதைப் பார்த்த சீதை அலறலானாள்.

ராட்சதன் பயங்கரக் கூப்பாடு போட்டுப் பாய்ந்து சீதையை அப்படியே தூக்கினான்.

அதைக் கண்ட இராம இலக்குவணர்கள் அவனை நெருங்கினர்.

"யாரடா நீங்கள்?"

"நாங்கள் அயோத்தி நாட்டைச் சேர்ந்த தசரத சக்கரவர்த்தியின் புதல்வர்கள்."

"இங்கு எதுக்குடா வந்தீர்கள்?"

"தந்தையின் உத்தரவினால் காட்டுப் பகுதியில் வசித்து வருகிறோம்."

"அப்படியா? என்று மிரட்டினான்.

"எங்களை மிரட்டும் நீ யார்?"

"விராதன்!"

"உன்னுடைய வரலாறு என்ன?"

"என் தந்தை பெயர் ஜயன், தாயின் பெயர் சதச்ரதை."

"ஏன் சீதையைத் தூக்கிக் கொண்டாய்?"

"அழகாக இருந்தாள். அதனால் தூக்கிக் கொண்டேன்."

"அந்தப் பெண்ணை விட்டு விடு.'

"விட மாட்டேன். ஒழுங்கா இந்த இடத்தைவிட்டுப் போய்விடுங்கள் இல்லையென்றால் உங்கள் இரண்டு பேரையும் கொன்று விடுவேன்."

"எங்களைக் கொல்வதற்கு முன் உன்னைக் கொன்று விடுவோம்."

"என்னை உங்களால் கொல்ல முடியாது..."

"ஏன்?"

"நான் கொண்ட கடும் தவத்தின் பேரில் பிரம தேவனிடம் ஆயுதங்கள் மூலம் எனக்கு மரணம் உண்டாகக்கூடாது என்ற வரத்தைப் பெற்றுள்ளேன்."

"நீ என்ன வரம் பெற்றிருந்தாலும் சரி, மகா உத்தமியான சீதையை நீ தொட்டதினால் உன்னைக் கொல்லப் போகிறோம். ஒழுங்கா சீதையை விட்டுவிட்டுப் போய் விடு..."

"அழகான பெண்ணை நான் விடுவதா? நீங்கள் விட்டுவிட்டு உங்கள் உயிரைக் காப்பாற்றிக் கொண்டு போங்கள்."

"இதோ பார். அரக்கனே." என்று கோபம் இராமனின் தலைக்கேற... தன் வில்லை எடுத்துப் பாணங்களை ராட்சதன்மேல் பொழியத் தொடங்கினான்.

காற்றைப் போலவும், கருடனைப் போலவும் விரைந்து சென்ற அந்த அம்புகள் விராதனுடைய உடலைத் துளையிட்டன.

பக்கத்தில் உள்ள புல் தரையில் விழுந்தான்.

வலி பொறுக்க முடியாதவன் சீதையைக் கீழே போட்டு விட்டான். பின்னர் தன் முதுகில் இருந்த சூலத்தைத் தூக்கிக் கொண்டு ஓடிவந்து இராம இலக்குவணர்கள்மேல் பாய்ந்தான்.

இராமன் இரண்டு அம்புகளை விட்டு அவனுடைய சூலத்தைப் பொடிப் பொடியாக்கினார்.

பின்னர் இருவரும் தம் கத்திகளை உருவிக் கொண்டு அவன் மேல் பாய்ந்தார்கள்.

பாய்ந்த இருவரையும் ராட்சத விராதன் தூக்கிக் குழந்தைகளைப் போல் தனது இடுப்பில் வைத்துக் கொண்டு ஓடத் தொடங்கினான்.

அவனுடைய கைகளைத் துண்டிக்க எண்ணிய இலக்குவணன் தான் வைத்திருந்த கத்தியை ஓங்கினான்.

அதைக் கண்ட இராமன், "தம்பி! இவனை இப்போது வெட்ட வேண்டாம். இவன் விருப்பப்படியே நம்மைத் தூக்கிக்கொண்டு ஓடட்டும். நாம் செல்ல வேண்டிய வழியும் இதுவே," என்று கூறினார்.

அதன்படியே விராதன் அவர்கள் இருவரையும் தூக்கியபடி ஓடிக் கொண்டே இருந்தான்.

இதைக் கண்ட சீதை திடுக்கிட்டாள்.

விராதன் பின்னே தன் கையைத் தூக்கிக் கொண்டு அலறியவாறே ஓடி வந்தாள்.

அதைக் கண்ட இராம இலக்குவணர்கள் மேலும் விராதனை ஓடவிடாமல் அந்த இடத்திலேயே கொல்ல எண்ணினார்கள்.

அதற்காக இராமன் விராதனின் வலது தோளை வெட்டிக் கீழே தள்ளினார்.

அதேபோன்று இலக்குவணன் இடது தோளை வெட்டினான். வெட்டுப்பட்ட விராதன் கீழே விழுந்தான்.

ஆனால் அவன் இறக்கவில்லை. மீண்டும் மீண்டும் எழுந்து கொண்டே இருந்தான்,

இருவரும் மாறி மாறி வெட்டியும், அடித்து உதைத்துக் கொண்டுமிருந்தனர். அப்படியிருந்தும் அவன் உயிர் துறக்கவில்லை. அவனது கழுத்தில் ஏறி மிதித்தனர்.

அவன் கழுத்தின் மேல் கால் வைத்து மிதித்துக் கொண்டிருக்கும்போது, ராட்சதன் சொன்னான்.

'இராமா! இன்னும் என் கழுத்தில் ஏறி மிதியுங்கள். அப்போதுதான் என் சாபம் நீங்கும்!' என்றான்.

அதன்படியே இருவரும் விராதன் கழுத்தில் ஏறி மிதித்தனர். அப்போது விராதன் சுய உருவம் பெற்றான். இருவரையும் வணங்கியவன், "இராம இலக்குவணர்களே! உங்கள் மூலம் எனக்குச் சாப விமோசனம் கிடைத்தது."

இராமன் இதைக் கேட்டு மிகவும் மகிழ்ச்சி அடைந்தான்.

தொடர்ந்து அந்த அரக்கனே பேசலானான்.

"இராமா! உமக்கு மங்கலம் உண்டாகட்டும். இங்கிருந்து ஒன்றரை யோசனை தூரத்தில் சரபங்க முனிவரின் ஆசிரமம் உள்ளது."

நீங்கள் இருவரும் அவரிடம் செல்லுங்கள். உங்களுக்கு அவர் நன்மை செய்வார்!" என்று கூறி விராதன் மாண்டான்.

அரக்கர்கள் இறந்த பின் புதைக்கப்பட்டால் அவர்கள் உத்தம உலகை அடைவர். எனவே இராம இலக்குவணர்கள் அங்கேயே பெரிய குழியைத் தோண்டி, விராதனை அந்தக் குழியில் தள்ளி மண்ணைப் போட்டு மூடினர்.

விராதனைப் புதைத்த இராம இலக்குவணர்கள் சீதையிடம் திரும்பினர். நடுநடுங்கிக் கொண்டிருந்த சீதையை இராமன் தேற்றினான். அவளுக்கு ஆறுதல் கூறினான். பின்னர் நடந்து செல்லத் தொடங்கினார்கள்.

சரபங்க முனிவர்

சீதா இராம இலக்குவணர்கள் நடந்து கொண்டிருக்கும்போது, இலக்குவணனைப் பார்த்து இராமன்

"இலக்குவணா! இந்தக் காட்டில் நாம் வசிப்பது கஷ்டமாக எனக்குத் தோன்றுகிறது. அதனால் நாம் நேராக, விராதன் சொன்னதுபோல, சரபங்கமுனிவருடைய ஆசிரமத்துக்குச் சென்றுவிடலாமா?"

"எனக்கும் அப்படித்தான் அண்ணா தோன்றுகிறது. முனிவரின் ஆசிரமத்துக்குச் சென்று விடுவோம், என்றான் இலக்குவணன்.

மூவரும் சரபங்க முனிவருடைய ஆசிரமத்தை அடைந்தனர். அப்பொழுது சரபங்க முனிவர் மகரிஷி அக்னி ஹோத்திர சாலையில் இருந்தார். அவரைச் சுற்றிப் பல மகரிஷிகள் இருந்தனர்.

அப்போது இந்திரன் வந்து முனிவருடன் பேசிக் கொண்டிருந்தான். அந்த நேரத்தில் மூவரும் ஆசிரமத்துக்குள் நுழைந்தனர்.

அதைக் கண்ட இந்திரன், "முனிவரே! நான் புறப்படுகிறேன். உத்தரவு கொடுங்கள்" என்று கேட்டு விடைபெற்றுக் கொண்டு அருகிலிருந்த தன் தேரில் ஏறி, தன் பரிவாரங்களுடன் ஆகாய மார்க்கமாக சென்று மறைந்தான்.

இந்திரன் சென்றவுடன் மூவரும் சென்று மகிரிஷியை வணங்கினர். மகரிஷி அவர்களுக்கு நல்லாசிகளை வழங்கினார்.

தங்களை முனிவரிடம் அறிமுகப்படுத்திக் கொண்டு, தாங்கள் தங்குவதற்கேற்ற இடம் எதுவெனக் கேட்டனர்.

"இராமா! இங்கிருந்து சிறிது தூரத்தில் சுதீட்சணர் என்னும் பெயர் கொண்ட முனிவர் ஒருவர் வாழ்ந்து வருகின்றார். அவரிடம் நீங்கள் மூவரும் செல்லுங்கள். அவர் உங்களுக்கு வேண்டிய உதவிகளைச் செய்வார்," என்றார்.

"அத்தோடு சுத்தமானதும், அழகியதுமான ஓர் இடத்தை உங்களுக்குக் காட்டுவார்.

"மலர்களைச் சுமந்து வருகின்ற இந்த மந்தாக்கினி நதியின் வழியாக மேற்கில் சென்றால் அவருடைய ஆசிரமத்தை அடையலாம்!" என்று கூறினார்.

அதன் பின்னர் சரபங்க முனிவர், அக்னியை உண்டாக்கி விதிப்படி பிரமமேத மந்திரங்களை உச்சரித்து ஆகுதியைச் செய்தவர், அந்த அக்னியில் பாய்ந்தார்.

பாய்ந்த அவரது உடல் நெருப்பில் எரிந்து சாம்பலானது. அதன் மூலம் பாம்பு தன் மேல் தோலை உரிப்பதுபோல், அவர் புதிய உடலை எடுத்தார். முப்பது வயதுள்ள இளைஞன் வடிவம் தாங்கி அந்த அக்னியில் இருந்து வெளியே வந்தார்.

அந்தக் காட்சி மூவரையும் ஆச்சரியத்தில் ஆழ்த்தியது. ஆச்சரியத்துடன் அவர்கள் பார்த்துக் கொண் டிருக்கும்பொழுதே பூலோகத்தைத் தாண்டி, உத்தம லோகத்தை அடைந்தார்.

அதன் பின்னர் அக்னி ஹோத்திர சாலையில் இருந்த மகிரிஷிகள் எல்லாரும் உடனே இராம இலக்குவணரிடம் வந்தனர்.

"இராமா! நாங்கள் இங்குப் பெரிதும் துன்பப்பட்டுக் கொண்டிருக்கிறோம். சரபங்க முனிவரும் உத்தம லோகத்திற்குச்

சென்றுவிட்டதால் எங்கள் பாடு திண்டாட்டமாக உள்ளது. அதனால் எங்களுக்குக் கொடுமைகள் செய்து, ரிஷிகளைக் கொன்று வரும் அரக்கர்களிடமிருந்து எங்களைக் காப்பாற்ற வேண்டும்!" என்று வேண்டினார்கள்.

"ரிஷிகளே! நாங்கள் உங்களுக்கு என்ன செய்ய வேண்டும்?"

"அரக்கர்களிடமிருந்து எங்களைக் காப்பாற்ற வேண்டும்!" என்று வேண்டிக் கொண்டனர்.

சகல சக்திகளும் படைத்த மகரிஷிகளே, இவ்வாறு வேண்டிக் கொண்டது. இராமனுக்குக் கூச்சத்தை உண்டாக்கியது. இருப்பினும் அவர்களுக்கு ஆறுதல் கூறி அபயம் அளித்தான்.

ரிஷிகளின் வேண்டுகோளுக்குக்கிணங்க இராம இலக்குவணர்கள் இணைந்து, அவர்களுக்கு இம்சை செய்து, உயிர்ச் சேதங்களை உண்டாக்கி வந்த அரக்கர்களைக் கொன்று குவித்து, ரிஷிகளை அச்சத்திலிருந்து விடுவித்தனர்.

சுதீட்சணர்

மூவரும் சரபங்க முனிவரின் ஆசிரமத்திலிருந்து புறப்பட்டு நீண்ட நேரம் நடந்து 'மந்தாகினி' ஆற்றைத் தாண்டினர்.

அங்கே மேகத்தைத் தழுவி நிற்கும் மிகப் பெரிய மலை ஒன்றினையும் கண்டனர். அதைச் சுற்றி அடர்ந்த காடொன்று காணப்பட்டது.

மரங்களுக்கு இடையில் காட்டின் நடுவே 'அழகிய ஆசிரமம்' ஒன்று தெரிந்தது.

ஆசிரமத்தைச் சுற்றித் தொங்கவிடப்பட்ட மரவுரிகள் உலர்ந்து கொண்டு இருந்தன.

ஆசிரமத்திற்கு வெளியில் ஒரு தவசி தவம் செய்து கொண்டிந்தார். அவர் தான் 'சுதீட்சணர்' என்பதைச் சீதா இராம இலக்குவணர்கள் புரிந்துகொண்டனர்.

எனவே அவர் அருகில் சென்று அவருடைய பாதங்களைத் தொட்டு வணங்கினர்.

தொடுதல் உணர்வு பட்டவுடன் கண்களைத் திறந்து பார்த்தார்.

அப்பொழுது இராமன், 'குருவே! என் பெயர் இராமன். இவன் என் தம்பி இலக்குவணன், இவள் என் தர்ம பத்தினி சீதா!' என்று மூவரையும் அறிமுகம் செய்தார்.

"சத்தியத்தைக் காக்கும் உத்தமனே! உனது வருகையினால் இந்த ஆசிரமம் புனிதம் பெற்றது. சித்திரக்கூடம் வந்த நீ, என்றாவது ஒரு நாள் இங்கே வருவாய் என்று வழிமேல் விழிவைத்துக் காத்திருந்தேன்.

அத்தகைய எனது ஆவலைப் பூர்த்தி செய்த புருஷோத்தமனே! உன்னைப் பாராட்டுகிறேன்!" என்றார்.

"குருவே! நாங்கள் தங்களைத் தரிசிக்க வந்துள்ளோம். எங்களை ஆசிர்வாதம் செய்யுங்கள்," என்று வேண்டிக் கொண்டான்.

உடனே சுதீட்சணர் இராமனைக் கட்டி அணைத்துக் கொண்டு, "இராமா! உங்களுக்கு என்றும் என்னுடைய ஆசிர்வாதம் உண்டு. நீங்கள் நீடுழி வாழ்க!" என்று ஆசிர்வதித்தார்.

ஆசிர்வாதம் பெற்ற இராமன் மகிழ்வுடன், 'குருவே! நாங்கள் தங்குவதற்குத் தகுதியான இடத்தை எங்களுக்குக் காட்ட வேண்டும்' என்று கேட்டான்.

"இராமா! நீங்கள் எங்கும் செல்ல வேண்டாம். எனது ஆசிரமத்தையே உமது இருப்பிடமாக நினைத்து இங்கேயே நீங்கள் விரும்புகின்ற காலம் வரை தங்கிக் கொள்ளலாம்," என்று கூறினார்.

"இல்லை குருவே! மறுப்பதற்குத் தயவு செய்து எங்களை மன்னியுங்கள். இந்த ஆசிரமத்திலேயே நாங்கள் தங்குவதின் மூலமாக உங்களது தவத்துக்கு இடைஞ்சலாக இருக்கும். அதனால் அருகில் வேறு இடம் பார்த்துத் தங்கிக்கொள்ளத் தாங்கள் அருள் கூர்ந்து அனுமதிக்க வேண்டும்!" என்று வேண்டினான் இராமன்.

இராமனின் வேண்டுகோளினை ஏற்ற முனிவரும், தனக்கு எதிரில் இருந்த ஆசிரமம் ஒன்றினைக் காட்டி, 'இராமா! அந்த ஆசிரமம் நீங்கள் தங்குவதற்குரிய எல்லா வசதிகளும் நிறைந்துள்ளது.'

காய், கனிகள் போன்றவை இங்குத் தாராளமாகக் கிடைக்கும். ஆனால் விலங்குகளின் தொந்தரவுகள் இருக்கும். அடிக்கடி இங்கு வந்து தொல்லைகளைக் கொடுக்கும்" என்று சொன்னார்.

உடனே இராமன், "மகரிஷியே! அதைப் பற்றிக் கவலை இல்லை. நாங்கள் வில்லை எடுத்து நாண் ஏற்றிவிட்டால் எந்த விலங்கும் எங்கள் முன்னே நிற்காது. எங்களது கூர்மையான அம்புகள் அவைகளைக் கொன்று குவித்துவிடும்.

ஆனால் தங்களுக்கு முன்பு இரத்தமும் கறையுமாக விலங்குகளைக் காட்ட நாங்கள் விரும்பவில்லை. அதனால் வேறிடம் ஒன்றினை எங்களுக்குக் காட்டுங்கள்!" என்று பணிவுடன் வேண்டிக் கொண்டான் இராமன்.

சுதீட்சணரும், இராமன் சொல்வது சரியே என்று வேறிடத்தைக் காட்டினார்.

அவ்விடம் அவர்களுக்குப் பிடித்துவிடவே, சுதீட்சணரின் ஆசிரமத்தில் அன்றிரவு தங்கினர்.

மறுநாள்

பொழுது புலர்ந்தது.

காலைக் கடன்களை முடித்துக் கொண்டு நீராடி முடித்தனர். தொடர்ந்து அக்னி ஹோத்திரம், தேவ பூஜை போன்றவற்றையும் செய்தனர்.

பிறகு சுதீட்சணரை வணங்கி, "சுவாமி! நாங்கள் புறப்படு கின்றோம். எங்களுக்கு விடை கொடுங்கள். இந்தக் காட்டில் உள்ள ஆசிரமங்களில் வாழும் மகரிஷிகளைத் தரிசிக்க விரும்புகிறோம். கதிரவனுடைய வெம்மை எங்களைத் தாக்குவதற்கு முன்னால் நாங்கள் புறப்பட விரும்புகிறோம்," என்று கூறினார்.

சுதீட்சணரும், அனுமதி வழங்கினார். அத்துடன் அந்தப் பிரதேசத்திலிருந்த எல்லா ரிஷிகளும், தங்களுடைய ஆசிரமங்களுக்குச் சீதா இராம இலக்குவணர் மூவரும் வருகை தந்து கௌரவிக்க வேண்டுமெனக் கேட்டுக் கொண்டனர்.

ரிஷிகள் கேட்டுக் கொண்டபடி சீதா இராம இலக்குவணர்கள் ஒவ்வொரு ஆசிரமத்திலும் ஒரு மாதம், மூன்று மாதம் என்பதாக முறை வைத்துக் கொண்டு பல ஆசிரமங்களிலும் தங்கி அமைதியாகக் காலம் கழித்து வந்தனர்.

நாட்கள் நகர்வதே தெரியாமல் வனத்தின் அமைதியும், பரவசமும் தந்த ஆனந்தத்திலேயே பத்தாண்டுகள் கழிந்தன.

மீதமிருப்பது இன்னும் நான்கே ஆண்டுகள் தான், எளிதாக கடத்தி விடலாம் என்ற எண்ணம் கொண்டனர்.

மூவரும் ஆசிரமத்திலிருந்து புறப்பட ஆயத்தமானபோது சீதை வில்லம்புகளையும், அம்பறாத்தூளிகளையும் கத்திகளையும் கொண்டு வந்து கொடுத்தாள்.

அதை இராம இலக்குவணர்கள் இருவரும் தரித்துக் கொண்டு புறப்பட்டார்கள்.

அகத்தியர் சந்திப்பு

சுதீட்சணர் ஆசிரமத்திலிருந்து புறப்பட்ட இராமனுக்கு, அகத்திய முனிவரைத் தரிசிக்க வேண்டும் என்ற ஆசை ஏற்பட்டது.

விசுவாமித்திர முனிவரைப் போலவே மூவுலகிலும் புகழ் பெற்றவர் அகத்திய முனிவர்.

இமயமலை முதல் விந்திய மலை வரையில் உள்ள அறிவும், தவ வலிமையும் ஒரு தட்டில் வைத்துவிட்டு, மறுதட்டில் அகத்திய முனிவர் மட்டும் அமர்ந்தால், அவருடைய பாரத்தினால் அத்தட்டு கீழே இறங்கிவிடும் என்று சொல்வார்கள்.

சிவன்-பார்வதி திருமணம் கைலையில் நடந்தபோது வடக்கே தாழ்ந்தும் தெற்கே உயர்ந்தும் காணப்பட்டதனைச் சரிசமமாக்கியவர் அகத்தியர் என்பது அனைவருக்கும் தெரிந்த கதையே.

அவ்வளவு சிறப்பு வாய்ந்த அகத்திய முனிவரின் ஆசிரமத்தை சீதா இராம இலக்குவணர்கள் அடைந்தனர்.

எல்லையற்ற மகிழ்வுடன் ஆசிரம வாசலுக்கே வந்து அவர்களை எதிர்கொண்டு வரவேற்றார். அத்துடன் இராமனையும் கட்டி அணைத்துக் கொண்டார்.

மூவரையும் ஆசிரமத்திற்குள் அழைத்துச் சென்று அமரவைத்து உபசரிக்கலானார்.

"நீங்கள் இராஜ்ஜியத்தைத் துறந்து விட்டு சித்திரக் கூடம் வந்த செய்தியினை அறிந்திருந்தேன். அப்போது எப்படியும் இங்கு வருவீர்கள் என்று எதிர்பார்த்தேன். மிக்க மகிழ்ச்சி!

உங்களது விரதம் பூர்த்தி அடையும் காலம் வரை நீங்கள் இங்கேயே இருந்து கழித்து விட்டுச் செல்லலாம்.

இங்கு அரக்கர்களின் தொல்லைகள் ஏதும் இல்லை!" என்றார் அகத்திய முனிவர்.

'மகரிஷி! தங்களது தரிசனம் பெற்று உரையாடிச் செல்லவே இங்கு வந்தேன். அந்த பாக்கியம் பெற்றேன் நான் தண்டகாரண்ய ரிஷிகளுக்கு அரக்கர்களிடம் இருந்து, அவர்களைப் பாதுகாப்பதாக வாக்குறுதி அளித்திருக்கிறேன்.'

'எனவே, அவர்கள் இருக்கும் பகுதியிலேயே வசிக்க விரும்புகிறோம். எங்களுக்கு ஆசி வழங்கி அனுப்புங்கள்!' என்று பணிவுடன் கேட்டுக் கொண்டார் இராமன்.

'நல்லது இராமா! அப்படியே ஆகட்டும்!' என்று சம்மதம் அளித்ததோடு, தன்னிடமிருந்த வில் ஒன்றையும் எப்போதும் அம்புகள் குறையாத அப்பறாத் தூளியையும் இராமனுக்கு அளித்தார். இவற்றைக் கொண்டு அரக்கர்களை அழிப்பாய் என்று கூறி ஆசிர்வாதமும் செய்தார்.

'இராமா! தண்டகாரண்யத்துக்கு அருகிலேயே இருக்கிறது. 'பஞ்சவடி.' நீங்கள் தங்குவதற்குச் சரியான இடமாகக் கருதுகிறேன். அங்கேயே ஆசிரமம் அமைத்துத் தங்கிக் கொள்ளுங்கள்," என்றார்.

'ஆகட்டும் மகிரிஷியே! தங்களது உத்தரவுப்படி பஞ்சவடியிலேயே தங்கிக் கொள்கிறோம்,' என்றார் இராமன்.

'நல்லது. பஞ்சவடி மிகவும் அருமையான' பகுதி. காய், கனி, கிழங்குகளுக்குப் பஞ்சமில்லாத வளமான பூமி. அது தவிர, அருகிலேயே கோதாவரி நதிக்கரை உண்டு. அதன் அழகு, வனப்பு சீதையை வெகுவாகக் கவரும். போய் வாருங்கள். எல்லாம் சுபமாகட்டும்!' என்று கூறி வாழ்த்தி வழியனுப்பி வைத்தார் அகத்தியர்.

ஜடாயுவைக் கண்டனர்

அகத்தியரிடம் இருந்து விடை பெற்றுக் கொண்டு சென்ற அவர்கள் முதலில் மரங்கள் அடர்ந்த பகுதியில் நடந்தனர்.

வழியில் மிகப் பெரிய ஆலமரம் ஒன்றினைக் கண்டனர். அந்த ஆலமரத்தில் பருத்த உடலையுடைய 'பெரிய கழுகு' ஒன்றிருந்தது.

அதனுடைய பருமனையும், வடிவத்தையும் கண்ட அவர்கள் அது ஓர் அரக்கனாய் இருக்கலாம் என்று எண்ணினர். அதனால் அந்தக் கழுகைப் பார்த்து, "நீ யார்?" என்று கேட்டனர்.

'குழந்தைகளே! என் பெயர் ஜடாயு. நான் உங்கள் தந்தையான தசரத சக்கரவர்த்தியின் நண்பன்.'

அதுகேட்டு மகிழ்வு கொண்ட இராமன், தனது தந்தையாகவே ஜடாயுவைப் பாவிக்கலானார்.

'ராஜ குமாரர்களே! தசரதச் சக்கரவர்த்தி எப்படியுள்ளார்!' என்று விசாரித்தான் ஜடாயு.

'தந்தை சுவர்க்கத்தை அடைந்துவிட்டார்.'

'என்ன... எனது நண்பன் இறந்து விட்டானா!' துக்கத்தினால் கண்ணீர் விட்டுப் புலம்பினான் ஜடாயு.'

இராம இலக்குவணர்கள் ஜடாயுவுக்கு ஆறுதல் கூறினார்கள்.

'ராஜகுமாரர்களே! நீங்கள் ஏன் நாட்டைவிட்டுக் காட்டுக்கு வந்தீர்கள்?' என்று கேட்டான் ஜடாயு.

நடந்தவைகளையெல்லாம் தெளிவாகவும், சுருக்கமாகவும் கூறி முடித்தான் இலக்குவணன்.

'தந்தையின் சத்தியத்தைக் காக்கக் காட்டுக்கு வந்துள்ள நீங்கள் வெளியில் செல்லும் பொழுதெல்லாம், தனித்திருக்கும் சீதையை நான் பாதுகாத்துக் கொள்கிறேன்!' என்று கூறினான்.

இதைக் கேட்டு இராம இலக்குவணர்கள் மிகவும் மகிழ்ச்சி அடைந்தனர்.

பிறகு பஞ்சவடிக்கு, ஜடாயு அவர்களை அழைத்துச் சென்றது. அந்த இடத்தில் பர்ணசாலை ஒன்றினை அமைக்கத் தொடங்கினர் இராம இலக்குவணர்கள்.

இலக்குவணன் முழுக்க முழுக்கப் பணியில் ஈடுபடலானான்.

மண்ணால் சுவர் எழுப்பினான். மூங்கிலால் தூண்களை நாட்டினான்.

மேலே விட்டங்களைப் போட்டு, வன்னி மரத்தின் கிளைகளை அதன் மேல் பரப்பினான். மரவுரிகளால் செய்த கயிறுகளைக் கொண்டு இறுக்கமாகக் கட்டினான். அதற்குமேல் நாணல், தர்ப்பை, கோரை, இலை தழைகள் போன்றவற்றைப் பரப்பினான்.

தரையை மேடு பள்ளம் இல்லாமல் ஒழுங்குபடுத்தினான். இந்தச் சூழலில், அந்த ஆசிரமம் மிகவும் அழகாகவும் கவர்ச்சிகரமாகவும் விளங்கியது.

ஆசிரமத்திற்கு வெளியில் தூய்மை செய்து அதைப் பரிசுத்தமாக்கினான். பின்னர் தண்ணீர் தெளித்து அதில் மலர்களைக் கொண்டு வந்து தூவினான்.

ஜடாயு அழகான பொருள்களை சேகரித்துத் தர, அழகான அற்புதமான பர்ணசாலையினை வெகு சீக்கிரத்திலேயே அமைத்தனர்.

இராமனும், சீதையும் அந்தப் பர்ண சாலையைக் கண்டு மகிழ்ந்தனர். இலக்குவணனையும், ஜடாவையும் பாராட்டினர்.

மகிழ்ச்சி தாளாமல் இராமன் அவர்களை அடுத்தடுத்துத் தழுவிக் கொண்டான்.

பஞ்சவடி ஆசிரமத்தில் அவர்களது வாழ்க்கை, பேச்சும் சிரிப்பும் ஆனந்தமுமாகக் கழிந்தது.

ஆனாலும் இந்தப் பஞ்சவடிப் பகுதியானது, அரக்கன் இராவணனுடைய ஆளுகைக்குக் கீழாக இருந்தது.

இராவணனின் உறவினர்களான கரண், தூஷணன் என்ற அரக்கர்கள் அந்தப் பகுதியை ஆட்சிபுரிந்து வந்தனர்.

ஓயாமல் அப்பகுதியில் வாழும் ரிஷிகளுக்கும், முனிவர்களுக்கும் தொல்லை கொடுப்பதையே தொழிலாகக் கொண்டு வந்தனர்.

ஆனால் பஞ்சவடியில் தங்கி அரக்கர்களை ஒழிப்பதற்காகவே காத்திருந்த இராமனின் கண்களில் படாமல் இருந்து வந்தனர்.

சூர்ப்பனகை

அந்தச் சமயத்தில் கோதாவரி நதிக்கரையில் சீதா இராம இலக்குவணர்கள் அமர்ந்து மூவரும் ஒவ்வொரு கதையினைச் சொல்லிக் கொண்டிருந்தனர்.

முதலில் சீதை, ‘விலங்குகளைக் கொல்லக் கூடாது’ என்ற கதையைச் சொன்னாள்.

அதைக் கேட்ட இராம இலக்குவணர்கள் இருவரும் கதையில் லயித்திருந்த சமயம்.

திடீரென்று ஒரு ராட்சஷ ஸ்திரீ அங்கே வந்தாள். அவள் பெயர் சூர்ப்பனகை. அவள் அரக்கன் இராவணனுடைய சகோதரி.

மன்மதனைப் போன்ற அழகு பெற்றிருந்த இராமனைப் பார்த்ததும் காமப் பரவசமாகிப் போனாள். மகா விகாரமான அவள். காமத்தால் பீடிக்கப்பட்டவள்.

'எப்படியும் இந்த ஆணழகனை அடைந்தே தீர்வேன்!' என உறுதி கொண்டாள். அரக்க உருவத்திலிருந்து தன்னை ஒரு அழகிய பெண்ணாக மாற்றிக் கொண்டாள்.

இராமன் மீது ஆசை கொண்டு அவர் அருகே சென்று அன்புடன் பேசத் தொடங்கினாள்.

"அன்பரே! நீங்கள் யார்? இங்கு வரக் காரணம்?" என்று கேட்டாள்.

"பெண்ணே! அயோத்தியை ஆண்டுவந்த தசரத மன்னனின் மூத்த மகன் நான். என் பெயர் இராமன். அதோ அங்கே உட்கார்ந்திருப்வன் என் தம்பி இலக்குவணன். இவள் என் மனைவி சீதை.

எங்களுடைய தந்தையின் கட்டளையை ஏற்று நாங்கள் காட்டிற்கு வந்திருக்கிறோம். இந்த ஆசிரமத்தில் வசித்து வருகிறோம்!" என்று கூறினார்.

இதைக் கேட்டதும் சூர்ப்பனகை மகிழ்ச்சி கொண்டாள். அவர் மேல் கொண்ட மோகத்தினால், அவரையே வைத்த கண் வாங்காமல் பார்த்துக் கொண்டு நின்றாள்.

அவளது எண்ணத்தையும், பார்வையினையும் மாற்றும் பொருட்டு, "பெண்ணே! நீ யார்? உன் பெயர் என்ன? உன் பெற்றோர் யாவர்?" இங்கு எதற்காக வந்தாய்?" என்று கேட்டார்.

"அன்பரே! என் பெயர் சூர்ப்பனகை. இந்த வனத்தில் தனியாகச் சுற்றுவதுதான் எனது வேலை. அரக்கர் குலத் தலைவனான இராவணன் என் மூத்த அண்ணன். அவனைத் தவிர கும்ப கர்ணன், விபீஷணன் போன்ற இரண்டு அண்ணன்களும் எனக்கு உண்டு.

என் இஷ்டப்படிதான் எதையும் செய்வேன். அதனை எந்த அண்ணனும் தடை போட மாட்டார்கள். அந்த வழியில் இன்று நான் தங்களைக் கண்டவுடன் தங்கள் அழகில் சொக்கிப் போய்விட்டேன். அதனால் தங்களையே கணவனாக அடைய வேண்டும் என்ற முடிவுக்கும் வந்துவிட்டேன்.

நாம் இருவரும் இன்பமுடன் வாழலாம். இந்தச் சீதை அற்ப பலம் உடையவள். பயந்த சுபாவமுடையவள்.

மெலிந்த இடையும், ஒட்டிய வயிறும் கொண்ட அவளா! மேருமலை போன்ற வலிமையான பெரிய உடல் கொண்ட நானா! உங்களுக்கு ஏற்றவள், சொல்லுங்கள்," என்று கேட்டாள்.

'சூர்ப்பனகையே! அழகில் நீ சிறந்தவள் தான். ஆனாலும் நான் மணமானவன். என் மனைவி ஒருத்தியைத் தவிர வேறு ஒரு பெண்ணை விரும்ப என் மனம் இடம் கொடுக்காது. அதனால் அதோ இருக்கும் என் தம்பி இலக்குவணரிடம் கேட்டுப்பார்!' என்று கூறினார்.

"ஆமாம்... கருத்த நிறமுடைய இராமனைவிட, சிவந்த மேனியுடைய இலக்குவணன் சிறந்தவன். அவனும் இராமனைப் போன்றே அழகானவன் தானே என்று தனது மனத்தைச் சமாதானப்படுத்திக் கொண்டவள் இலக்குவணனிடம் சென்றாள்."

"இலக்குவணா! என்னை நீ மணந்து கொள். உன் அழகிற்கும் திறமைக்கும் ஏற்றவள் நானே. நாம் மணமான பின்னர் தண்டகாரண்யத்தில் வசிக்கலாம்!" என்றாள்.

இந்த வார்த்தைக் கேட்டவுடன் இலக்குவணனுக்குக் கோபம்தான். இருப்பினும் அதை அடக்கிக் கொண்டவன்

"பெண்ணே! நீயோ இராஜகுமாரி! நானோ அண்ணனுக்குச் சேவை செய்யும் அடியாள். அதனால் எனக்குப் பதிலாக எனது அண்ணனுக்கே இரண்டாம் தாரமாக வாழ்க்கைப்படுவதே சிறந்தது. பக்கத்தில் அண்ணி சீதை இருப்பதற்காகப் பயப்படாதே! அண்ணனை நீ மணந்து கொண்டால் சீதா தேவி மீது இருக்கும் பிரியும் மாறி நாளடைவில் உன் மீது பிரியமாகிவிடும்!" என்று மீண்டும் இராமனிடம் அனுப்பி வைத்தான்.

மோகத்தால் அறிவிழந்திருந்த சூர்ப்பனகை மறுபடியும் இராமனிடம் சென்றாள்.

பக்கத்தில் நின்று கொண்டிருந்த சீதையைப் பார்த்தாள். இவள் இருப்பதால் தானே இராமன் தன்னை ஏற்றுக் கொள்ள மறுக்கிறான் என்று கோபமடைந்தாள்.

முதலில் இவளை ஒழித்துக் கட்டிவிடுவோம் என்ற ஆத்திரத்தில் சீதையின் மீது பாய முயன்றாள். சீதையோ நடு நடுங்கத் தொடங்கினாள். அதைக் கண்டு இராமன் திடுக்கிட்டார்.

உடனே தன் தம்பியைப் பார்த்து, ‘இலக்குவணா! இதென்ன சோதனை! சூர்ப்பனகையின் ஆவேசத்தினால் சீதையின் உயிருக்கு ஆபத்து வந்தாலும் வந்துவிடும். அதனால் தாமதம் செய்யாமல் இந்த அரக்கியின் உறுப்புகளை அறுத்து விடு!’ என்று கட்டளையிட்டார்.

அண்ணனின் கட்டளையைச் சிரமேற்கொண்ட இலக்குவணன் சூர்ப்பனகையை நோக்கிப் பாய்ந்து சென்றான். இடையிலிருந்த கத்தியை உருவியவன், அவளுடைய மூக்கையும், காதுகளையும் அறுத்தான்.

உடனே சூர்ப்பனகை கோரமாகக் கத்திக்கொண்டே காட்டு வழியே ஓடத் தொடங்கினாள்.

அரக்கர்கள் சூழ அரசவையில் அமர்ந்திருந்த ராட்சதர்களின் தலைவனான கரண் முன், ‘ஐயோ!’ என்ற கதறலுடன் அங்கஹீனம் அடைந்த ரத்தக் கோலத்துடன் வந்து தடாலென்று தரையில் விழுந்தாள் சூர்ப்பனகை.

ராட்சதன் பதறி எழுந்தான்.

‘என்ன! சூர்ப்பனகை! என்ன நேர்ந்தது?’ என்று துடிப்புடன் விசாரித்தான்.

“அண்ணா! அயோத்தியை ஆண்டு வந்த தசரதனின் மகன்கள் இருவருடன் ஒரு பெண்ணும் வந்திருக்கிறாள். அந்த மூவரின் ரத்தத்தைக் குடிக்க விரும்பிச் சென்றதற்கு என்னை மானபங்கப்படுத்திவிட்டனர்!” என்றாள்.

“அப்படியா சங்கதி! இப்பவே பதினான்கு பேரை அங்கு அனுப்பி இரண்டு வாலிபர்களையும் கொன்று, அவர்களுடன் இருக்கும் பெண்ணைக் கொண்டு வரச் செய்கிறேன். அப்பெண்ணின் ரத்தத்தை நீ குடிக்கலாம்!” என்றான்.

தளபதிகள் பதினான்கு பேர் ஆயுதங்களுடன் புறப்பட்டனர்.

‘அண்ணா! அவர்களுடன் நானும் சென்று அங்கேயே அவர்களது ரத்தத்தை உறிஞ்சிக் குடித்து விடுகிறேன்!’ என்று அனுமதி கேட்டாள்.

கரண் அனுமதி தந்தான்.

பதினான்கு பேர்களுடன் சூர்ப்பனகையும் சென்றாள்.

சீதா இராம இலக்குவணர்கள் இருக்குமிடம் சென்றவுடன்,

"இதோ இந்த அற்பர்கள் தான் என்னை மானபங்கப் படுத்தியவர்கள். இவர்களை வெட்டிப் போடுங்கள். நான் ரத்தத்தைக் குடிக்க வேண்டும்!" என்று எக்காளமிட்டாள்.

சூர்ப்பனகையின் சூழ்ச்சிதனைத் தெரிந்து கொண்ட இராமன், இலக்குவணனைக் கூப்பிட்டான்.

"தம்பி! சீதையைப் பர்ணாசாலைக்குள் அழைத்துச்செல். இவர்களை நான் பார்த்துக் கொள்கிறேன்."

அதன்படியே இலக்குவணன் செய்ய, இராமன் அரக்கர்களிடம் திரும்பிக் கூறலானான்.

"அரக்கர்களே! பேசாமல் வந்த வழியே திரும்பிச் சென்று விடுங்கள். யாருக்கும் தொந்தரவு தராதவரை உங்களுக்கு எந்தவித ஆபத்தும் இல்லை.

ஏனெனில் தொல்லை தரும் அரக்கர்களை மட்டுமே அழிப்பதாகத் தண்டாகாருண்ய ரிஷிகளுக்கு வாக்குக் கொடுத்திருக்கிறோம். மரியாதையாகப் போய்விடுங்கள். இல்லையென்றால் வீணாக உயிரை விட வேண்டியது வரும்" என்று எச்சரித்தான்.

இராமனின் எச்சரிக்கையை மதிக்காத அரக்கர்கள், 'நீ சொல்லியென்ன நாங்கள் கேட்பது! உன்னையும் உன் தம்பியையும் ஒழிக்காமல் போக மாட்டோம்!' என்ற ஆணவத்துடன் தாக்குதலைத் தொடங்கினார்கள். யுத்தம் ஆரம்பமானது.

இராமனின் அம்புகளுக்குப் பதினான்கு அரக்கர்களும், நாழிகைப் பொழுதில் பலியானார்கள்.

அதைக் கண்டு சூர்ப்பனகை பயந்தோடி, கரண், தூஷணனிடம் நடந்ததையெல்லாம் கூறிக் கதறினாள்.

கரணால் நம்ப முடியவில்லை.

'என்ன! ஒரு அற்ப மானிடன், வீரத் தளபதிகள் பதினான்கு பேரையும் அழித்துவிட்டானா?'

"விடமாட்டேன். இதோ நானே புறப்படுகிறேன். அவனை யுத்தத்தில் கொன்று தீர்க்கிறேன்!" என்று வேகமாகக் கரண் புறப்பட்டான். அவனுடன் தம்பி தூஷணனும், திரிசரஸ் என்பவனும் ஏராளமான அரக்கர் சேனையுடன் புறப்பட்டனர்.

அரக்கர்கள் சேனையுடன் வருவதைக் கண்ட இராமன், இலக்குவணனிடம் கூறலானான்.

'தம்பி! ரிஷிகளுக்கு நாம் கொடுத்த வாக்குறுதியை நிறைவேற்ற நல்ல வாய்ப்பு வந்திருக்கிறது. அதனை நன்முறையில் பயன்படுத்திட வேண்டும்.'

'அதற்கு நான் என்னண்ணா செய்ய வேண்டும்?'

'நீ, சீதையை இங்கிருந்து அழைத்துக் கொண்டு, மலைக் குகையில் பத்திரமாக இரு. ஏனெனில் இங்கிருந்தால் உங்களுக்கு ஆபத்து நேரலாம். மற்றதை நான் பார்த்துக் கொள்கிறேன்.'

'அண்ணா நானும் உங்களுக்குத் துணையாக இருந்து அவர்களைப் பதம் பார்க்கிறேனே...'

'இப்போதைக்கு எனக்குத் துணை தேவையில்லை. தாமதிக்காமல் உடனே புறப்பட்டு, நான் சொன்ன இடத்தில் இரு,' என்றான்.

அண்ணனின் ஆணைப்படி சீதையை அழைத்துக் கொண்டு, மலைப் பகுதிக்குச் சென்றான்.

அரக்கர் சேனை இராமனை நெருங்கிக் கொண்டிருந்தது. இராமன் தனது வில்லை வளைத்து நாண் ஏற்றித் தயாராக நின்றான்.

தன்னந்தனியாக நின்ற அவரை சுற்றிச் சூழ்ந்தது அரக்கர் படை.

அரக்கர்கள் சுற்றி நின்று தாக்கிய அம்புகளால் உடலெல்லாம் அடிபட்டு ரத்தம் கசிந்த போதும், அதனைப் பொருட்படுத்தாமல் வில்லில் அம்பு பூட்டுவதோ அதை விடுப்பதோ எதுவுமே கண்ணுக்குத் தெரியாத அளவில் அரக்கர்களின் தலைகள் அறுபட்டு மண்ணில் உருள்வதை மட்டும் அவர் கண்டு வந்தார்.

அரக்கன் தூஷணன் தனது இரு கைகளும் துண்டிக்கப்பட்ட நிலையில் மலை போல் தரையில் விழுந்து மடிந்தான்.

அவன் பின்னால் வந்த 'திரிசரஸ்' என்கிற மூன்று தலை அரக்கன், இராமன் விடுத்த காலசர்ப்ப அஸ்திரத் தால் ரத்தம் கக்கிச் செத்துப் போனான்.

அதைக் கண்ட கரண் களத்தில் குதித்தான். ஆத்திரம் கலந்த நிலையில் கதாயுதத்தை எடுத்துக் கொண்டு வெறியுடன் இராமன் மீது சுழற்றி வீசலானான்.

பறந்து வந்த கதாயுதத்தையும் தனது அம்பினால் பொடிப் பொடியாக்கிய இராமன்!

இந்திர பாணத்தைக் கரண் மேல் செலுத்தினார். அது குறி தப்பாமல் கரணின் மார்பைப் பிளந்து உயிரைக் குடித்தது.

தண்டகாரண்யத்தில் 'அகம்பனன்' என்ற ஒருவனைத் தவிர வந்த அரக்கர் கூட்டத்தினர் அனைவரும் இராம பாணத்தினால் கொல்லப்பட்டனர்.

மதியிழந்த இராவணன்

பஞ்சவடி யுத்தத்தில் அரக்கர் கூட்டத்தில் பிழைத்து ஓடியவர்களில் ஒருவனான 'அகம்பனன்' இலங்கைக்கு ஓடிச் சென்று, அரியணையில் அமர்ந்திருந்த இராவணனிடம், 'மன்னர் பெருமானே! தண்டகாருண்யப் பகுதியில் வாழ்ந்து வந்த நம்முடைய குலத்தைச் சேர்ந்தவர்கள் அநேகமாக எல்லோரும் மாண்டு போனார்கள். அதிலிருந்து நானும், தங்கை சூர்ப்பனகையும் மட்டும் தப்பித்த வந்துள்ளோம்' என்றான்.

இதைக் கேட்டதும் பெருங் கோபம் கொண்ட இராவணன்.

'அகம்பனா! நீ சொல்வதெல்லாம் உண்மையா?'

'ஆம் மன்னா!'

'தண்ட காருண்யத்தில் நிறுத்தப்பட்டிருந்த நமது படையினர், ஒருவர் கூட மிச்சமில்லாமல் மடிந்து போனார்களா? எந்தத் தேவர்கள் செய்த காரியம் இது! எமனா? அக்னியா? வாயுவா அல்லது கோழை இந்திரனா? யார் எனது படையைக் கொன்றது? சொல். உடனே அவர்களைச் சிதைத்துச் சின்னாபின்னமாக்கி விடுகிறேன்!' என்று சிங்கம்போலக் கர்ஜித்தான்.

இராவணனின் கர்ஜனைக் குரல் கேட்டுக் குலை நடுங்கிப் போனவன், தன்னைக் கொன்றாலும் கொன்று விடுவான் என்று அஞ்சியதால், 'அரசே! தாங்கள் எனக்கு உயிர்ப்பிச்சை அளிப்பதாக இருந்தால் சொல்கிறேன்,' என்றான்.

"ம்... ஆகட்டும், சொல்,' என்றான் இராவணன்.

அயோத்தி நாட்டைச் சேர்ந்த தசரதன் மன்னனின் மூத்தமகன் இராமன், ஒருவனாகவே அரக்கர் சேனை முழுவதையும் அழிந்த விபரத்தை எடுத்துக் கூறினான் அகம்பனன்.

'என்ன! ஒரு மானிடன், தனியொருவனாகவே இருந்து நமது படையிலிருந்த அத்தனை பேரையும் அழித்தானா! மகா கேவலம்.!'

கள்ளிப்பட்டி சு. குப்புசாமி | 141

இராவணன் மானிடர்களை ஒரு பொருட்டாகவே எப்போதுமே நினைத்ததில்லை. அதனால் தான் தவமிருந்து பிரமனிடம் வரம் பெற்ற போதும் மானிடர்களால் தனக்கு மரணம் நேரக்கூடாது என்று அவன் கேட்டுப் பெறவில்லை. அப்படிப்பட்ட மானிடன் ஒருவன் என்னுடைய படையினை அழித்துவிட்டானா! கேவலம்..... இலங்காபுரி அரசுக்கே கேவலம். இப்போதே சென்று மனிதப்பூச்சிகளான இராம இலக்குவணர்களை எனது சுட்டை விரலால் நசுக்கிக் கொன்றுவிட்டு வருகிறேன் என்று அரியாசனத்தை விட்டு எழுந்தான் இராவணன்.

அகம்பனன் பதறிப் போனான்.

'அரசே! சற்று யோசிக்க வேண்டும்.'

'எதைப் பற்றி?'

'இராமனைப் பற்றி'

அவன் மனிதப் பூச்சிதானே...'

'அவனை வெல்வது கடினம் அரசே!'

'என்ன சொல்லுகிறாய்?'

'அவன் வீரத்தில் சிறந்தவன். நானே போரில் நேரில் பார்த்திருக்கிறேன். அவனை வெல்ல முடியாது. அதற்குப் பதிலாக நான் ஒரு வழி யோசித்து வைத்திருக்கிறேன்.'

'என்ன வழி!'

'அரசே! இராமன் மனைவி சீதை. அவள் அழகில் சிறந்தவள். பார்ப்பவரைக் கவரும் தனித்துவம் பெற்றவள். அவளைப் பார்த்தால் உங்களுக்கே விருப்பம் ஏற்படும். அப்படிப்பட்டவளை எப்படியாவது நீங்கள் தூக்கி வந்துவிட்டால், அவளைப் பிரிந்த துக்கத்தினாலேயே இராமன் மாண்டு போவான் என்பது நிச்சயம்.'

'அகம்பனா! மிகச் சரியாகச் சொன்னாய்! இந்த யோசனைக்காகவே உனக்குப் பொன்னையும், பொருளையும் தாராளமாக அள்ளித் தரலாம்!' என்றபடி தக்க தருணத்தில் உள்ளே நுழைந்தாள் சூர்ப்பனகை.'

அவளைப் பார்த்த இராவணன் ஒரு கணம் திடுக்கிட்டுப் போனான்.

'தங்காய்! என்னம்மா! மூக்கு, காதுகள் எல்லாம் அறுக்கப்பட்டிருக்கு..... இது யார் செய்த வேலை?' என்று கொதிப்புடன் கேட்டான்.

இராவணனிடம் அழுது கொண்டே சொல்லலானாள் சூர்ப்பனகை. என்னை மூளியாக்கியவர்கள் இராம இலக்குவணர்கள் அவர்களைப் பழிவாங்க வேண்டும் என்றாள்.

'தங்காய்! வருந்தாதே.... உனக்காக அந்த அற்ப மானிடர்களைப் பழி தீர்ப்பேன்.

'உன்னை மூளியாக்கிய அவர்களது கை, கால்களைத் தனித் தனியாகப் பிய்த்து எறிந்து விடுகிறேன்!' என்று சூளுரைத்தான் இராவணன்.

'அண்ணா! அப்படியெல்லாம் அந்த மானிடப் பூச்சிகள் சுலபமாக மாண்டுவிடக் கூடாது. அகம்பனன் கூறியது போல, இராமனின் மனைவி சீதை மிகுந்த அழகானவள். அவள் உனக்காகவே பிறந்தவள். உன்னைச் சேர வேண்டியவளும் கூட. அதற்காகத்தான். உன்னிடம் சேர்ப்பதற்காக அவளைத் தூக்கி வர முயற்சித்தேன். அந்த விஷயத்தில் கோபம் கொண்ட இராம இலக்குவணர்கள் எனது அங்கங்களை அறுத்து மூழியாக்கிவிட்டனர்!' என்று கூறிப் புலம்பினாள்.

சீதையைத் தூக்கிக் கொண்டுவர இராவணனைத் தூண்டினாள்.

சீதையின் அழகைப் பற்றி அகம்பனனும், சூர்ப்பனகையும் மாற்றி மாற்றி வருணித்ததைக் கேட்ட இராவணன் தன்னையும் அறியாமல் அவள் மீது மையல் கொண்டான். எப்படியும் அந்தப் பேரழகியைத் தனது அந்தப்புரத்துக்குத் தூக்கி வந்து விட வேண்டும் என்று மனதிற்குள் துடிக்கலானான்.

அதற்குப் பின் நாழிகை நேரம் கூடக் காத்திருக்க மனமில்லாத அவன், கோவேறு கழுதைகளால் பூட்டப்பட்ட தங்கத் தேரில் தான் மட்டும் ஏறி அமர்ந்து ஆகாய மார்க்கமாக அதை விண்ணில் செலுத்தினான்.

அதற்குள்ளாகவே அவனது மனமும் சீதையைத் தூக்குவதற்கான தந்திரம் ஒன்றினையும் தயாரித்து முடித்திருந்தது.

அந்தத் திட்டத்துக்கு உதவி புரியச் சரியானவன் 'மாரீசன்' என்பதைத் தீர்மானித்து அவனது இருப்பிடப் பகுதிக்கு, ஆகாய மார்க்கத்திலிருந்து தேரினை இறக்கினான்.

அரக்கர் குல அரசனும், தனது உறவினனுமான இராவணனைக் கண்டதும் மகிழ்வுடன் வரவேற்றான். முறைப்படி உபசாரம் செய்துவிட்டுக் கேட்கலானான்.

கள்ளிப்பட்டி சு. குப்புசாமி | 143

'என்ன விஷயம் இராவணா! திடீரென்று என்னைத் தேடி வந்திருக்கிறாய்? நான் என்ன செய்ய வேண்டும், சொல்' என்றான்.

'மாமா! உன்னால் எனக்கு ஓர் உதவி தேவைப்படுகிறது. ஒரு சாதாரண மானிடனால் நமது அரக்கர் குலத்துக்கே ஓர் அவமானம் நேர்ந்துவிட்டது.'

'தசரதன் மகன் இராமனாம். நமது தண்டகாருண்ய சேனை முழுவதையும் அழித்து விட்டான். அத்தோடு எனது தங்கை சூர்ப்பனகையின் மூக்கினையும், காது களையும் அறுத்து முழியாக்கியுள்ளான். அதனால் பழிக்குப் பழியாக அவனுடைய மனைவியை நான் இலங்கைக்குத் தூக்கிப் போக முடிவெடுத்துள்ளேன். அதற்கு நீங்கள் தான், எனக்கு உறுதுணையாக இருந்து செயல்பட வேண்டும். என்ன சொல்லுகிறீர்?' என்று கேட்டான்.

இவ்விதம் இராவணன் சொன்னதைக் கேட்டதும், தலையில் இடி விழுந்தது போல அதிர்ச்சியடைந்தான் மாரீசன்.

"என்ன காரியம் செய்யத் துணிந்துள்ளாய் இராவணா? இந்த தீய யோசனையை யார் உனக்குச் சொன்னது.

இந்த யோசனையும், முயற்சியும் சரியில்லாதது. வேண்டாம். இந்த எண்ணத்தைக் கைவிட்டு விடு. இராமனைப் பற்றி உனக்குத் தெரியாது. மகாவிஷ்ணுவின் அவதாரத்துக்குள்ளானவன். அவனது கோபத்துக்கு ஆளானால் நீ அழிவதோடு அரக்கர் குலமும் அழிந்து விடும்.

இந்த விபரீத யோசனையைக் கைவிட்டுத் திரும்பி இலங்கைக்குச் செல். ஏற்கெனவே உனது அந்தப்புரத்தில் இருக்கும் அழகான பெண்களுடன் கூடிக் களிப்படைந்து கொள். அதுதான் உனக்கும் நல்லது."

இவ்விதம் மருமகனான இராவணனுக்கு நல்ல புத்தி சொன்னான் மாரீசன்.

'ஏன் இப்படிப் பயப்படுகிறீர் மாமா! தகப்பனால் காட்டுக்குத் துரத்தப்பட்ட துன்மார்க்கன். மனைவியோடு காட்டுக்குள் நாடோடி வாழ்க்கை வாழும் பரதேசி. ஆயுதங்கள் தரித்துக்கொண்டு தவக்கோலம் போடும் வேடதாரி! அவனைப் பழிவாங்காமல் விட்டால், நான் அரக்கர் குல அரசனாக இருந்து என்ன பயன்?'

'இராவணா! நீ எண்ணுவது தவறு. இராமன், தந்தையால் துரத்தப்பட்டவன் அல்ல. தந்தை சொல் மிக்க மந்திரமில்லை

என்பது போல, சொல்லுகிறேன் கேள்' என்று அயோத்தி சமாசாரங்களை உருக்கமாக விவரித்துச் சொன்னான் மாரீசன்.

கேட்டு முடித்த இராவணன் கேலிச் சிரிப்புடன் சொன்னான்.

'மாமா! நீ கூறியதிலிருந்து எல்லாவற்றையும் தெளிவாகப் புரிந்து கொண்டேன். ஒரு பெண்ணின் சூழ்ச்சியினால் காட்டுக்கு விரட்டப்பட்டு வந்த முட்டாள் அவன். இவனைப் போன்ற முட்டாளுடன் எதிரே நின்று யுத்தம் செய்வது கூட எனக்குத் தகுதிக் குறைவுதான். அந்த வழியில் நான் எடுத்த முடிவே சரியானதுதான்.'

'இராவணா! இராமனின் வலிமையைப்பற்றிப் புரிந்துகொள்ளாமல் பேசுகிறாய். முன்பு நான் முரடனாக இருந்தபோது, ரிஷிகளையும், முனிவர்களையும் துன்புறுத்தி வந்தேன். என்னுடைய மூர்க்க குணத்தை அழித்து, முனிவர்களின் யாகத்தைத் காத்திட வந்தவன் தான் இந்த இராமன். அப்போது அவன் பாலகனாக இருந்தான். அந்த வயதிலேயே அவன் என் மீது செலுத்திய பாணம் என்னை மதிமயங்க வைத்துக் கடலில் கொண்டுபோய் வீசியது. அதன் மூலம் நான் எத்தனை நாட்கள் நினைவிழந்திருந்தேன் என்பது எனக்கே தெரியாது. அப்படிப்பட்ட வீரனைப் பகைத்துக் கொள்ளாதே!'

'மாமா! நீங்கள் அற்ப மானிடனைப் பார்த்து அஞ்சுவது எனக்கு வேடிக்கையாக இருக்கிறது.

தங்கை சூர்ப்பனகையை அவமானப்படுத்தியுள்ளான்! நம் குல அரக்கர்களை அழித்துள்ளான். அப்படிப்பட்டவனை அரக்கர்குல நீதிப்படி பழி தீர்த்தேயாக வேண்டும். அதற்கு அவனது அழகிய அவனது அழகிய மனைவியைச் சிறைப்படுத்திக் கொண்டு வருவதின் மூலம் அவன் அவமானத்திலேயே சாக வேண்டும். இதை நான் செய்யாவிட்டால் அரக்கர் குலத் தலைவனாக இருக்கவே அருகதையில்லாதவனாவேன்...' என்று விடாப்பிடியாகப் பேசினான் இராவணன்.

காமப் பித்தால் புத்தி கெட்டுப் போனவனுக்கு என்ன புத்திமதி கூறினாலும் அவன் புத்தியில் ஏறாது என்பதனை மாரீசன் அறிந்து கொண்டான்.

"இராவணா! இதற்கு மேல் நான் என்ன சொன்னாலும் நீ கேட்கப் போவதில்லை. இருப்பினும் சொல்ல வேண்டியதை மீண்டும் சொல்லுகிறேன்." கேள்.

"சீதை நெருப்புக்கு நிகரானவள். அவளை இலங்கைக்குத் தூக்கிப் போனால், உனது அழகிய இலங்கை நகரமே அழியும் அழியப் போகும் இலங்கை இப்போதே என் மனக் கண்ணில் தெரிகிறது. அதனால் பெரும்பாவச் செயலில் இறங்காதே. நீ இராமனைப் பழி தீர்க்க நினைத்தால் அவனுடன் நேரடியாக யுத்தம் செய். அதுதான் உன் ஆண்மைக்கு அழகு!" என்று கூறினான்.

"மாமா! வீணாக இராமனுக்குப் பரிந்து பேசி, எனது விரோதியாக மாறி விடாதீர்கள். நான் தீர்மானித்துவிட்டேன். அதை நீங்கள் செய்து முடிக்கிறீர். இல்லையென்றால் உங்களை நான் கொல்ல வேண்டியது வரும்!' என்றான்.

இவனது செயல் கண்டு மாரீசனும் ஒரு முடிவுக்கு வந்தான். இந்தப் பாவியின் கையால் சாவதைவிட புண்ணியவான் இராமனால் கொல்லப்படுவது எவ்வளவோ மேல் என்ற நிலைக்கு வந்தான்.

'சரி, இராவணா, இனி பேசிப் பயனில்லை! உன்னுடைய திட்டப்படி நான் என்ன செய்ய வேண்டும் சொல்?' என்று கேட்டான்.

'மாமா, இப்பொழுதுதான். எனக்கு உகந்தவரானீர்!' என்று கூறியவன் தன்னுடைய எண்ணத் திட்டத்தைச் சொன்னான் இராவணன்.

'மாமா! பஞ்சவடிப் பிரதேசத்தில் நீ அற்புதமான அதிசயத்தக்க மானாக மாறி, இராமன், அமைந்துள்ள பர்ணசாலை பக்கம் போக வேண்டும். உனது உடலில் உள்ள பொன் கலந்த வெள்ளிப் புள்ளிகள் அவளைக் கவரும்படியாகத் தகதகக்க வேண்டும். அதைக் கண்டு இராமனிடம் பிடித்துத் தரச் சொல்லி வற்புறுத்துவாள்.

இராமனும் மனைவியின் விருப்பத்தை நிறைவேற்ற உன்னைத் துரத்துவான். நீ இராமனைப் போக்குக் காட்டி அலைக்கழித்து வெகுதூரம் கூட்டிச் செல்லும்போது இராமன் வெறுப்பு கொண்டு உன் மீது அம்பு விடுவதின் மூலம் உனது உயிருக்கு ஆபத்து வருவதாக இருந்தால், அவனது குரலில், 'ஐயோ சீதா! ஐயோ இலக்குவணா!' என்று ஆபத்தான நிலை கொண்டவன்போல குரல் கொடு. அதைக் கேட்டு அண்ணனுக்கு ஆபத்து என்று நினைத்து இலக்குவணனும் ஓடி வருவான். நான் அந்தச் சமயத்தைப் பயன்படுத்திக் கொண்டு

சீதையைத் தூக்கிச் சென்று விடுகிறேன்!' என்று விலாவாரியாகச் சொன்னான்.

இராவணன் சொன்னபடியே மாரீசன் மானாகச் சென்றான். அதைப் பிடித்து வரச் சொல்லிச் சீதை இராமனிடம் சொன்னாள்.

இராமனும் பொய் மானைப் பிடிக்க ஓடினார்.

மாரீச மான், இராவணன் சொன்னபடியே, இராமனுக்குப் போக்குக் காட்டி அவரை ஆசிரமப் பிரதேசத்திலிருந்து வெகு தூரத்துக்குக் கூட்டிச் சென்றது.

இராமனின் கையில் எளிதில் சிக்கிக் கொள்வது போலவும், அருகில் வந்தால் ஓடுவது போலவும், பிடிக்கும் நிலையில் புதரில் மறைவது போலவும், சுற்றிச் சுற்றி வேக நடையில் செல்வது போலவும் போக்குக் காட்டிக் கொண்டிருந்தது. இராமனுக்குச் சந்தேகத்தைத் தோற்றுவித்தது. அதனால் இதற்கு மேலும் பொய்மானை விரட்டிப்பிடிப்பது சரியாகாது. வில்லை எடுத்து ஒரு வழி செய்திட வேண்டும் என்ற முடிவுக்கு வந்தான்.

இராமனது முடிவு, தனக்கு மரணத்தைத் தருவதே என்பதனை மாரீசன் புரிந்து கொண்டான். இருப்பினும் கடமையைச் சரியாக செய்து முடித்து விடுவோம் என்ற நிலைக்கு வந்ததற்கும் இராமனது அம்பு, மாரீசனின் இதயத்தில் பாய்வதற்கும் சரியாக இருக்கவே, பொன் மான் வடிவத்திலிருந்து தனது சுயரூபத்துக்கு மாறிய மாரீசன், இராவணன் சொன்னது போலவே, இராமனின் குரலிலேயே, 'அய்யோ சீதா! அய்யோ இலக்குவணா!' என்ற அலறல் குரல் எழுப்பியபடி பூமியில் விழுந்தான்.

மாரீசனின் உடலிலிருந்து வழிந்த ரத்தம் பூமியை நனைத்ததோ அல்லாமல், இராமனின் பாதங்களையும் நனைத்த நிலையில் இராமனது பாதங்களைப் பற்றி வணங்கியவாறே, உன்னால் என் பாவமெல்லாம் நீங்கப் பெற்றுப் பாக்கியம் பெற்றேன் என்று கூறியபடியே மடிந்து போனான்.

ஆனால் மாரீசன் இறுதியில் தனது குரலில் அலறியது, எனக்குத்தான் ஏதோ ஆபத்து என்பது போல அல்லவா இருந்தது. அதைக் கேட்டுச் சீதை பரிதவித்துப் போவாளே என்று ஒரு கணம் எண்ணினாலும், தம்பி இலக்குவணன் அவள் அருகில் இருக்கிறான். அவன் இந்தப் பொய்க் குரலை நம்ப மாட்டான். எனது திறமையின் மீது அவனுக்கு முழு நம்பிக்கை

கள்ளிப்பட்டி சு. குப்புசாமி | 147

இருக்கிறது. சீதையை அவன் பார்த்துக் கொள்வான் என்று ஆறுதலும் கொண்டான் இராமன்.

இராமனது எண்ணத்திற்குப் பதிலாக மாரீசன் குரலை இராமன் குரலென்றே நம்பி ஏமாந்த சீதை துடிதுடித்துப் போனாள்.

உடனே இலக்குவணனை அழைத்து, 'உனது அண்ணன் ஏதோ ஆபத்தில் சிக்கியிருக்கிறார் போலிருக்கிறது. அதற்குத்தான் அபயக் குரல் கொடுத்திருக்கிறார். நீ உடனே புறப்பட்டு, அவரை ஆபத்திலிருந்து காப்பாற்றி வா!' என்று கதறினாள்.

"தாயே, பயப்பட வேண்டாம். உனது கணவரான எனது அண்ணனை யாரும் ஒன்றும் செய்து விடமுடியாது. எந்தவித ஆபத்தும் வந்திருக்காது. நிச்சயம் அண்ணனின் குரலாகவும் அது இருக்காது. ஏதோ ஒரு மாயாவியின் தந்திரமாக இருக்கும். அதைக் கேட்டு ஏமாறவேண்டாம்.

என்னை நம்புங்கள். உங்களைப் பத்திரமாகப் பார்த்துக் கொள்ளுமாறு அண்ணனின் ஆணை. அதைப் புறக்கணித்துவிட்டு நான் இங்கிருந்து செல்ல இயலாது. என்னை மன்னியுங்கள். மானை ஒரு வழிசெய்து விட்டு வெற்றி வீரனாக அண்ணன் திரும்பி வந்து விடுவார். கவலையில்லாமல் இருங்கள்."

இவ்விதம் இலக்குவணன், தைரியம் சொன்னான். இவன் கூறியதில் நம்பிக்கையில்லாதவள், அவனை வார்த்தைகளால் வதைக்கத் தொடங்கலானாள்.

'அண்ணனின் ஆணை என்று யாரை ஏமாற்றப் பார்க்கிறாய்? எங்களுடன் எதற்காக நீ காட்டுக்கு வந்தாய் என்பது இப்போது தெளிவாகிவிட்டது. திட்டமிட்டே கெட்ட நோக்கத்துடன் வந்திருக்கிறாய். உனது கெட்ட நோக்கம் என்னிடம் ஒருபோதும் நடக்காது. நடக்கவும் விடமாட்டேன். உனது அண்ணனுக்கு அபாயம் ஏற்பட்டு ஏதேனும் அவருக்கு ஆபத்து நேர்ந்தால், அதன் பின்னர் உன்னோடு வாழ்வேன் என்றா நினைத்தாய்? நிச்சயம் நான் உயிரோடு இருக்கமாட்டேன். பாவிகளே! உடன் பிறந்தவர்களால் அவருக்கு எவ்வளவு துன்பங்கள். பரதனால் காட்டுக்கு வந்தார். அது போதாதென்று நீ அவரை மேலுலகத்துக்கு அனுப்பத் துணிந்துவிட்டாய். அடத் துரோகிகளா! அவர் உங்களுக்கு என்ன பாவம்டா செய்தார். ஏன்டா இப்படி நடந்து கொள்றீங்க என்று?' கூறியவள் ஓவென்று கதறியழத் தொடங்கினாள்.

சீதையின் கடுமையான வார்த்தைகள், இலக்குவணனால் ஜீரணிக்க முடியவில்லை. அவன் காதுகளால் கேட்க முடியாத வார்த்தைகளால் காதுகளைப் பொத்திக் கொண்டான். பொத்த முடியாத கண்களிலிருந்து குபுகுபுவெனக் கண்ணீர் பொங்கி வழிந்தது.

அவனால் சீதை பேசிய பேச்சுக்களைக் கேட்க முடியவில்லை. நம்பவும் முடியவில்லை.

'தாயே! நீங்களா இப்படிப் பேசுகிறீர். உங்கள் பாதத்தைத் தவிர உங்களது முகத்தைக் கூட சரிவரப் பார்க்காதிருக்கும் என்னைப் பார்த்தா இந்தக் கொடூர வார்த்தைகளைப் பேசுகிறீர். இப்படிப் பேசுவதற்குப் பதிலாக என்னை ஒரேயடியாக இந்த அம்பை எய்திக் கொன்று விடுங்களேன்!' என்று உணர்ச்சி பொங்கக் கூறினான்.

'இலக்குவணா! உன்னுடைய பொய்யான பேச்சுக்களையெல்லாம் நான் நம்பப் போவதில்லை. நான் உன்னை நம்ப வேண்டும் என்றால் நீ உடனே எனது கணவரைத் தேடிச் சென்று அவருக்கு என்னாச்சு ஏதாச்சுன்னு பார்த்து வா... இல்லையென்றால் நான் இங்கேயே தீக்குளித்து இறப்பது உறுதி!' என்றாள் சீதா.

"தாயே! நீங்கள் இறக்கவும் வேண்டாம். என்மீது சந்தேகப்படவும் வேண்டாம். இதோ இப்போதே புறப்படுகிறேன். என் அண்ணனை உயிருடன் அழைத்து வருகிறேன். ஆனால் நாங்கள் வரும்வரை நீங்கள் எச்சரிக்கையோடு இருக்க வேண்டும். இனி விதி விட்ட பாடு," என்றவன், ஆசிரமத்தின் நான்குபுறமும் மந்திரங்கள் உச்சரித்துக் கோடுகளைப் போட்டான்.

"தாயே! எக்காரணத்தை முன்னிட்டும் இந்தக் கோட்டைத் தாண்டி வராதீர்கள்!" எச்சரித்துவிட்டுக் கிளம்பினான்.

கோடு தாண்டினாள் சீதை

இராமன் போன வழியிலே இலக்குவணன் சென்றான். அதற்காகவே காத்துக் கொண்டிருந்த இராவணன், சுத்தமான காவித் துணி அணிந்து, பிச்சை எடுத்துத் திரியும் சந்நியாசியாகத் தன்னை மாற்றிக் கொண்டு, ஆசிரமத்தருகே சென்றான்.

ஆசிரமத்தினுள்ளே சீதை மகாதேவனிடம் தனது கணவன் எவ்வித ஆபத்துமின்றி வர அருள் புரிவாய் என வேண்டிக்கொண்டிருந்தாள்.

சீதையை நோக்கி உள்ளே செல்ல நினைத்தான் இராவணன். ஆனால் ஆசிரமத்தைச் சுற்றிலும் இலக்குவணன் கிழித்திருந்த மந்திரக் கோடுகள் இருந்தன.

இராவணன் அக்கோட்டினை நெருங்கியபோது அக்னி ஜுவாலை கிளம்பி அவனைச் சுட்டெரித்தது.

பயந்துபோன அவன், கோட்டுக்கு வெளியே வாசலில் நின்று கொண்டான். அங்கிருந்தபடியே குரல் கொடுக்கலானான்.

'தாயே! சந்நியாசி, பிச்சைக்கு வந்திருக்கிறேன். பசிக்கிறது. சாப்பிட ஏதாவது கொடுங்கள்!' என்று கேட்டான்.

வேண்டுதலை முடித்துக் கொண்டு எழுந்த சீதை, ஆசிரமத்தின் வாசலில் நின்று பார்த்தாள். பிச்சை கேட்டுச் சந்நியாசி நிற்பது தெரிந்தது. இரக்கப்பட்டவள் ஆசிரமத்திற்குள்ளிருந்த கனிகளையும், கிழங்குகளையும் எடுத்துக் கொண்டு வாசலுக்கு வந்தாள்.

'சுவாமி! இதைப் பெற்றுக் கொண்டு உங்கள் பசியை ஆற்றிக் கொள்ளுங்கள்!' என்றவள், இலக்குவணன் கிழித்த கோட்டுக்குள் நின்று நீட்டினாள்.

'தாயே! நான் எந்த ஆசிரம எல்லைக்குள்ளும் நின்று பிச்சை பெறுவதில்லை. எனவே இங்கே நான் இருக்குமிடம் வந்து பிச்சையிடுங்கள்!' என்று கேட்டான்.

'சுவாமி! இது என்னுடைய மைத்துனர் கிழித்த கோடு, இதைத் தாண்டி நான் வர இயலாது...'

'தாயே! கோட்டுக்குள் நின்று சந்நியாசிகள் பிச்சை வாங்குவது முறையில்லை. ஆனாலும் உங்கள் கொள்கைப்படி நீங்கள் இருங்கள். நான் எனது தர்மப்படி நடந்து கொள்கிறேன்!' என்று புறப்பட்ட இராவணன் இரண்டடி கால் எடுத்து வைத்ததும்,

'ஐயோ! சாப்பிட்டு மூன்று நாட்களாகிவிட்டனவே... ஒரே கிறக்கமாகவும், மயக்கமாகவும் இருக்கிறது.' இதுக்குமேல் நான் நடந்தால் இறந்து விடுவேன் போலிருக்கிறதே!' என்று சொல்லிக் கொண்டே, மயக்கம் வந்தவனைப் போல தள்ளாடினான்.

பிச்சையிடாததுடன், ஒரு சந்நியாசியைச் சாகடித்த பாவமும் தன்னைச் சேருமே என்று அஞ்சிய சீதை, இராமன் சொன்னதையும், இலக்குவணன் சொல்லி கிழித்த கோட்டையும் மறந்து, 'ஐயோ சுவாமி! நீங்கள் அங்கேயே இருங்கள். நானே

நீங்கள் இருக்குமிடத்திற்கு வந்து உணவினை அளிக்கிறேன்!' என்று இரக்க சுபாவத்தில் இலக்குவணன் கிழித்த கோட்டைத் தாண்டி இராவணன் அருகில் சென்றாள்.

சீதை கோட்டைத் தாண்டியதைப் பார்த்த இராவணனுக்கு எல்லையில்லா மகிழ்வு. அதிலும் சீதை தன்னை நெருங்கி வருவதை இரட்டிப்பு மகிழ்ச்சியாகக் கொண்ட அவன், தனது சுய வடிவம் கொண்டவன், அப்படியே அவளைத் தூக்கி சுவர்ண ரதத்தில் ஏற்றி விண்ணில் விரைந்தான்.

சீதை அலறினாள்.

"ஐயோ! இராம இலக்குவணர்களே! கொடியவன் ஒருவன் என்னைப் பலவந்தமாகத் தூக்கிச் செல்கின்றானே! இது உங்களுக்குத் தெரியவில்லையா? இந்தக் கொடிய பாவிக்கு உரிய தண்டனை கொடுங்கள், விரைந்து வாருங்கள்."

"இந்தச் செய்தியை உங்களுக்குச் சொல்வார் இல்லையா? தண்ட காருண்யத்துப் பறவைகளே! விலங்குகளே! மரங்களே! நீங்களாவது அவரிடம் சொல்லுங்கள். கொடியவன் இராவணன் என்னை எடுத்துப் போகிறான் என்று சொல்லுங்கள்!" கதறிக் கொண்டே போனாள்.

அவளது கதறல் கேட்டு மரம் ஒன்றில் தூங்கிக் கொண்டிருந்த ஜடாயு கண் விழித்துப் பார்த்தார்.

அப்பொழுது இராவணன், சீதையைத் தூக்கிக் கொண்டு தேரில் செல்வதைக் கண்டார்.

அவர் மரத்தில் இருந்தபடியே ஆகாய மார்க்கமாகச் செல்லும் இராவணனிடம், 'இராவணா! நான் கழுகுகளின் வேந்தன் ஜடாயு. நான் சொல்வதைக் கேள். இராமன் பேராற்றல் பொருந்தியவன். அவனுடைய மனைவியைத் தூக்கிச் செல்வது முறையற்றது. அவளை விட்டுவிடு. இலங்கை மன்னனான நீயே தர்மத்தைக் கைவிட்டு நடக்கலாமா? எனவே தர்மத்தை அனுஷ்டித்து அவளை விட்டுவிடு.'

"தீயவழியில் செல்லாதே. அதை என்னால் அனுமதிக்க முடியாது. மீறினால் உன்னுடன் போரிடும் அவசியம் எனக்கு ஏற்படும்" என்று கூறினார்.

ஜடாயுவின் இந்த நியாயமான வார்த்தைகளை இராவணன் ஏற்றுக் கொள்ளவில்லை. அவரை ஓர் அற்ப ஜந்துவைப் பார்ப்பதுபோல் பார்த்தான். இருப்பினும் பதில் ஒன்றும் சொல்லாமல் அவன் செல்ல ஆரம்பித்தான்.

இதைக் கண்ட ஜடாயு அவன் மேல் பாய்ந்து தேரில் ஏறினார். தனது மூக்காலும், கால் நகங்களாலும் தாக்கத் தொடங்கினார்.

இராவணன் விடவில்லை. அவர் மேல் அம்பு மழையைப் பொழியத் தொடங்கினான். அந்தப் பாணங்களையெல்லாம் கொஞ்சமும் லட்சியம் செய்யாமல் ஜடாயு அவனைக் குத்திக் காயப்படுத்தினார்.

இராவணன் மேலும் கோபம் கொண்டான். வில்லில் அம்பை வைத்துப் பாணங்களை அவர்மேல் அடித்தான்.

இதைக் கண்டு அழுது புலம்பியபடி சீதை தேரின் ஓர் ஓரத்தில் உட்கார்ந்திருந்தாள்.

அந்தப் பத்துப் பாணங்களையும், ஜடாயு தன் இறக்கைகளால் அடித்து உதறித் தள்ளினார். பின்னர் தன்னுடைய மூக்கால் இராவணனின் முதுகைக் கிழித்தார். இதனால் கோபம் கொண்ட அவன், ஜடாயுவை ஒரு அறை அறைந்தான்.

தடுமாறிப் போன ஜடாயு, விடாமல் மீண்டும் பறந்து அவனுடைய பத்துக் கைகளைக் கொத்திக் குதறி விட்டார். பிற கைகளை ஒடித்துக் கீழே போட்டார். ஆனால் அடுத்த நொடியே அவை யாவும் முளைத்தன.

முளைத்த கைகளைக் கொண்டு, ஜடாயுவை முட்டியால் குத்தினான். கால்களால் உதைத்தான்.

ஜடாயுவும் விடவில்லை. தன் வலிமை மிக்க கரங்களால் உதைத்து அவனுடைய மாயத் தேரை முறித்தார். கோவேறு கழுதைகளையும் கீழே விழும்படி செய்தார். வில்லம்புகளை முறித்துப் போட்டார். இதனால் ஆத்திரம் அடைந்த இராவணன் தன்னுடைய வாளை எடுத்துக் கொண்டான்.

ஜடாயுவும், இராவணனும் கோரமாகப் போரிட்டனர்.

போரின் முடிவில் தந்திரமாக இராவணன் முதலில் ஜடாயுவின் இறக்கைகளை வெட்டினான். பிறகு சிறகுகளையும் கால்களையும் துண்டித்தான். அதனால் ஜடாயு கதறிக்கொண்டே குலையுயிரும், குற்றுயிருமாகப் பூமியில் விழுந்தார்.

இரத்தம் பெருகக் கீழே விழுந்து கிடக்கும் ஜடாயுவைக் காணத் தேரில் இருந்து சீதை குதிக்கப் பார்த்தாள்.

தடுத்து நிறுத்தினான் இராவணன். தேரில் போய்க் கொண்டிருக்கும் போது எங்கேனும் இராம இலக்குவணர்கள்

தெரிகிறார்களா என்று நாலா பக்கங்களிலும் சீதை பார்த்துக்கொண்டே வந்தாள்.

அவர்கள் அவள் கண்களுக்குத் தென்படவே இல்லை. இதனால் பயமும், நடுக்கமும் அடைந்த அவள், இராவணனைப் பார்த்துக் கோபத்துடன் பேசத் தொடங்கினாள்.

'அடே! அயோக்கியா! இராம இலக்குவணர்கள் இல்லாத சமயம் பார்த்து என்னைத் திருட்டுத்தனமாகக் கொண்டு செல்கிறாயே. நீ ஒரு மன்னனா? உனக்கு வெட்கமில்லையா? சரியான வீரனாக இருந்தால் என் கணவருடன் நேருக்கு நேர் மோதியிருக்கணும். அதை விட்டு வஞ்சகமாக என் கணவரிடம் இருந்து என்னைப் பிரித்துச் செல்கிறாய். உன்னை அழிக்காமல் இராம இலக்குவணர்கள் விடப்போவதில்லை!' என்று சொல்லிக்கொண்டே வந்தாள்.

அவள் சொன்ன வார்த்தைகள் தேரின் வேகத்தினால் எதுவும் இராவணன் காதுகளில் விழ வில்லை.

செவிடன் காதில் ஊதிய சங்கு போல, தான் சொன்ன வார்த்தைகள் இராவணன் காதுகளில் விழாததைக் கண்ட சீதை வேறு வழியைத் தேடலானாள்.

ஆகாயத்தில் தேர் சென்று கொண்டிருந்தபோது, ஒரு மலையின் கீழ் ஐந்து வானர வீரர்கள் உட்கார்ந்திருப்பதைப் பார்த்தாள்.

உடனே தான் அணிந்திருந்த நகைகளில் சிலவற்றைக் கழற்றினாள். தான் உடுத்தியிருந்த உடையைக் கிழித்தாள். கிழித்து எடுத்துத் துணியில் அந்த நகைகளை வைத்து முடிபோட்டு வானர வீரர்களின் முன் கீழே போட்டாள். தனக்கு நேர்ந்த இன்னல்களை உணர்ந்து கொண்டு, இராமனிடம் அவர்கள் விஷயத்தைத் தெரிவிக்கக் கூடும் என்ற நம்பிக்கை அவளுக்கிருந்தது.

சீதா போட்ட துணிப் பொட்டலத்தை மஞ்சள் நிறமுள்ள வானர வீரர்கள் கவனித்ததோடு, அவள் கதறிக் கொண்டு போவதையும் பார்த்தனர்.

உடனுக்குடன் தங்களின் முன் விழுந்த அந்தத் துணி முடிப்பை எடுத்துப் பத்திரப்படுத்தி, இராம இலக்குவணர்களிடம் தெரிவிக்க எண்ணினர்.

கடல் தாண்டி, தனது ராஜ்ஜியமான இலங்காபுரியை அடைந்தான் இராவணன்.

கள்ளிப்பட்டி சு. குப்புசாமி | 153

அங்கிருந்த கோரமான உருவம் கொண்ட அரக்கிகளை அழைத்து இவளை அசோக வனத்துக்கு இழுத்துச் செல்லுங்கள் என்று ஆணையிட்டான்.

அதன்படியே அரக்கிகள் வந்து சீதையை இழுத்தனர். அவர்களிடம், "இவளை ஜாக்கிரதையாகப் பார்த்துக் கொள்ளுங்கள், கவனமாகக் காவலிடுங்கள் எனது உத்தரவு இல்லாமல் இவளை யாரும் பார்க்க அனுமதிக்காதீர்கள்."

"இது ஒரு பக்கம் இருப்பினும், இவள் எதை விரும்பிக் கேட்டாலும் கொடுத்து சந்தோஷப்படுத்துங்கள். எனக்கு எந்த அளவிற்குப் பணிவும், மரியாதையும் காட்டுவீர்களோ அந்த அளவுக்கு இவளிடம் காட்டுங்கள்."

"ஆனாலும் ஜாக்கிரதையாக இவளைப் பார்த்துக் கொள்ளுங்கள்!" என்று எச்சரித்து விட்டுத் தனது மாளிகைக்குச் சென்றான். அரக்கிகள் சீதையைச் சூழ்ந்து கொண்டார்கள்.

சீதையைத் தேடினர்

மாரீசனைக் கொன்று விட்டுத் திரும்பிய இராமன், சீதையைக் காண வேண்டும் என்ற எண்ணத்தில் வேகமாக நடந்து வந்தான்.

எதிரில் இலக்குவணன், முகவாட்டத்துடன் வந்து கொண்டிருப்பதைப் பார்த்த இராமன்,

"இலக்குவணா! சீதையைத் தனியே விட்டு விட்டு இங்கு ஏன் வந்தாய்? என்ன காரியம் செய்து விட்டாய்? நான் உன்னிடம் என்ன சொல்லிவிட்டு வந்தேன்? இப்படித் தனியே அவளை விட்டு வர உனக்கு எப்படி மனம் வந்தது!"

"அய்யோ! அவளுக்கு ஒரு துன்பமும் நேராமல் இருக்க வேண்டுமே. அவள் இந்நேரம் அரக்கர்களின் தொல்லைக்கு ஆளாகி இருப்பாளே! மாரீசன் என் குரலில் கத்தி என்ன மாயம் புரிந்தானோ!" என்றெல்லாம் புலம்பினான்.

"அண்ணா! நான் வேண்டும் என்றே சீதையை விட்டுவிட்டு வரவில்லை. அண்ணியார் என்னைக் கடிந்து பேசியதால் தான் அவரை விட்டு வர வேண்டியதாகிவிட்டது" என்று கூறினான்.

"பகவானே! சீதை பத்திரமாக இருக்க வேண்டும்! அவளுக்கு ஆபத்து ஒன்றும் நேர்ந்திருக்கக் கூடாது!" என்று எண்ணியபடியே, இருவரும் ஆசிரமத்துக்கு வந்து பார்த்தபோது, எவ்விதமான ஆளரவுமில்லாமல் இருந்தது.

சீதா.... சீதா என்று குரல் எழுப்பி அழைத்துப் பார்த்தனர். பதில் குரலில்லை.

காடு முழுவதும் சுற்றி வந்து சீதையைத் தேடினார்கள். எங்கும் சீதை தென்படவில்லை.

"இலக்குவணா! மோசம் போய்விட்டோம். சீதையை அரக்கர்கள் என்ன செய்தார்களோ? எந்த முகத்தோடு அயோத்திக்குத் திரும்புவேன்? ஜனக மன்னருக்கு என்ன பதில் சொல்வேன்? கட்டிய மனைவியைக் காப்பாற்ற முடியாதவன் என்றல்லவா ஊர் என்னைப் பழிக்கும். சீதை போனபிறகு நான் உயிரோடு வாழமாட்டேன். நீ மட்டும் அயோத்திக்குத் திரும்பிச் சென்று பரதனிடம், 'இனி அண்ணன் வரமாட்டார். நீயே அயோத்தியை ஆட்சி செய்!' என்று சொல்" என்று கதறியழுதார் இராமன்.

"அண்ணா! நீங்களே இப்படிக் கலங்கிப் போகலாமா? அண்ணியின் உயிருக்கு எவ்வித ஆபத்தும் நேர்ந்திருக்காது. மனதைத் தேற்றிக் கொள்ளுங்கள். இருவரும் அண்ணியாரைத் தேடுவோம்" என்று கூறினான்.

இராமன் ஓரளவு மனதினைத் தேற்றிக் கொண்டு, சீதையைத் தேடப் புறப்பட்டான்.

காடு, மலை, ஆறுகள், நதிகள், புதர்கள், தோப்புகள், குகைகள், அருவிகள், குளம் குட்டைகள் என்று ஓர் இடம் விடாமல் தேடினார்கள்,

எங்கும் சீதையைக் காணவில்லை. எங்குமே இல்லை. இராமன் இடிந்து போனான். மனம் சோர்வுற்றான் தன்னிலையும் மறந்து, 'சீதா! சீதா! சீதா!' என்று புலம்பத் தொடங்கினார்.

"அண்ணா புலம்பாதிங்க..... அண்ணியார் நிச்சயம் கிடைப்பாங்க... வாங்க. இனியும் தேடிப் பார்ப்போம்!" என்று அழைத்தான்.

அரைகுறை மனதுடன் சீதையைத் தேடி இலக்குவணனுடன் புறப்பட்டார் இராமன்.

இருவரும் தேடிக்கொண்டு சென்றபோது, (ஒரு பறவை) கழுகு படு காயத்துடன் துடிதுடித்துக் கொண்டு கிடப்பதைக் கண்டனர்.

கொடிய அரக்கன்தான் கழுகின் உருவத்தைக் கொண்டு நம்மைத் திசை திருப்பப் பார்க்கிறான் என்று நினைத்த

கள்ளிப்பட்டி சு. குப்புசாமி | 155

இராமன், உடனே வில்லில் பாணத்தைப் பூட்டினார். நாணைக் காது வரை இழுத்தார்.

அதனைக் கண்ட கழுகு, 'அய்யோ இராமா! நீ சந்தேகப்படுவது போல நான் அரக்கனல்ல. உன் தந்தையின் நண்பனான ஜடாயு!" என்று நீளமான குரலில் கூறினார்.

உற்றுப் பார்த்து உண்மையைப் புரிந்து கொண்ட இராமன், "அய்யோ! அய்யா.... இதென்ன கோலம்! ஏன் இந்த நிலையில் இரத்தம் சொரிந்து காணப்படுகிறீர்? உங்களது இறகுகள் எங்கே? கால்கள் எங்கே?" என்று கேட்டான்.

"இராமா! உன் மனைவி சீதையை, இராவணன் என்ற அரக்கர்களின் தலைவன், தேரிலே வைத்துக் கொண்டு சென்றான். அவளை அவனிடமிருந்து மீட்டுக் கொண்டு வருவதற்காக நான் அவன் மேல் பாய்ந்தேன். என் மூக்கால் அவனைக் காயப்படுத்தினேன்.

"அவனுடைய வில்லையும் தேரையும் முறித்தேன்."

"அவனோ கோபங்கொண்டு என் சிறகுகளை வெட்டி வீழ்த்தி என்னைக் காயப்படுத்திக் கீழே தள்ளிவிட்டான். பிறகு என்னால் அவனைத் தடுக்க முடியாததினால் அவன், ஆகாய மார்க்கமாகச் சீதையை எடுத்துக் கொண்டு போய்விட்டான்.

"இராவணனால் படுகாயப்படுத்தப்பட்ட நான் உன்னிடம் சீதையை இராவணன் கவர்ந்து சென்ற செய்தியைச் சொல்லத் தான் உயிரை வைத்துக் கொண்டு இருக்கிறேன்!" என்று அழுதபடி சொன்னார்.

அதைக் கேட்ட இராமன், ஓடிப்போய், ஜடாயுவைக் கட்டிப் பிடித்துக் கொண்டு கதறி அழுதான். சோகம் தாங்காமல் இலக்குவணனும் அழுது புலம்பினான்.

அப்பொழுது ஜடாயுவுக்கு உயிர் பிரியும் நிலை வந்துவிட்டது. இருப்பினும் இராமன் கேட்ட கேள்விகளுக்கு மெல்லிய குரலில் மெதுவாகப் பதில் கூறத் தொடங்கினார்.

"இராமா! இராவணன் சீதையைத் தூக்கிக் கொண்டு தென் திசையை நோக்கி அவனது நாடான இலங்கைக்கு ஆகாய மார்க்கமாகச் சென்றுள்ளான். அவன் உன்னால் வெகு விரைவில் கொல்லப்படுவான். சீதையை இலங்கையிலிருந்து மீட்டு வந்து மகிழ்வுடன் வாழ்வாய்!" என்று கூறினார் ஜடாயு.

இதைக் கேட்டு இராமன் சற்று ஆறுதல் அடைந்தான். சிறிது நேரத்தில் ஜடாயு வெட்டப்பட்ட கால்களைப் பரப்பிக் கொண்டு, தலையைத் தரையில் போட்டு மரணமடைந்தான்.

அதன் பின்னர் இராம இலக்குவணர்கள் இருவரும், ஜடாயு சொன்ன தென்திசையை நோக்கி, வில் அம்புகளை எடுத்துக் கொண்டு சீதையைத் தேடிப் புறப்பட்டனர்.

அப்போது எதிரே, தலையுமில்லாத, கால்களுமில்லாத அரக்கன் ஒருவன், பெரிய வயிறும், நீண்ட கைகளுமாக வழிமறித்து அமர்ந்திருந்தான்.

அவனது வயிற்றிலே நடுவாய், மார்பில் ஒரு கண். பார்க்கவே வெகு கோரமாக இருந்தான்.

அவனது கைகள் நீண்ட தூரம் நீளும் என்பதால் உட்கார்ந்த இடத்திலிருந்தே இரு கைகளையும் நீட்டி, தனது கைகளுக்குள் சிக்கிக் கொள்ளும் மிருகங்களைக் கொன்று தின்று வந்தான்.

அவ்வழியே போன இராம இலக்குவணர்களையும் தனது கைகளுக்குள் பிடித்துக் கொண்டான்.

அவனது பிடியிலிருந்து தப்பிக்க என்ன செய்வது என்று யோசித்தனர்.

அப்போது இராமனின் சிந்தையில் பட்டதை, இலக்குவணனிடம் சொல்லலானார்.

'இலக்குவணா! நாம் இருவரும் அரக்கனது இரண்டு கைகளை ஆளுக்கொன்றாக வெட்டித் தள்ளி அவனிடமிருந்து விடுதலைப் பெறுவோம்!' என்றார்.

அதன்படியே இருவரும் ஆளுக்கொரு கையினை வெட்டித் தள்ளினார்கள்.

கைகள் வெட்டுப்பட்ட அரக்கன் செயலற்றுக் கீழே உருண்டான். உருண்டபடியே பேசினான்.

"உத்தமர்களே! நீங்கள் இராம இலக்குவணர்களாக இருக்க வேண்டும். ஏனெனில் உங்களால்தான் எனக்குச் சாப விமோசனம் கிடைக்கும் என்று எனக்குச் சாபம் அளித்த இந்திரன் சொல்லியிருந்தார். அவரது சாபம் இன்று உங்களால் நீங்கப் போகிறது. அதற்காக நீங்கள் எனக்குச் செய்ய வேண்டியது யாதெனில் -

'நீங்கள் வெட்டிய கைகளையும், எனது உடலையும் தகனம் செய்தீர்கள் என்றால் நான் சுயரூபம் பெறுவேன். இந்திரன்

எனக்குக் கொடுத்த சாபம் தீரும்' என்று கூறினான். அவன் பெயர் கபந்தன்.

அவன் கேட்டுக் கொண்டபடி கபந்தனது உடலைத் தகனம் செய்தனர். அதிலிருந்து அழகிய உருவத்துடன் வெளிப்பட்டு விண்ணுலகம் செல்லத் தயாரான கபந்தன்.

இராம இலக்குவணர்களின் எண்ணத்தைப் புரிந்து கொண்டவனாய், 'இராமா! நீ நிச்சயம் சீதையை அடைவாய்! இங்கிருந்து மிக அழகான பம்பா நதி தீர்த்தத்துக்குச் செல்லுங்கள்.

"அங்கே ரிஷ்யமுக மலையில் சுக்ரீவன் என்கிற வானர அரசன் இருக்கிறான். அவன் தனது அண்ணனாகிய வாலியால் ராஜ்ஜியத்தைவிட்டு விரட்டப்பட்டுத் துன்பப்பட்டுக் கொண்டிருக்கிறான்."

"நீங்கள் அவனைச் சந்தித்து நட்புக் கொண்டால் உங்களது காரியம் நிறைவேறும்!" என்று சொல்லிவிட்டுச் சொர்க்கத்துக்குப் போனான்.

கபந்தன் சொன்னபடியே பம்பைக்குப் புறப்பட்டனர். வழியில் மதங்க முனிவரின் ஆசிரமம் இருந்தது. அந்த ஆசிரமத்துக்கு இருவரும் போனார்கள். அங்கு வயது முதிர்ந்தவளான 'சபரி' என்னும் மூதாட்டி இராம இலக்குவணர்கள் தன்னை நோக்கி வருகிறார்கள் என்பதை அறிந்தவுடன் அளவற்ற மகிழ்ச்சி அடைந்தாள்.

எழுந்து நின்று இருவரையும் கைகூப்பி வரவேற்றாள்.

பின்னர் இராம இலக்குவணர்களை வலம் வந்து வணங்கினாள்.

நீண்ட நாட்களாக இராம நாமத்தையே உச்சரித்துக் கொண்டு அவர் வரவை எதிர்நோக்கிக் காத்திருந்த அவளுக்கு அன்று ஏற்பட்ட மகிழ்ச்சிக்கு அளவேயில்லை.

அப்பொழுது இராமன், "தாயே! தங்களுடைய தவம் சிறப்புடன் நடைபெறுகின்றதா? நீங்கள் துன்பம் இல்லாமல் இருக்கின்றீர்களா? அமைதியுடன் வாழ்கின்றீர்களா? என்று கேட்டு நலம் விசாரித்தார்.

அதற்குச் சபரி,

"ஐயனே! தங்களுடைய பாக்கியத்தால் இன்று என் தவம் பூர்த்தியடைகிறது. இன்று நான் தங்களைக் காணும் வாய்ப்பைப் பெற்றேன்."

தொடர்ந்தவள்.

'பெருமானே! தங்கள் வருகையை நான் ஒவ்வொரு நாளும் எதிர்பார்த்துக் கொண்டு காத்திருந்தேன். என்னுடைய குருவான மதங்க முனிவர் தங்கள் வருகையை முன்கூட்டியே கூறி இருக்கிறார்!" என்று கூறினாள் சபரி.

அவள் முற்பிறவியில் ஒரு நாட்டின் அரசியாக இருந்தாள். தன்னுடைய செல்வத்தைக் கொண்டு ஆடம்பரமாக வாழாமல் பலருக்குத் தொண்டு செய்து வந்தாள்.

ஆனால் அவள் அதனை வழங்கி வந்தாளே தவிர உடல் உழைப்பைக் கொஞ்சமும் செய்யவில்லை. எனவே மகான் ஒருவரைச் சந்தித்து மறுபிறவியில் உடல் தொண்டு செய்யும் பாக்கியத்தைப் பெற வேண்டும் என்று அருள் பெற்றாள். திரி வேணியில் தன் உயிரைவிட்டாள்.

சபரி மறுபிறவியில் 'சபர்' என்னும் மலை ஜாதியினர் வம்சத்தில் தோன்றினாள்,

கன்னிப் பருவத்தில் அவளுக்குத் திருமண ஏற்பாடுகளைச் செய்யத் தொடங்கினர். அவளது பெற்றோர்.

திருமணத்தில் பலியிட்டு விருந்து வைப்பதற்காக இரண்டு ஆடுகளை வீட்டில் கொண்டு வந்து கட்டி வைத்திருந்தனர்.

சபரி அதைக் கண்டு திடுக்கிட்டாள்.

உயிரைக் கொன்று தனது திருமணத்தை நடத்துவதை அவள் விரும்பவில்லை.

எனவே அவள் நள்ளிரவில் வீட்டைவிட்டு வெளியேறினாள். பம்பா ஏரிக்கரையில் உள்ள மதங்க முனிவரின் ஆசிரமத்துப் பக்கமாக வந்து, அங்குள்ள மரக்கிளை ஒன்றில் யாரும் அறியாமல் வசிக்கத் தொடங்கினாள்.

பகலில் மரக் கிளையில் ஒளிந்தும், இரவில் முனிவர்களுக்குத் தொண்டு செய்தும் வந்தாள். அதாவது முனிவர்கள் செல்லும் வழியைத் தூய்மைப்படுத்தியும், தண்ணீர் தெளித்தும் வந்தாள்.

இவ்விதம் இருந்து வந்த இவளை ஒரு நாள் மதங்க முனிவர் கண்டார்.

அவள் நிலையை விசாரித்து அறிந்தார்.

பின்னர் அவள் மேல் இரக்கம் கொண்டு, அவளைத் தன் ஆசிரமத்தில் வைத்துக் கொண்டார்.

இராம நாம மந்திரத்தை அவளுக்கு உபதேசித்தார்.

பின்னர் அவர் பிரமலோகம் செல்லும்பொழுது, 'இராம நாமத்தைத் தினந்தோறும் உச்சரித்து வா.... இராமர் கட்டாயம் உன்னிடம் வருவார்!' என்று கூறி விட்டுச் சென்றார்.

மதங்கர் கூறியபடியே தினந்தோறும் இராமரின் வருகையை எதிர்நோக்கிக் காத்திருந்தாள்.

இவ்வாறு ஆண்டுகள் பல கடந்தன. அவள் முதுமை அடைந்தாள். இருப்பினும் இராமரின் தரிசனத்துக்காகவே காத்திருந்தாள்.

இராமனின் பாதம் வணங்கிப், பரம பதத்தை அடையவே உயிருடன் இருந்து வந்தாள்.

இராமனைக் கண்டதும் பிறவிப் பயன் பெற்றவளாகப் பூரித்துப் போனவள், இராம இலக்குவணர்களை அன்போடு வரவேற்று உபசரித்தாள்.

ஏராளமான கனி வகைகளை அவர்கள் முன் கொண்டு வந்து குவித்தாள்.

அந்தக் கனிகளை அவளே முதலில் சுவைத்துப் பார்த்து, "இந்தக் கனி நன்றாக இருக்கிறது. ம்ஹூம்! இது வேண்டாம். இந்தக் கனி புளிக்கிறது. அடடா இது மிகவும் சுவையாக இருக்கிறதே... முதலில் இதைச் சாப்பிடு இராமா... இப்படிச் சாப்பிட்டால் எப்படி? நன்றாகச் சாப்பிடு," என்று சொல்லிச் சொல்லி உண்ணக் கொடுத்துக் கொண்டே இருந்தாள்.

இராமனும் கண்களில் நீர் துளிக்க, சபரியின் உருவத்தில் தனது தாய் கௌசல்யாவையே கண்டார். சபரி தந்த எச்சில் பழங்களை அமுதுபோல் சாப்பிட்டு மகிழ்ந்தார்.

சீதையைப் பிரிந்த நாள் முதல் இலக்குவணனின் கட்டாயத்தால் பாதிப் பழம் சாப்பிட்டு வந்த இராமன் சபரியின் பாசத்தால் நிறைவாகச் சாப்பிட்டது இலக்குவணனுக்குத் திருப்தியாக இருந்தது..

இலக்குவணனையும் சபரி விடவில்லை. அவனையும் சாப்பிடச் சொல்லி ஊட்டிவிட்டு அவர்கள் உண்பதை ஆனந்தக் கண்ணீருடன் கண்டு ரசித்தாள்.

'இராமா! வருந்தாதே! சீதையை நீ மீண்டும் அடைவது உறுதி. அதற்கு ஒரு வழி சொல்கிறேன், கேள். இங்கிருந்து ரிஷ்ய முகம் சென்று 'சுக்ரீவன்' என்ற வானர ராஜனைப்

பார். அவனிடம் உன்னுடைய நிலைதனை எடுத்துச் சொல். அதற்கான அனைத்து ஏற்பாடுகளையும் அவன் செய்வான்," என்றாள்.

பின்பு இருவரையும் பம்பா நதிக்கரைக்கு அழைத்துச் சென்று சுற்றிக் காட்டியவள், அந்த இடத்தின் மகிமைகளையும் விளக்கிக் கூறியவள், தான் இவ்வுலகத்திற்கு வந்த வேளை முடிவதினால் இந்த இடத்திலேயே தீ மூட்டி, அதனுள் புகுந்து, உன்னைக் கண்ணாரத் தரிசித்துக் கொண்டே விண்ணுலகம் செல்வேன் என்று கூறியபடியே தீயில் மூழ்கினாள்.

சபரியைச் சந்தித்த பிறகு இராம இலக்குவணர்கள் ஆன்ம பலம் அதிகம் பெற்றவர்களானார்கள்.

"இலக்குவணா! சீதையை மீட்பதில் நாம் வெற்றியடைவோம் என்கிற நம்பிக்கை எனக்குத் தோன்ற ஆரம்பித்திருக்கிறது.

"கபந்தனும், சபரியும் சொன்னபடி முதலில் சுக்ரீவனைச் சந்திப்பதற்கான வழியைத் தேடுவோம்!" என்றார் இராமன்.

தாயைப் போன்ற கருணை உடைய அந்தச் சபரியை நினைத்தபடியே வழிநடக்கத் தொடங்கினர்.

வழியில் 'மதங்கசரஸ்' என்ற புண்ணிய நதியில் நீராடினார்கள். பின்னர் அங்கிருந்து புறப்பட்டு நீண்ட தூரம் நடந்தனர்.

வழியில் மேடு பள்ளங்களையும் தாண்டினர்.

முடிவில் தாமரை, செங்கழுநீர் முதலிய மலர்களால் சூழப்பட்ட பம்பை ஏரியை அடைந்தனர்.

அதன் பின்னர் இருவரும் பம்பை ஏரியின் கரையில் அமர்ந்தனர்.

ஆரண்ய காண்டம் முற்றிற்று

நான்காம் காண்டம்
கிஷ்கிந்தா காண்டம்

சுக்ரீவனுடன் நட்பு

பம்பை ஏரிக் கரையில் இராம இலக்குவணர்கள் அமர்ந்து சிறிது நேரம் பேசிக் கொண்டு இருந்தார்கள். பின்னர் நீராடுவதற்காக இராமன் ஏரியின் நீரில் இறங்கினார்.

ஏரி நீரில் ஏராளமாய்த் தாமரை மலர்களும், நீல மலர்களும் பூத்திருந்தன. மீன்கள் துள்ளிக் குதித்தன.

இவற்றையெல்லாம் இராமன் கண்டபொழுது, சீதையின் நினைவு மேலோங்கியது.

தாமரை மலர்கள் சீதையின் முகம் போலத் தோன்றின.

நீல மலர்கள் அவளுடைய கண்களை நினைவூட்டின.

மீன்கள் அவளுடைய மருண்ட பார்வையை ஞாபகப் படுத்தின.

இவைகளைக் கண்ட இராமன், "இலக்குவணா! பலவிதமான இன்னல்களுக்கு ஆட்பட்டு என் மனம் ஒரு நிலையில் இல்லை."

"இங்குள்ள எந்தப் பொருளைப் பார்த்தாலும் எனக்குச் சீதையின் நினைவுதான் வருகின்றது."

"வனவாசம் பதினான்கு ஆண்டுகள் முடிந்த பின்னர் சீதா இல்லாமல் நாம் அயோத்திக்குத் திரும்பிச் செல்லவும் முடியாதே.... நான் என்ன செய்வேன்? சீதை உயிருடன் இருக்கிறாளா? இல்லையா? என்று தெரியவில்லை."

"அப்படி உயிருடன் இருந்தாலும் அவளைத் தேடி எப்படிக் கண்டு பிடிப்பேன் என்று புலம்பினார்?"

"அண்ணா! எந்தக் காரணம் கொண்டும் மனத் தளர்ச்சி அடைந்து விடாதீர்கள். உற்சாகத்தாலும், விடா முயற்சியாலும் அடைய முடியாதது ஒன்றும் இல்லை!" என்று பக்குவமாக எடுத்துக் கூறினான்.

அவனுடைய வார்த்தைகள் இராமருக்குச் சற்று ஆறுதல் அளித்தன. பிறகு இராம இலக்குவணர்கள் நீராடி முடித்தனர்.

அதன் பின்னர் 'பம்பா' நதிக் கரையில் அவர்கள் நடந்து செல்லத் தொடங்கினர்.

வழியில் இராமனுக்குச் சோர்வு ஏற்பட்ட பொழுதெல்லாம் இலக்குவணன் ஆறுதல் கூறிக் கொண்டே சென்றான்.

இருவரும் பேசிக்கொண்டே ருசிய முக பர்வதத்தின் அடிவாரத்தை அடைந்தனர்.

அங்கு வானரர்களின் தலைவனான சுக்ரீவனைத் தேடத் தொடங்கினர்.

இதைத் தூரத்திலிருந்தே பார்த்துவிட்டான். இருவரின் அழகையும், கம்பீரத்தையும் பார்த்து மிகவும் ஆச்சரியமடைந்ததான்.

அதேசமயம் வேறொரு பயமும் அவனைப் பிடித்துக் கொண்டது.

வீரம் பொருந்தியவர்களாகக் காணப்படும் அவர்கள் தங்களைக் கொல்லத் தன் அண்ணன் வாலியால் அனுப்பப்பட்டவர்களாக இருப்பார்களோ என்ற சந்தேகம் வந்து விட்டது. அதனால் அவன் மிகவும் குழம்பிப் போனான்.

இராம இலக்குவணர்கள் அங்குமிங்கும் மலையை நோக்கி முன்னேறி வருவதையும் கண்டு இன்னும் பயம் அடைந்தான்.

சுக்ரீவனுக்கு மனம் நிலை கொள்ளவில்லை.

உடனே தன்னுடைய அமைச்சர்களைப் பார்த்து, "அமைச்சர்களே! இந்த மலை அடிவாரத்தில், அதோ இருவர் வந்து தேடிக் கொண்டிருக்கின்றனர். ஒருவேளை அண்ணன் வாலியால் இவர்கள் அனுப்பப்பட்டவர்களாக இருப்பார்களோ! தவ வேடம் பூண்டு நம்மைக் கொல்ல வந்திருக்கிறார்களோ! என்னவென்று அறிந்து வாருங்கள்," என்று கூறினான்.

அமைச்சர்களில் பேரறிஞனும், பெரும் ஆற்றலும், பராக்கிரமசாலியாக விளங்கி வந்த அனுமான் –

சுக்ரீவனின் அருகில் வந்து கைகூப்பி வணங்கினான்.

"அரசே! வாலியோ அவனைச் சேர்ந்த வீரர்களோ வருகிறார்கள் என்று எண்ணி அஞ்ச வேண்டாம். வாலி இங்கு வர மாட்டான். அவனுடைய ஆட்களாகவும் இவர்கள் தெரியவில்லை. எனவே தாங்கள் பயத்தை விட்டுவிட்டு அடுத்து நாம் செய்ய வேண்டியதை மட்டும் யோசியுங்கள். வீணாக அமைச்சர்களை அனுப்பி வந்தவர்களைச் சந்தேகப்பட வைக்க வேண்டாம்."

"அப்படியென்றால் நீ மானுட வடிவம் தாங்கி அவர்களிடம் செல். அவர்கள் யார் என்பதை அறிந்து வா!" என்றான் சுக்ரீவன்.

'சரி, அவ்வாறே செய்கிறேன்,' என்று கூறிவிட்டு அவனிடம் விடைபெற்ற அனுமான், நினைத்தவுடன் நினைத்த வடிவத்தை எடுத்துக் கொள்ளும் ஆற்றல் பெற்ற அந்த வீரன் உடனே சந்நியாசியின் வடிவத்தை எடுத்துக் கொண்டு இராம இலகுமணர்களை நோக்கிச் சென்றான்.

இருவரையும் வணங்கிய அவன், "சான்றோர்களே! உங்கள் இருவரையும் பார்த்தால் வீரமும், பராக்கிரமமும் மிக்கவர்கள் போல் தோன்றுகிறது. காட்டில் வெகு தூரம் நடந்து வந்துள்ள களைப்பும் கொண்டிருக்கிறீர்கள். அதே நேரத்தில் யாரையோ தேடுவது. போலவும் தெரிகிறது. தேடப்படும் நபர் யாரென்று நான் தெரிந்து கொள்ளலாமா?" என்று கேட்டான்.

இருவரும் பதில் ஏதும் கூறாமல் மௌனமாய் இருப்பதைக் கண்டு அனுமனே தொடர்ந்து பேசலானான்.

"அன்புடையவர்களே! இந்த மலையில் 'சுக்ரீவன்' என்னும் அரசன் உள்ளார். அவர் தன் சகோதரன் வாலியினால் துரத்தப்பட்டு இப்பகுதியில் ஒளிந்து வாழ்ந்து வருகிறார். நான் அவருடைய அமைச்சர்களில் ஒருவன். என் பெயர் அனுமன். எனக்கு மாருதி என்ற வேறு பெயரும் உண்டு.

"நான் வாயுவின் மைந்தன். எனது தாயார் அஞ்சனை. இதுதான் என்னைப் பற்றிய விபரங்கள். இப்போது நான் வந்த விபரம் என்னவென்றால் சுக்ரீவன் தங்களுடைய நட்பைப் பெற விரும்புகிறார். அதனைக் கேட்டுவரத்தான் வந்துள்ளேன். நீங்கள் என்ன பதில் கூறுகிறீர்கள்?" என்று கேட்டுவிட்டுப் பணிவுடன் நின்றான்.

அனுமானின் எண்ண ஓட்டத்தை நன்கு புரிந்து கொண்ட இராமன், தனது தம்பியிடம், "இலக்குவணா! இவனைப்

பார்த்தால் சகல கலைகளை தெரிந்தவனாகவும் சிறந்த அறிவாளியாகவும், சொல்லின் வேந்தனாகவும் இருக்கிறான். நாம் தேடி வந்திருக்கும் சுக்ரீவனின் அமைச்சரிடம் நன்முறையில் மறுமொழி கூறு!" என்று கூறினார்.

அதற்குத் தகுந்தாற்போல இலக்குவணனும், "அறிவாற்றல் நிறைந்த வீரனே! நாங்கள் சுக்ரீவனைத் தேடிக் கொண்டு வந்திருக்கிறோம். அவனுடைய நட்பை நாடி வந்திருக்கிறோம். அவனது எண்ணத்தைத் தெரிந்து வந்து கூறினால் அதன்படி செயல்படத் துவங்குவோம்!" என்று கூறினான்.

அதைக் கேட்ட அனுமான். உடனே இராம இலக்குவணர்களைப் பார்த்து, "ஐயன்மீர்! சுக்ரீவன் மன்னன் இருக்குமிடம் இருவரையும் அழைத்துச் செல்கிறேன். அதற்கிடையில் தாங்கள் இங்கு வந்த காரணம் யாதென நான் அறிந்து கொள்ளலாமா!" என்று கேட்டான்.

உடனே இலக்குவணன், "அனுமனே! அயோத்தியை ஆண்டுவந்த தசரத மன்னனின் மகன்கள் நாங்கள். இவர் மூத்தவர் இராமன். என் பெயர் இலக்குவணன். தந்தையின் கட்டளையை நிறைவேற்றக் காட்டிற்கு அண்ணன், நான், இவருடைய மனைவி சீதா ஆகிய மூவரும் வந்தோம்.

"பஞ்சவடியில் தங்கியிருக்கும்போது, நாங்கள் இருவரும் பொய் மானைத் தேடிச் சென்ற போது, கொடிய அரக்கனான இராவணன் மாறுவேடத்தில் வந்து அண்ணியைக் கவர்ந்து சென்றுவிட்டான்.

"செல்லும் வழியில் தடுத்த ஜடாயுவைக் கொன்றுவிட்டான். பின்னர் கபந்தன் என்ற அரக்கன் சபரி என்ற துறவிப் பெண்ணின் மூலம் சுக்ரீவனைப் பற்றி அறிந்தோம். சுக்ரீவனுடைய நட்புக் கிடைத்தால் சீதையைக் கண்டுபிடிக்கலாம் என்ற எண்ணத்தில் இங்கு வந்தோம் என்று தங்களுடைய வரலாற்றைச் சுருக்கமாகக் கூறி முடித்தான்.

அதைக் கேட்ட அனுமான், "சான்றோர்களே! உங்களுடைய மேலான சிறப்பையும், பெருமையையும் சுக்ரீவன் கண்டால் சுக்ரீவனே உங்களைத் தேடி வந்து நட்புக் கொள்ள வேண்டும். ஆனால் அவருடைய நிலைமை இப்போது சரியில்லை. அதனால் அவர் தங்கியிருக்கும் இடத்திற்கு நான் உங்களை அழைத்துச் செல்கிறேன்!" என்றவன், தன்னுடைய சந்நியாசி வடிவத்தை நீக்கிவிட்டு, உண்மையான வடிவத்தை எடுத்துக் கொண்டதோடு, இராம இலக்குவணர்களைத் தம்முடைய

தோள்கள் இரண்டிலும் தூக்கிக் கொண்டு ருசிய முக பர்வதத்திற்குச் சென்றான்.

இருவரையும் ஓரிடத்தில் இருக்கச் சொல்லிவிட்டுத்தான் மட்டும் சுக்ரீவனிடம் சென்று விஷயத்தைச் சொல்லலானான் அனுமன்.

அனைத்து விபரத்தையும் தெரிந்து கொண்ட சுக்ரீவன், தன்னுடைய வானர வடிவத்தை நீக்கிவிட்டு, மனித வடிவமாக மாற்றிக் கொண்டான்.

பின்னர் இராம இலக்குவணர்களைப் பார்த்துப் பேச சுக்ரீவன், அனுமானுடன், இருவரும் இருந்த இடத்திற்குப் புறப்பட்டான்.

இராம இலக்குவணர்களைப் பார்த்து வணங்கிய சுக்ரீவன், "தர்ம சீலர்களே! உங்களது பெருமைகளைப் பற்றியும், வந்த நோக்கம் பற்றியும் அனுமன் என்னிடம் கூறினான்."

"தாங்கள் என்னுடன் நட்புக் கொள்ள வந்திருப்பது நான் செய்த பாக்கியம். என்னுடைய நட்புக் கரத்தை நீட்டுகிறேன்" என்று சொல்லி அவன் கரத்தை நீட்டினான்.

இராமனும் அவனுடைய கையை அன்புடன் பற்றிக் கொண்டார். பரஸ்பரம் கொண்டு ஒருவரையொருவர் தழுவிக் கொண்டனர்.

அக்னி சாட்சியாகத் தங்கள் நட்பை உறுதி செய்து கொண்டனர். நட்பு உறுதியானவுடன் சுக்ரீவன்.

"அண்ணனே! இனிமேல் தாங்கள் எனக்குத் தோழர். நம்முடைய இருவருக்கும் சுகதுக்கங்கள் பொதுவாகும்!" என்று கூறினான்.

இருவருக்கும் நட்பு ஏற்பட்டதால் மிகுந்த மகிழ்ச்சி கொண்ட சுக்ரீவன் தன் நிலைதனை எடுத்துச் சொல்லலானான்.

"சுவாமி! என் அண்ணனான வாலி, என் மனைவி உருமையை அபகரித்துக் கொண்டதோடு, என்னையும் நாட்டை விட்டுத் துரத்தி விட்டான். நான் இப்போது இந்த மலையில் தான் மறைந்திருந்து துன்பத்துடன் வாழ்ந்து வருகிறேன்!"

"நீங்கள் என் துன்பத்தைப் போக்க வேண்டும்!" என்று வேண்டிக் கேட்டுக் கொண்டான்.

இதைக் கேட்ட இராமன், "வானர வேந்தனே, கவலை உனக்கு வேண்டாம். உனக்குப் பகைவன் என்றால் அவன்

எனக்கும் பகைவனே. உன்னுடைய மனைவியைக் கவர்ந்து கொண்ட உன் அண்ணன் வாலியை எமன் உலகத்திற்கு அனுப்பி வைக்கிறேன். என்னுடைய பாணங்கள் அந்தக் காரியத்தைக் கச்சிதமாகச் செய்து முடிக்கும்!" என்று சொன்னான்.

"ஐயனே! இப்போதே என் எதிரியான வாலியைக் கொல்வதற்கு வேண்டிய ஏற்பாடுகளை செய்ய வேண்டும்!" என்று அவசரப்படுத்தினான் சுக்ரீவன்.

அதே நேரத்தில் இராமனுக்கும் சுக்ரீவன் தைரியம் அளிக்கலானான்.

"பிரபுவே! நிச்சயம் நானும் உனது கவலையைப் போக்கப் பாடுபடுவேன். சீதை இருக்குமிடத்தை எப்படியாவது கண்டுபிடிப்போம். உங்களைக் கண்டவுடன் சில நாட்களுக்கு முன்பு நடந்த நிகழ்ச்சியொன்று நினைவுக்கு வருகிறது.

"ஒருநாள் நாங்கள் மலைமேல் உட்கார்ந்திருந்தபோது, ஒரு பெண்ணை அரக்கன் ஒருவன் தூக்கிச் செல்வதைப் பார்த்தோம். அந்தப் பெண் கதறி அழுது கொண்டேயிருந்தவள், எங்களைப் பார்த்ததும், அவளது சேலைத் துணியில் கட்டப்பட்டிருந்த சில ஆபரணங்களை கீழே போட்டாள். அவள் சீதையாகத்தான் இருக்க வேண்டும். அந்த ஆபரணங்களைக் எடுத்து வரச் சொல்கிறேன். அது உங்களது சீதையின் ஆபரணங்களா," என்று பாருங்கள் என்று கூறினான்.

இவ்விதம் சுக்ரீவன் சொன்னதுமே, இராமனுக்குப் போன உயிர் திரும்ப வந்தது போன்ற உணர்வு தோன்றியது.

அதற்குத் தகுந்தாற்போல சுக்ரீவனும், அனுமானை அழைத்து, சீக்கிரம் அந்தச் சேலைத் துணி மூட்டையைக் கொண்டு வா என்றான்.

அனுமன் உடனுக்குடன் அந்தத் துணி மூட்டையைக் கொண்டு வந்தான்.

கிழிபட்ட சேலைத்துணியைப் பார்த்த இராமனது கண்களில் கண்ணீர் பொங்கி வழிந்தது. அரக்கனிடம் சிக்கித் தவிக்கும் சீதையின் நிலை அவர்கள் முன்னே தோன்றி அவரை நிலை குலைய வைத்தது.

ஆபரண மூட்டை சீதையினுடையதுதான் என்பதனை அறிந்து, அந்த மூட்டையைத் தனது மார்பின் மேல் பொத்திக் கொண்டு அளவில்லாத துயரம் கொண்டார் இராமன்.

கள்ளிப்பட்டி சு. குப்புசாமி | 167

சுக்ரீவனும், அனுமானும் தங்களது பங்குக்கு மிகுந்த வருத்தத்தினை வெளிப்படுத்தி, ஆறுதல் கூறினார்கள்.

"ஐயனே! விதியின் விளையாட்டை நாம் திடமாக எதிர்கொள்ள வேண்டிய நேரமிது. துயரம் கொள்ளாதீர். என்னைப் பார்த்தாயா..... நானும் உன்னைப் போல ராஜ்ஜியத்தை விட்டுத் துரத்தப்பட்டு மனைவியைப் பறிகொடுத்தவன் தான். என்றாலும் துக்கத்தை அடக்கிக் கொண்டு தைரியத்தைக் காத்து வருகிறேன். ஒரு வானரனான என்னாலேயே தைரியமாக இருக்க முடியும் என்றால், உங்களால் இது முடியாத காரியமா?"

சுக்ரீவன் சொன்ன தேறுதலினால் துக்கம் ஓரளவு அடங்கிய போதும், அடங்காத கோபம் இராமன் கொண்டார்.

"சீதையைத் தூக்கிப் போன இராவணனையும், அவனுக்கு உறுதுணையாக வரும் அத்தனை ராட்சதர்களையும் எமன் வாய்க்கு அனுப்பியே தீர்வேன்!" என்று சபதமிட்டார்.

"சுவாமி! இனியும் கால தாமதம் கடத்தாது உடனே காரியத்தில் இறங்குவோம்!" என்று தூண்டுதல் செய்தான் சுக்ரீவன்.

ஆனாலும் இராமனுக்கு தான் உதவ வேண்டுமானால், ஆள் பலமும் படைபலமும் வேண்டும். அதற்கு கிஷ்கிந்தையின் வானர வீரர்கள் தன் வசம் வரவேண்டும். அது வாலி இருக்கும் வரை நடக்காது. அதற்கான முதல் வேலையாக வானர ராஜ்ஜியத்தைத் தான் அடைந்தால்தான் இருவருடைய காரியமும் வெற்றியாகும் என்று யோசித்தான்.

"சுக்ரீவா! என்ன யோசிக்கிறாய்? எதுவானாலும் தயங்காமல் சொல். உனது கஷ்டத்தை என்னுடைய கஷ்டமாகவே கருதுகிறேன். சொல்லத் தயக்கம் காட்டும் உனது கஷ்டத்தை முதலில் முடிப்போம். பிறகு நீ எனக்கு உதவி செய்."

வாலியின் பராக்கிரமம்

முன்பு நான் சொன்னதுபோலவே உனது பகைவனான வாலியை எனது அம்புக்கு இரையாக்கிவிடலாம் என்றார் இராமன்.

சுக்ரீவன் நினைத்தபடியே இராமனும் கூறினார். ஆனாலும் சுக்ரீவனுக்கு மனதுக்குள் பயமாகவே இருந்தது.

வாலியின் வீரத்தையும், அவனது வலிமையையும் பக்கத்திலிருந்து பார்த்தவன் சுக்ரீவன். பத்து யானை பலம் கொண்ட வாலியை, எளிய இராமனால் வெல்ல முடியுமா என்ற சந்தேகமும் இருந்து வந்தது.

தனது சந்தேகத்தை இராமனுக்கு முதலில் தெரிவித்துவிடுவது நல்லது என்ற எண்ணத்தினை வெளிப்படுத்தலானான்.

"சுவாமி! உம்முடைய வீரம் மிகச் சிறந்தது. ஆனாலும் வாலியின் பராக்ரமத்தைப் பற்றியும் உம்மிடம் தெரிவித்து விடுகிறேன். வாலி மலைப் பாறைகளையே எளிய பந்துபோல எறியும் பலம் பொருந்தியவன். எத்தனை பெரிய மரமானாலும் புல்லைப் போலப் பிடுங்கி எறியும் பலசாலி அவன்.

"இவ்வளவு பலம் பொருந்தியவனுக்கு மேலும் பலத்தை சேர்ப்பது போல இந்திரன் வாலிக்குக் கொடுத்துள்ள தங்கச் சங்கிலி. அந்தச் சங்கிலியை அணிந்து கொண்டு, யாருடன் சண்டையிட்டாலும் அவனை வெல்லுவான்."

"இதுபோன்ற பலம் பொருந்திய அவனை நேருக்கு நேர் யுத்தம் செய்து கொல்ல முடியாது. இதனால்தான் அவனுக்குப் பயந்து காடு, மலையெல்லாம் திரிந்து கடைசியாக வாலி வரவே முடியாத இந்த ரிஷ்ய முகத்துக்கு வந்து சேர்ந்தேன்!" என்றான்.

அப்போது இலக்குவணனும் ஒரு சந்தேகத்தை எழுப்பினான். "வாலி இங்கு மட்டும் வர மாட்டான் என்பதற்கு ஏதாவது காரணம் இருக்கிறதா? என்று கேட்டான்.

"வாலி பெற்ற சாபத்தின் விளைவுதான் அது."

"எப்படி?"

"காட்டெருமை பயம் கொண்ட துந்துபி என்ற அரக்கன், ஆணவம் கொண்டவன். தனது வல்லமையை நிருபிப்பதற்காக சமுத்திர ராஜனைச் சண்டைக்கு அழைத்தான்."

"என்னால் உன்னுடன் சண்டையிட முடியாது. எனக்குப் பதிலாக இமவானுடன் சண்டைக்குப் போ என்றான் சமுத்திர ராஜன்.

"உன்னை எதிர்க்க என்னாலும் ஆகாது. உமக்குச் சமமான எதிரியுடன் நீ சண்டையிட வேண்டுமானால், கிஷ்கிந்தைக்குப் போய் வானர வீரனான வாலியுடன் யுத்தம் செய்" என்று இமவான் அனுப்பிவிட்டான்.

கள்ளிப்பட்டி சு. குப்புசாமி | 169

இமவான் சொன்னபடி கிஷ்கிந்தைக்கு வந்து, துந்துபி, வாலியைச் சண்டைக்கு அழைத்தான்.

வாலி எதையும் பொறுத்துக் கொள்வான். ஆனால் வலிய வந்து சவால் விடுபவனை மன்னிக்கவே மாட்டான்.

கோபத்தோடு வந்து துந்துபியுடன் மோதிய வாலி, எருமை முகத்துடன் வந்து அந்த அரக்கனின் கொம்புகளை முறித்துப் போட்டு நொடி நாழிகையில் கொன்றான்.

செத்து விழுந்த அந்த அரக்கனை, உற்சாக மிகுதியால் சுழற்றித் தூக்கி எறிந்தான் வாலி. அந்தச் சடலம் வெகு தூரம் சென்று விழுந்தது.

அப்படித் தூக்கியெறியப்பட்ட அரக்கனின் உடலிலிருந்து தெறித்த இரத்தத்துளிகளும், துணுக்குகளும் மதங்க முனிவரின் ஆசிரமத்தின் மேல் சென்று விழுந்தன.

அதைக் கண்டு கோபமடைந்த மதங்க முனிவர், 'கர்வத்தின் காரணமாகச் சவத்தைத் தூக்கியெறிந்து ஆசிரமப்படுத்திய வாலி, இனி இந்த ஆசிரமப் பிரதேசத்தின் எல்லைக்குள் அடியெடுத்து வைத்தால் அவனது தலை சுக்கு நூறாகச் சிதறிப் போகும்!' என்று சாபமிட்டுவிட்டார்.

இதையறிந்த வாலி உயிருக்குப் பயந்து போய், அதற்குப் பிறகு இங்கு வருவதில்லை என்று சொல்லி முடித்தான் சுக்ரீவன்.

"சுக்ரீவனே! அண்ணனின் திறமையினை வெளிப்படுத்தும் உனது மனத்தைப் புரிந்து கொண்டேன். வேண்டுமானால் எனது அண்ணனின் திறமையினை நீ பார்க்க வேண்டுமா?" என்று நேரடியாக இலக்குவண் கேட்டான்.

இலக்குவணன் இப்படி நேரடியாகக் கேட்டதும் பதறிப் போனான் சுக்ரீவன்.

நட்பின்மீது கொண்ட பக்தி, வாலியின் மீது கொண்ட அச்சம், இரண்டுமாகச் சுக்ரீவனைத் தவிக்க விடுகின்றன என்பதைப் புரிந்து கொண்ட இராமன் சுக்ரீவனின் சந்தேகத்தைப் போக்கத் தீர்மானித்தார்.

வாலி தூக்கி எறிந்து விழுந்து கிடந்த துந்துபியின் உடலைத் தனது கட்டை விரலால் நெம்பி உதைத்தார். அந்தச் சடலம் பல காத தூரம் சென்று விழுந்தது.

அத்துடன் நிறுத்தாமல், தனது கோதண்டத்தில் அம்பைப் பூட்டி இழுத்து சுக்ரீவன் சுட்டிக் காட்டிய, ஒன்றின் பின்

ஒன்றாக நின்ற ஏழு மராமரங்களையும் துளைத்துச் செல்லுமாறு செலுத்தினார்.

அம்பு அத்தனை மராமரங்களையும் துளைத்துவிட்டு இராமனின் அம்பறாத் தூணியிலேயே வந்து சேர்ந்தது.

அதைக் கண்ட சுக்ரீவன் மிகுந்த மகிழ்ச்சி கொண்டான். வாலியின் வைரம் பாய்ந்த உடலும் இது போலவே இராமனால் துளைக்கப்படும் என்று நம்பிக்கை கொண்டான். ஆனந்தக் கண்ணீருடன் இராமனை அணைத்துக் கொண்டான்.

"ஐயனே! உனது பராக்ரமத்தை கண்களால் காணும் பாக்கியம் பெற்றேன். வாலி அழிவது உறுதி. உனது நட்பைப் பெற்றதால், எனது துயரம் தொலைந்தது!" என்று பரவசம் கொண்டான்.

"வா, சுக்ரீவா! இப்போதே கிஷ்கிந்தைக்குச் செல்வோம்!" என்று அழைத்தார் இராமன்.

வாலியை நோக்கி ஓர் அம்பு

இராம, இலக்குவணர்கள், சுக்ரீவன், அனுமான் சில வானரர்கள் கிஷ்கிந்தை நகருக்குள் நுழைந்தனர்.

இராம-இலக்குவணர்கள் மரங்கள் அடர்ந்த ஒரு பகுதியில் மறைந்து நின்றனர்.

சுக்ரீவன் மட்டும் கைதட்டி, மார்தட்டி, பெருத்த கர்ஜனையுடன் ஆரவாரம் செய்தபடி, வாலியைப் போருக்கு அழைக்கலானான்.

'வாலி! உன்னால் அடித்து விரட்டப்பட்ட சுக்ரீவன், இப்போது பலத்தோடு வந்திருக்கிறேன். வா... வந்து என்னோடு சண்டையிடு," என்று கூச்சலிட்டான்.

அந்தப்புரத்தில் மனைவி தாரையோடு சந்தோஷமாக இருந்த வாலி, சுக்ரீவனின் குரல் கேட்டுக் கோபத்துடன், அவனுடன் சண்டையிடப் புறப்பட்டான்.

ஆனால் வாலியின் மனைவியான தாரை, அவனைத் தடுத்தாள்.

"வானர அரசே! ஆத்திரம் வேண்டாம். சற்றுப் பொறுங்கள். ராஜ்ஜியத்திலிருந்து உங்களால் விரட்டப்பட்டு உயிருக்குப் பயந்து ஒளிந்து கொண்டவர் உங்கள் தம்பி.

"அவர் திடீரென்று தைரியம் பெற்றவராக வந்து உங்களைச் சண்டைக்கு அழைக்கிறாரென்றால்," இதில் ஏதோ அவருக்கு பின்னணி இருப்பதாக நான் அறிகிறேன்.

"நமது மகன் அங்கதன், ஒற்றர்கள் மூலம் அறிந்த செய்தி ஒன்றினை என்னிடம் சொன்னான். அயோத்தியிலிருந்து தசரத குமாரர்களான இராம இலக்குவணர்கள் இப்பகுதிக்கு வந்துள்ளார்களாம். அவர்கள் வீரத்தில் சிறந்தவர்களாம். அவர்களுடன் உங்கள் தம்பி நட்புக் கொண்டுள்ளாராம். அந்தத் தைரியத்தில்தான் சுக்ரீவன் இங்கு வந்திருப்பதாக எண்ணுகிறேன்."

"அப்படியே பார்த்தாலும் சுக்ரீவன் உங்களது தம்பி தானே. அவரை மன்னித்து அழைத்துப் பேசுங்கள். அவரும் பழையனவற்றை மறந்து பாசத்துடனும், உங்களுடனே இருப்பார். இதுவே நல்லது என்று நான் நினைக்கிறேன்."

தாரை சொல்வதில் துளியும் இஷ்டமில்லாத வாலி, தன் மனைவி தாரையிடம், "தாரா! நீ சொல்வதுபோல் மன்னிக்கிறேன். அதற்கு முதலில் அவன் எனது காலில் விழுந்து மன்னிப்புக் கேட்க வேண்டும். அப்படிச் செய்யமாட்டான். அதனால் நான் அவனுடன் சண்டையிடாமல் இருக்க முடியாது. இராமனைப் பற்றி நானும் கேள்விப்பட்டிருக்கிறேன். அவன் அநியாயத்துக்குத் துணை போக மாட்டான். கவலைப்படாதே. நான் சுக்ரீவனைக் கொல்லப் போவதில்லை. ஆனால் அவன் ஆணவத்தை அடக்கி, மறுபடியும் காட்டுக்கே துரத்திவிட்டு வந்து விடுகிறேன்!" என்று புறப்பட்டான்.

சுக்ரீவன் இருக்கும் இடத்துக்கு வாலி வந்தான். இருவரும் பாய்ந்து சண்டையிட்டனர்.

மாறி மாறிக் கைகளால் குத்திக் கொண்டார்கள். ஒருவர் மேல் ஒருவர் தாவிக் குதித்து அடித்து உதைத்து விழுந்து எழுந்து மல்யுத்தப் போட்டி மாதிரி நடைபெற்று வந்தது.

சண்டை உக்கிரமானது.

சற்று தூரத்தில், ஒரு மரத்தின் மறைவில் வில்லைப் பிடித்துத் தயாராக இருந்த இராமன் திகைத்துப் போனார்.

சண்டையிடும் இரு வானரர்களில் யார் சுக்ரீவன், யார் வாலி? என்பது தெரியவில்லை. இருவரும் ஒன்று போலவே இருந்தார்கள்.

உருவத்தில், பருமனில், உயரத்தில் எதிலுமே வித்தியாசம் தெரியவில்லை. அதனால் அம்பை எய்யாமல் நிறுத்திக் கொண்டார்.

சண்டையில் வாலியினால் பலமாகத் தாக்கப்பட்டுக் கொண்டிருந்தான் சுக்ரீவன். உடல் முழுவதும் அடிபட்டு ரத்தம் வழிந்தது.

'ஏன் இன்னும் இராமன் வாலியைத் தாக்காமல் இருக்கிறார்? எதற்காகத் தாமதிக்கிறார்?' காரணம் புரியாமல் தவித்த சுக்ரீவன். ஒரு கட்டத்தில் அடி தாளாமல் உயிருக்குப் பயந்து பின் வாங்கி ஓடினான்.

'ஓடிப்போ கோழையே! இந்த முறை உயிர்ப்பிச்சை தந்தேன். இன்னொரு முறை வந்தால், உனது உயிரை எமனிடம் கொடுத்து விடுவேன்!' என்று கொக்கரித்தான் வாலி.

மனம் நொந்தவனாக ஏற்கெனவே இருந்த ரிஷ்ய முக மலைக்கே திரும்பிச் சென்றான்.

அவனைப் பின் தொடர்ந்து சென்று, இராமன் அவனைச் சந்தித்தார்.

இராமனைப் பார்த்தவுடன், வேதனையுடனும், விரக்தியுடனும் பேசலானான்.

"ஐயனே! எனக்கு ஏன் இந்த அவமானத்தை உண்டாக்கினாய் என்று எனக்குப் புரியவில்லை. வாலியைக் கொல்ல விருப்பம் இல்லையென்றால் அதை முன்கூட்டியே என்னிடம் சொல்லியிருக்கலாமே. நான் பாட்டுக்குச் சண்டை போடாமலிருந்திருப்பேன். உடல் வலியும், ரத்தம் சிந்தியதுமாவது மிச்சப்பட்டிருக்குமே! அதைவிட்டு வீணாக என்னை வதைபட வைத்துவிட்டாயே!" என்று கண் கலங்கினான் சுக்ரீவன்.

"சுக்ரீவா! என்னைத் தவறாக எடை போடாதே. வாலியைக் கொல்ல எனக்கு விருப்பம் இல்லாமல் இல்லை. ஆனால் நீயும், வாலியும் உருவத் தோற்றத்திலும் சரி, உயரத்திலும் சரி, பருமனிலும் சரி, நடை உடை பாவனையிலும் சரி, எல்லாவற்றிலும் ஒரே மாதிரியாக இருக்கிறீர்கள். அப்படியிருக்கையில் எப்படி அம்பினை விடுவது? ஒருவேளை தவறுதலாக எனது அம்பு உன்மீது பாய்ந்துவிட்டால், காப்பாற்ற வந்தவனே கல்லறைக்கு வழிகாட்டிய களங்கமல்லவா என்னைச் சேரும்? அதனால்தான் நான் சும்மாயிருக்க நேர்ந்தது!" என்றார்.

இராமன் சொன்ன விளக்கம் கேட்டு, சுக்ரீவன் சமாதானமானான்.

மறுநாள்,

"சுக்ரீவனைச் சமாதானப்படுத்தி சண்டைக்குச் செல்ல ஆயத்தமாக்கிய இராமன், தம்பி!" அதோ அந்தப் பூங்கொடியை எடுத்து சுக்ரீவனின் கழுத்தில் மாலையாகப்போட்டு அனுப்பு. அப்படி அனுப்புவதின் மூலம், பகைவன் வாலி யார்? நண்பன் சுக்ரீவன் யார்? என்பதை இனம் கண்டு கொண்டு கொள்ள முடியும்!" என்றார் இராமன்.

இலக்குவணன் அவ்விதமே சுக்ரீவன் கழுத்தில் மாலை போட்டு அனுப்பி வைத்தான்.

மீண்டும் கிஷ்கிந்தை.

மறுபடியும் சுக்ரீவனின் அறைகூவல்.

அதைக் கேட்டு முன்னைக் காட்டிலும் பல மடங்கு கோபத்துடன் புறப்பட்ட வாலியை இம்முறையும் தடுத்துப் பார்த்தாள் தாரை! எப்போதும் போல அவளது பேச்சினை வாலி கேட்கவில்லை.

அண்ணன் தம்பிக்குள் மறுபடியும் கடுமையான சண்டை.

இம்முறை கைகளால் அடித்துக் கொண்டது மட்டுமின்றி, மரங்களைப் பிடுங்கியும் தாக்கிக் கொண்டனர். ரத்தம் ஆறாகப் பெருகி ஓடியது. போகப் போக சண்டை உக்ரம் அடைந்தது.

இருவரும் சளைக்காமல் மோதிக் கொண்டனர்.

கொஞ்சம் கொஞ்சமாக சுக்ரீவனின் பலம் முடியத் தொடங்கியது. அவன் துவண்டு போகத் தொடங்கினான்.

வாலியின் கை ஓங்க ஆரம்பித்தது.

சுக்ரீவன் இனித் தாக்குப்பிடிக்க மாட்டான் என்கிற நிலையில் இராமன் தனது வில்லை வளைத்து அம்பைச் செலுத்தினார்.

இராம பாணம் நேராகச் சென்று வாலியின் மார்பை துளைத்தது. ரத்தம் பீய்ச்சியடித்தது.

வஜ்ஜிர தேகம் கொண்டவனும் வலிமை மிக்கவனும் இணையில்லாத வீரனுமான வாலி, வெட்டிச் சாய்க்கப்பட்ட மரம்போல மண்ணில் வீழ்ந்தான்.

வாலி இதை எதிர்பார்க்கவில்லை. மிகுந்த அதிர்ச்சியுடன் யார் தன்னை வீழ்த்தியது என்பதைத் தெரிந்து கொள்ள நாலாபுறமும் பார்வையைச் சுழல விட்டான்.

அவன் முன் வந்து நின்றார்கள் இராம இலக்குவணர்கள்.

வாலி, இராமனைத் தெரிந்து கொண்டான். ஆச்சரியம் கலந்த கோபத்துடன் கேட்டான்.

"இராமா! நீயா என் மீது பாணம் எய்தவன்! வீரனாகிய நீயா இப்படி மறைந்திருந்து என்னைத் தாக்கினாய்? ஏன் இப்படிச் செய்தாய் இராமா? நான் உனக்கு எந்தத் தீங்கும் செய்ததில்லையே! இன்னொருவனோடு சண்டையிட்டுக் கொண்டிருக்கும்போது நீ ஏன் இதைச் செய்தாய்! இது தர்மம் தானா? உன்னைப் போய் சத்தியவான், தர்ம சீலன் என்றெல்லாம் மக்கள் புகழ்வதெல்லாம் பொய் தானே! சொல்! ஏன் இப்படிச் செய்தாய்?"

அதைக் கேட்ட இராமன், வாலியிடம்,

"சுக்ரீவன் எனது நண்பன்! அவனுக்கு நீ தீங்கு இழைத்தாய். நண்பரின் துயரத்தைப் போக்குவதே நட்பின் கடமை! உனது பகைவனை ஒழித்து ராஜ்ஜியத்தையும், உன் மனைவியையும் மீட்டுத் தருவேன் என்று சுக்ரீவனுக்கு வாக்குக் கொடுத்திருந்தேன்! அந்த வாக்கினை நிலை நிறுத்தவே உன் மீது பாணத்தைத் தொடுத்தேன்."

"அது சரி! உனது மனைவியை இராவணனிடமிருந்து மீட்டும் பணிக்காக என்னிடம் வந்திருந்தால் நான் ஒரே நாளில் சுலபமாக முடித்து உன்னிடம் உன் மனைவியை ஒப்படைத்திருப்பேனே! கடைசியில் சுக்ரீவனுக்காக என் மீது பாணத்தைத் தொடுத்து உயிரிழக்கச் செய்யும் நிலையை எனக்கு ஏற்படுத்திட்டியே..."

"ஒரு தீயவனை அழிக்க இன்னொரு தீயவனிடம் உதவி கேட்பது தர்மம் இல்லையே வாலி! நீயும். இராவணனும் ஒரே மாதிரியான குற்றவாளிகள்" தான்! அதன்படி நீ உனது தம்பி மனைவியை அபகரித்துக் கொண்டாய். இராவணனோ எனது மனைவி சீதையைக் கடத்திக் கொண்டு போனான். அடுத்தவன் மனைவியை அபகரிக்கும் அனைவருக்கும் ஒரே மாதிரியான தண்டனைதான் தரவேண்டும். அந்த வழியில் இன்று நீ, நாளை இராவணன்."

"இவ்வளவு தர்ம நியாயம் பேசுபவன் என்னுடன் நேருக்கு நேர் நின்று யுத்தம் செய்திருக்கலாமே..." என்று கேட்டான் வாலி.

"செய்தியிருக்கலாம் தான். ஆனால் நீ தர்ம யுத்தம் செய்பவனல்லவே. இந்திரனிடம் நீ பெற்ற வரத்தின்படி, எதிரிகளின் பலத்தில் பாதியைப் பெற்றுக் கொண்டு இது நாள் வரையும் அதர்ம யுத்தம் தானே செய்து வந்திருக்கிறாய்? அதற்காகத்தான் நானும் மறைந்திருந்து உன்னைத் தாக்கும்படி ஆனது."

அணையப் போகும் விளக்கு சுடர்விட்டுப் பிரகாசிப்பது போல, வாலி உயிர் விடும் நேரத்தில் சத்தியத்தின் உள்ளொளி பரவியது. தனது அகந்தை, ஆணவம், அர்த்த மற்ற கோபம், தகாத நடத்தை அனைத்தையும் உணர்ந்தான். கடைசி நேரத்தில் அதற்காக மிகவும் வருந்தினான்.

"இராமா! நீ சொன்னதெல்லாம் சரிதான். தெரிந்தோ, தெரியாமலோ ஒருவன் செய்யும் பாவங்களுக்கான தண்டனை சரியான தருணத்தில் வழங்கப்படும் என்பது உறுதியாகி விட்டது. போகட்டும். இனி நடந்ததைப் பற்றிப் பேசிப் பயனில்லை!" என்றவன் பக்கத்தில் நின்றிருந்த சுக்ரீவனைப் பார்த்து, "தம்பி! சுக்ரீவா! என் அருகில் வா. நீயும் நானும் ஒன்றுபட்டு ராஜ்ஜியத்தை ஆண்டிருக்கலாம்."

"நான் தான் மதி மயங்கிப் போய்விட்டேன். தயவு செய்து என்னை மன்னித்து விடு. அநியாயமாக உன் மனைவியை உன்னிடமிருந்து அபகரித்துக் கொண்டதோடு, உன்னைத் தண்டித்தும் விட்டேன். அதை இப்போது உணர்கிறேன்!" என்றான்.

அண்ணன் வாலியை மரணப் படுக்கையில் பார்த்ததுமே, குற்ற உணர்வில் மனம் உடைந்து போய் அழுதான் சுக்ரீவன்.

"உடன் பிறந்தவனையே கொன்ற பாவியாகி விட்டேன் அண்ணா! நீ தான் என்னை மன்னிக்க வேண்டும். இப்போதும் எனக்கு ராஜ்ஜியத்தின் மீது ஆசையில்லை. உன் மகன் அங்கதனுக்கே முடி சூட்டி விட்டு கிஷ்கிந்தையைவிட்டே வெளியேறி விடுகிறேன்!" என்று கதறினான்.

"இல்லை சுக்ரீவா! அப்படி ஒருபோதும் செய்ய வேண்டாம். நீயே ராஜ்ஜியத்தை ஏற்றுக்கொள்." அங்கதனுக்கு யுவராஜனாகப் பட்டம் கட்டிவிடு. அவனை உன் மகனாக

எண்ணி, தந்தையாகவே இருந்து வழிநடத்து. அவனைக் கைவிட்டு விடாதே. அதேபோல் எனது மனைவி தாரையையும் பார்த்துக் கொள். அவள் மிகச் சிறந்த அறிவாளி. நடக்கக் கூடியதை முன்கூட்டியே சொல்லும் தீர்க்கதரிசி.

"நான் தான் அவளது அறிவுரையைக் கேட்காமல் இந்தக் கதிக்கு ஆளாகிப் போனேன். ஆகவே, அவள் சொல்லும் ஆலோசனைகளைக் கேட்டுக் கொள்!" என்றவன், அங்கதனை அழைத்து சுக்ரீவனின் கைகளில் ஒப்படைத்துவிட்டு நிம்மதியாகக் கண்மூடினான்.

தாரை அவன் மீது விழுந்து அழுது புரண்டாள். கதறினாள். அங்கிருந்த அனைவரும், அவளையும், அங்கதனையும் சமாதானம் சொல்லித் தேற்றினர்.

வாலியின் உத்திரக் கிரியைகள் வெகு சிறப்பாக நடத்தப்பட்டன. அடுத்தபடியாகப் சுக்ரீவனுக்கு பட்டாபிஷேகமும் நடந்து முடிந்தது. வாலியின் மகன் அங்கதன், யுவராஜனாகப் பொறுப்பேற்றுக் கொண்டான்.

இந்த சமயத்தில் மழைக்காலம் தொடங்கியது.

மழைக்காலம் முடியும் வரை கிஷ்கிந்தையிலேயே வந்து தங்குமாறு இராம இலக்குவணர்களை அழைத்தான் சுக்ரீவன்.

'வனவாசம் முடியும் நாள் வரை, எந்த நகரத்துக்குள்ளும், ராஜ்ஜியத்துக்குள்ளும் பிரவேசிப்பதில்லை' என விரதம் பூண்டிருப்பதால் தாங்கள் ரிஷ்யமுக மலைக்கு குகையிலேயே தங்கிக் கொள்வதாகத் தெரிவித்தார் இராமன்.

மன்னிப்பு கேட்ட சுக்ரீவன்

கிஷ்கிந்தையில் சுக்ரீவனும், தாரை, அங்கதன், அனுமான் என எல்லோரும் வாலி இறந்த துக்கத்திலிருந்து மீண்டு சந்தோஷமாகச் சுகபோகங்களை அனுபவிக்கலானார்கள்.

சுக்ரீவன் கொஞ்சம் கூடுதலாகவே சந்தோஷமடைந்திருந்தான். எப்போதும் மதுபானமும், பெண்களோடு கொண்டாட்டமுமாக சுக்ரீவன் தன்னை மறந்த நிலையில் இருந்து வந்தான்.

அனுமான் மட்டுமே, இராமனுக்கு வாக்குக் கொடுத்ததைப் பற்றி அரசன் சுக்ரீவனிடம் நினைவுபடுத்த சந்தர்ப்பத்தை எதிர்பார்த்துக் கொண்டிருந்தான்.

ஒருநாள் அந்தச் சந்தர்ப்பம் கிடைக்கவே அந்தப்புரம் சென்றான். மது மயக்கத்திலேயே அனுமானை வரவேற்றான் சுக்ரீவன்.

அதைக் கண்ட அனுமான்

"சுக்ரீவா! கிஷ்கிந்தா ராஜ்ஜியம் கிடைத்த சந்தோஷம் இன்னும் தீரவில்லை போலிருக்கிறது. அதற்காக நண்பர்களை மறக்கலாமா? முக்கியமாக, இந்த ஆட்சி கிடைப்பதற்குக் காரணமாக இருந்த இராம இலக்குவணர்களை மறக்கலாமா? அவர்களுக்கு கொடுத்த வாக்கை நிறைவேற்ற வேண்டாமா? சீதையைத் தேடும் பெரும் பொறுப்பை இனியும் தள்ளிப் போடலாமா? வேண்டாம். உடனே ஆக வேண்டியதைச் செய்யப் பார்!" என்று அறிவுரை கூறினான்.

சுக்ரீவனும், அனுமான் சொன்னதைப் புரிந்து கொண்டான். சரியான நேரத்தில் வந்து என்னைத் தூண்டினாய். நன்றி அனுமான் என்று கூறியவன் உடனுக்குடன் கிஷ்கிந்தையின் தளபதியை அழைத்தான்.

"வானரர் தளபதியே! பூமியில் ஒரு இடம் பாக்கியில்லாமல் சீதையைத் தேடிப் பார்க்குமாறு வானரர்களுக்கு கட்டளை இடுங்கள்!" என்று உத்திரவிட்டான்.

மீண்டும் அந்தப்புரம் சென்று, மது மங்கையில் மூழ்கிப் போனான்.

அவன் நிலை அப்படியிருக்க, இராமனது நிலையோ வேறு விதமாக இருந்தது. எங்கு திரும்பினாலும், எதைப் பார்த்தாலும், சீதையின் நினைவாகவே இருந்து வந்தது.

'பாவம் சீதை, அங்கே அரக்கனிடம் சிக்கி என்ன வேதனை அனுபவிக்கிறாளோ? நானோ சுக்ரீவனை நம்பி, ஒன்றும் செய்யாமல் முடங்கிக் கிடக்கிறேன். எனக்குத் தந்த வாக்குறுதியை மறந்து விட்டான் போலிருக்கிறது' நினைக்க நினைக்க சுக்ரீவன் மேல் கோபம் பொத்துக் கொண்டு வந்தது.

இலக்குவணனிடம் சொன்னார்.

"இலக்குவணா! நன்றி மறந்த நிலையில் உள்ள சுக்ரீவனிடம் மழைக்காலம் முடிந்து விட்டது என்பதனை ஞாபகப்படுத்தி வா!" என்று அனுப்பி வைத்தார்.

அண்ணனுக்கும் மேலாக, அடக்கி வைக்கப்பட்டிருந்த கோபத்துடன் புறப்பட்டான் இலக்குவணன்.

குமுறும் தோற்றத்துடன் கிஷ்கிந்தைக்குள் நுழைந்த இலக்குவனைப் பார்த்துப் பயந்த வானர வீரர்கள் ஓடிச் சென்று சுக்ரீவனிடம் விஷயத்தை சொன்னார்கள்.

சுக்ரீவன் மது போதையில் இருந்ததை அறிந்த அங்கதன், தானே இலக்குவணனை எதிர் கொண்டு அன்புடன் வரவேற்றான்.

தகப்பனை இழந்த பிள்ளையைக் கண்டதும், இலக்குவணன் சற்றுக் கோபம் தணிந்தான்.

"அங்கதா! உன் சிறிய தந்தை சுக்ரீவனிடம் சென்று நான் அவனைக் காண வேண்டும் என்று தெரிவித்து வா!" என்றான்.

இந்த விஷயத்தை அறிந்திருந்த அனுமான், ஒரு வழியாகச் சுக்ரீவனைச் சுயநினைவுக்குக் கொண்டு வந்து, இலக்குவணன் கோபத்துடன் வந்திருக்கும் விஷயத்தைத் தெரியப்படுத்தினான்.

அதைக் கேட்ட சுக்ரீவன் மிகவும் பயந்து போனான்.

"எனது நண்பர்களுக்கு நான் எந்தக் கெடுதலும் செய்யவில்லையே. அப்படியிருக்கையில் என் மீது அவர்களுக்கு ஏன் கோபம் வந்தது?" நடுங்கிக்கொண்டே கேட்டான்.

"அரசனே! நீங்கள் அவர்களுக்குக் கொடுத்த வாக்குறுதியை நிறைவேற்ற வேண்டாமா? அதற்குப் பதில் கூறுங்கள்!" என்று சொன்னான் அனுமான்.

சுக்ரீவன் இலக்குவணனிடம் சொல்வதற்கு முன்னர், தாரை அவனைச் சந்தித்து, மிகப் பக்குவமாகப் பேசினாள்.

'இலக்குவணரே! உங்கள் வாக்குறுதியைச் சுக்ரீவன் மறக்கவில்லை. ஏற்கெனவே சீதையைப் பல இடங்களில் தேடி வருமாறு வானர வீரர்களுக்குக் கட்டளையிட்டுவிட்டார். அந்த வழியில் சீதையைத் தேடும் பணியும், இராவணனை எதிர்க்கும் பணியும் நல்லபடியாக நடக்கவுள்ளது!" என்று சொல்லி, இலக்குவணனது கோபத்தைத் தணித்து சுக்ரீவனிடம் அழைத்துச் சென்றாள்.

சுக்ரீவன் போதையில் தடுமாறிய போதிலும், எழுந்து நின்று இலக்குவணனைப் பார்த்துப் பணிவுடன் வரவேற்றான்.

"இலக்குவணரே! நான் ஏதாவது தவறு செய்திருந்தால் என்னை மன்னியுங்கள். அண்ணன் இராமனின் கருணையினால் அல்லவா இந்த ராஜ்ஜியம் எனக்குக் கிடைத்தது. அந்த உதவியை நான் மறப்பேனா? இராமனின் வீரத்தை நான் அறிவேன்."

எனது உதவி இல்லையென்றாலும், அவர் தனது காரியத்தில் வெற்றி பெறுவது உறுதி.

"இருப்பினும் அவரது அடிபணிந்து வானர சேனையுடன் இராமன் பின் செல்வதை எனது பாக்கியமாகவே கருதுகிறேன்." அதை நிச்சயம் செய்வேன்.

"எனது மகிழ்ச்சியினால் சிறிது கால தாமதமாகிவிட்டது. அதற்காக என்னை மன்னித்து விடுங்கள்!" என்று வேண்டினான்.

சுக்ரீவனின் பணிவு கண்டு இலக்குவணன் மகிழ்வு கொண்டான். "வானர அரசரே! உங்கள் நல்ல உள்ளத்தை நாங்கள் அறிவோம். உமது ஏற்பாடுகளைப் பற்றிய விபரங்களை அண்ணன் இராமனிடமே வந்து சொல்லி அவரது துயரத்தைத் தீர்த்து வையுங்கள்" என்று சொன்னான்.

சீதையைத் தேடிய வானரப் படை

சுக்ரீவனும் அனுமானும் இலக்குவணனிடம் புறப்பட்டுச் சென்று, இராமனைச் சந்தித்தனர்.

கால தாமதத்துக்கு மன்னிப்பினைக் கேட்டுக் கொண்டு சுக்ரீவன், நடந்துவரும் ஏற்பாடுகளைப் பற்றித் தெளிவாக இராமனிடம் எடுத்துக் கூறி, இராமனின் மனத்துக்கு சற்று ஆறுதலை ஏற்படுத்தினான் சுக்ரீவன்.

பல்வேறு காடு, மலைகளிலிருந்து வானரர்களும், கரடிகளும் ஏராளமாக வந்து சேர்ந்தனர்.

அந்தப் பெரும் சேனையைச் சுட்டிக் காட்டிய சுக்ரீவன் -

"ஐயனே! இந்தப் பெரும் சேனை முழுவதும் இனி உங்களது சேனை. இவர்களை உங்களது ஆட்களாகவே எண்ணி, அவர்கள் செய்ய வேண்டியதைச் சொல்லி உத்திரவிடுங்கள்."

அதைக் கேட்ட இராமன், சுக்ரீவனை அன்புடன் அணைத்துக் கொண்டார்.

"இலக்குவணனைப் போன்று இன்னொரு சகோதரனாக நீ எனக்குக் கிடைத்திருக்கிறாய். உன் விருப்பப்படியே அனைத்தையும் செய்" என்றார்.

மொத்தச் சேனையையும் நான்கு பிரிவாகப் பிரித்தான். ஒவ்வொரு படைக்கும் ஒரு தலைவரையும், உப தலைவரையும் நியமித்தான்.

அவர்களுக்கெல்லாம் சில உத்தரவுகளைப் பிறப்பித்தான்.

"நமது படையினர் அனைவருமே மகா திறமைசாலிகள்தான் என்பதை நான் அறிவேன். நீங்கள் என்ன செய்வீர்களோ? ஏது செய்வீர்களோ? எனக்குத் தெரியாது. எப்படியாவது சீதையைக் கண்டுபிடித்தாக வேண்டும். அவள் எங்கே ஒளித்து வைக்கப்பட்டிருந்தாலும் தேடிக் கண்டுபிடிக்க வேண்டும். அதற்காக உங்களுக்குக் கொடுக்கப்பட்ட கால அவகாசம் ஒரு மாதம் மட்டும்தான். புறப்படுங்கள். வெற்றியோடு திரும்பி வாருங்கள்."

"இராவணனைக் கொன்று சீதையை மீட்போம்!" என்ற கோஷங்களுடன் படைகள் புறப்பட்டன.

நான்கு திசைகளிலும் படைகள் பிரிந்து சென்றன.

தெற்குத் திசையை நோக்கிப் பயணமான படைக்கு அங்கதன் தலைவனாக நியமிக்கப்பட்டான். அவனுக்கு உதவியாக அனுமானும் சென்றான்.

வாயு மைந்தன் அனுமானே இந்தக் காரியத்தைச் சாதிக்கப் போகிறவன் என இராமனின் உள்ளுணர்வு கூறியது.

அதற்காக -

'அனுமான்' என்று அன்புடன் அழைத்தார் இராமன்.

கைகட்டிப் பணிவுடன் வந்து நின்ற அனுமான், "சொல்லுங்கள் ஐயனே!" என்றான்.

இராமன் தான் அணிந்திருந்த மோதிரத்தைக் கழற்றி அனுமானிடம் தந்தார். "அனுமானே! இந்த மோதிரத்தைப் பத்திரமாக வைத்துக் கொள். சீதையை நீ கண்டுபிடிக்கும் போது இதை அவளிடம் தந்தால், உன்னைப் பற்றிச் சந்தேகம் கொள்ளாமல், நீ எனது தூதன் என்பதைக் கண்டுகொள்வாள்."

"சீதையை சேர்த்து வைப்பது உனது பொறுப்பு அனுமனே!" என்று கண்களில் நீர் கசிந்தவாறே சொன்னார் இராமன்.

மோதிரத்தைப் பெற்றுக் கொண்ட அனுமான், அதைக் கண்களில் ஒற்றிக்கொண்டு, தான் கட்டியிருந்த கச்சையில் வைத்துக் கட்டிப் பத்திரப்படுத்தியவன், இராம இலக்குவணர்கள் இருவரையும் வணங்கி விடைபெற்றுப் புறப்பட்டான்.

மாதம் ஒன்றினை நெருங்கிக் கொண்டிருந்தது. வானரப் படைகளில் கிழக்கும், மேற்கும், வடக்கும் என மூன்று

திசைகளிலும் சென்றவர்கள், பூமியைச் சல்லடை போட்டுத் தேடிவிட்டுச் சீதையைக் காணாமல் திரும்பி வந்தனர்.

தென் திசையில் சென்றவர்கள் மட்டும் வரவில்லை. அவர்களால் கண்டுபிடித்து வர முடியும் என்று நம்பிக்கையுடன் மற்ற மூன்று திசைக்குச் சென்றவர்களும் கூறினார்கள்.

வானரர்களின் முயற்சிகளில் திருப்தியடைந்த இராமன், அனுமான் கொண்டு வரப் போகும் நல்ல செய்திக்காக நம்பிக்கையுடன் காத்திருந்தார்.

தெற்கே சென்ற வானரர்கள் புறப்பட்டபோது இருந்த உற்சாகம் கொஞ்சம் கொஞ்சமாக குறைந்து வந்த நேரத்திலெல்லாம் அங்கதனும், அனுமானும் வீரர்களுக்குத் தைரியம் கொடுத்து வழிநடத்திச் சென்றனர்.

சுக்ரீவன் கொடுத்த ஒரு மாதக் காலக் கெடுவில் நாட்கள் நெருங்கிவிட்டன.

ஆனாலும் சீதையைத் தேடி, வானரர்கள் வெகு தூரம் வந்துவிட்டனர்.

பசி, தாகம் களைப்பால் வானரர்கள் மிகவும் சோர்வடைந்தனர். அப்போது அவர்கள் ஒரு பெரிய குகை ஒன்றினைக் கண்டார்கள். அந்தக் குகைக்குள்ளிருந்து மிகுந்த வாசனையோடு கூடிய குளிர்காற்று வீசிக் கொண்டிருந்தது.

தாகத்தால் துடித்தவர்களுக்கு, 'இந்தக் குகைக்குள் நிச்சயம் தண்ணீர் இருக்கும்' என்ற நம்பிக்கை ஏற்பட்டது.

அந்த நம்பிக்கையின் பேரில் ஒருவர் பின் ஒருவராக இருள் மண்டியிருந்த அந்தக் குகைக்குள் ஒருவர் கையை மற்றவர் பிடித்து சங்கிலிப் பின்னலைப் போன்று சென்றனர்.

சிறிது தூரம் சென்றதும் திடீர் வெளிச்சம், தெரிந்தது. வெளிச்சத்தின் நடுவே ஒரு பெரிய நகரம் தெரிந்தது. தகதகக்கும் தங்க நகரமாக மின்னியது.

அத்துடன்,

மாட மாளிகைகள், கூட கோபுரங்கள், அரண்மனை என்று அனைத்தும் தங்கத்தால் இழைக்கப்பட்ட அற்புதப் பட்டணமாகக் காணப்பட்டது.

சுற்றிலும் அருமையான பழத் தோட்டம்.

குளிர்ந்த நீரோடைகள் எல்லாம் மலைப்பை ஏற்படுத்துவது போன்றிருந்தது.

வானரர்கள் ஏதும் புரியாது திகிலடைந்தவர்களாகவும், தாகத்தைத் தணிக்க முடியாதவர்களாகவும் இருந்தனர்.

சுற்றுமுற்றும் பார்த்தனர்.

ஓரிடத்தில் வயதான ஒரு பெண் துறவி மட்டும் தனியே அமர்ந்து ஜெபம் செய்து கொண்டிருந்தாள்.

அனுமான் அந்தப் பெண் துறவியைப் பணிவுடன் வணங்கி, "தாயே! வணக்கம். நாங்கள் வானரர்கள். பசி, தாகத்துடன் இருக்கிறோம். எங்கள் தாகம் தணிக்கவும், பசியைப் போக்கவும் ஏதாவது உதவுங்கள் தாயே" என்று மீண்டும் வேண்டினாள்.

'வானவர்களே! இந்த நகரம், தேவர்களுள் ஒருவரான மயனால் நிர்மாணிக்கப்பட்டது. இந்த நகரத்தின் வரலாற்றினை நீங்கள் தெரிந்துகொள்வதற்கு முன்பாக உங்கள் பசியைப் போக்கிக் கொள்ளலாம்!" என்றான்.

அதைக் கேட்ட வானரர்களுக்கு ஏற்பட்ட மகிழ்வுக்கு அளவேயில்லை. குதூகலம் அடைந்த அவர்கள் பெண் துறவி கொடுத்த உணவுப் பண்டங்களை ஆசைத் தீர சாப்பிட்டு மனம் நெகிழ்ந்தனர்.

அனுமான் அந்தப் பெண் துறவியிடம்,

"தாயே! உங்கள் கருணைக்கு மிக்க நன்றி! நாங்கள் புறப்படுகிறோம். எங்களுக்கு விடை கொடுங்கள்!" என்று கேட்டான்.

"வானரர்களே! நீங்கள் நினைப்பதுபோல இங்கிருந்து வெளியே செல்ல முடியாது. அதுதான் இந்தக் குகையின் சக்தி. உங்களுக்கு இதுபற்றித் தெரியாது. சொல்கிறேன், கேளுங்கள். ஒருமுறை ஹேமையின் இந்தக் குகைக்குள் வந்தவர்கள் மீண்டும் வெளியேறவே முடியாது. அப்படி வெளியேற முயற்சித்தால் உயிருடன் இருக்க முடியாது!" என்றாள் பெண்துறவி.

அனுமான் திடுக்கிட்டுப் போனான்.

மற்ற வானரர்கள் பயந்து போனார்கள்.

'அப்படியென்றால், சுக்ரீவன் நமக்கு இட்ட கட்டளையினை நிறைவேற்ற முடியாமல் இராம காரியம் தடைப்பட்டுப் போகும் போலிருக்கிறதே!' என்று சொல்லி அழத் தொடங்கினான். மற்ற வானரர்களும் சேர்ந்து அழத் தொடங்கினார்கள்.

தபஸ்வினி

'இராம காரியம்' என்ற வார்த்தை பெண் துறவி தபஸ்வினியின் காதில் விழவும், அனுமானிடம் ஆர்வத்துடன் கேட்கலானாள்.

இராம சரிதத்தை நடந்த வரையிலும் அனுமான் விளக்கமாகச் சொன்னான்.

அதைக் கேட்ட தபஸ்வினி ஒரு முடிவுக்கு வந்தாள்.

"வானரர்களே! கவலைப்படாதீர்கள்! தெய்வீக காரியத்தில் ஈடுபட்டிருக்கும் நல்லவர்களான உங்களைக் காப்பது என் பொறுப்பு. என் தபோ பலத்தால் அனைவரையும் இங்கிருந்து வெளியேற்றுகிறேன். எல்லோரும் கண்களை மூடிக் கொள்ளுங்கள்!" என்றாள்.

தபஸ்வினி கேட்டுக் கொண்டபடியே வானரர்கள் அனைவரும் கண்களை மூடினார்கள்.

சிறிது நேரத்தில் மீண்டும் கண்களைத் திறந்து பார்த்தபோது தாங்கள் கடற்கரையில் இருப்பதைக் கண்டார்கள்.

எல்லோரும் பதறிப் போனார்கள். அங்கதன் புலம்பலானான்.

'ஐயோ! நான் என்ன செய்வேன்? குகைக்குள் தேடித் திரிந்து, அலைந்ததில் காலம் போய் விட்டது. இதுவரை நாம் சீதையைப் பற்றிய எந்த ஒரு தகவலையும் தெரிந்துகொள்ள இயலவில்லை.

"சீதையைப் பற்றித் தகவல் ஏதுமின்றி கிஷ்கிந்தைக்குப் போனால் எனது சிற்றப்பன் எனக்கு மரணதண்டனை அளிப்பது தப்பாது."

"ஏற்கெனவே என் மீது அவனுக்கு நல்ல அபிப்ராயம் கிடையாது. அப்படியிருக்கையில் இதுதான் சந்தர்ப்பமென்று அவன் என்னை ஒழித்து விடுவது உறுதி. அங்கே என் உயிர் போவதை விட நான் இங்கேயே விரதமிருந்து உயிர் துறப்பது எவ்வளவோ மேல்!" என்றான். அதனைச் சில வானரர்கள் சரி என்று ஆமோதித்தனர்.

அப்படியெல்லாம் உயிர் துறப்பதைவிட மீண்டும் அந்தப் பெண் துறவியிருக்கும் குகைக்கே சென்று உயிர் விடுவோம் என்றனர் சில வானரர்கள்.

"ஏன் இப்படி முறையில்லாமல் ஆள் ஆளுக்கு யோசிக்கிறீர்கள்?" நமது குடும்பங்கள் கிஷ்கிந்தையில் இருக்கும்போது, அவர்களை விட்டுப் பிரிந்து நாம் குகைக்குள் இருந்து என்ன மகிழ்ச்சியினை அடைந்துவிட முடியும்?

"மேலும் சொல்லப்போனால், அங்கதன் பயப்படுவதுபோல சுக்ரீவன் ஒன்றும் மோசமானவனல்ல. எனவே, நாம் கிஷ்கிந்தைக்கே திரும்பிச் சென்று அரசன் சுக்ரீவனிடமே வேறு என்ன செய்யலாம் என்று ஆலோசனை கேட்போம்!" என்றான் அனுமான்

"இல்லையில்லை. சுக்ரீவன் மோசமான எண்ணங் கொண்டவன். என் தந்தையைக் கொன்றது போல என்னையும் அவன் நிச்சயம் கொன்று விடுவான். நடக்க நேர்வதாக இருந்தால் எனது தாயைப் பற்றிய கவலை மேலோங்கி நிற்கிறது. ஏனெனில் எனக்காகவே உயிர் வாழ்ந்து வரும் தாய்க்கு, நான் இறந்தது தெரிந்தால் அவரும் மாண்டு விடுவாள். அதனால்தான், நான் இங்கேயே உயிர் துறந்து விடுகிறேன்!" என்று சொன்ன அங்கதன் -

தர்ப்பப்பைப் புல்லைப் பரப்பி உபவாசம் செய்யும் சங்கல்பத்தை மேற்கொள்ள அமர்ந்தான்.

மற்ற வானரர்களும் அங்கதனைப் பின்பற்றித் தாங்களும் உயிர்த் தியாகம் செய்ய முற்பட்டு உபவாசத்தில் அமர்ந்தனர்.

ஒரே நேரத்தில் இத்தனை வானரர்களும் உயிர்விடத் தீர்மானித்ததை, அருகில் உள்ள மரத்திலிருந்து கேட்ட சம்பாதி கழுகு அரசனுக்கு எல்லையில்லாத மகிழ்வு ஏற்பட்டது.

ஏனெனில் இறகுகள் முறிக்கப்பட்டிருந்த கழுகினால் தனக்கு வேண்டிய உணவினைப் பறந்து சென்று தேடிக் கொள்ள முடியாத நிலையில் பட்டினியாகக் கிடந்த அவனுக்கு ஒரே நேரத்தில், ஒரே இடத்தில் நூற்றுக் கணக்கான வானரர்கள் இறந்து போனால் உணவுப் பஞ்சம் தீர்ந்து, நிம்மதியாக இருக்கலாம் என்று நம்பிக்கை கொண்டிருந்தான்.

அதற்கேற்றாற்போல வானரர்கள் மரணத்தை எதிர்பார்த்துத் தங்களது துக்கத்தை ஒருவருக்கொருவர் சொல்லிப் புலம்பிக் கொண்டிருந்தனர்.

அந்தப் புலம்பலில் கைகேயியின் வஞ்சனையின் சூழ்ச்சியினால் தசரதன், இராமனைக் காட்டுக்கு அனுப்பியது.

காட்டுக்கு வந்த இடத்தில் சீதையை இராவணன் தூக்கிச் சென்றது. சீதையைக் காப்பாற்றச் சென்ற ஜடாயு தனது உயிரைத் துறந்தது ஜடாயு மட்டும் சிறிது நேரம் இராவணனுடன் போராடியிருந்தால், இராமன் வந்திருப்பார். சீதையைக் காப்பாற்றியிருப்பார்.

ஆனால் விதி சதி செய்துவிட்டது. அது கடைசியில் நம் எல்லோரையும் மரணத்தில் கொண்டுவந்து நிறுத்திவிட்டது என்று புலம்பிக் கொண்டிருந்தனர்.

சம்பாதி

வானரர்கள் வருத்தத்துடன் கூறி வந்த விஷயங்களை எல்லாம் கேட்ட சம்பாதி, ஜடாயு இறந்த விஷயத்தைக் கேட்டதும் கண் கலங்கினான். வருத்தத்துடன் கேட்கலானான்.

“என்ன! என் அருமைத் தம்பி, ஜடாயு! இறந்தானா!” என்று கவலையுடன் கேட்டான்.

“உங்கள் தம்பி ஜடாயுவா...! அய்யோ! உன் அண்ணன் வீரத்தால் மடிந்து விட்டாரே....!” என்று கூறிக் கண்ணீர் வடித்தனர் வானரர்கள். அதன் பின்னர், “சம்பாதிக்குச் சிறகுகள் முறிந்த விஷயத்தைக் கேட்டனர்.”

“வானரர்களே, எனக்குச் சிறகுகள் முறிந்து விட்ட தினைச் சொல்கிறேன்,” கேளுங்கள்.

“கருடனும்-அருணனும் அண்ணன் தம்பிகள். அண்ணனுக்கு இரண்டு மகன்கள். ஒரு மகன் ஜடாயு. மற்றொரு மகன் சம்பாதி.

சிறுவயதிலிருந்து பல்வேறு கலைகளைக் கற்றனர். வானத்தில் பறப்பதிலும் போட்டிகள் ஏற்பட்டன.

இருவரும் உயரக் கிளம்பிச் சூரியனை நெருங்கினார்கள். சூரியனை நெருங்க, நெருங்க வெப்பம் அதிகரித்து ஜடாயுக் கொளுத்திவிடும் போலிருந்தது. அதைக் கண்ட சம்பாதி, தன் அண்ணனைக் காக்க, தனது சிறகுகளை விரித்து ஜடாயுவைக் காப்பாற்றப்பட்டான். சிறகுகளை விரித்த சம்பாதியின் சிறகுகள் எரிந்து போனது. அதனால் பறக்க முடியாத நிலை சம்பாதிக்கு ஏற்பட்டது. பக்கத்தில் ஏதாவது உயிரினங்கள் கிடைத்தால் அதை உண்டு பசியினைப் போக்கி, உயிர் வாழ்ந்து வந்தான்.”

சம்பாதி தனது கதையைச் சொல்லி முடித்த பின்னர், வானரர்களைப் பார்த்துச் சில கேள்விகளைக் கேட்டான்.

"வானரர்களே! என் தம்பி ஜடாயு எப்படி இறந்தான்? தசரதனுடைய குமாரன் ஏன் காட்டுக்கு வந்தான்? ஏன் சீதையைத் தாக்கிச் சென்றான் இராவணன்? அவனால் என் தம்பி கொல்லப்பட்டானா? எனக்கு விபரமாகச் சொல்லுங்கள்!" என்று வருந்திக் கேட்டான்.

கிஷ்கிந்தையில் நடந்த அத்தனை வரலாற்றையும் தெளிவாக எடுத்துச் சொன்னான் அங்கதன். அதன்பின்னர் இராமனுக்கு உதவும் வழியினைச் சொல்லுங்கள் என்று கேட்டான்.

சொல்லுகிறேன். என்னை முதலில் மலையிலிருந்து இறக்குங்கள் என்று கேட்டுக் கொண்டான் சம்பாதி.

வானரர்களும் அவனைப் பத்திரமாக மலையிலிருந்து இறக்கிப், பாறையொன்றில் அமர வைத்தனர்.

சம்பாதியும், இராமனுக்கு உதவும் வழியினைச் சொல்லலானான்.

"வானரர்களே! கவலைப் படாதீர்கள். புண்ணியவானான இராமனின் கதை எனது உள்ளத்தை மிகவும் நெகிழ வைத்து விட்டது. இராம காரியத்துக்காகவே எனது தம்பி ஜடாயு உயிர் விட்டான் என்பதில் நான் மிகுந்த பெருமை அடைகிறேன். உங்களுக்கு எவ்விதக் கவலையும் வேண்டாம். நீங்கள் உயிர் விடவும் வேண்டாம். என்னால் இயன்ற உதவியை நான் உங்களுக்குச் செய்கிறேன்." அதற்கு முன்னால்,

"ஒரு நாள் இராவணன், ஆபரணங்கள் பூண்ட பெண்ணொருத்தியைத் தூக்கிச் சென்றதை நான் பார்த்தேன். அப்போது இராமஇலக்குவா, என்னைக் காப்பாற்றுங்கள்" என்று கதறிக் கொண்டே தான் அணிந்திருந்த ஆபரணங்களை ஒவ்வொன்றாக அவள் கழற்றி, பை போன்று வைத்திருந்த துணியில் போட்டுக் கட்டிக் கொண்டே சென்று ஓரிடத்தில் போட்டாள்.

"அவள் தான் நீங்கள் சொல்லும் சீதையாய் இருக்கக்கூடும். அவள் இருக்குமிடத்தை இப்போதே சொல்கிறேன். எனக்கு வயதானாலும் என் கண்களின் பார்வை மங்கிப் போய்விடவில்லை. இங்கிருந்தே சீதை எங்கிருக்கிறாள் என்பதை நான் கண்டுபிடித்துச் சொல்கிறேன்!" என்ற சம்பாதி.

தென் திசை முழுவதையும் தனது பார்வையால் அலசினான். இலங்கையில் சீதை சிறை வைக்கப்பட்டிருப்பது அவனது கண்களுக்குத் தெரிந்தது.

அங்கதனிடமும் அனுமானிடமும் இலங்கையைப் பற்றியும், இராவணனின் சிறப்புகள் பற்றியும் அரக்கிகள் மத்தியில் சீதை சிறை வைக்கப்பட்டுக் காவல் காக்கப்படுவதையும் தெளிவாக விவரித்தான்.

இலங்கையைப் பற்றியும், இராவணனுடைய ஐஸ்வரியத்தைப் பற்றியும் சம்பாதி சொன்னதோடு, அசோகவனத்தில் அரக்கிகளின் நடுவே சீதா இருப்பதையும் கண்டு சொன்னான்.

அதைக் கேட்ட வானரர்களுக்கு உற்சாகம் உண்டாகி, "சீதையைப் பற்றிய விபரம் தெரிந்து கொண்டோம். இனி நமக்கு எந்தவிதக் கவலையுமில்லை. இராம காரியத்தை வெற்றி பெறச் செய்வோம்!" என்று மகிழ்ச்சி பொங்கத் துள்ளிக் குதித்தார்கள்.

அதே நேரத்தில் -

இராம காரியத்தில் நீ உதவத் தொடங்கியவுடன் இழந்த உன் சிறகுகளும் மறுபடி முளைக்கும் என்று சூரியபகவான் கூறியிருந்தது. அப்போது பலிக்கலாயிற்று.

இராமனைப் பற்றிய பேச்சு நடக்கும்போதே, சம்பாதிக்குச் சிறகுகள் அதன் உடலில் முளைக்கத் தொடங்கின.

சிறகுகளுடன் சம்பாதி மிகவும் அழகாகக் காட்சியளிக்கத் தொடங்கினான்.

அவனுக்கு மகிழ்வும் ஏற்பட்டது. அதனால் இராமன் இருந்த திசையை நோக்கி, 'இராமா! உன் கருணையினால் நான் புத்துயிர் பெற்றேன்!' என்று வணங்கிய பின்னர், தன் தம்பி ஜடாயுவுக்குக் கடலில் ஜலக்கிரியைகள் செய்து திருப்தியடைந்தான்.

வாயு புத்திரன்

அசோக வனத்தில் சீதை, அரக்கிகளின் மத்தியில் துன்புறுத்தப்பட்டு வருவதனைச் சம்பாதி சொல்ல, வானரர்கள் தெரிந்து கொண்டார்கள்.

இருப்பினும் சுக்ரீவனிடம் போய்ச் சொல்லும் அளவிற்கு விஷயம் ஒன்றும் பெரிதானதாக இல்லையே!

தாங்களே பார்த்தறியாமல் பிறர் சொன்னதை வைத்துக் கொண்டு தேடும் காரியத்தை நிறுத்திவிடுவது சரியானதல்ல.

சம்பாதி சொன்னதையெல்லாம் நேரில் கண்ட பின்னர்தான் இராம காரியத்தைச் செய்து முடிக்க முடியும்?

கடலைத் தாண்டினால் அல்லவா நேரில் பார்க்க முடியும்? இதற்கென்ன செய்வது என்று தெரியாமல் அங்கதன் திகைத்தான்.

கடலோரம் சென்ற வானரர்கள் -

கடலின் அலைகளையும், கரை காணாத நிலையையும் கண்டு, 'இந்தக் கடலை நாம் எவ்வாறு தாண்டுவது? இலங்கைக்கு எப்படிச் செல்வது? சீதையை எவ்விதம் காண்பது? கண்ட பின்னர் எவ்விதம் திரும்புவது?' என்று மறுபடியும் கவலையிலும் பயத்திலும் மூழ்கினார்கள்.

இதைக் கவனித்த அங்கதன் அவர்களுக்கு உற்சாகம் ஏற்படக்கூடிய வார்த்தைகளைப் பேசலானான்.

"வானர வீரர்களே! மனத்தை நாம் தளர விடக் கூடாது. கவலைப்படும் மனிதனால் காரியத்தைச் சாதித்துக் கொள்ள முடியாது. உற்சாகமும் ஊக்கமும் குன்றிப்போனால் செய்யும் முயற்சிகள் அனைத்தும் வீணாகிவிடும்!" என்று சொன்னான்.

அன்று இரவை வானர வீரர்கள் கடற்கரையில் கழித்தார்கள்.

மறுநாள்

பொழுது புலர்ந்ததும் எல்லோரும் ஓர் இடத்தில் அமர்ந்து கடலை எவ்வாறு கடப்பது என்பது பற்றி யோசனை செய்தார்கள்.

அங்கதன் அவர்களை நோக்கி,

"வீரர்களே! இந்தக் கடலை நாம் தாவ வேண்டும். யார் யாரால் எவ்வளவு தூரம் தாண்ட முடியும் என்பதைக் கூறுங்கள்!" என்று கேட்டான்.

'நான் பத்து யோசனை தூரம் தாண்டுவேன்' என்று தனது ஆற்றலைச் சொன்னான் கஜன்.

'நான் இருபது யோசனை தூரம் தாண்ட முடியும்!' என்றான் ஜாவட்கன்.

'நான் முப்பது யோசனை தூரம் தாண்டுவேன்!' என்றான் வானரத் தலைவன்.

இவ்வாறே பலர் சொல்ல முன் வந்தார்கள். ஒருவர்மேல் ஒருவர் ஆற்றலை உயர்த்திக் கொண்டே போனார்கள்.

“நான் தொண்ணூறு யோசனை தூரம் தாண்டுவேன்!” என்றான் முதிய வீரனான ஜாம்பவான்.

இதைக் கேட்ட அங்கதன், “நான் நூறு யோசனையையும் தாண்டி இலங்கை போய்ச் சேருவேன். சந்தேகமில்லை. ஆனால் அவ்விடத்திலிருந்து திரும்பிவர அவ்வளவு தூரம் மறுபடி தாண்டும் சக்தி எனக்கு இருக்குமோ இருக்காதோ, அதுதான் எனக்குச் சந்தேகம்!” என்று சொன்னான்.

இப்படி அங்கதன் சொன்னதும், ஜாம்பவான் அவனை நோக்கி, “அரசகுமாரா! உமக்கு ஆற்றலும் தகுதியும் மிகுதியாக உண்டு என்பதை நாங்கள் அறிவோம். இந்தக் காரியத்தைச் செய்ய நீங்கள் வரக் கூடாது! நாங்களே, இந்தக் காரியத்தை முடிக்க முயல்கிறோம். அதுதான் பெருமையாக இருக்கும்!” என்று சொன்னான்.

“நானும் போகாமல், மற்றவர்களும் போகாமல் இருந்தால் பட்டினி கிடந்து உயிர் துறப்பதைத் தவிர வேறு வழியில்லை. அரசன் இட்ட கட்டளையை நாம் நிறைவேற்றாது போனால் அரசன் கட்டாயம் நம்மைத் தண்டிப்பார்!” என்று கூறினான்.

வானர வீரர்களும் அதே கவலையைத் தெரிவித்தனர்.

இவ்வாறு வானர வீரர்கள் கவனித்த ஜாம்பவான் தனித்து அமர்ந்து மௌனமாய் உட்கார்ந்திருந்த அனுமானிடம் சென்று,

“வீரனே! என்ன யோசித்துக் கொண்டிருக்கிறாய்?” என்று கேட்டான்.

இராம காரியத்தைச் சரியாக முடிக்க வேண்டும் என்ற யோசனைதான். இலங்கைக்குச் செல்ல வேண்டுமானால் இவ்வளவு பெரிய கடலைத் தாண்ட வேண்டுமே என்று நினைத்தேன். மலைப்பாக இருக்கிறது ஜாம்பவானே! இது சம்பந்தமாக நீங்கள் ஏதாவது யோசித்தீர்களா... ஆர்வத்துடன் கேட்டான் அனுமான்.

‘அனுமான்! நீயோ இப்படிக் கேட்கிறாய்?’ முதலில் உன்னை நீ உணர்ந்து கொள். சிறு வயதில் ‘சூரியனைப் பழம்’ என்று நினைத்து அதைப் பிடிப்பதற்காக வானத்தில் பறந்தாய். அத்தனை வல்லமை மிக்கவன் நீ!

“அப்போது உன்னைப் பார்த்த இந்திரன், உன்னைத் தனது வஜ்ராயுதத்தால் தாக்கிவிட்டான். நீ அடிபட்டு மலையின் மீது விழுந்தாய்.” அதனால் உனது வலது கன்னம் வீங்கியது.

"இதனைக் கண்ட உனது தந்தையான வாயுபகவான் கோபமடைந்து தனது இயக்கத்தையே நிறுத்திக் கொண்டார்."

"அதன் பொருட்டு உலகமே ஸ்தம்பித்துப் போனது. அதனால் ஜீவராசிகள் எல்லாம் சுவாசிக்க முடியாமல் தத்தளித்தன."

"இதனை அறிந்த தேவர்கள் அனைவரும் உனது தந்தையிடம் வந்து கெஞ்சினார்கள். சமாதானப்படுத்த முயன்றார்கள். அப்போது பிரம்மாவும், இந்திரனும் உனக்கு வரம் தந்தார்கள்."

"அதன்படி உனக்கு எந்த ஆயுதங்களாலும் அழிவில்லை. அனுமான், அதுமட்டுமல்ல. மரணமும் நீ வேண்டும்போது தான் வரும். அதுவரையில் எதுவும் உன்னை அணுகாது. இப்படி சிரஞ்சீவித் தன்மை பெற்றவன் நீ!" மேலும் நீ வாயுவின் மகன் என்பதால், இயல்பாகவே தந்தையின் வேகமும், பராக்கிரமும் பெற்றிருக்கிறாய்.

"அந்த வழியில் பார்க்கையில், இந்த இராம காரியத்தை உன் ஒருவனால் மட்டுமே முடியும். திறன் வாய்ந்த உன்னைத்தான் நாங்கள் நம்பியுள்ளோம். தெய்வீக சக்தியைக் கொண்டவனே! தாமதிக்காதே! ஒரே தாவில் இந்தக் கடலைத் தாண்டி இலங்கைக்குப் புறப்படு! அநியாயத்தைப் பொடிப் பொடியாகத் தகர்த்திடு!" என்று வேண்டினான்.

ஜாம்பவான் சொல்லச் சொல்லவே, மறந்து கிடந்த தனது தெய்வீக சக்திகளை உணர்ந்தவனான அனுமான், உற்சாகத்துடன் எழுந்து நின்றான்.

அவனுடைய உருவம் வர வரப் பெரிதாகி வந்தது.

இதைப் பார்த்ததும் மற்ற வானர வீரர்கள் ஆனந்தப் பரவசம் அடைந்தார்கள்.

மூன்று உலகத்தையும் மூன்றடியால் அளந்த திருமாலைத் தேவர்கள் கண்டு மகிழ்ச்சி அடைந்ததுபோல, வானரர்களும் கண்டு மகிழ்ச்சி அடைந்தார்கள். ஆர்ப்பரித்தார்கள்.

வானர வீரர்கள் மகிழ்ச்சி அடைய அடைய, அனுமானின் உருவம் ஓங்கி ஓங்கி வளர்ந்து வந்தது. கடலைத் தாண்டக் கூடியவனாக விஸ்வரூபம் கொண்டு வானத்தைத் தொட்டு விடுவது போல் உயர்ந்தான்.

தன்னை வியப்புடன் பார்த்துக் கொண்டிருந்த வானர வீரர்களைப் பார்த்து, என் ஆற்றலும் திறமையும் எனது தந்தை

வாயுபகவானுக்கு ஒப்பானவை. இனி நான் ஒரே தாண்டாகத் தாண்டி இலங்கையைக் கடந்து அப்பால் செல்லுவேன்!" என்று சொன்னான்.

இதைக் கேட்டதும் வானர வீரர்கள் ஆர்பரித்தார்கள்.

உடனே ஜாம்பவான் அனுமானை நோக்கி, "வாயு புத்திரனே! பெரியோரின் ஆசியால் கடலைக் கடக்கும் ஆற்றலை நீ பெறுக! நீ திரும்பி வரும்வரையில் ஒற்றைக் காலில் நின்று நாங்கள் தவம் புரிவோம்!" என்று சொன்னான்.

அதற்கு அனுமான், "பூமி மீது நின்று தாண்டினால் எனது ஆற்றலை அது தாங்காது. அதனால் நான் மகேந்திர மலைக்குச் சென்று, அதன் மீது நின்று தாவுகிறேன்!" என்று சொல்லிவிட்டு மகேந்திர மலைக்குச் சென்றான்.

அங்கு சென்றதும், இலங்கையில் தான் என்ன செய்ய வேண்டும் என்பதைப் பற்றிச் சிந்திக்கலானான்.

கிஷ்கிந்தா காண்டம் முற்றிற்று

ஐந்தாம் காண்டம்
சுந்தர காண்டம்

கடலைத் தாண்டினான்

இராவணன் எடுத்துப் போன சீதையைக் கண்டுபிடிக்கும் பொருட்டு, அனுமான் மகேந்திர மலையிலிருந்து புறப்பட ஆயத்தமானான்.

ஆகாய மார்க்கமாகச் சென்று இந்தக் கடலைத் தாண்டுவேன் என்று மனத்தில் உறுதி எடுத்துக் கொண்டான்,

புறப்படுவதற்கு முன்னால் சூரியன், சந்திரன், வாயு, பிரமன், பூத கணங்கள் ஆகியோரை முதலில் தியானித்து வணங்கினான்.

அதன் பின்னர் கிழக்கு முகமாக நின்று, தந்தை வாயு பகவானை மறுபடி தியானித்தவன். தன் உடலை இன்னும் பெருக்கிக் கொண்டு தெற்கு முகம் நோக்கினான்.

இராம்... இராம்... இராம் என்று மனத்தில் இராமபிரானை மனத்தில் ஜெபித்தபடித் தனது சக்தி முழுவதையும் திரட்டி, மலையை ஓங்கிய ஒரு மிதி மிதித்து குதித்துக் கிளம்பினான். வானத்தில் பறந்தான்.

அவன் பறந்த வேகத்தில், மலையிலிருந்த மரங்களும், வேரோடு பிடுங்கப்பட்டு சிறிது தூரம் அவனுடனேயே பயணம் செய்து கடலில் விழுந்தன.

அனுமான், பறவைபோல், வானத்தில் பறந்த காட்சி கண்டு வானரர்கள் சிலிர்த்துப் போனார்கள்.

அனுமான் ஆகாயத்தில் பறந்தது, சிறகுகள்கொண்ட பெரிய மலையொன்று பறப்பதுபோல இருந்தது. அவன் செல்லும் வேகத்தில் காற்றும் அலறியது. இன்னும் சிறிது

தூரத்தில் இலங்கையை அடைந்துவிடலாம் என்று அனுமான் எண்ணியபோது,

பாதையில் கடலுக்குள்ளிருந்து பெரிய மலையொன்று திடீரென்று வானாளவக் கிளம்பியது.

மலை ஒன்று இப்படிக் குறுக்கிடுவதைக் கவனித்த அனுமான், இதுவென்ன நாம் செல்லும் வழியடைக்கிறது என்று கோபம் கொண்டவன், தன் மார்பால் அம்மலையைத் தாக்கினான்.

அதைக் கண்ட மலை -

"மகனே! நான் மைனாக பர்வதம்! இந்திரன் தனது வஜ்ராயுதத்தால் மலைகளை அடித்துத் துன்புறுத்தியபோது, உனது தந்தை வாயுவின் உதவியினால் வானத்தில் பறந்துவந்து கடலுக்குள் ஒளிந்து கொண்டேன்.

"எனக்கு அடைக்கலம் கொடுத்த கடல் அரசன்." இராமனிடம் மிகுந்த பக்தி கொண்டவன்.

"அதன் பொருட்டு உனக்கு உதவுமாறு அவன் எனக்குக் கட்டளையிட்டான். இராம காரியத்துக்காகச் செல்லும் நீ. என் மீது இறங்கி இளைப்பாறிச் சென்றால் நானும் கடல் அரசனும் மிகவும் மகிழ்வோம்" என்றது மைனாக மலை.

'மைனாக பர்வதமே! மன்னித்துக் கொள். இராம காரியத்துக்காக விரைந்து கொண்டிருக்கும் இந்த நிலையில், நான் உன் மீது தங்கி இளைப்பாறினால் வீண் கால தாமதம் ஆகும். அதற்கு இடம் தர எனக்கு விருப்பமில்லை. உனது உபசரிப்புக்கு மிக்க நன்றி! கடல் அரசனுக்கும் எனது வணக்கத்தைத் தெரிவித்து விடு!" என்று அனுமான். மலையை அன்புடன் தடவிக் கொடுத்து விட்டு நிற்காமல் விரைந்தான். இப்படியொரு அன்புத் தொல்லைக்கு மறுத்து, முன்னேறினால் அடுத்ததாக வழியில் பெரிய ராட்சத வடிவம் கொண்ட சரசா என்ற நாகமாதா, அனுமானை வழிமறித்தாள்.

"அனுமா! நீ என் வாய்க்குள் பிரவேசிப்பாயாக. ஏனெனில் நான் வெகு காலமாக ஆகாரமின்றி உனக்காகவே காத்திருக்கிறேன்!" வா! என் வாய்க்குள் என்று பெரும் குகையைப்போல் தன் வாயைத் திறந்தது.

"அம்மா! நான் இராம காரியமாகச் சென்று கொண்டிருக்கிறேன். என்னைத் தடுக்காதே!" என்றான் அனுமான்.

"முடியாது. என் வாய்க்குள் வந்து" தான் தீர வேண்டும். அப்படியில்லையென்றால் என்னைக் கடந்து செல்லவே முடியாது!" என்றாள் நாகமாதா.

அனுமான் நொடி நாழிகை யோசித்துத் தனது உருவத்தை மேலும் பெரியதாக்கிக் கொண்டே போனான். நாகமாதாவும் தனது அரக்க வடிவம் கொண்ட வாயை அகலமாகத் திறந்து கொண்டே போனாள். அனுமானும் சட்டென ஒரு முடிவுக்கு வந்தவனைப் போல 'கடுகு போன்று தனது உருவத்தைச் சிறியதாக்கிக் கொண்ட அவன், அவளது அகன்ற வாய்க்குள் புகுந்து உடனே வெளிப்பட்டுத், தனது உருவத்தை மீண்டும் பெரியதாக்கிக் கொண்டான்.'

"போதுமா தாயே! நீ கேட்டபடி உனது வாய்க்குள் புகுந்து வெளியே வந்து விட்டேன்!" என்று சிரித்தான் அனுமான்.

"அனுமானே! நீ என்னைத் தவறாக நினைக்க வேண்டாம். தேவர்கள் உன்னைச் சோதிக்கவே இப்படி என்னை அனுப்பி வைத்தார்கள்."

"நீ போகும் இராம காரியம் வெற்றி பெறும். வெற்றியே அடைவாய். சென்றுவா!" என்று ஆசிர்வதித்து அனுப்பினாள்.

அங்கிருந்து அனுமான் இன்னும் சற்றுத் தொலைவு சென்றதும், யாரோ தன்னைப் பிடித்திழுப்பது போல உணர்ந்தான். அதனால் அவனது வேகம் குறைந்தது.

மேலும் முன்னேற முடியாமல் தவித்தான். இதை யார் செய்வது என்று கீழே குனிந்து பார்த்தான்.

தன்னைத் தாக்கும் சக்தி எதுவென்று கண்டு கொண்டான்.

கடலில் இருந்த பெரும் பூதம் ஒன்று, வானத்தில் பறந்த அனுமானின் நிழலைப் பிடித்திழுத்து வேகத்தைத் தடுத்தது.

"அனுமா! எனக்கு அகோரப்பசியாக இருக்கிறது. இப்போதே உன்னை விழுங்கப் போகிறேன் வா!" என்று வாயைப் பிளந்தது.

கோபமடைந்த அனுமான், அந்தப் பூதத்தின் வாய்க்குள் வேகமாகப் புகுந்தான். உள்ளே சென்ற அனுமான் தனது நகங்களால் பூதத்தின் இதயத்தைக் கிழித்துக் கொண்டு வெளியே வந்துவிட்டான்.

பூதம் உயிரிழந்து கடலில் மூழ்கிற்று.

கிரகணம் தீர்ந்தது சந்திரன் போல் அனுமான் கிளம்பிச் சென்றான்.

இப்படிப் பல சோதனைகளைத் தாண்டி, தன் நுட்பமான அறிவு, தைரியம், பலம், திறமை இவற்றைக் கொண்டு, வெற்றியுடன் கடலைத் தாண்டிப் பறந்து வாழையும், தென்னையும் நிறைந்து விளங்கிய இலங்கைத் தீவை அடைந்தான். இலங்கைத் தீவின் கடற்கரைச் சோலைகளையும், மலைகளையும் ஆறுகள் கடலில் சேரும் இடங்களையும் வனங்களையும் கண்டான்.

திரிகூட மலையின் மேல் இராவணனின் நகரம், கோட்டையும், கோட்டைக்குள் நகரமுமாகப் பாதுகாப்பாக நிர்மாணிக்கப்பட்டிருந்தது. வளமான காடுகள், அழகழகான மாளிகைகள், மதில் சுவர்கள், அகழிகள், அரக்கர் படையின் காவல் எல்லாம் அனுமானது கண்ணில் பட்டன.

அனைத்தையும் பார்த்தபொழுது, அனுமானுக்கு மனத்தில் கவலை தோன்றியது.

கோட்டை, கொத்தளம், படை, பாதுகாப்பு என்று பத்திரமாக இருக்கும் இந்த இராவணனை எப்படி எதிர்த்து ஜெயிப்பது? விஸ்வரூபம் எடுத்து நான் தாண்டிய கடலைச், சாதாரண வானரர்களால் எப்படிக் கடந்து வரமுடியும்?

பயங்கரமான ஆயுதங்கள் தரித்த அரக்கர்களால் இடைவிடாமல் காக்கப்படும் இந்த நகரத்தைத் தகர்ப்பது என்பது கடினமாக இருக்கும் போலிருக்கிறதே! என்றெல்லாம் அனுமான் யோசித்தான்.

ஆனால் -

அடுத்த கணத்திலேயே அந்த எண்ணத்தை மாற்றலானான்.

'முதலில் சீதை இருக்குமிடத் தேடிக் கண்டுபிடிக்க வேண்டும். மற்றவற்றைப் பின்னால் பார்த்துக் கொள்வோம்,' என்ற முடிவுக்கு வந்தான்.

சீதையைத் தேடுவதற்கு ஏற்றவாறு, தனது விஸ்வரூபத்தைச் சுருக்கிக் கொண்டு சாதாரண சிறு குரங்கின் வடிவமாக மாற்றிக் கொண்டான்.

இலங்கை நகரத்துக்குள் நுழைய ஆயத்தமானான்.

இலங்கா தேவி

அனுமான் இலங்கைக்குள் நுழைந்ததுமே, அந்நகரின் காவல் தேவதையான இலங்கா தேவி, பயங்கர தோற்றத்துடன் அனுமானுக்கு எதிரில் வந்து நின்றாள்.

கோபத்துடன் தனது உருண்ட விழிகளை உருட்டி, "சாதாரணக் குரங்குதானே நீ? எதற்காக வந்தாய்?" என்று கேட்டாள்.

"ஆமாம்! நான் சாதாரணக் குரங்குதான்! இந்த நகரத்தைச் சுற்றிப் பார்த்து விட்டுப் போகலாம் என்று வந்தேன். பார்த்து விட்டுப் போய்விடுகிறேன்." கேலியாகப் பதில் சொன்னான் அனுமான்.

அதைக் கேட்ட லங்கா தேவி, அனுமான் மீது கோபம் கொண்டு, "திமிர் பிடித்த குரங்கே!" என்று கத்திக்கொண்டு, அனுமானை ஓங்கிக் கன்னத்தில் அறைந்தாள்.

கன்னத்தை இடது கையால் தடவிக்கொண்டே, வலது கையால் பலமாக ஒரு குத்து விட்டான்.

பயங்கரமான உருவத்தைக் கொண்ட அந்தக் காவல் தேவதை அனுமானின் வேகத்தைத் தாங்க முடியாதவளாக திருதிருவென விழித்தாள்.

பிறகு சமாளித்தவளாக எழுந்து நின்று, அனுமானிடம் கூறலானாள்.

'அனுமா! இலங்கையைப் பாதுகாக்கப் பிரம்ம தேவனால் அனுப்பப்பட்டவன் நான். ஒரு வானரத்தால் அடிபட்டு என்று நான் விழுகிறேனோ அன்றோடு உனது கடமை முடியும் என்றும், அதற்குப் பின்னர் இலங்கையின் வீழ்ச்சி ஆரம்பிக்கும் என்றும் பிரம்மதேவன் என்னிடம் சொல்லி அனுப்பினார். அதன்படி நீ வந்து என் கன்னத்தில் அறைந்தாய். அதே நேரத்தில் இராவணனுடைய அக்கிரமச் செயல்கள் முற்றிப் போயிற்று!" அதிலிருந்து அவன் திரும்புவதாகவும் தெரியவில்லை. அதனால் இனி இலங்கை அழிய வேண்டியதுதான். தேவர்கள் சொன்னது நிறைவேறப் போகிறது என்று சொல்லிவிட்டு அனுமானுக்கு வழிவிட்டு ஒதுங்கி நின்றாள்.

இலங்காதேவி இராவணனுக்குக் கீழ்ப்படிந்த ஆள் அல்ல. அந்த நகரத்தின் விதியே அந்தச் சொரூபம்.

இலங்கை நகரமானது இந்திரனுடைய தேவலோகம் போல் ஜொலித்தது.

அனுமான் மதில்மேல் ஏறி உள்ளே குதித்துப் பிரவேசித்தான். விரோதிகருடைய கோட்டைக்குள் சாதாரண வாயில் வழியாகச் செல்லல் ஆகாது என்பது யுத்தரீ, சாஸ்திரம், அரக்கர்கள் அழிய வேண்டும் என்று சங்கற்பம் செய்து கொண்டு அனுமான்

இலங்கை நகரத்துக்குள் இடது காலை முன் வைத்துப் பிரவேசித்தான்.

ஜொலித்துக் கொண்டிருந்த நகரத்தில் தெருக்கள், அலங்காரத் தோரணங்கள் இருபுறமும் அழகழகான மாட மாளிகைகள், வீடுகளின் முன்பு விதவிதமான கொடிகள், மரங்கள், பூச்செடிகள் என ஒவ்வொன்றும் கண்ணைக் கவர்ந்தது.

அனுமான், ஒவ்வொரு மாளிகையாகப் பார்த்துக் கொண்டே சென்றான். எல்லா வீடுகளிலுமே பொன்னும் பொருளுமாக நிரம்பி வழிந்து கொண்டிருந்தன. சிலர் தேவலோகத்தைச் சேர்ந்த பெண்கள் போன்றும் சில கோரவடிவம் கொண்ட அரக்கிகளாகவும் இருந்தனர். நிறையப் பெண்கள் ஆடிப்பாடி, விளையாடிக் கொண்டும் இருந்தனர்.

ஆனால் -

இராமனையே நினைத்துக் கொண்டு இருக்கக்கூடிய சீதையை அங்குக் காணவில்லை.

சீதை எங்கே இருக்கிறாள் என கண்டறிய இராவணனின் அரண்மனைக்குள் நுழைந்தான்.

ஒவ்வொரு அறையாகப் புகுந்து நிதானமாகத் தேடினான். சீதை அங்கும் இல்லை.

அடுத்து இராவணனின் அந்தப் புரத்துக்குள் நுழைந்தாள்.

அங்கிருந்த அழகிய பெண்கள் ஆடைகள் கலைந்து அலங்காரப் பதுமைகளாகத் தூங்கிக் கொண்டிருந்தார்கள்.

'சேச்சே! இப்படிப்பட்ட அலங்கோலமான இடத்தில் எல்லாம் சீதை ஒரு போதும் இருக்கமாட்டாள்!' என்று தீர்மானித்த அனுமான். வேறிடங்களில் தேடிக் கொண்டே சென்றான்.

ஆடம்பரம் மிகுந்த ஓர் அறையில் மிகச் சிறப்பான பஞ்சணையில் நெடிய உயரத்துடன் பராக்ரமத்துடன் வீரனான அரக்கன் ஒருவன் தூங்கிக் கொண்டிருப்பதைக் கண்டான்.

அவனது வடிவத்தில் அழகும், பொலிவும் இருந்தன. இவன் தான் இராவணன் போலும் என்று எண்ணிக் கொண்டான் அனுமான்.

அவனது படுக்கையில் சற்றுத் தள்ளி அழகான பெண்ணொருத்தி படுத்திருந்தாள். முக லட்சணமும், அழகும்

அடக்கமான தோற்றமும் 'இவள்தான் சீதையோ' என்கிற நினைப்பை அவனுக்குள் தோற்றுவித்தது.

அடுத்த கணத்தில், 'அடச்சே! இதென்ன மடத்தனமான எண்ணம்! 'இராமனைப் பிரிந்த சீதை இப்படி அலங்கார ஆபரணங்களோடு இருக்கமாட்டாளே. அதுவும் அரக்கனுடன் சுகமாகத் தூங்குவாளா! என்ன! இப்படி நினைத்ததே மாபெரும் குற்றம்,' என்று எண்ணி தவறுக்கு அவனுக்குள் வருத்தம் தெரிவித்துக் கொண்டு அங்கிருந்து வேறிடத்திற்குச் சென்றான்.

நகரத்தில் உள்ள எல்லா வீதிகளிலும் அந்தப்புரத்திலும்கூட ஒரு இடம் பாக்கியில்லாமல் தேடிப் பார்த்தாகிவிட்டது. எங்கும் சீதையைக் காணவில்லை.

ஒரு வேளை தன் விருப்பத்திற்கு இணங்காத சீதையை, இராவணன் கொன்றுவிட்டானோ? இருக்காது! இருக்கவும் கூடாது! அப்படியொன்றும் நேர்ந்திருக்கவும் கூடாது.

சந்தேகமும் சமாதானமுமாக மேலும் பர்ணசாலை, சங்கீத சாலை, தோட்டத்துக் கொடி வீடு என ஒவ்வொன்றாகத் தேடிப் பார்த்தான். சீதையைக் காணவில்லை.

எங்கு இருப்பாள் என்று சுற்றும் முற்றும் பார்த்தான். சற்றுத் தூரத்தில் சுவர்களால் சூழப்பட்டு மரங்கள் அடர்ந்து காணப்பட்ட ஒரு நந்தவனம் அவன் கண்ணில் பட்டது.

'இதுவரை நான் தேடாத இடம் அதுதான். ஒருவேளை சீதை அங்கு இருப்பாளோ? அங்குதான் இருப்பாள்! நிச்சயம் நான் அங்கு சீதையைக் காண்பேன்!' என்று மனதில் உறுதி பூண்டு, 'விஷ்ணு பிரபுவே! என் கண்ணில் சீதையைக் காட்ட வேண்டும்,' என்று பிரார்த்தித்துக் கொண்டு அந்த வனத்திற்குப் பறந்து சென்றான்.

அங்கிருந்த சுவரின் மீது அமர்ந்தான்.

சுற்றுமுற்றும் பார்த்தான்.

சீதையைக் கண்டான்

அசோக வனத்தின் சுவரின் அருகேயிருந்த பெரிய மரத்தின் மறைவாக உட்கார்ந்து மீண்டும் தேவர்களை வேண்டிக் கொண்டு பார்த்தான்.

அந்த மாதிரியான ஒரு வனத்தை இதுவரை அவன் கண்டதேயில்லை. பார்ப்பவரின் மனத்தினைக் கவரத்தக்க வகையில் இருந்தது.

தங்கப் படிக்கட்டுகள் அமைக்கப்பட்ட அழகிய குளங்கள், வெள்ளியினால் உருவாக்கப்பட்ட செயற்கைக் குன்றுகள், அவைகளில் எப்போதும் கொட்டிக் கொண்டிருக்கும் அருவிகள், சலசலத்து ஓடும் அழகான நடைகள், ஆங்காங்கே விதவிதமான ரத்தின மண்டபங்கள், அவற்றில் கலையுணர்வுடன் கூடிய அலங்காரச் சிற்பங்கள், பூச் செடிகளாலேயே அலங்கரிக்கப்பட்ட கொடி வீடுகள், அவற்றில் தொங்கும் தங்க ஊஞ்சல்கள் கண்ணைக் கவரும் வண்ணம் இருந்தன.

இத்தனை கலாரசிகனான இராவணன், தீய குணங்கள் கொண்டவனாகவும் இருக்கிறானே என்று எண்ணிப் பெருமூச்சுவிட்டான் அனுமான்.

'சீதை உயிரோடிருப்பாளானால் நிச்சயம் இந்த நந்தவனத்துக்கு வருவாள்.'

இவ்விதம் யோசித்துக் கொண்டே கீழே பார்த்தான்.

கண்ணைக் கூசும்படி பிரகாசித்துக் கொண்டிருந்த அழகான மரத்தடி மேடை ஒன்றில் மானிடப் பெண் ஒருத்தி இருப்பதைக் கண்டான்.

விடிந்தும் விடியாது இருக்கும் அந்தக் காலையில், அப்பெண்ணைச் சுற்றிலும் கோரமான வடிவம் கொண்ட ராட்சசிகள் சிலர். உட்கார்ந்து கொண்டும் சாய்ந்து கொண்டும், படுத்துக் கொண்டும் ஒழுங்கற்ற முறையில் தூங்கிக் கொண்டும் இருந்தனர்.

அந்த அரக்கிகளின் நடுவே,

கசங்கிப் போய்த் தூசு படிந்த ஒரு மஞ்சள் ஆடை உடுத்தியிருந்த பெண், பெருமூச்சு விட்டவாறே, சோகமே வடிவாகப் பின்னப்படாத கூந்தலுடன் ஆபரணங்கள் ஏதும் அணியாமல் தெய்வீகத் தோற்றத்துடன் காணப்பட்டாள். அவள்தான் 'சீதை' என்பதை அனுமான் உறுதி செய்தான்.

'ஆகா! சீதையைக் கண்டுவிட்டேன்!' என்று அளவில்லா மகிழ்ச்சியைக் கொண்டான். அதே நேரத்தில் சீதையின் நிலை துன்பத்தையும் அனுமானுக்குத் தந்தது.

'பாவம்! அன்னை சீதா. இங்கே கொடிய அரக்கிகளின் நடுவே தவித்துக் கொண்டிருக்கவும், இவளைக் காணாமல் இராம

இலக்குவணர்கள் அங்கே அலைந்து கொண்டிருப்பதற்கும் காரணம் ஆனவன் இராவணன்தானே' என்று நினைத்து இராவணன்மீது சொல்ல முடியாத அளவிற்குக் கோபம் கொண்டான் அனுமான்.

அதற்குத் தகுந்தாற் போல ராட்சத மன்னன் இராவணன் வருவதைக் கண்டான். உடனே அனுமான். அவன் கண்களில் பட்டு விடாமலிருக்க அடர்ந்த இலைகளுக்குள்ளே முன்பைவிட நன்றாகக் குனிந்து கொண்டான்,

சிங்க நடை போட்டு அரசனுக்குரிய கெம்பீரத் தோற்றத்துடன் வந்த இராவணன் சீதையின் முன்னே நின்றான்.

அவளைக் கண்டதும் பெருங்காற்றில் வாழை மரம் ஒன்று அலைமோதுவது போல் நடுங்கினாள்.

திரிசடையின் கனவு

தர்மத்தின் நீதி, கணவரின் நினைவுடன் உயிரை நிலைநிறுத்தி அழுது கொண்டிருந்த சீதையை இராவணன் நெருங்கினான். காம வயப்பட்டிருந்த அவன் இன் சொற்களின் மூலம் அவளைக் கவரும் விதத்தில் பேசலானான்.

"அழகியே! என்னைக் கண்டதும் ஏன் உன்னுடைய அவயவங்களை மூடி மறைத்துக் கொள்கிறாய்? என்னைக் கண்டு ஏன் மிகவும் பயப்படுகிறாய்?

"பிறர் மனைவியை விரும்புதலும், அவர்களை வலுக் கட்டாயமாகப் பிடித்துக் கொள்வதும் அரக்கர்களுக்கே உரிய இயல்பான குணம். இருப்பினும் உன்னை நான் கட்டாயப்படுத்தமாட்டேன். நீயே என்னை விரும்ப வேண்டும் என்பது எனது விருப்பம்.

"தலையை வாரிக் கொள்ளாமலும், உணவு உண்ணாமலும் அழுக்கடைந்த ஆடையை உடுத்திக் கொண்டும், தரையில் படுத்துக்கொண்டும் உன்னையே நீ துன்புறுத்திக் கொள்வதும் ஏன்?"

"இவ்விதம் இருப்பது அர்த்தமில்லாத ஒன்று. சீதையே! என் விருப்பத்துக்கு நீ மனம் இரங்குவாயானால் உயர்தரமான ஆடை ஆபரணங்களை அணிந்து கொண்டு, அனைத்துச் சுகங்களுடன் ஆனந்தமாக வாழலாம்."

“அப்படியிருக்கையில் உனது இளமைப் பருவத்தை நீ ஏன் வீணே கழிக்கிறாய்?”

“உன் உறுப்புகளுள் எந்த ஒன்றை நான் பார்க்கிறேனோ, அந்த உறுப்பிலேயே என் கண்கள் பதிந்து போய்விடுகின்றன. ஆகையினால் உன்னை நான் வேண்டுகிறேன். உன்னைக் கண்ட பிறகு எனது அந்தப்புரத்தில் இருக்கும் எந்தப் பெண்ணையுமே எனக்குப் பிடிக்காமல் போய் விட்டது. நாளெல்லாம் உனது நினைவாலேயே மனம் நொந்து போகிறேன். இனியும் தாமதிக்காமல் என்னுடன் வா. எனக்கு நிகரான வலிமை படைத்தவனை இந்த அவனியில் எவனையும் நீ காண முடியாது. அந்த அளவிற்கு தேவர்களும், அசுரர்களும் என்னிடம் தோல்வியடைந்திருக்கிறார்கள்.

அப்படி இருக்கும்போது உன்னுடைய இராமன் எம்மாத்திரம்! அவனோ மரவுரி தரித்துக் காட்டில் அலைகிறான். அப்படிப்பட்டவன், இப்பொழுது உயிருடன் இருக்கிறானோ, இல்லையோ, சந்தேகமாயிருக்கிறது! அப்படி உயிருடன் இருந்தாலும், நீ இருக்கும் இடத்தை இராமனால் கண்டுபிடிக்கவே முடியாது. அதனால் என் விருப்பத்துக்கு கட்டுப்பட்டு என்னுடன் வா...”

இராவணன், ஆசையும் காதலுமாகச் சீதையிடம் கெஞ்சினான். கெஞ்சும் வார்த்தைகளை கொஞ்சும் மொழியில் சொன்ன இராவணனின் வார்த்தைகள் சீதைக்குக் காய்ச்சின நாராசம் போல் இருக்கவே, தனக்கும், இராவணனுக்கும் இடையில் ஒரு துரும்பைக் கிள்ளிப்போட்டவள். அமைதியான தொனியில் அழுத்தமாகப் பேசலானாள்...

“அரக்கர் குலத் தலைவனே!”

“உன் மனைவிகளிடத்தில் நீ ஆசையுடன் இருப்பது முறையேயன்றி, என் மீது நீ ஆசை கொள்வது முறையல்ல. உயர் குலத்தில் பிறந்து உயர் குலத்தில் புகுந்து ஒருவருக்கு மனைவியான என்னைக் கட்டாயப்படுத்தாதே, எனக்குப் பழி நேரும் படி நடக்காதே!” என்று சொல்லிவிட்டு, இராவணனைப் பார்க்கவே கூசியவள், தன் பார்வையினை வேறுபக்கம் திருப்பிக் கொண்டாள் சீதை. மீண்டும் அவனது மனதில் பதியும் வண்ணம் சிலவற்றை எடுத்துச் சொல்லலானாள்.

“அரக்கர் குலத் தலைவனே! பிறன் மனை நோக்காத பேராண்மை உனக்கு வேண்டும். நல்ல வழிகளைக் காட்டும் பெரியோர்களின் வழிகாட்டுதலில் அவர்கள்

கூறியுள்ளவைகளைக் கடைப்பிடித்தால்தான் நீ பெருமை அடைவாய். அதை விட்டுத் தகாத செயல்களைச் செய்து, அதர்ம வழியில் நீ சென்றால் அழிந்து போவாய். உனது அரசும் அழிந்து போகும். அரக்கர்களும் உன்னால் அழிந்து போவர்."

"உனது அரசையும், செல்வத்தையும் ஆசை காட்டி என்னை மயக்க முயன்றால், அதனால் உனக்கு ஏமாற்றம்தான் ஏற்படும். நீ சூரியனைப் போல் பிரகாசிக்கின்ற இராமன் ஒருவருக்குத்தான் நான் உரியவள், உரிமையானவள் என்பதை நீ நன்றாகத் தெரிந்து கொள்." உனது அரசும், செல்வமும் உன்னிடத்தில் நிலைக்க வேண்டுமானால் என்னை இராமனிடம் சேர்த்துவிடு.

"தம்மைத் தஞ்சம் அடைந்தவர்களை இராமன் அவசியம் காப்பாற்றுவார். அதை விட்டு என்னை அடைய வேண்டும்" என்ற நோக்கத்தில் எட்டாத பழத்துக்குக் கொட்டாவி விட்டு வீணாக உயிரை இழக்காதே. ஒருபோதும் உன்னால் இராமனை எதிர்த்து நிற்க முடியாது.

"இராம இலக்குவணர்கள் ஆசிரமத்தில் இல்லாதபோது திருட்டுத்தனமாகத் தூக்கி வந்த கோழை நீ. நீ நினைப்பதுபோல, நான் இருக்கும் இடத்தை அவர்களை அடையாமலிருக்கப் போவதில்லை. அப்படி அறிந்தவுடன் உன்னை நோக்கி வருவார்கள். அப்போது நீ பயந்து ஓடத்தான் போகிறாய். அவ்விதம் பயந்து நீ எந்த மூலைக்குப் போனாலும் சரி, பாதாளத்துக்குப் போனாலும் சரி, கடலுக்குள் மாளிகை கட்டிப் பதுங்கினாலும் சரி, இராம இலக்குவணர்களின் பாணத்திலிருந்து நீ தப்பிக்கவே முடியாது. உன்னுடைய மரணம் அவர்களின் கையில்தான் முடியப் போகிறது. இது உறுதி."

இவ்விதம் சீதை கூறிய வார்த்தைகள், இராவணனைக் கோபம் கொள்ளச் செய்தன. வால் மிதிக்கப்பட்ட பாம்புபோல் சீறத் தொடங்கினான்.

'சீதை! உன் மீது எனக்கு ஆசை மிகுதியாக இருப்பதால், மன்னிக்க முடியாத வார்த்தைகளைக் கூடக் கேட்டுக் கொண்டு சும்மா இருக்கிறேன்.' இதுநாள் வரை என்னைக் கேவலமாகப் பேசியவர்களைக் கொல்லாமல் விட்டதில்லை. உன்னைக் கொல்ல மனம் இன்னும் வரவில்லை. ஏனெனில் உன் மன மாற்றத்திற்காக உனக்குத் தந்திருக்கும் கெடு இன்னும் இரண்டு மாதங்கள் இருக்கின்றன. அதற்குள் உன் மனத்தை மாற்றி, எனக்கு இணங்கி விடு. இல்லையென்றால் "நீ பள்ளியறைக்குப் பதிலாக, சமையலறைக்கு அனுப்பப்படுவது உறுதி.

அங்கு உன்னைச் சமையற்காரர்கள் கண்டதுண்டமாக வெட்டிக் கறி சமைத்துக் குழம்பாக்கி விடுவார்கள். அதை உணவில் சேர்த்துத் தின்று விடுவேன்!" என்று எச்சரித்தான்.

இராவணன் இவ்வாறு எச்சரித்தபோதிலும், சீதை தைரியத்தை விடாமல் துணிவுடன் புத்திமதியைக் கூறத் தொடங்கினாள்.

"அரக்கர் குலத் தலைவனே! தக்க சமயத்தில் புத்திமதி சொல்லி உன்னைத் திருத்துபவர் யாரும் இல்லையா? நல்வழியில் உன்னைத் திருப்பும் நண்பர்கள் யாரும் உனக்குக் கிடையாதா?"

"என் மீது ஆசை கொள்ளாதே, உன்னை எரிக்க எனக்கு ஆற்றல் இருந்தும் உன்னை நான் எரிக்காமல் இருப்பதற்குக் காரணம் இராமனுடைய கட்டளை இன்மைதான். என்னால் நீ அழிய வேண்டும் என்ற விதிபோலும், அதனால்தான் நீ என்னை அபகரித்து வந்துள்ளாய்."

இப்படிச் சீதை இடித்துச் சொன்னதும், கண்களை உருட்டி விழித்துச் சீதையைப் பார்த்தான். அவன் கண்கள் சிவந்து போயின. பாம்பைப் போல் சீற்றம் கொண்டு அவன் பேசத் தொடங்கினான்.

"இராமன் மீது பிரியம் வைத்துள்ள உன்னை இப்பொழுதே கொல்ல முடியும். ஆனால் உனக்கு நான் கொடுத்த அவகாசம் இருக்கிறது!" என்று மீண்டும் எச்சரித்தவன், அரக்கிகளிடம் திரும்பி, "காவல் பெண்களே! சீக்கிரம் இவள் மனத்தினை மாற்றி எனது விருப்பத்திற்குச் சம்மதிக்கச் செய்யுங்கள்!" என்று கட்டளையிட்டுவிட்டு அரண்மனைக்குத் திரும்பினான்.

அரக்கியர்களும் இராவணன் சொல்லி விட்டுச் சென்றவாறு அவனது விருப்பத்திற்குச் சீதையை இணங்கச் செய்வதற்கான ஆயத்தத்தில் இறங்கினார்கள்.

"அடி மானிடப் பெண்ணே! இராவணனை யாரென்று நினைத்தாய்? ஈஸ்வரனுக்குச் சமமாக இராவணேஸ்வரன் என்ற பட்டம் பெற்றவன்.

"மூன்று உலகங்களுமே கண்டு நடுங்கும் வீராதி வீரன்! செல்வ சுகங்களில் குபேரனுக்கும் மேலானவன். இவனைப் போய் அலட்சியம் செய்கிறாயே. மனத்தை மாற்றிக் கொள்!" என்றாள் ஒருத்தி.

"கணவன்" என்ற அந்த மானிடப் பரதேசியை நம்பி ஆணவத்தால் கெட்டுப் போகாதே. "அக்னி, எமன், முதலான

தேவர்களே பணிந்து போகும் அளவிற்கு உள்ள அவனை அனுசரித்துச் சுகம் பெறு. அவனை மகிழும்படி செய்து அவனது இராஜ்ஜியத்தை உனது வசமாக்கிக் கொள். அதுதான் பிழைக்கும் வழி!" என்றாள் மற்றொருத்தி.

அரக்கிகளின் மோசமான ஆசை வார்த்தைகளையும், யோசனைகளையும் கேட்டு, மனம் தாங்க முடியாமல் அழத் தொடங்கினாள் சீதை.

அதைக் கண்ட அரக்கிகளில் ஒருத்தி, "ஏய்! இவள் நம்ம வழிக்கு வர மாட்டாள் போலிருக்கு. அதனால் இவளைக் கொன்று தின்று விடுவோம். மன்னர் கேட்டால் துக்கத்தினால் செத்துப் போய்விட்டாள் என்று கூறி விடுவோம்!" என்றாள்.

அரக்கிகளின் கொடூரத் தன்மை சீதையைப் பய முறுத்திய அதே நேரத்தில் இதுநாள் வரையில் தன்னைக் காப்பாற்ற யாரும் வராமல், ஆறுதல் சொல்லவும் ஆளில்லாமல் தனிமையில் கைவிடப்பட்ட சிறு குழந்தையைப்போல் தேம்பித் தேம்பி அழுதவள்

'தண்ட காருண்யத்தில் ஒரே நேரத்தில் அத்தனை அரக்கர் களையும் அழித்த இராமன். ஏன் இன்றுவரை என்னை மீட்டிக் கொண்டு போக வரவில்லை.' நான் இலங்கையில் இருப்பது இராம இலக்குவணர்களுக்குத் தெரியாமல் போய்விட்டதா?

'ஆற்றலும் திறமையுள்ள அவர்கள் இன்னும் ஏன் வரவில்லை?' தெரிந்திருந்தால் வந்து என்னை அவசியம் மீட்டிருப்பார்களே.

'கழுகு அரசன் ஜடாயுவையும் இராவணன் வதம் செய்து விட்டான். அவர் உயிருடன் இருந்திருந்தால் நான் இலங்கையில் இருப்பதை இராம இலக்குவணர்களுக்குத் தெரிவித்திருப்பார்.' அவர்கள் என்னை வந்து மீட்டுக் கொண்டு போயிருப்பார்கள்.

'எப்படியாவது நான் இங்கு இருப்பது அவர்களுக்குத் தெரியாமல் போகாது. தெரிந்தால் இந்த இலங்கையையும், அரக்கர்களையும் அழித்து விடுவார்கள்.'

'கொடிய இராவணன் குறித்த கெடுவுக் காலம் தீர்ந்துவிட்டது.' எனவே, என்னை அரக்கியர்கள் கொன்று தின்றாலும் தின்றுவிடுவார்கள்.

'அவர்கள் கொன்று தின்பதற்குப் பதிலாக நாமாகவே தற்கொலை செய்து கொண்டால் என்ன?' என்று விரக்தியின் எல்லையில், மனம் வெறுத்தவளாக மரத்தில் சுருக்கிப் போட்டுக்

கொண்டு செத்துப் போய்விடலாம் என்ற தீர்மானத்திற்கு வந்தாள்.

அப்போது 'திரிசடை' என்ற ராட்சசி அங்கு வந்தாள். அவள் வயது முதிர்ந்தவள். 'குலப்பெண்களே! ஆத்திரத்தில் சீதையை ஒன்றும் செய்து விடாதீர்கள். சீதையைத் தொட்டால் நீங்கள் அழிந்து போவீர்கள். நான் ஒரு கனவு கண்டேன். அரக்கர்கள் அழியப் போகிறார்கள் என்பதை அந்தக் கனவு பலன் கூறுவதாக இருக்கிறது. அந்தக் கனவை நினைக்க நினைக்க எனது மேனி முழுவதும் நடுங்குகிறது!' என்று சொன்னாள்.

திரிசடை இப்படிச் சொன்னதும் கோபமுற்றிருந்த அரக்கிகள் பயந்து போனார்கள். ஆனாலும், "நீ என்ன கனவு கண்டாய்? அதை எங்களுக்குச் சொல்" என்று பயத்துடன் கேட்டார்கள்.

உடனே திரிசடை தான் கண்ட கனவை அரக்கியர்களுக்குச் சொல்லத் தொடங்கினாள்.

"இராம இலக்குவணர்கள் வெண்மையான ஆடைகளை அணிந்து கொண்டு தந்தப் பல்லக்கில் ஏறிக்கொண்டு ஆகாய மார்க்கமாக வந்தார்கள். சீதையும் வெண்மைப் பட்டுடுத்தி, வெள்ளை மயில் மீது ஏறிக் கொண்டு, இராமன் அருகே சென்று ஒளியுடன் திகழ்ந்தாள்."

"அதன் பின்னர் இராமனும், இலக்குவணனும் நான்கு தந்தங்களை உடைய வெள்ளை யானை மீது ஏறிக் கொண்டு, சீதை அருகே வந்தார்கள். தயாராக இருந்த சீதையும், ஏறிக் கொண்டாள். அந்த யானை இலங்கை மீது ஆகாயத்தில் நின்றது." பிறகு அவர்கள் புஷ்பக விமானத்தில் சீதையுடன் ஏறிக் கொண்டு வடக்கு நோக்கிப் போய்விட்டார்கள்.

"இராவணன் சிவப்பு ஆடை அணிந்து, மது குடித்து, பூமியில் கிடந்து புரளலானான். பிறகு கறுப்பு ஆடை அணிந்து, கழுதை மீது ஏறிக் கொண்டு தென் திசை நோக்கி அவன் சென்றான்." அவன் எமனால் கட்டி இழுத்துச் செல்லப்பட்டான்.

"கும்ப கர்ணன், இந்திரசித்து முதலானவர்களும் இவ்வாறு தென்திசை சென்றார்கள். அவர்களும் எமனது வாய்க்கு இரையானார்கள்."

"விபீஷணன்" ஒருவன் மட்டுந்தான் வெண்குடையில் நிற்கக் கண்டேன்.

"நான் கண்ட இத்தகைய கனவு நிச்சயம் பலித்துவிடும் என்று எனக்குத் தோன்றுகிறது. பாவம்! இந்தப் பத்தினிப் பெண்ணை இனிமேலாவது துன்புறுத்தாமல் விட்டு விடுவதோடு அவளிடம் மன்னிப்புக் கேட்டு அவளது கருணையைப் பெறுங்கள்!" என்றாள்.

இவ்விதம் திரிசடை சொன்ன சேதி, சீதைக்கு, நற் சகுணத்துக்கான அறிகுறியாக இடது கண் துடித்தது. அரக்கிகள் அதற்கு மேல் சீதையைத் துன்புறுத்தாமல் மௌனமாக அவரவர் இடத்துக்குச் சென்று மீண்டும் விட்ட தூக்கத்தினைத் தொடர்ந்தனர்.

சீதையை சந்தித்த அனுமான்

அனுமான் அசோக வனத்தில் நடந்து வந்த அனைத்து நிகழ்வுகளையும் 'சிஞ்சுபா' மரத்தின் அருகிலிருந்தே பார்த்துக் கொண்டிருந்தான்.

'இராமனின் அருளால் சீதையைப் பார்த்தாகிவிட்டது. திரும்பிச் சென்று இராமனிடம் தகவல் சொல்லி. படையுடன் புறப்பட்டு வரலாம்' என்று நினைத்தான்.

ஆனால்

இராவணன், சீதையிடம் வந்து மிரட்டிச் சென்றதையும், தொடர்ந்து அரக்கிகளிடம் கொடுமைக்கு ஆளாகி வருவதையும் காணும்போது, நான் சென்று இராம இலக்குவணர்களிடமும், சுக்ரீவனிடமும் தகவல் தெரிவித்துப் படையுடன் திரும்பி வரும்வரை சீதை உயிருடன் இருப்பாளா? அதற்கு தைரியம் ஊட்டும் விதத்தில் அவரை அணுகி அவருக்கு ஆறுதலையும், தைரியத்தையும் அளிப்பதோடு இராம இலக்குவணர்களிடம் நான், உன்னைக் கண்டதையும் சொல்லப் போவதாகக் கூறி விட்டுச் செல்வோம். அப்போதுதான் இராமனுக்கும் மகிழ்ச்சியும் உண்டாகும் என்று முடிவெடுத்தான்.

சீதையைச் சுற்றி அரக்கிகள் இருக்கிறார்களே. அவளிடம் நான் வந்த விஷயத்தை எப்படிச் சொல்வது. திடீரென்று சிறு குரங்கு வடிவில் போய் நான் சீதை முன் நின்றாலும், இதுவும் இராவணனுடைய சூழ்ச்சியாக இருக்குமோ என்று பயந்து கூச்சல் போட்டுவிட்டால் தூங்கிக் கொண்டிருக்கும் அரக்கிகள் விழித்து விடுவார்களே.

சீதைக்குப் பயம் ஏற்படாதவாறு அவருடன் எவ்விதம் பேசுவது என்று அனுமன் பலவாறு சிந்தித்தான்.

‘பிராமணர்கள் பேசும் சமஸ்கிருத மொழியில் பேசலாம் என்றால் நம்ப மாட்டாளே. மானுடர்கள் பேசும் சமஸ்கிருத மொழியில் பேசினால் நம்புவாள்’ என்று முடிவுக்கு வந்தான்.

அதன்படி இராமனின் கல்யாண குணங்களைப் பாராட்டி மரத்திலிருந்தவாறே மெதுவாகப் பேசத் தொடங்கினான் அனுமான்.

“அயோத்திய நாட்டை ஆண்டு வந்த தசரதச் சக்கரவர்த்தியின் மூத்த புதல்வன் பெயர் இராமன். அவர் வீரம் பொருந்தியவர். தர்மத்தை நிலை நாட்டுவதில் விருப்பமுள்ளவர். சத்தியத்தைக் காக்க விரும்பித் தந்தையின் ஆணைக்குக் கட்டுப்பட்டுத் தம்பியோடும், மனைவியோடும் காட்டுக்கு வந்தார்.”

“அங்கே பல அரக்கர்களை அழித்தார். ஜன ஸ்தானத்திலிருந்து கரண், தூடணன் ஆகியோரை வதம் செய்ததனால் கோபமுற்ற இராவணன், மாயமான் ஒன்றை ஏவிவிட்டு, இராமரை வஞ்சித்துத் சீதையைக் கவர்ந்து வந்துவிட்டான்.”

“இராமன் சீதையைத் தேடியபோது, வானர அரசன் சுக்ரீவனுடன் அவருக்கு நட்பு ஏற்பட்டது. எல்லாத் திசைகளில் தேடியபோது ஜடாயு சொன்ன விஷயத்தின் மூலம் அறிந்தோம்.

அந்தச் சுக்ரீவனுடைய கட்டளைப்படி ஆயிரக்கணக்கான வானரர்கள் சீதையைத் தேடிக் கொண்டு வந்தனர்.” கடலைக் கடந்து நான் இங்கு வந்திருக்கிறேன்.

“இராமன் கூறிய அங்க அடையாளங்கள் உள்ள சீதையை ‘சிஞ்சுபா’ மரத்திலிருந்து பார்த்துக் கொண்டிருக்கிறேன்!” என்று சொல்லி முடித்து, அனுமான் பேசாது இருந்தான்.

அனுமான் சொன்ன அயோத்திய மன்னன் இராமனைப் பற்றிய விஷயங்களையெல்லாம் கேட்ட சீதை வியப்புடன் ‘சிஞ்சுபா’ மரத்தை மேல் நோக்கிப் பார்த்தாள்.

உதய சூரியனைப் போலப் பிரகாசமுடைய வானர வீரன் ஒருவன் அந்த மரத்தின் மீது உட்கார்ந்திருப்பதைச் சீதை பார்த்தாள். யார்? யார்? எனது பிரபுவான இராமனின் சரிதத்தைச் சொன்னது! இராம தூதனாக வந்திருப்பது யார்? என் முன் வந்து நில்லுங்கள், பார்ப்போம் என்று பரவசத்துடன் அழைத்தாள்.

மரத்திலிருந்து குதித்துச் சீதை முன் வணங்கி நின்றான் அனுமான்.

"அன்னையே, வணங்குகிறேன். இராம தூதன் நான். எனது பெயர் அனுமான்" என்று அறிமுகம் செய்து கொண்டான்.

அரக்கிகள் எழுந்து விடாதபடி சீதைக்கு மட்டும் கேட்கும்படி பேச அவள் அருகில் சென்றான்.

அவனைப் பார்த்த சீதைக்கு சிறிது சந்தேகம் வந்தது. 'இவன் அனுமான் தானா! இல்லை, முன்பு இராவணன் சந்நியாசி வேடத்திலும், இப்போது அனுமான் வடிவத்திலும் வந்து, மோசம் செய்யப் போகிறவனா!' என்று அனுமானை நன்கு உற்றுப் பார்த்தாள்.

அவனது தோற்றத்தில் தெரிந்த கனிவும் இராமனது பெயரை உச்சரித்தபோது தொனித்த பக்தியும், சத்தியமும், அவளது உள்ளத்தில் நம்பிக்கையை ஏற்படுத்தின.

அப்படியிருந்தும், "உண்மையில் நீ இராம தூதன்தானா! நீ சொன்ன இராம சரித நிகழ்ச்சிகள் சத்தியமானதா! கழுகு ஜடாயு இறக்காதிருந்து இந்த விஷயத்தைச் சொன்னாரா?" என்று கேட்டாள்.

'ஆமாம் அன்னையே, இராவணன், ஜடாயுவின் கை, கால்களை வெட்டியபோது, இராம இலக்குவணர்களின் வருகைக்காக காத்திருந்து, நீங்கள் இராவணனால் கடத்தப்பட்டு இலங்கைக்குச் சென்ற விஷயத்தைச் சொல்லிவிட்டு இறந்துள்ளான்."

இந்த உண்மையான சம்பவத்தை அனுமான் சொன்னது கேட்டு ஜடாயுவுக்காக வருத்தப்பட்டவள் மேலும் சில விஷயங்களைக் கேட்கலானாள்.

"நீ எப்படி இந்தப் பெருங்கடலைத் தாண்டி வந்தாய்....?"

"ஜாம்பவான் எனக்குள்ளிருக்கும் சக்தியைச் சொல்லி ஊக்கப்படுத்தியதின் பேரில், எனது சக்தியை எல்லாம் ஒன்று திரட்டி இலங்கைக்கு வந்தேன். இலங்கை நகரம் முழுவதும் தேடிப் பார்த்தேன். அரண்மனையில் உள்ள அனைத்துப் பகுதிகளையும் தேடிப் பார்த்தேன். அந்தப் புரத்தையும் விட்டு வைக்காமல் தேடினேன். கடைசியில் இந்த வனத்திற்கு வந்தபோதுதான் அன்னையான உங்களைக் கண்டேன்."

"இராவணன் இங்கு வந்து உங்களிடம் கெஞ்சியதையும், அரக்கிகள் உங்களை கொல்ல முயன்றதையும், திரிசடையால் நீங்கள் விடுவிக்கப்பட்டதையும் பார்த்தேன்!" என்று கூறினான்.

அப்போதும் சீதையின் மனத்தில் நம்பிக்கை ஏற்படவில்லை. அதனை உணர்ந்த அனுமான், சீதையின் மனத்தில் நம்பிக்கையை ஏற்படுத்தும் விதமாக, இராமன் தன்னிடம் கொடுத்தனுப்பியிருந்த மோதிரத்தை எடுத்து நீட்டினான்.

"அன்னையே! இதோ இராமனுடைய மோதிரம்! இதைத் தங்களிடம் தரும்படி இராமபிரான் தந்து அனுப்பினான். இதனால் நான் இராம தூதன் என்பதை நீங்கள் நிச்சயம் தெரிந்து கொள்ளலாம்!" என்று சீதையிடம் அந்த மோதிரத்தை ஒப்படைத்தான்.

அத்துடன் இராமனும், சீதையும் பஞ்ச வடியில் தங்கியிருந்த போது நடந்த சில நிகழ்ச்சிகளை, இராமன் சொன்னதாகக் கூறி அவற்றையும் விளக்கினான்.

மோதிரத்தைப் பெற்றுக்கொண்ட சீதை, தனது கணவனான இராமனையே நேரில் தரிசித்தது போலப் பரவசமதாகிப் போனாள். அதைப் கண்களில் ஒற்றிக் கொண்டாள். ஆனந்தக் கண்ணீர்விட்டாள்.

"வானர வீரனே! நீ ஆற்றலும் அறிவும் உடையவன்." அதனால்தான் ஒரு குளத்தைத் தாண்டுவது போலக் கடலைத் தாண்டி இந்த இலங்கை நகருக்கு உன்னால் வரமுடிந்தது.

"ஆற்றலையும், திறமையையும் அளந்து அறியாமல் யாரையும் பிறரிடம் இராமன் அனுப்பமாட்டார். குறிப்பாக என்னிடம் அனுப்பமாட்டார். அதிருக்கட்டும். இராமன் எப்பொழுது, இந்தக் கொடிய இராவணனை உற்றார் உறவினர்களுடன் அழிப்பார்? அவர் வந்து என்னை மீட்காவிட்டால் நான் உயிரோடு இருக்க மாட்டேன்!" என்று சொன்னாள் சீதை.

பிறகு, அனுமான் சொல்லும் பதிலைக் கேட்பதற்கு விருப்பத்துடன் இருந்தாள் சீதை.

"அன்னையே! தாங்கள் இருக்கும் இடம் தெரியாததினால் இராமன் தங்களை அழைத்துப் போக வரவில்லை." நான் இங்கிருந்து கிஷ்கிந்தாவிற்குச் சென்று விவரத்தைச் சொன்னதும் வானர சேனையுடன் இராமன் விரைவில் இங்கு வருவான்.

"இந்தத் தீவில் அரக்கர் எவருமே இல்லாதபடி அழிந்து விடுவார். உங்களைப் பிரிந்துள்ள அவன் விரைவில் வருவார்.

நீங்களும் அவரை விரைவில் காண்பீர். எப்பொழுதும் உங்கள் நினைவாகவே வருந்திக் கொண்டுள்ளார். அவர் சரிவர உண்ணாமலும் உறங்காமலும் இருந்து வருகிறான். உம்மை அடைவதற்கான முயற்சியில் இப்பொழுது ஈடுபட்டு இருக்கிறான்."

"உமக்கு இஷ்டமிருந்தால் சொல்லுங்கள். இப்போதே என் முதுகில் ஏறி உட்காருவீர். நானே உம்மைத் தூக்கிக் கடலைத் தாண்டிப் போய் இராமனிடம் சேர்த்துவிடுவேன்." இதைச் செய்வதற்குப் போதிய பலம் என்னிடம் இருக்கிறது.

"அன்னையே! உத்திரவிடுங்கள். இன்றே இராமனைப் பார்க்கலாம். சந்தேகம் வேண்டாம். என்னை யாரும் தடுக்க முடியாது. இவ்விடம் நான் எப்படி வந்தேனோ, அவ்விதமே இங்கிருந்து உங்களைக் கொண்டுபோய் அவரிடம் சேர்ப்பேன்..."

இப்படி அன்பும் உற்சாகமும் பொங்கிவர அனுமான் சொல்லிக் கொண்டே போனான். சீதை ஆச்சரியப்பட்டாள். இந்தச் சிறிய வானரம் எப்படி என்னைத் தூக்கிக் கொண்டு கடலைத் தாண்ட முடியும் என்று சந்தேகித்தாள்.

இதை உணர்ந்துகொண்ட அனுமான் தன் சக்தியைச் சீதையிடம் காண்பிப்பதற்காக மேடையிலிருந்து கீழே குதித்துத் தன் வடிவத்தை மேருமலை போன்று உயர்த்திக்காட்டினான்.

"அனுமா! உன் சக்தியை நான் உணர்ந்தேன். இருப்பினும் என்னை நீ எடுத்துப் போவது என்பது உசிதமல்ல. வழியில் அரக்கர்கள் உன்னைத் தடுத்து யுத்தத்துக்கு இழுத்தால், என்னைக் காக்க வேண்டும் என்பதற்காக முயற்சி எடுப்பாய். உனக்கு அபாயம் என்றால் என் கதி என்ன? அரக்கர்கள் ஆயுதங்களால் தாக்கும்போது நான் உன் முதுகின் மேல் உட்கார்ந்து கொண்டிருக்க முடியுமா? நழுவிக் கடலில் விழ நேரிடலாம். கடலில் என்னைத் தேட வேண்டியிருக்கும். இதுவெல்லாம் சரியாகாது.

"அதுமட்டுமல்ல அனுமா! நீ அரக்கர்களுக்குத் தெரியாமல் என்னை எடுத்துப் போய் விட்டால், அது என் கணவரின் வீரத்துக்குக் குறைவாகும். இராவணனை எதிர்த்துப் போர் செய்து மீட்டுச் செல்வதல்லவா.." சத்திரிய குலத்துக்குக் கௌரவமாக இருக்கும்.

"இராவணன் என்னைத் திருட்டுத்தனமாக எடுத்து வந்த மாதிரி அவரும், போர் செய்யாமல், என்னை அடைவது சரியாகுமா?"

"அனுமா! நீ திரும்பிப் போய் இராம இலக்குவணர்களுடன் வானர சேனையையும் அழைத்து வா, இராமனுடைய பாணங்களால் இலங்கை அழிந்து, இராவணனை எமலோகம் அனுப்பிடச் செய்ய வேண்டும். போய் வா... அனுமனே!" என்றாள்.

அனுமான் திரும்புவதற்கு முன்னர் அவனுக்கு ஓர் யோசனை தோன்றியது. இங்கு வந்து சீதையைப் பார்த்த விபரங்களை இராமன் கேட்டு அதற்கான ஆதாரங்களையும், சம்பவங்களையும் கேட்டால் என்ன பதில் சொல்வது என்று நினைத்தவன், சீதையிடம், "அன்னையே! இங்கு உம்மைப் பார்த்தது குறித்து இராமனிடம் என்னவென்று அடையாளம் சொல்வேன்! நான் திரும்பப் போய் இராமனிடம் தெரிவிக்க ஏதாவது சொல்கிறீர்களா தாயே!" என்று கேட்டான்.

'என் கணவனைச் சந்திக்கும்போது ஒன்றை மட்டும் உறுதியாகச் சொல். அரக்கன் இராவணன் எனக்குக் கொடுத்த கால அவகாசத்தில் இரண்டு மாதங்களில் இன்னும் ஒரு மாதமே இருக்கிறது. அதற்குள் என்னை வந்து மீட்டுப் போகாவிட்டால், அதன் பிறகு நான் உயிரோடு இருக்கமாட்டேன். நிச்சயமாக உயிரை மாய்த்துக் கொள்வேன்."

நாதழுதழுக்க, உதடுகள் துடிதுடிக்கப் பேசிய சீதை, தனது புடவை நுனியில் முடிச்சுப் போட்டு வைத்திருந்த 'சூடாமணி' என்ற ஆபரணத்தை எடுத்து அனுமானிடம் தந்தாள்.

"இது, எங்களது திருமணத்தின்போது எனது தாய் கொடுத்து, தசரத மகாராஜா எனது தலையில் சூட்டிய சூடாமணி, என்னைக் கண்டதற்கு அடையாளமாக இதை இராமனிடம் சேர்த்து விடுங்கள்!" என்றாள்.

சூடாமணியை மிகப் பவ்யமாக பிடித்துக் கொண்டு அனுமான் புறப்படத் தயாரானான்.

"அன்னையே! சிறிதும் கவலையில்லாமல் இருங்கள். நான் போனதுமே, இராம இலக்குவணர்களும் சுக்ரீவனும் படையுடன் இங்கு புறப்பட்டு வந்து விடுவார்கள்!" என்றான்.

"அனுமா! உன்னைப் போல மற்ற வானரர்களும், குறிப்பாக இராம இலக்குவணர்கள் இந்தக் கடலைத் தாண்டி எப்படி வருவார்கள்?" என்று கவலையுடன் கேட்டாள் சீதை.

"அன்னையே! என்னைப் போல வானரர்கள் ஆகாய மார்க்கத்தில் செல்வதில் வல்லமை பெற்றவர்கள். இராம இலக்குவணர்களை எனது தோள்களின் மீதே தூக்கி வந்து

இலங்கையில் சேர்ப்பேன். அதனால் கவலையில்லாமல் இருங்கள். கூடிய விரைவில் வந்து உங்களை மீட்டுச் செல்லுகிறோம்!" என்று சீதையிடம் கூறி விடை பெற்றுக் கொண்டு அசோக வனத்திலிருந்து கிளம்பினான் அனுமான்.

அசோக வனத்தை அழித்த அனுமான்

சீதையிடம் விடைபெற்றுக் கொண்டு புறப்பட்ட அனுமான், தான் இலங்கைக்கு வந்த விபரத்தை இராவணனுக்குத் தெரிய வைக்க வேண்டுமே. அதற்காக அடையாளமாக ஏதாவது செய்ய வேண்டுமே, என்ன செய்யலாம் என்பது பற்றி யோசித்தான்.

"இந்த அசோகவனம் மிகுந்த வனப்புடன் விளங்குகிறது. இராவணன் இதன் மீது அபாரப் பிரியம் வைத்திருக்கிறான். இதை நான் அழித்தால் என் மீது அவன் மிகுந்த கோபம் கொள்வான். பெரும்படை ஒன்றினை என்மீது ஏவிவிடுவான். அவர்களையெல்லாம் வதம் செய்து விட்டு நான் சுக்ரீவனிடம் திரும்புவேன்!" என்ற முடிவுக்கு வந்தான் அனுமான்.

பிறகு, அந்த முடிவின்படி அசோக வனத்தை அழிக்கத் தொடங்கினான்.

அந்த நேரத்தில் இராவணன் தனது அரண்மனையில் மங்கைகளின் நடனத்தை ரசித்துக் கொண்டிருந்தான்.

அப்போது வாத்தியக் கருவிகளின் இசையையும் மீறி அலறிக் கொண்டு ஓடி வந்தார்கள் சில கோர அரக்கிகள். சீதைக்குக் காவலாக நியமிக்கப்பட்டிருந்தவர்கள்.

'அரசே! அசோகவனம் அழிந்து கொண்டிருக்கிறது!' என்று பதறிக் கொண்டு வந்து நின்றனர்.

"என்ன அசோகவனம் அழிகிறதா! எப்படி?" என்று கேட்டான் இராவணன்.

"அரசே! அசோக வனத்தில் ஒரு குரங்கு புகுந்து அட்டகாசம் செய்கிறது."

"நந்தவனத்தில் குரங்குகளின் தொல்லை என்பது எப்போதும் இருந்து வருவதுதானே! அதைக் கண்டு நீங்கள் ஏன் பயப்படுகிறீர்கள்?"

"அரசே! அது சாதாரணக் குரங்கல்ல. வானத்துக்கும் பூமிக்குமாக மேலோங்கியுள்ளது!" என்று சொன்னார்கள்.

இராவணன் சிரிப்பு அப்படியே உறைந்து போனது. வானத்தை முட்டும் உயரத்தில் குரங்கா! இது ஏதோ தேவர்களுடைய சூழ்ச்சியாக இருக்குமென்று கருதினான் இராவணன். வீரர்கள் இவரை அழைத்து போய் அந்தக் குரங்கின் கொட்டத்தை அடக்குங்கள் என்று அனுப்பி வைத்தான்.

அசோக வனத்தில் மதில் சுவரின் மீது அமர்ந்திருந்த அனுமான், கத்தியும், குண்டாந்தடிகளும், இரும்பு உலக்கைகளுமாகக் கிங்கரர்கள் ஆயுதங்களை ஏந்தி வருவதைக்கண்டு உற்சாகத்துடன், வாருங்கள்... வேகமாக வாருங்கள். எமனுலகம் உங்களுக்காகக் காத்திருக்கிறது என்று அவர்களை வரவேற்றபடியே கீழே குதித்தான்.

நந்தவனத்திலிருந்த பெரிய மரம் ஒன்றைப் பிடுங்கி அதையே ஆயுதமாக்கிக் கொண்டு அத்தனை வீரர்களையும் தாக்கினான் அனைவரும் எமலோகத்திற்குச் சென்றவுடன் மீண்டும் மதில் சுவரின் மீது ஏறி நின்று கொண்டு கர்ஜிக்கலானான்.

"அரக்கர்களே! உங்களின் அழிவுக்காலம் நெருங்கிவிட்டது. தசரத குமாரர்களும் வானர அரசன் சுக்ரீவனும் என்னை இங்கு அனுப்பியுள்ளனர். நான் வந்ததிற்கு அடையாளமாக இந்த இலங்காபுரியை நான் அழிக்கப் போகிறேன். முடிந்தால் தடுத்துப் பாருங்கள். இன்னும் எத்தனை ஆயிரம் அரக்கர்கள் வந்தாலும் சரி, அனைவரையும் கொன்று தீர்த்துவிட்டு இலங்காபுரியை மயானபுரியாக்கி விடுகிறேன்."

அனுமானின் கர்ஜனைக் குரலைக் கேட்டு இராவணனும் திகைத்துப் போனான்.

போன அத்தனை வீரர்களும் மடிந்துவிட்டனர் என்று கேள்விப்பட்ட இராவணன், 'ஒரு சாதாரணக் குரங்குக்கு அத்தனை வலிமையா!' என்று கேட்டவன். அடுத்ததாகத் தனது வீரர்களுள் சிறந்தவனான 'ஜம்புமாலி' என்பவனை அழைத்தான். 'ஜம்புமாலி! அந்த வானரத்தின் ஆர்ப்பாட்டத்தை அடக்கிவிட்டுவா!' என்று அனுப்பி வைத்தான்.

தேரின் மீது ஏறிச் சென்ற ஜம்புமாலி, சிறிய உருவில் இருந்த அனுமானைப் பார்த்தவன் கொக்கரித்தான். இதென்ன சாதாரணமான குரங்காகத்தானே இருக்கிறது. இதை உயிருடன் பிடித்துச் சென்று மன்னரிடம் காட்டினால் மனம் மகிழ்வார் என்று நினைத்தவன், வில்லை வளைத்து அனுமான் மீது அம்புகள் தொடுத்தான். அவை, அனுமானைத் தாக்கி ரத்தக் காயத்தை ஏற்படுத்தின.

ரத்தத்தைக் கண்ட அனுமான் கோபம் கொண்டு நந்தவன மண்டபத்திலிருந்த மிகப் பெரிய இரும்புத்தூண் ஒன்றினைப் பிடுங்கி ஜம்புமாலியின் தேரின் மீது சுழற்றி வீசினான். அவன் வீசிய வேகத்தில் தேரானது தூள் தூளாகிக் கூடவே தானும் தலை நசுங்கி செத்துப் போனான் ஜம்புமாலி.

இராவணனால் இந்தச் செய்தியை ஜீரணித்துக் கொள்ளவே முடியவில்லை.

பிறகு தலை சிறந்த ஐந்து சேனாதிபதிகளையும் ஒரு பெரும்படையுடன் அனுப்பி வைத்தான்.

எத்தனை வேகமாக அவர்கள் போர் செய்வதற்காகப் புறப்பட்டுப் போனார்களோ அத்தனை வேகமாக, மொத்த பேரும் ஒருவர் கூட மிச்சமில்லாமல் குரங்கினால் வதம் செய்யப்பட்டார்கள் என்ற சேதியும் வந்துவிட்டது.

இராவணன் கொதித்துப் போனான். கூடவே, அவனது மனத்துக்குள் முதன் முறையாகச் சற்றுக் கவலையும் எழுந்தது. அதை வெளியே காட்டிக் கொள்ளாமல் தனது சபையினரைப் பார்த்தான்.

'யார் குரங்கினை ஒழிக்கச் செய்வது?' என்று கேட்டான்.

இராவணன் மகன் அட்சகுமாரன். நான் போகிறேன் அரசே! அந்த வானரத்தைக் கட்டியிழுத்து வருகிறேன் முடியாவிட்டால் கொன்று விடுகிறேன் என்றான்.

இராவணன் அப்படியே ஆகட்டும் மகனே. வெற்றியுடன் திரும்பி வா மகனே. என்று வாழ்த்தி வழியனுப்பி வைத்தான். தங்கத் தேரில் அசோக வனத்துக்குச் சென்றான்.

அங்கு கல் தோரண வாயிலின்மீது அனுமான் அமர்ந்திருப்பதை அட்சகுமாரன் பார்த்தான்.

'ஆஹா! இவன் எனக்குத் தகுந்த பகைவன் தான்!' என்று மகிழ்வு கொண்டான்.

அம்புகளின் மூலம் அனுமானைத் தாக்கத் தொடங்கினான். அம்புகளும் சிறிதும் குறி தவறாமல் அனுமானைத் தாக்கிக் காயப்படுத்தின.

'சரியான வீரன் இவன்!' என்று மனதிற்குள் பாராட்டிய அனுமான், வானத்தில் எழுந்து பறந்து அட்சகுமாரனது பாணங்களில் இருந்து தப்பித்துப் போக்குக் காட்டினான்.

வெகுநேரம் நடந்த போரின் முடிவில் அனுமான் மேலே பறந்து வேகமாகத் தேரின்மீது முழுவேகத்தில் பாய்ந்தான்.

தேர் நொறுங்கிப் போனது.

அட்ச குமாரன் தரையில் நின்றபடியே போரிட்டான். அவனது வில், அம்பு, கத்தி, கேடயம் என அத்தனை ஆயுதங்களையும் அனுமான் பிடுங்கி ஒடித்துப் போட்டவன், அட்ச குமாரனை ஓங்கிக் குத்தினான்.

எலும்புகள் நொறுங்கிப் போய் நசுங்கி மாண்டுபோனான் அட்சகுமாரன்.

'எனது வீரமகன் அட்சகுமாரனும் மடிந்து போய்விட்டானே!' துடிதுடித்துக் கலங்கிப் போனான் இராவணன்.

செய்தியினைக் கேள்விப்பட்ட இராவணனின் மற்றொரு மகனான இந்திரஜித் மிகுந்த கோபத்துடன் உள்ளே நுழைந்தான்.

"தந்தையே! இலங்கையில் என்னதான் நடக்கிறது? கேவலம் ஒரு குரங்கின் கையாலா எனது தம்பி அட்ச குமாரன் மாண்டு போனான்! வெட்கக் கேடு. தம்பிக்கு செய்தி சொல்வதற்கு முன்னால் எனக்கு ஏன் முதலிலேயே சொல்லி அனுப்பவில்லை இதோ, நான் இப்போதே போகிறேன். தம்பியின் மரணத்திற்காகக் குரங்கினைப் பழி தீர்க்கிறேன்" என்று கொந்தளிப்புடன் புறப்பட்டான்.

போர் நடந்த இடத்துக்கு வந்தான். எங்கு பார்த்தாலும் ஒரே பிண மயம். ஒடிந்த ஆயுதங்கள். நொறுங்கிய தேர்கள், அங்கங்கே ரத்தம், குளம் குட்டையாகத் தேங்கியிருந்தது.

ஒரு குரங்குடன் நடந்த சண்டையாகவே தெரியவில்லை. இரண்டு பெரிய சேனைகளுக்குள் நிகழ்ந்த போர் போலச் சேதம் கடுமையாகக் காணப்பட்டது!

அங்கு தனது தம்பியின் உடலும் கிடப்பதைக் கண்டு கண் கலங்கினான் இந்திரஜித்.

கண்ணீரின் முடிவில் ஆத்திரமடைந்தான்.

எதிரே வான் ஓங்கி நின்றிருந்த அனுமானைக் கண்டதும், அவனுக்குப், பழி வெறி அதிகமானது.

கடுமையாகத் தாக்கக்கூடிய பலவிதமான அஸ்திரங்களை அனுமானை நோக்கிச் செலுத்தினான்.

சக்திமிக்க அந்த அஸ்திரங்கள் அனுமானை எந்த விதத்திலும் பாதிக்கவில்லை.

யுத்தம் நீண்டு கொண்டே போனது. இந்திரஜித் ஆச்சரியம் அடைந்தான்.

அவன் இவ்வளவு நேரம் யாருடனும் போர் நடத்தியதில்லை. தேவர்களின் தலைவனான இந்திரனையே எளிதில் ஜெயித்தவன்.

அப்படிப்பட்ட இந்திரஜித்துவினால் அனுமானை ஒன்றும் செய்யமுடியவில்லையே... என்ன காரணமாக இருக்கும்? ஏதொன்றுக்கும் கடைசி ஆயுதமாக தான் தவத்தின் மூலம் பிரம்மனிடம் பெற்ற பிரம்மாஸ்திரத்தை அனுமான் மீது ஏவினான். பாம்பு வடிவிலான பிரம்மாஸ்திரம் அனுமானைக் கட்டிப் போட்டது.

அனுமான் தன்னைக் கட்டியிருப்பது பிரம்மாஸ்திரம் என்பதை அறிந்து கொண்டு அதற்குக் கட்டுப்பட்டு வணங்கி நின்றான்.

பிரம்மனிடம் அனுமானும் வரம் பெற்றிருந்தான்.

அதன்படி பிரம்மாஸ்திரம் அனுமானை எந்தவிதத்திலும் கட்டுப்படுத்தாது, சிறிது நேரத்திற்குப் பின்பு தானாகத் தளர்ந்து போய்விடும். வேறு எந்த ஆபத்தும் அனுமானுக்கு ஏற்படப் போவது இல்லை.

அதனால் அனுமான் எவ்வித எதிர்ப்பும் காட்டாமல் அப்படியே நின்றான். ஒருவிதத்தில் இதுவும் நன்மைக்கே என்று நினைத்தான்.

நாம் கட்டுண்டு கிடக்கும் சமயத்தில் இந்த அரக்கர்கள் என்ன செய்கிறார்கள் என்று பார்க்கலாம்.

ஒருவேளை இதனால் இராவணனைப் பார்க்கும் வாய்ப்பு ஏற்பட்டாலும் ஏற்படும். நல்லதுதான். அவனைத்திருந்தும் அறிவுரை கூற முயற்சிப்போம் என்று தீர்மானித்தான் அனுமான். அவன் நினைத்தபடியே நடக்கவும் செய்தது.

அனுமன் வாலில் நெருப்பு

பிரம்மாஸ்திரத்தால் கட்டுண்டு அனுமான் கீழே விழுந்ததும், அதுவரை பயந்து ஒதுங்கியிருந்த அரக்கர் கூட்டத்தினர் அருகே வந்து அனுமானை அடித்து உதைத்து இம்சிக்கத் தொடங்கினர்.

அதற்குத் தகுந்தாற்போல இந்திரஜித்தும் 'ம்.... சீக்கிரம்! இந்த வானரத்தை அரசன் முன் இழுத்து வாருங்கள்!' என ஆணையிட்டான்.

ஆணையினைச் சிரமேற்கொண்ட படைவீரர்கள் அனுமானை இலங்கையின் முக்கிய வீதிகளில் இழுத்துச் சென்றனர்.

வழியில் நின்றிருந்த அரக்கியரும், அரக்கர்களும் திட்டித் தீர்த்தனர். தொடர்ந்து இழுத்துச் செல்லப்பட்ட படைவீரர்கள் அரசன் இராவணனின் முன் நிறுத்தினர்.

இலங்கைக்குள் நுழைந்ததிலிருந்து அனுமான் இராவணனைச் சந்திப்பது இது மூன்றாவது முறை,

முதல் முறை அவனது படுக்கையறையில்,

இரண்டாவது முறை பார்த்தது அசோக வனத்தில் சீதையின் முன்பாக,

மூன்றாவது முறை கொலுமண்டபத்தில் நேருக்கு நேராக.....

இராவணன் தங்கச் சிம்மாகணத்தில் பட்டும் பீதாம்பரமும் உடுத்தி விலையுயர்ந்த ஆபரணங்களும், கிரீடமும் அணிந்து கம்பீரம் குறையாத இராஜ லட்சணங்களுடன் அமர்ந்திருந்தான்.

அவனது கெம்பீரத் தன்மையினைக் கண்ட அனுமான், 'அடடா! இவன் மட்டும் காமத்தில் விழாதவனாக இருந்தால், இந்திரன் போன்ற தேவர்களும் கூட இவனுக்கு நிகராகமாட்டார்களே!' என்று எண்ணி வருந்தினான்.

அனுமானது எண்ணம் அப்படியிருக்கையில் இராவணனது எண்ணமோ, வேறுவிதமாக இருந்தது.

"இந்தக் கொடிய வானரன் யார்? எங்கிருந்து வந்தான்? யார் இவனை அனுப்பியது? எதற்காக இலங்கைக்குள் புகுந்து நமது வீரர்களைக் கொன்றான்? மந்திரி பிரகஸ்தரே, இது சம்பந்தமாக விசாரியுங்கள்!" என்றான்.

இராவணனின் உத்தரவுப்படி அனுமானை அணுகிய மந்திரி பிரகஸ்தன் -

'அதிசய வானரனே! எதற்காக இலங்கைக்குள் வந்தாய்? உன்னை அனுப்பி வைத்தது இந்திரனா? குபேரனா? அல்லது வேறு ஏதாவது தேவர்களா? உண்மையைச் சொன்னால், தண்டிக்காமல் விட்டு விடுவோம்!' என்று கேட்டான்.

"மந்திரியாரே! நான் இங்கே தூதனாக வந்திருக்கிறேன். தூதனுக்குரிய மரியாதையுடன் உங்கள் அரசரை விசாரிக்கச் சொல்லுங்கள். அதற்கு முன்னால் எனக்கு முதலில் ஆசனம் அணியுங்கள்" என்று கேட்டான் அனுமான்.

'இந்தக் குரங்குக்கு என்ன ஆணவம்!' என்று கூறிக் கோபத்துடன் பற்களை நறநறவென்று கடித்தான் இராவணன்.

'இராவணனுக்கு நாகரிகம் தெரியவில்லை. நாகரிகம் தெரிந்து கொள்ளும் முறையை நாம் கற்றுத் தர வேண்டும்.' என்று தீர்மானித்தான்.

அதற்காக தனது வாலை நீட்டி வளரச் செய்தான். அதை மென்மேலும் வளரச் செய்தான். நீண்டு வந்த வாலைக்கொண்டு இராமனுக்குச் சமமாக வாலை சுற்றிச் சுழற்றித் தனக்கு ஒரு ஆசனம் அமைத்துக் கொண்டான் அனுமான்.

"அரசரே! இப்போது பதில் சொல்லுகிறேன். கேட்டுக் கொள்ளுங்கள். என்னை எந்தத் தேவர்களும் அனுப்பவில்லை. வானரமாகிய நான் அரக்கர்களுடைய அரசனைக் காண விரும்பினேன். அதற்காகவே அசோக வனத்தை அழித்தேன்!" என்னைக் கைது செய்து அரசன் முன் கொண்டு வந்து நிறுத்துவார்கள் என்று எதிர்பார்த்தேன்.

"ஆனால் வந்த வீரர்கள் என்னைக் கொல்ல முயன்றதால் நான் அவர்களை வதம் செய்தேன்." நான் சாதாரணமானவனல்ல. கிஷ்கிந்தை மன்னனான சுக்ரீவனின் மந்திரி.

"அயோத்தியை ஆண்டு வந்த தசரத மன்னனின் குமாரனாகிய இராமனும், வானர தூதனும் எனது நண்பர்கள் என்பதால், இராமனின் தூதனாக இங்கு வந்தேன்." அரக்கர்களின் அரசனே! நான் சொல்வதைச் செவிமடுத்து கேட்டுக் கொள்.

"அரசனே! நீ தர்மத்துக்கு விரோதமாகச் சீதையைத் தூக்கி வந்துவிட்டாய்! பிறன் மனைவியை நோக்காத பேராண்மை வேண்டும் என்பதனை மறந்தாய். பாவத்திற்குரிய செயலாகவும் உள்ளது. அந்தப் பாவச் செயலானது உனது குலத்தையே அழித்து விடப் போகிறது. அதன் மூலம் இது நாள்வரை நீ பெற்ற புண்ணிய பலனையும் போக்கிவிடும். அதற்காக உனக்கொரு உபாயம் சொல்லுகிறேன். அதன்படி உனது தவறைத் திருத்திக் கொள்ள முயற்சி செய்!"

"வீணாகத் தசரத இராமனைப் பகைத்துக் கொள்ளாதே!" மரியாதையாக இராமனிடம் வந்து சரணடைந்து சீதையை அவனிடம் ஒப்படைப்பதோடு மன்னிப்புக் கேட்டுக் கொள்.

“இதைச் செய்தால் மட்டுமே நீ உயிர் பிழைக்க முடியும். இல்லாவிட்டால், இராம இலக்குவணர்கள். சுக்ரீவன் ஆகியோர் மட்டுமின்றி வானரசேனைகளுடன் இலங்கைக்குள் நுழைவது நிச்சயம்!” என்று கூறினான்.

அனுமான் கூறிய வார்த்தைகள் இராவணனுக்கு எல்லை கடந்த கோபத்தை உண்டாக்கியது. எனது ராஜ்ஜியத்துக்குள், எல்லை மீறி நுழைந்து என்னையே மிரட்டுகிறானே இந்த வானரன் என்று மீசை துடித்துப் போனான்.

‘சேனாதிபதியே! இங்கேயே இப்போதே இவனை வெட்டிப் போடுங்கள்!’ என்று ஆணையிட்டான் இராவணன்.

‘ஆமாம்... ஆமாம்.. கொன்று போடுங்கள்!’ என்று சபையிலிருந்தோரெல்லாம் கூச்சலிட்டுக் கத்தினார்கள்.

அரசவையிலிருந்த இராவணனின் தம்பியான விபீஷணன் எழுந்து, “அண்ணா! தூதனைக் கொல்வது ராஜநீதியாகாது. தங்களைப் போன்ற மாமன்னர் இந்தத் தவறைச் செய்வது முறையல்ல. இவனைத் தண்டிக்க வேண்டுமானால், கசையடி கொடுக்கலாம். சூடு போடலாம். அதை விடுத்து மரணதண்டனை மட்டும் வேண்டாம்!” என்றான்.

“விபீஷணா! அசோக வனத்தை அழித்தது மட்டுமல்ல. நமது அரக்கர் படையினர் பலரைக் கொன்றிருக்கிறான். அரசகுமாரனான அட்சகுமாரனும் இவனால் கொல்லப்பட்டான். அப்படிப்பட்ட கொலைகாரப் பாவியைக் கொல்வதில் என்ன தவறு இருக்கிறது விபீஷணா?” என்று கேட்டான் இராவணன்.

‘அண்ணா! வானரன் கொலை பாதகச் செயல்களைச் செய்தவன் என்பதை நான் ஒப்புக் கொள்கிறேன்.’ ஆனால் இந்த வானரன் என்ன குற்றம் செய்திருந்தாலும், அது இவனை அனுப்பியவர்களுடைய குற்றமே தவிர, இவனது குற்றமல்ல. அதனால் தண்டிக்கப்பட வேண்டியவர்கள் அவர்களே தவிர இவனல்ல. இப்போது இவனைக் கொன்றுவிட்டால் உண்மையான எதிரிகள் இங்கு வர வாய்ப்பில்லாமல் போகும்.

“இவன் உயிருடன் திரும்பிச் செல்லட்டும். அவர்கள் நமது இலங்கைக்குள் காலடி எடுத்து வைக்கும்போது, அப்போது நாம் அவர்களைத் தண்டிப்போம்!” என்றான்.

விபீஷணன் நீதிமான் என்பதாலும், அவன் சொன்னது ராஜநீதிப்படி ஒப்புக் கொள்ளக் கூடியதாக, இருந்ததாலும் இராவணன் அதை ஏற்றுக் கொண்டான்.

'விபீஷணா! நீ சொல்வதும் சரிதான். அற்பமான இந்த வானரனைக் கொன்று, ராஜநீதியைப் புறக்கணிப்பதில் எனக்கும் உடன்பாடில்லைதான்.'

"ஆனால் இவனுக்கு ஏதாவது தண்டனை தராவிட்டால் எனக்கு மனம் ஆறாது! வானரத்துக்கு முக்கியமானது அதன் வால்தான்! அந்த வாலைக் கொளுத்தி இவனை அடித்துத் துரத்துங்கள்!" என்று ஆணையிட்டான் இராவணன்.

அவ்வளவுதான்! அரக்கர்கள் ஏராளமான பழந்துணிகளைக் கிழித்து அனுமானது வாலின் மீது சுற்றினார்கள். அதன் மீது எண்ணெய் ஊற்றி நெருப்பு வைத்தார்கள். அனுமானுடைய வால் தீப்பற்றி எரியத் தொடங்கியது. அப்படியே அவனை நகரத்தின் தெருக்களில் மக்கள் காணும்படியாக அழைத்துப் போனார்கள்.

இந்தச் செய்தியானது சீதைக்குத் தெரியவந்தது. அரக்கிகளின் மூலம் கேள்விப்படலானாள்.

'சீதா! உன் கணவனிடம் இருந்து தூது வந்ததே, ஒரு குரங்கு, அதற்கு என்ன கதியானது தெரியுமா? அசோக வனத்தையே அழித்த அதன் துடுக்குத் தனத்துக்குத் தண்டனையாக அந்த அற்பக் குரங்கின் வாலில் தீ வைத்துக் கொளுத்திவிட்டார்கள்.

"தீப் பிடித்த வாலுடனே அது வீதிவீதியாக ஊர்வலம் போய்க் கொண்டிருக்கிறது!" என்று சொல்லிக் கேலி செய்தார்கள்.

அரக்கிகள் சொன்னதைக் கேட்டு பதறிப்போன சீதை, அக்னி தேவனை வணங்கலானாள்.

"அக்னி தேவனே! நான் மனத்தாலும் களங்கமில்லாதவள் என்பது உண்மையானால், பதிவிரதையான இராம பத்தினி என்பது நிஜமானால், அனுமானை எரிக்காமல் குளிர்ந்து போ!" என்று பிரார்த்தனை செய்தாள்.

வாலில் சுடுகின்ற தீயைப் பொறுத்துக் கொண்டு நகரத்தின் மூலை முடுக்குகளையெல்லாம் பார்த்துக்கொண்டே வந்தான். நகரத்தின் கோட்டை கொத்தள அமைப்புகளின் ரகசியங்களைப் பார்த்து மனதில் பதித்துக் கொண்டே வந்தான்.

இந்த மாதிரி சிந்தனையிலேயே வந்தவனுக்கு ஆச்சரியம் ஒன்று தெரிந்தது. அதாவது அவனது வாலில் எரிந்து கொண்டிருந்த நெருப்பானது திடீரென்று எரிச்சல் எதுவுமில்லாமல் குளிர்ச்சியாகி வந்தது.

எதனால்? இந்தக் குளிர்ச்சி. ஒருவேளை அக்னி என்னைக் குளிர வைக்கிறானோ! எதுவானாலும் சரி! இந்த நிலையைச் சரியாகப் பயன்படுத்திக் கொண்டு, கொடியவர்களான அரக்கர்களுக்கு தீவிரமான பயத்தை ஏற்படுத்த வேண்டும் என்ற எண்ணம் மேலோங்கியது.

அதனை வெளிப்படுத்தும் விதமாகத் தனது உருவத்தைப் பெரிதாக்கிக் கொண்டான். அதன் பொருட்டு அவனைக் கட்டியிருந்த கயிறுகள் படபடவென்று விடுபட்டன. திகுதிகுவென்று எரியும் வாலுடன் பக்கத்திலிருந்த மாளிகையின் மீது தாவி ஏறினான். தனது வாலின் நெருப்பினைக் கொண்டே அந்த மாளிகைக்குத் தீயிட்டான்.

அதன் பின்னர் அங்கிருந்து அடுத்தடுத்த மாளிகைகளுக்குத் தீ வைத்து அக்னி சிவப்பில் மிதக்கச் செய்தான். இலங்கை நகரமே ஜுவாலை போன்று எரிந்தது.

அரக்கர்களும், அரக்கிகளும் அவர்களது குழந்தை குட்டிகளும் அலறியடித்துக் கொண்டு அங்குமிங்கும் ஓடினார்கள். தங்களது வீடுகள் தீயில் எரிவதைக் கண்டு புலம்பிக் கதறினார்கள்.

அது கண்டு மனம் திருப்தியடைந்தவனாக அனுமான் கடலில் சென்று மூழ்கி வாலில் எரிந்த தீயினை அணைத்துக் கொள்ளச் செய்தான்.

அதே நேரத்தில் அவனது மனதில் குற்றவுணர்வு ஏற்பட்டது. இலங்கைக்கு வைத்த பெரும் தீயில் அசோகவனத்தில் இருந்த சீதையும் எரிந்திருப்பாளே.... அரக்கர்கள் மீது கொண்ட கோபத்தினால் கடைசியில் காப்பாற்ற வந்த சீதைக்கு அல்லவா கொள்ளி வைத்து விட்டேன். இராம இலக்குவணர்கள் சுக்ரீவனுக்கு நான் என்ன பதில் சொல்வேன். அதற்கு முன் இங்கேயே நம் உயிரை மாய்த்துக் கொள்வோம் என்ற முடிவுக்கும் வந்தான்.

அந்த நேரத்தில் ஆகாய மார்க்கமாகப் போன யட்சகர்கள் வியப்பான செய்தியொன்றினைச் சொன்னார்கள்.

“அனுமானே! உனது செயல் அற்புதமானது! சிவ பெருமான் முப்புரம் எரித்ததுபோல இலங்கையைத் தீக்கீரையாக்கி விட்டாய்! பெருமைப்பட வேண்டிய நேரத்தில் துயரம் கொள்ளாதே. சீதை சௌக்கியமாக அசோக வனத்தில் இருக்கிறாள். அக்னியின் நெருப்பானது அவளைத் தீண்டவும்

இல்லை. நெருங்கவும் இல்லை. அப்படியிருக்கையில் அவளைப் பற்றி வருத்தப்படுவதைவிட்டு அடுத்து நடக்க வேண்டிய காரியத்தைக் கவனி.”

யட்சகர்களின் பேச்சைக் கேட்டுத் துயரம் நீங்கிய அனுமான், மீண்டும் அசோக வனத்துக்குத் திரும்பச் சென்றான். அங்கிருந்த சீதை எவ்விதத் தீ எரிப்புக்கும் உள்ளாகாமல் சம்புசா மரத்தின் அடியில் இருந்ததைக் கண்டு, தெரிந்து கொண்ட பிறகே மனம் நிம்மதியடைந்தான். மீண்டும் சீதையை வணங்கியவன் “அன்னையே! தாங்கள் நலமாக இருப்பதைக் கண்டேன். இது தங்கள் சக்தி. என் பாக்கியம். நான் போய்வருகிறேன்!” என்று அனுமதி கேட்டான்.

“நீயல்லவோ வீரன். உன்னால் ஆகாத காரியமில்லை. சீக்கிரம் என் நாதன் வந்து அரக்கர்களை வீழ்த்திவிட்டு என்னை அடையச் செய்வாய், இது உன் ஒருவனால் மட்டுமே முடியும்!” என்றாள்.

“பல ஆயிரக் கணக்கான வானர சேனைகளுடன் சுக்ரீவனுடன் இராம இலக்குவணர் வருவார்கள், இராவணனையும் அவனுடன் இருக்கும் துஷ்டக் கூட்டத்தினரையும் அழிப்பார்கள் என்பதை நிச்சயமாக நம்புவீராக.”

இவ்வாறு சீதையைச் சமாதானப்படுத்திய பின்பு விடைபெற்றுத் திரும்பினான்.

கடற்கரையில் அரிஷ்ட மலை போன்ற அழகிய மலையில் ஏறி ஆகாய மார்க்கமாகக் கிளம்பலானான்.

வழியில் மைனாக மலை தன்னை எதிர்பார்த்து நின்றதைக் கண்டு அதைக் கையால் அன்பால் தடவிக் கொடுத்துவிட்டு நிற்காமல் வில்லினின்று செல்லும் அன்பின் வேகத்தோடு நேராகச் சென்றான். மகேந்திர மலையின் சிகரம் தெரிந்ததும் அக்கரை வந்தது என்று பெரும் மகிழ்வு கொண்டான்.

ஆகாய மார்க்கத்தில் கருடனைப் போல வரும் அனுமானைப் பார்த்துக் கொண்டிருந்த வானரர்கள்... அதோ அனுமான்... அதோ அனுமான்... என்று ஆரவாரம் செய்தார்கள்.

அதுவரை அனுமானைக் காணாது, அனுமானுக்கு என்னாச்சோ, ஏதாச்சோ என்று கவலையாக இருந்த வானரர்கள் அனுமானைக் கண்டதும் எல்லையில்லா மகிழ்வு கொண்டு குதித்து ஆர்ப்பரித்தனர்.

மலைகளிலும், மரங்களிலும் வானரர்கள் நிறைந்து விளங்கும் காட்சியை ஆகாயத்திலிருந்து பார்த்து அனுமான் மகிழ்ச்சியடைந்தான்.

அனைவரின் ஆரவாரத்துக்கிடையில் மகேந்திர மலைமேல் இறங்கினான்.

வானரங்களின் களியாட்டம்

'அனுமான் கர்ஜனையுடனும், கம்பீரத்துடனும் வருவதைப் பார்த்தால் வெற்றியுடன் வருகிறான்!' என்றுதான் தோன்றுகிறது என்றான் ஜாம்பவான்.

அனுமான் தரையிறங்கியதுமே ஓடிப் போய் அணைத்துக் கொண்டான் அங்கதன்.

சில வானரர்கள் மகிழ்ச்சியின் மிகுதியினால் அனுமானைத் தூக்கிக் கொண்டு கூத்தாடினார்கள். ஜாம்பவானும் மற்ற வானரர்களும் கூடி வந்து ஆவலுடன் சூழ்ந்து கொண்டார்கள்.

'அனுமான்! போன காரியம் வெற்றி தானே! இலங்கைக்குச் சென்று சேர்ந்தாயா? சீதையைக் கண்டாயா! சீதை எப்படியிருக்கிறாள்? சீதையுடன் பேசினாயா? என்ன சொல்லி அனுப்பினாள்? யாரும் வரவில்லையே என்று தவித்துக் கொண்டிருந்தாளா? எல்லாவற்றையும் விரிவாகச் சொல்!' என்று ஆவலுடன் கேட்டான் ஜாம்பவான்.

மைனாக மலை வழிமறித்ததில் தொடங்கி, மீண்டும் மைனாக மலையைத் தொட்டு வந்தது வரையிலான சம்பவங்களை ஒவ்வொன்றாக விவரித்துச் சொன்னான்.

சீதை படும் துயரத்தைப் பற்றிக் கூறியபோது, கண்ணீர் கசிந்து வருந்திய வானரர்கள், அனுமான் அசோக வனத்தைச் சூறையாடியதையும், இலங்கையைத் தீக்கிரையாக்கியதையும் சொல்லியபோது, மகிழ்ச்சியுடன் ஆரவாரம் செய்தார்கள்.

அனுமான் சொல்லச் சொல்ல, அங்கதன் மிகுந்த ஆத்திரமடைந்தான்.

"அனுமா! இராவணனைப் பற்றியும், இலங்கையைப் பற்றியும் எல்லாம் தெரிந்து கொண்டுவிட்டோம்."

"இனியும் அந்த அரக்கிகளின் நடுவே சீதையைத் துன்பப்பட விடக்கூடாது."

"இத்தனை நாட்கள் கழிந்தபின்னும், கிஷ்கிந்தைக்கு நாம் வெறும் கையுடன் திரும்பிச் செல்வதும் சரியல்ல. இப்போதே இலங்கைக்குச் செல்வோம். அந்தத் திமிர் பிடித்த இராவணனையும் அவனது அரக்கர் சேனையையும் அழித்துவிட்டு சீதையுடன் கிஷ்கிந்தைக்குத் திரும்புவோம்!" என்று கர்ஜித்தான்.

கோபத்தில் கொதித்தெழுந்த அங்கதனைச் சமாதானப்படுத்தினான் ஜாம்பவான்.

"அங்கதா! ஆத்திரப்படாதே! இது இராம காரியம். எதையும் நாமாகவே முடிவெடுப்பது சரியானதல்ல. அனுமான் கண்டு வந்த சேதியை நமது மன்னன் சுக்ரீவனிடமும், இராம இலக்குவணர்களிடமும் சென்று தெரியப்படுத்துவோம். அதன் பிறகு அவர்கள் சொல்வதுபோலச் செயல்படுவோம். அதுவே சரியானதாக இருக்கும்."

இவ்விதம் ஜாம்பவான் சொன்னதையே அனைவரும் ஏற்றுக்கொண்டார்கள்.

அக்கணமே அனைவரும் ஆரவாரத்துடன் ஆகாயத்தில் தாவிக் கிளம்பிக் கிஷ்கிந்தை நோக்கி விரைந்தார்கள்.

சுந்தர காண்டம் முற்றிற்று

ஆறாம் காண்டம்

யுத்த காண்டம்

கண்டேன் சீதையை...!

இலங்கைக்குச் சென்று வெற்றிகரமாக வந்திருந்த அனுமானுடன் ஆகாயமார்க்கமாகப் பறந்து, அரசனுடைய நந்தவனத்துக்கு அருகில் வந்து இறங்கினார்கள்.

மகிழ்வினை ஒருவருக்கொருவர் பகிர்ந்துகொள்ளும் விதத்தில் நந்தவனத்துக்குள் புகுந்தனர்.

நந்தவனக் காவல் அதிகாரியும், அரசன் சுக்ரீவனுடைய மாமனுமான ததிமுகன், அவர்களைத் தடுத்தபோது, அவனை அடித்துவிட்டு நந்தவனத்திலுள்ள பழங்களைப் பறித்து உண்டு, இஷ்டம் போலத் தேனைக் குடித்ததின் பேரில் போதை தலைக்கேறினார்கள். அங்கிருந்த செடி, கொடிகளை நாசம் செய்து கொண்டிருந்தனர்.

அதைக் கண்டு பொறுக்க முடியாத 'ததிமுகன்' உடனே அரண்மனைக்குச் சென்றான்.

இராம இலக்குவணர்கள் அடுத்த கட்ட நடவடிக்கைக் குறித்துப் பேசிக் கொண்டிருந்த சுக்ரீவனைச் சந்தித்து அனுமான் உள்பட வானரர்கள் தென் திசைக்குச் சென்றுவிட்டு வந்த விஷயத்தைச் சொன்னதோடு, நந்தவனத்தில் அவர்கள் செய்த அட்டூழியங்களையும் மிகவும் பதட்டத்துடன் கூறினான்.

பதட்டத்துடன் காணப்பட்ட ததிமுகனது நிலைமைதனை அறிந்த அரசன் சுக்ரீவன்

"மாமா! இங்கிருந்து உடனே சென்று அவர்கள் அனைவரையும் இவ்விடம் வரச் சொல்லுங்கள்!" என்று உத்தரவிட்டான்.

உத்தரவினைச் சிரமேற்கொண்ட ததிமுகன் மிக வேகமாகச் சென்று அரசனது உத்தரவினை வானரர்களிடம் தெரியப் படுத்தினான்.

அனுமானை முதன்மைப்படுத்தி, அங்கதனும், ஜாம்பவானும், வானரர்களும் நந்தவனத்திலிருந்து கிளம்பி இராம இலக்குவணர்களுடன் பேசிக் கொண்டிருந்த சுக்ரீவனிடம் சென்றனர்.

அனுமான் என்னும் மாருதி இராமன், இராமச் சந்திரமூர்த்தியை வணங்கியவன்.

'மாருதியே! கடல் கடந்து சென்றீரா? அங்கே என் சீதையைக் கண்டீரா! என்று கேட்பதற்கு முன்பாகவே,

'கண்டேன் சீதையை!' என்ற வார்த்தையினை மாருதி இராமனுக்கு முதலில் கூறினான்.

அதைக் கேட்ட இராமன், மனம் பூரித்துப் போனார். இருக்கையை விட்டு எழுந்து சென்று அனுமானை எதிர் கொண்டு வரவேற்றதோடு, ஆனந்தக் கண்ணீர் வடித்த நிலையில் அவனைக் கட்டிச் சேர்த்துத் பிடித்து தழுவிக் கொண்டான்.

சுக்ரீவனும், இலக்குவணனும் மனம் மகிழ்வு கொண்டதோடு, தங்களின் பங்குக்கு வானரர்களைக் கட்டித் தழுவிக் கொண்டார்கள்.

இந்நிலையில் -

"அனுமா! சீதையை எங்கு கண்டாய்? அவள் எப்படியிருக்கிறாள்? அவளைச் சந்தித்தாயா பேசினாயா போன்றவற்றை விபரமாகச் சொல்! என் மனம் எல்லாவற்றையும் அறிந்து கொள்ள வேண்டும் என்ற ஆவலில் துடியாய்த் துடித்துக் கொண்டிருக்கிறது!' என்று கேட்டான் இராமன்.

அனுமானோ சீதை இருக்கும் இலங்கையை நோக்கி இரு கரங்கூப்பி வணங்கிவிட்டு நடந்த விஷயங்களைச் சொல்லலானான்.

"இராமச்சந்திர மூர்த்தியே! நூறு யோசனை அகலமுள்ள கடலைத் தாண்டிய நான், அரக்கன் இராவணனுடைய இலங்கை நகரத்தை அடைந்தேன்.

அங்கே அசோக வனத்தில் சிறைவைக்கப்பட்டிருந்த சீதையைக் கண்டேன்.

அவலட்சணங்கள் கொண்ட அரக்கிகள், சீதைக்குக் காவலாக இருக்கிறார்கள். சோகமே உருவாக இருக்கிறாள்.

தங்களின் நினைவாகவே சீதை வாடிக் கிடக்கிறாள். ஆனாலும் இராவணனது எண்ணத்திற்குச் சிறிதும் இடம் கொடுக்காமல் திட சிந்தனையுடனும் மாறாத நம்பிக்கையுடனும் தங்களது வருகைக்காகவே காத்திருக்கிறாள்.

தங்களிடம் கூறுமாறு நிபந்தனையும் சொன்னாள். அதாவது இராவணன் அவருக்குத் தந்த கெடுகாலம் முடியப்போகிறது என்றும், அதற்குள்ளாகத் தனது கணவர் தன்னை வந்து விரைவாக மீட்டுச் செல்ல வேண்டும். அவ்விதம் ஒரு மாதத்திற்குள் வந்து என்னை மீட்டுச் செல்லாத பட்சத்தில் நான் உயிர் துறந்து விடுவேன் என்று கலங்கிப்போய் சொல்லி அனுப்பினாள். அத்தோடு தான் புடவைத் தலைப்பில் முடிந்து வைத்திருந்த சூடாமணியைத் தங்களிடம் தருமாறு கொடுத்து அனுப்பினாள்!" என்று கூறிய அனுமான் சீதை தந்த சூடாமணியை இராமனிடம் தந்தான்.

சூடாமணியைப் பெற்றுக்கொண்ட இராமன் அழத் தொடங்கினான். ஆனால் எதற்காக அழுகிறோம் என்பதைப் புரியாமல் அழுதான்.

அனுமான், சீதையைக் கண்டு பேசியது யாராலும் செய்ய முடியாத ஒரு காரியம். ஏன், யாராலும் நினைத்துக்கூட பார்க்க முடியாத செயல், அத்தகைய செயலைச் செய்து முடித்த அவனுக்கு நான் என்ன கைம்மாறு செய்யப் போகிறேன் என்று நினைத்து மீண்டும் அவனைக் கட்டியணைத்துக் கொண்டு ஆனந்தக் கண்ணீர்விட்டான்.

அதன் பின்னர் நடக்கவேண்டிய காரியத்தைப்பற்றி யோசிக்கலானார்.

அடுத்த நாள்

இராம இலக்குவணர்கள், அனுமான், சுக்ரீவன், அங்கதன், ஜாம்பவான் இன்னும் முக்கிய அமைச்சர்கள், சேனாதிபதிகள் எனப் பலரும் கூடினார்கள்.

"சுக்ரீவ! அனுமன்! சீதையைக் கண்டதோடு அல்லாமல், பேசிவிட்டு, அடையாளமாக சூடாமணியையும் கொண்டுவந்து என்னிடம் காட்டி, உயிரற்ற நிலையிலிருந்த என்னையும் காப்பாற்றியுள்ளான்.

ஆனால்

கடலைத் தாண்டிச் சென்று சீதையை எவ்விதம் கொண்டு வருவது? இதை நினைக்கும் போது அனுமானால் ஏற்பட்ட மகிழ்வு கவலையில் கரைந்து போகும் போலிருக்கிறதே!" என்று இராமன் வருத்தமடைந்தான்.

அதற்கு சுக்ரீவன், "இராமச் சந்திர மூர்த்தியே! நீங்களே இப்படி மனச் சோர்வு அடையலாமா? சோர்வினை நீக்குங்கள். இதோ எனது வீரர்கள் உங்களுடைய காரியம் நிறைவேற்றுவதற்காக உயிரையும் கொடுக்கத் தயாராக இருக்கிறார்கள். அதோடு உங்களது சக்தியை நாங்கள் அறிந்தவர்கள்.

அனுமான் எப்போது இலங்கையில் சீதையைக் கண்டு வந்தானோ, அப்போதே அந்த இராஜ்ஜியம் அழிந்தது என்று எனக்குப் புரிந்துவிட்டது

இதோ நானும், லட்சக்கணக்கான வீரர்களைக் கொண்ட வானரசேனையும் உமது பின்னே அணிவகுத்து நிற்கத் தயாராக இருக்கிறோம்.

வில்லின் நாயகனே! நீங்கள் வில் பிடித்து நின்றால் உங்களை எதிர்க்க யார் இருக்கிறார்கள்! கடலைக் கடப்ப தற்கான வழிகளை ஆராய்வோம்.

நிச்சயம் நீர் பகைவனைக் கொன்று சீதையை மீட்டுக் கொண்டு வரத்தான் போகிறீர். நிச்சயமாக நம்புவீர். நமக்கு வெற்றி நிச்சயம். என் உள்ளத்தில் எழும் உணர்ச்சியே அதற்குச் சாட்சியாகும்."

இவ்வாறு கூறி இராமனை உற்சாகப்படுத்தினான் சுக்ரீவன். அதன் பின்னர் இராமனும், அனுமானும் இலங்கையைப் பற்றிப் பேசலானார்கள்.

இலங்கை நகரம் கோட்டை, அரண் அமைப்புகள் போர் எந்திரங்கள், அகழிகள், வாயில்கள், இராவணனின் படைபலம் போன்ற அனைத்து விபரங்களையும் ஒன்றுகூடவிடாமல் அனுமானிடம் கேட்டான் இராமன்.

"இராமபிரானே! இராவணனுடைய படையும், கோட்டையும் பலமாகத்தானிருக்கு. கல்லெறியந்திரங்கள், மதில் சுவர்கள், வாயில்கள், அகழிகள், அகழிகளின் மேல் வேண்டிய போது இறங்குவதும், மேலே தூக்கி விடுவதுமான மரப்பாலங்கள் இவை எல்லாம் பலமாக அமைக்கப்பட்டுள்ளன.

கப்பல்கள் இப்பகுதிக்கு வர முடியாது. திரிகூட மலையும் இலங்கை நகரமும் எப்படிப்பட்ட எதிரிகளாலும் நெருங்க முடியாதபடி பலமாக இருக்கின்றன.

ஆனாலும் நமது வானரர் சேனை இவை எல்லாவற்றையும் அழிக்கும் ஆற்றல் கொண்டது. இதைத் தாங்கள் உறுதியாக நம்பலாம். அதனால் நல்ல முகூர்த்தம் பார்த்துப் புறப்பட உத்தரவு கொடுங்கள் என்று கேட்டான் அனுமான்!"

இராமனும் உத்தரவுக்குச் சம்மதித்தார்.

அதனடிப்படையில் உத்தர பங்குனி நட்சத்திரத்தன்று. வெற்றி தரும் முகூர்த்தமான மத்தியான காலத்தில் வானரப் படை தெற்குக் கடலை நோக்கிப் புறப்பட்டது.

புறப்படும்போது நல்ல சகுனங்களைக் கண்டார்கள்.

இராம இலக்குவணர்களும், சுக்ரீவனும் பேசிக் கொண்டே புறப்பட்டனர்.

"நாம் புறப்பட்டோம் என்பதைச் சீதை அறிந்தால் தைரியம் அடைந்து, உயிரைத் தக்க வைத்துக் கொண்டிருப்பாள் அல்லவா!" என்றான் இராமன்.

பெரும்படைக்கு உணவும், தாகத்துக்குத் தண்ணீரும் கிடைக்கும் பிரதேசமாகப் பார்த்துக் கொண்டு சென்றது படை.

வானரப் படை வெகு வேகமாக மலைகளையும், காடுகளையும் தாண்டிச் சென்றது. அத்துடன் இராமனையும் இலக்குவணர்களையும், வானரர்கள் தாக்கிக் கொண்டு சென்றார்கள்.

'இராவணனை நான்' தான் கொல்லுவேன். நான் தான் சொல்லுவேன்...' என்று வானரப்படை போட்டி போட்டுக் கொண்டு தங்களது வெறுப்பினைக் காட்டிக்கொண்டு சென்றதை இராமன் கேட்டு உற்சாகம் அடைந்தான்.

நீலனும் குமுதனும் படைக்கு முன்புறமாக, மார்க்கத்தைச் சோதித்துக் கொண்டே சென்றார்கள்.

பின் பகுதியில் சிறந்த வீரர்கள் படையைப் பாதுகாத்து வந்தார்கள்.

அரசன் சுக்ரீவனும், இராம இலக்குவணர்களும் படையின் மத்திய பாகத்தில் சென்றார்கள். வழியில் உள்ள நகரங்களுக்கும், கிராமங்களுக்கும் எவ்விதச் சேதமும் உண்டாக்காத அளவிற்குப்

படை செல்ல வேண்டும் என்பதில் மிகுந்த கவனமாக இருந்தார் இராமன்.

படையின் கோஷம், கடலின் சப்தம் போல எட்டுத் திக்கிலும் கேட்டுக் கொண்டிருந்தது. படையின் கால் தட மண்ணின் தூசு, ஆகாயம் வரை பரவிக் கொண்டிருந்தது.

மகேந்திர மலையருகே வந்ததும் இராமன் மலைமேல் ஏறிக் கடலைப் பார்த்தார்.

"சுக்ரீவரே! இனி இந்தப் பெரும் கடலை எப்படிக் கடப்பது என்பதைப் பற்றி நாம் தீர்மானிக்க வேண்டும். அதுவரையிலும் பக்கத்திலிருக்கும் வனத்தில் படைகள் தங்கி இளைப்பாறட்டும்!' என்றார் இராமன். அப்படியே சுக்ரீவனும் படை வீரர்களுக்கு ஆணையிட்டான்.

கவலை சூழ்ந்த இலங்கை

அனுமான் இலங்கையில் செய்த வீரச்செயல்களும், நாச காரியங்களும், அரக்கர் குல இராவணனுக்கு வேதனையளிப்பதாக இருக்கவே, மந்திர சபையைக் கூட்டினான்.

"நான் இந்தச் சபையைக் கூட்டியிருப்பதின் காரணம் யாதெனில் இராமன் என்ற மானிடனால் அனுப்பப்பட்ட ஒரு வானரன். நம் தேசத்திற்குள் புகுந்து அசோக வனத்திலிருக்கும் சீதையைப் பார்த்திருக்கிறான். அத்தோடு நம் நாட்டைச் சேர்ந்த சிறந்த வீரர்களைக் கொன்றிருக்கிறான். மாட மாளிகைகளை எரித்துள்ளான். அதன் மூலம் இலங்கைக்குப் பெரும் சேதத்தை விளைவித்துவிட்டுத் தப்பித்தும் போய்விட்டான்.

இத்துடன் பிரச்சினை முடிந்துவிட்டது என்று சொல்வதற்கில்லை. தொடரும் என்பது எனக்குத் திண்ணமாக இருக்கிறது. ஏனெனில் இராமன் நமக்குப் பகைவனாக்கிவிட்டான்.

இப்போது நம்முடன் போரிடுவதற்கான ஆயத்தப் பணிகளைக், கடலின் எதிர்க்கரையில், வானரப்படையுடன் தங்கி ஆலோசித்து வருவதாக ஒற்றர்கள் மூலம் தெரிந்துகொண்டேன்.

இராமனும் பலசாலி. அவன் படையும் பலங்கொண்டதாக இருக்கும். அவர்கள் இலங்கையைத் தாக்குவது நிச்சயம்.

கடல் கடந்து இங்கு அவர்களால் வரமுடியாது என்று நாம் தப்புக்கணக்கெல்லாம் போடமுடியாது. யுக்தியில்

சிறந்தவனாக இராமன் விளங்கி வருகிறான். அவனுக்கு உறுதுணையாக அனுமான் போன்ற வானரனும் அவனது தம்பி இலக்குவணனும் உள்ளனர்.

ஏதேனும் ஒரு வழியில் அவர்கள் கடலைக் கடந்து வருவார்கள் என்பது நிச்சயம்.

நாம் அரண் ஒன்றையே நம்பிச் சும்மா இருந்தால் சரியாகாது. அதற்காக நம்முடைய நகரத்தையும், சேனையையும் எப்படிப் பலப்படுத்திக் காப்பது என்பதையும், நம்முடைய நலனுக்காக என்னவெல்லாம் செய்ய வேண்டும், எதிரியை நாம் எவ்விதம் வீழ்த்த வேண்டும் என்பதைப் பற்றியெல்லாம் நன்றாக யோசனை செய்து சொல்வீர்களாக!" என்று கேட்டுக் கொண்டான்.

"இந்த இராமன் சாதாரணமானவன். அவனை எதிர்த்து அடக்க வீரன் இந்திரஜித் ஒருவன் போதாதா?' தேவர்குல இந்திரனையே பிடித்து வந்து சிறையில் அடைத்து வைத்து ஓடிப்போ என்று சொல்லித் திருப்பி அனுப்பினோமே. அப்படிப்பட்ட நம் முன்னே இராமனும், அவனுடைய வானரப் படையும் எம்மாத்திரம்!

இந்திரஜித்தை அனுப்பி வானரப் படையினை அழித்துவிட்டு வரும்படி இந்திரஜித்துக்கு உத்தரவு கொடுத்தீர்களானால் காரியம் முடிந்துவிடும். அப்படியிருக்கையில் நீங்கள் ஏன் கவலைப்படுகிறீர்கள்? என்ற அரசபையிலிருந்தவர்கள் இராவணனைத் தேற்றினார்கள்.

அதே நேரத்தில் மகாவீரனும், தகுந்த மேகம் போன்ற உடலும் கொண்ட சேனாதிபதி பிரகஸ்தன் இருக்கையிலிருந்து எழுந்தான்.

'தேவ தானவ கந்தர்வர்களையெல்லாம் போரிட்டு அடக்கிய மன்னனான தாங்கள் இந்த அற்ப மனிதனைப் பற்றி ஏன் கவலைப்படுகிறீர்கள்?'

அனுமான் என்ற வானரத்திடம் சற்று அலட்சியம் காட்டி ஏமாந்துவிட்டோம். அதற்காக நாம் வலிமையற்றுப் போய்விட்டோம் என்று அர்த்தமாகிவிடாது.

நம்முடைய படைபலமும், ஆயுதபலமும், மாய தந்திர சக்திகளும் நிகரற்றதாக உள்ளதினால் அற்ப மனிதன் இராமனை, நீர்க்குமிழியை ஊதுவது போல ஊதி விடுவோம்!" என்றான்.

அடுத்தாற்போல் மிகக் கோபத்தோடு எழுந்த துர்முகன்,

'நம்மையெல்லாம் அவமதித்த அந்த வானரனை ஒழித்துக் கட்டிட இப்போதே அக்கரைக்குச் செல்வோம்!' என்று கர்ஜித்தான்.

அவையிலிருந்த மற்றொரு சூரனான வஜ்ர தம்ரஷ்டிரன் என்பவன், "இதோ! இந்த உலக்கை, பகைவர்களுடைய ரத்தமும், மாமிசமும் கழுவாமல் பூசிக் கிடக்கிறது. இதனைக் கொண்டு இராம இலக்குவணர்கள், அனுமான் போன்றவர்களை அழித்துவிட்டுத் திரும்புகிறேன்!" என்றான்.

மற்றொரு வீரன் ஒருவன், "அரசே! நம்முடைய ராட்சத சூரர்கள் சிலரை மானிட வேடம் தரித்து, இராமனிடம் போகச் சொல்லுவோம். அங்கே போய்ப் 'பரதன் தான் எங்களை அனுப்பினான். பின்னால் படை வருகிறது என்று பொய் சொல்லி அவனையும் அவனுடைய சேனையையும் அஜாக்கிரதையாக இருக்கச் செய்து விட்டு, நம்முடைய அரக்கர் சேனை ஆகாய மார்க்கமாகச் சென்றால் அவர்கள் அனைவரையும் அக்கரையிலேயே வதம் செய்து விடலாம்!" என்று யோசனை சொன்னான்.

கும்ப கர்ணனுடைய குமரன், 'நிரும்பன்' எழுந்து, "நீங்கள் அனைவரும் இங்கேயே இருங்கள். நான் மட்டும் போய் அந்த சத்துருக் கூட்டத்தைக் கொன்றுவிட்டுத் திரும்பி வருகிறேன்!" என்றான்.

இப்படி ஒருவர் பின்னே ஒருவராக எழுந்து தங்களது தீரச் செயல்களை வீரமாகக் கூறி இராவணனைத் திருப்திப் படுத்தியதோடு, எல்லோரும் கூட்டமாக எழுந்து ஆயுதங்களைத் தூக்கி, இந்த ஆயுதங்களால் அவர்களை ஒழித்துக் கட்டுவோம்!" என்று ஆயுதங்களைத் தூக்கிக் காட்டிக் கர்ஜித்தார்கள்.

எல்லோரையும் இருக்கைகளில் உட்காரச் சொல்லிவிட்டு, இராவணனுடைய தம்பி விபீஷணன் எழுந்து கைகூப்பிப் பேசலானான்.

"அண்ணா! இவர்கள் சொல்லும் யோசனைகள் காதுக்கு இனிமையாக இருந்தாலும் கருத்துக்கு உகந்ததல்ல. உமக்கு எந்தவிதத்திலும் நன்மை தராது. நீதி சாத்திரத்துக்கு விரோதமாக ஒரு காரியம் செய்தால் அதனால் கஷ்டம்தான் நேரிடும். சபையோர்களும் வீரர்களும் சொல்வதுபோல் உடனே போர் செய்ய முனைந்தால் இலங்கை நாசமாகும். நாமும் அழிந்து போவோம்.

இராமனுடைய மனைவியைத் தாங்கள் சிறை எடுத்து வந்தது கொஞ்சமும் நியாயமானதல்ல. மகாபாபமான காரியங்களில் ஒன்றாகும். அந்தப் பாவத்தை முதலில் துடைக்க வேண்டும்.

இராமன் நமக்கு என்ன தீங்கு செய்தான்?

தண்டகாருண்யத்தில் இராமனால் செய்யப்பட்ட காரியங்களெல்லாம் தன்னையும், தன்னைச் சேர்ந்தவர்களையும் ரட்சித்துக் கொள்ளத்தானே நடந்தன!

அப்படியிருக்கையில் அவனைக் கொல்லவந்தவர்கள் பேரில் தானே யுத்தம் செய்து அவர்களைக் கொன்றான்.

அது தவிர, அதற்குப் பதிலாக அவன் மனைவியை அபகரித்த வருவதற்கு இது எப்படி காரணமாகும்!

அவன்மேல் நமக்குக் கோபமிருந்தால் அவனை நாம் எதிர்த்து யுத்தம் செய்திருக்க வேண்டும்.

அதை விட்டுவிட்டு, அவனும், அவன் தம்பியும் இல்லாத சமயம் பார்த்துச் சீதையைத் தூக்கி வந்தது பாவமாகும்.

இப்படி நம் பேரில் குற்றமிருக்க, நாம் முதலில் போருக்குச் செல்ல ஆயத்தம் செய்வது சரியல்ல.

இராமனுடைய பலத்தைச் சரியாகத் தெரிந்துகொள்ள வேண்டும்.

அதே போன்று அனுமானுடைய பலத்தையும் சாமர்த்தியத்தையும் நேரிலே கண்டோம். அப்படியிருக்கையில் அவனைப் பற்றி அலட்சியமாகப் பேசுவதில் பயனில்லை.

நம்முடைய பலம் பெரியதாகத் தெரிந்தாலும், எதிரியின் பலத்தோடு ஒத்துப் பார்த்தே யுத்தத்தில் இறங்கலாமா அல்லது யுத்தம் செய்யாமல் பேச்சு வார்த்தையின் மூலம் தீர்த்துக் கொள்வது நலமா என்பதைத் தீர்மானிக்க வேண்டும்.

எது எப்படியிருப்பினும் முதலில் சீதையைத் திருப்பி அனுப்பிட வேண்டும். நான் உள்ளதைச் சொல்லுகிறேன். அதற்காக என்னைக் கோபித்துக் கொள்ள வேண்டாம்.

செய்த தவறை முதலில் திருத்திக்கொண்டு, பிறகு மற்றவற்றை யோசிக்கலாம்.

இலங்கையை அவர்கள் தாக்குவதற்கு முன்பாகவே இதைச் செய்து விடுவது நல்லது.

இதை நான் உங்களுடைய நன்மைக்காகவும், இலங்கையின் நலனுக்காகவும் சொல்கிறேன். யோசித்து முடிவெடுங்கள் அண்ணா!" என்று கூறி, அண்ணன் இராவணனைப் பணிவுடன் வேண்டிக் கொண்டபின்.

இவ்விதம் விபீஷணன் கூறிய வார்த்தைககள் இராவணனுக்குக் கொஞ்சமும் பிடிக்கவில்லை என்பது. அவனது கடுகடுத்த முகத்திலிருந்தே தெரிந்தது. அதனால் அவனுக்குப் பதிலே சொல்லாமல் சபையினரைப் பார்த்துப் பேசலானான்.

"சபையோர்களே!" தண்டகாரண்யத்தில் வசித்துக் கொண்டிருந்த சீதையைக் கொண்டு வந்துவிட்டேன். அவள் பேரில் எனக்கு உண்டாகியிருக்கும் ஆசையை நான் அடக்க முடியவில்லை. அவளைத் திரும்ப அனுப்பவும் எனக்கு விருப்பம் இல்லை. இதை நான் உங்கள் முன்னிலையில் ஒப்புக் கொள்கிறேன். அதேபோல் அவளை இராமனிடம் ஒப்படைத்து விட்டு, அவனிடம் மன்னிப்புக் கேட்பதும் இயலாத காரியம்.

இதற்கு என் மனம் ஒரு நாளும் சம்மதிக்காது.

இதுவரையில் நானும் வீரர்களாகிய நீங்களும் எந்த யுத்தத்திலும் தோல்வியைக் கண்டதில்லை. அதேநேரத்தில் கடல் எதிர்க்கரையில் இராம இலக்குவணர்களும் வானரர்களும் வந்திருக்கிறார்கள். அவர்களைக் கொல்லும் வழியினைச் சொல்லுங்கள்.

இது சம்பந்தமாக முன்கூட்டியே சபையைக் கூட்டியிருப்பேன். கும்பகர்ணன் தூக்கத்திலிருந்து எழுந்திருக்கவில்லை. அதற்காகக் காத்திருந்தேன்.

இப்போது பெரிய தம்பியான கும்பகர்ணனும் வந்துவிட்டான். உங்களது ஆலோசனைகளைத் தெரிவியுங்கள்!" என்றவன், எதிரே அமைதியாக அமர்ந்திருந்த கும்பகர்ணனிடம் நடந்த விஷயங்களையெல்லாம் தெரிவித்துவிட்டு ஆலோசனை கூறுமாறு கேட்டான்.

கும்பகர்ணன் எழுந்து பேசலானான்.

"அண்ணா! நீதியைப் பின்னுக்குத் தள்ளிவிட்டு அதர்ம காரியத்தில் இறங்கியதின் பேரில் ஆபத்தை வரவழைத்துக் கொண்டீர்கள் என்றுதான் சொல்லுவேன்.

இராம இலக்குவணர்கள் மீது உங்களுக்குப் பகையிருந்தால் அவர்களைப் போரில் தோற்கடித்துவிட்டல்லவா... சீதையைத் தூக்கிக் கொண்டு வந்திருக்க வேண்டும். அப்படிச் செய்யாமல்

பிரச்சினையை வளர்த்துவிட்டு ஆலோசனை கேட்டால் என்ன சொல்வது?"

கும்பகர்ணனும் தன்னைக் கண்டித்துப் பேசியதால், இராவணனுடைய முகம் வாடியது.

இராவணன் மீது மிகுந்த பாசம் கொண்டவனான கும்பகர்ணனால் இதைத் தாங்கிக் கொள்ள முடியவில்லை.

சரி. நடந்ததைப் பற்றிப் பேசிப் பயனில்லை. என்ன வானாலும் அண்ணன் இராவணனை விட்டுக் கொடுக்கக் கூடாது என்ற முடிவுக்கு வந்தான்.

"அண்ணா! தகாத காரியம் செய்துவிட்டீர். இருந்தாலும் பயப்பட வேண்டாம். உங்களை நான் விட்டுக்கொடுக்கமாட்டேன். உங்கள் பொருட்டு நானே இராம இலக்குவணர்களுடன் போரிட்டு அவர்களை நானே கொல்லுவேன்!" என்று சொல்லிவிட்டு அமர்ந்தான்.

உண்மையைத் தைரியமாகப் பேசிக் கண்டித்த கும்ப கர்ணன் அவனை விட்டுப் பிரிவான் என்று நினைத்திருந்த விபீஷணனுக்கு ஏமாற்றமே காத்திருந்தது. இராவணனுடைய அபாயத்தில் தலை கொடுக்கத் தீர்மானித்துவிட்டதைக் கண்டு மனம் கலங்கிப் போனான் விபீஷணன்.

இராவணன் தன் மீது கோபம் கொண்டாலும் பரவாயில்லை. அவன் போகும் தவறான பாதையிலிருந்து அவனை விலக்குவதோடு, இராஜ்ஜியத்தையும் அரக்கர் குலத்தையும் அழிவிலிருந்து காப்பாற்ற வேண்டியது தனது கடமை என்று நினைத்தவன் மீண்டும் எழுந்து நின்று பேசலானான்.

'அண்ணா! மறுபடியும் சொல்கிறேன். தயவு செய்து தங்கள் மனத்தில் உள்ள சீதையின் எண்ணத்தை மாற்றிக் கொள்ளுங்கள்.' தர்மத்தின் வழிக்குத் திரும்பி விடுங்கள்.

"அக்னிக்கு நிகரான சீதையை அள்ளியெடுத்து மடியில் கட்டிக் கொண்டு வந்ததால்தான் இலங்கை தீப்பற்றி எரிந்தது. இதற்கு மேலும் தங்களது தவறைத் திருத்திக் கொள்ளாவிட்டால் நமது குலமே அழிந்து நாசமாகிப்போகும்.

கடவுளுக்கு நிகரானவன் இராமன். அவனது கோபத்தைச் சம்பாதித்துக் கொள்ள வேண்டாம். சீதையை அவனிடம் சேர்ப்பித்து விடுங்கள். உங்களது மானம், மரியாதை, கௌரவம், இராஜ்ஜியம் செல்வ சுகங்கள் அனைத்தையும் காப்பாற்றிக் கொள்ளலாம்!" என்று கெஞ்சினான்.

இப்படி விபீஷணன் விடாமல் மன்றாடிக் கொண்டிருந்ததைப் பார்த்துக் கொண்டிருந்த இந்திரஜித் பொறுமையிழந்தான்.

"சித்தப்பா! நீங்கள் பேசும் பேச்சுக்களைக் கேட்க எனக்கு வெட்கமாக இருக்கிறது. நம்முடைய குலம் என்ன! நம்முடைய சக்தி என்ன! அரக்கர் குலத்தில் பிறந்த ஒருவர் இப்படிப் பேசுவதும், சபையோர் அதைச் சமாதானமாகக் கேட்டுக் கொண்டிருப்பதும் எனக்கு வியப்பாக இருக்கிறது. சிறுமைக் குணத்தைக் காட்டிவிட்டார் சித்தப்பா.

அவருடைய பேச்சை ஒரு நாளும் நாம் அங்கீகரிக்க முடியாது. தேவர்களை அடித்துத் துரத்தி வெற்றிகண்ட நம்மைப் பார்த்து உலகமே நடுங்கிக் கொண்டு இருக்கும்போது கேவலம் இரண்டு மானிடர்களைக் கண்டு யாராவது இப்படிப் பயப்படுவார்களா! இந்திரனையும் அவன் தேவகணங்களையும் அடித்துத் தள்ளி நான் வெற்றி பெறவில்லையா...? நம்மைக் கண்டு உலகம் இப்போதும் நடுங்கிக் கொண்டிருக்கவில்லையா?

அப்படிப்பட்ட வீரதிரமிக்க நம்மிடம் சித்தப்பா. இப்படிப்பட்ட கேவலமான சரணகதியைப் பற்றிக் கூறுகிறாரே... சே... மகா அவமானமாக இருக்கிறது" என்றான்.

இதைக் கேட்ட விபீஷணன், "இந்திரஜித்! நீ சிறு பிள்ளை! உனக்கு அனுபவம் போதாது. இப்படித்தான் பேசுவாய். இளங்கன்று பயமறியாது என்பதுபோல் பேசுகிறாய். நீ அரசனுக்கு மகனாக இருந்தாலும், அவனைக் கெடுக்க வந்த சத்ரு என்றே நான் நினைக்கிறேன்.

அரசனுக்கு ஒரு உபயம் சொல்லுவதற்கென்று இருக்கும் அமைச்சர்கள். அரசனுக்கு அழிவைத் தரும் யோசனைகளைச் சொல்லுகிறீர்கள்.

அண்ணா! நான் சொல்வதைப் புறக்கணிக்க வேண்டாம். சீதையைக் கௌரவமாகத் திருப்பி இராமனிடம் கொண்டு சேர்த்துவிட்டு, நடந்து போன குற்றத்தைப் பொறுத்துக் கொள்ளும்படி பிரார்த்தித்துக் கொள்வீர். இதுவே வழி! இல்லாவிட்டால் அனைவரும் அழிந்து போவோம்!" என்றான்.

அதைக் கேட்ட இராவணனுக்கு எழுந்த கோபத்திற்கு அளவேயில்லை. வெகுண்டெழுந்தவன்

'விபீஷணா!' என்ற கோபத்துடன் அழைத்தவன், "இதுவரையில் நீ சொன்னதையெல்லாம் உடன் பிறந்த

தம்பியாயிற்றே என்று பொறுத்து வந்தேன். இல்லாவிடில் நீ அடாது பேசிய பேச்சுக்கெல்லாம் உன்னை விடாது கொன்றிருப்பேன்.

ஒருவனைக் கெடுப்பதற்குப் பொறாமைப்பட்ட தம்பிகளும், தாயாதிகளுமே போதும் என்பது உலகறிந்த உண்மை.

அதுபோல எனக்குக் கஷ்டம் வந்த காலத்தில் நீ உதவ முன்வரவில்லை. என்னைத் தட்டிக் கேட்க வந்துள்ளாய். நீசனே! குலத்தை அவமானப்படுத்தப் பிறந்தவனே!" என்று இராவணன் சீறி அதட்டினான்.

இப்படி அவமானப் படுத்தியதைப் பொறுக்க முடியாமல் எழுந்த விபீஷணன், "அண்ணா! நீர் எதை வேண்டுமானாலும் சொல்லலாம். இருந்தாலும் நீர் தருமத்தினின்று தவறுவதை என்னால் பொறுத்துக் கொள்ள முடியவில்லை.

கால பாசத்தால் தூண்டப்பட்டு, நாசம் தரும் வழியில் போகிறீர். நான் சொன்ன விதம் உமக்குப் பிடிக்கவில்லை. காதுக்கு இனிமையாகப் பேசுவது சுலபம். உம்முடைய அமைச்சர்கள் அதைச் செய்து வருகிறார்கள்.

உம்முடைய நலனைக் கருதியே நான் சில வழி முறைகளைச் சொன்னேன். அது உமக்குப் பிடிக்கவில்லை. உமக்குக் கோபத்தை ஏற்படுத்திவிட்டது.

இராமனுடைய பாணங்கள் உம்மீது பாய்வதை நான் விரும்பவில்லை. அதனால்தான் சொன்னேன்.

அப்படிச் சொன்னதினால் என்னை நீர் பகைவனாகக் கருதுகிறீர். நகரத்தையும் உயிரையும் காப்பாற்றிக் கொள்வீராக, ஆபத்துக்கு உதவலாம் என்று பார்த்தேன். முடியவில்லை. உம்முடைய பெருமையைக் கண்டு பொறாமைப்படுவதாக எண்ணுகிறீர். அழிந்துபோக வேண்டிய காலத்தில் நல்ல யோசனை விஷமாகத்தான் தோன்றும்."

இவ்வாறு சொல்லிய விபீஷணன் இனி இலங்கையில் தனக்கு இடமில்லை என்று தீர்மானித்து எல்லாவற்றையும் துறந்து, அங்கிருந்து அப்போதே ஆகாயத்தில் கிளம்பி இராம இலக்குவணர்கள் இருந்த இடம் நோக்கிச் சென்றான்.

அவனுடன் இராவணனின் அநீதியில் பிடிக்காத இன்னும் நான்கு ராட்சச நண்பர்களும் கூடச் சென்றார்கள்.

விபீஷணனைப் பற்றி

கடலின் வடக்குக் கரையில் திடீர் என்று ஆகாயத்தில் ஒரு பிரகாசம் தோன்றுவதை வானர அரசன் சுக்ரீவனும் வானர வீரர்களும் கண்டனர்.

இலங்கை அரசன் இராவணனின் தூண்டுதலின்பேரில் வேவு பார்க்க வந்திருக்கும் ராட்சர்களாக ஐந்து பேர் இருப்பார்களா என்று சுக்ரீவன் சந்தேகப்பட்டான்.

அரசன் இவ்வாறு சந்தேகப்பட்டவுடன், 'அரசே! இப்போதே உத்தரவிடுங்கள். வந்திருக்கும் அரக்கர்களைக் கொன்று விடுகிறோம்!" என்று கூறியவாறு மரங்களையும், பாறைகளையும் தூக்கிக் கொண்டவாறு நின்றனர்.

'பொறுங்கள், பார்ப்போம்,' என்று சொல்லிக் கொண்டிருக்கும்பொழுதே. கடலின் வடகரைக்கு விபீஷணன் வந்தான்.

"அரசே! புத்தி கெட்ட என் அண்ணனான இராவணனிடம் அக்னி போன்ற சீதையை இராமனிடம் சேர்ப்பித்து விடுங்கள் என்று புத்திமதி சொன்ன என்னை அவமானப்படுத்திவிட்டான். அதனால் மனைவி, மக்கள் எல்லாரையும் துறந்து இராம இலக்குவணர்களிடம் அடைக்கலமாக வந்துள்ளேன்.

நான் வந்திருக்கும் விபரத்தை இராமபிரானிடம் தெரிவியுங்கள்" என்று சொன்னான்.

இந்த வார்த்தைகளைக் கேட்டதும், சுக்ரீவன் பரபரப்பு அடைந்தான். வெகு வேகமாக இராமனும் இலக்குவணனும் இருக்கும் இடத்திற்குச் சென்று, "அண்ணலே! இராணவனுடைய தம்பி விபீஷணன், நான்கு அரக்கர்களுடன், தங்களிடம் சரணடைய வந்துள்ளான். நமது பகைவனின் தம்பி விபீஷணன். அவனை நம்பி நாம் அடைக்கலம் அளிக்கலாமா அளிக்கக்கூடாதா என்பதை யோசித்துப் பாருங்கள்!' என்று சொன்னான்.

இராமன் சொல்லப் போகும் பதிலை எதிர்பார்த்துச் சுக்ரீவன் ஆவலுடன் மௌனமாகக் காத்திருந்தான்.

அவனுடன் வானர வீரர்களும் இருந்தனர்.

வானரர்களை நோக்கிய இராமன், "வானரர்களே! அரசன் சுக்ரீவன் சொன்னதைக் கேட்டீர்கள் அல்லவா...? இராவணன்

தம்பி விபிஷணனைப் பற்றி உங்கள் அபிப்ராயம் என்ன? ஒவ்வொருவரும் கூறுங்கள்!" என்று கேட்டார்.

இவ்விதம் இராமன் கேட்டதும், ஒவ்வொரு வானர வீரனும் தன் அபிப்ராயத்தை வெளியிட முன்வந்தனர்.

முதலில் அங்கதன் தன் கருத்தை வெளியிட்டான்.

"அண்ணலே! பகைவனின் தம்பி விபீஷணன். ஆராய்ந்து பாராமல் அவனை முழுவதும் நம்பிவிடக்கூடாது. நன்கு ஆராய்ந்து நன்மை தீமைகளைச் சீர்தூக்கிப் பார்த்த முடிவு செய்வது நலம்.

விபீஷணனைச் சேர்த்துக் கொள்வதால் நன்மை ஏற்படும் என்று தாங்கள் கருதினால், அவனை ஏற்றுக் கொள்ளுங்கள். தீமை ஏற்படும் என்று கருதினால் விலக்கிவிடுங்கள்!" என்று கூறினான்.

இதன் பின்னர் சாபன் தன் கருத்தைக் கூறலானான்.

'ஆண்தகையே! ஒற்றன் ஒருவனை அனுப்பி, விபீஷணன் எப்படிப்பட்டவன் என்பதை அறிந்துவரச் செய்தபின்னர் சேர்த்துக் கொள்ளலாம்!' என்றான்.

பிறகு ஜாம்பவான் பேசலானான்.

"பிரபுவே! நம்முடைய விரோதியான இராவணனிடமிருந்து வந்திருப்பவன். இவன் வந்திருக்கும் நேரமும் இடமும் பொருத்தமானதாக இருக்கும் என்று எனக்கு நம்பிக்கையில்லை!" என்றான்.

அடுத்து மயிந்தன் என்பவன்,

"அரசே! அவனிடம் இராவணனைப் பற்றி விசாரித்துப் பாருங்கள். அவன் சொல்லும் வார்த்தைகளிலிருந்தே அவன் நல்லவனா, தீயவனா என்பதைத் தெரிந்து கொண்டு ஆவன செய்யலாம்!" என்றான்.

இறுதியாக, அனுமான் தனது கருத்தைக் கூறலானான்.

"இராமச்சந்திர மூர்த்தியே! மற்றவர்கள் சொன்னதுபோல விபீஷணனைப் பரிட்சித்துப் பார்த்த பிறகு சேர்த்துக் கொள்வோம் என்றோ ஒற்றர் மூலம் தெரிந்து கொள்வதின் மூலமோ சேர்த்துக் கொள்வது என்பது சாத்தியப்படாது.

ஏனெனில் விபீஷணன் நம் எதிரே வந்து நிற்கிறான் அவன் வந்திருப்பது தக்க காலம், தக்க இடம் என்று என் மனதில் படுகிறது.

அவனுடைய முகபாவனையை வைத்துப் பார்க்கும்போது அவன் நல்ல எண்ணத்துடன் தான் இங்கு வந்திருப்பதாக எனக்குத் தோன்றுகிறது. அதனால் அவனைச் சேர்த்துக் கொள்ளலாம் என்ற அபிப்ராயம் எனக்கு உண்டு. முடிவு தங்களின் எண்ணப்படியே ஆகட்டும் என்றான்.

தன்னைச் சூழ்ந்திருந்தோர் கூறிய அபிப்ராயங்களை யெல்லாம் கேட்டுத் தெரிந்துகொண்ட பின்னர், இராமன் தனது கருத்தைச் சொல்லலானான்.

"அடைக்கலம்" என்று வந்தவனை, அலட்சியப் படுத்திப் புறக்கணிப்பது முறையன்று.

'அடைக்கலம்' என்று சொல்லிக் கொண்டு ஒருவன் தீய நோக்குடன் வந்திருப்பினும், அவனை ஏற்பதில் குற்றமில்லை. பெரியோரும் அதைப் பழிக்க மாட்டார்கள்" என்றான்.

சரணாகதி

விபீஷணனைச் சேர்த்துக் கொள்ளலாம் என்ற கருத்தில் இராமன் சொன்னது அரசன் சுக்ரீவனுக்குத் திருப்தி இல்லாமல் இருப்பதை அறிந்தவர்

"அன்பனே! இந்த அரக்கன் கொடியவனாய் இருந்தாலும் சரி. நல்லவனாய் இருந்தாலும் சரி, எனக்கு எந்தவிதத்திலும் தீங்கு செய்ய அவனால் முடியாது.

அரக்கர், தானவர், இயக்கர், பிசாசர் போன்றோரையெல்லாம் நினைத்தால் ஒரு நொடியில் நான் அழிந்து விடமுடியும். ஆனால் 'சரணாகதி' என்று வந்தவனைச் சுற்றியுள்ள ஒருவன் அவசியம் காப்பாற்ற வேண்டும் என்றும் இல்லையேல் உலகத்தார் பழிப்புக்கு அவன் இலக்கானவன் என்றும் பெரியோர் கூறி இருக்கின்றனர்.

எனவே விபீஷணுக்கு அபயம் அளிக்க தீர்மானித்துவிட்டேன். நீ சென்று விபீஷணனை என்னிடம் அழைத்துக் கொண்டுவா!" என்று இனிமையாகக் கூறினான் இராமன்.

அதைக் கேட்டபின்னர் சுக்ரீவனின் மனமும் மாறியது.

"அண்ணலே! அறம் நிரம்பிய தங்களின் மனப்போக்கை நான் அறிந்து கொண்டேன். அதன் பொருட்டு விபீஷணனுடன் நாம் இனிதே நட்புக் கொள்ளலாம். தாங்கள் சொன்னபடி

இப்போதே விபீஷணனைத் தங்களிடம் அழைத்த வருகிறேன்!" என்று பதில் கூறினான் சுக்ரீவன்.

விபீஷணனையும், அவனுடன் வந்த நான்கு அரக்கர்களையும் அழைத்துக் கொண்டு இராமனிடம் வந்தான்.

விபீஷணனும் மற்ற நான்கு பேரும் இராமனின் பாதங்களில் விழுந்து வணங்கினர்.

"அண்ணலே! நான் இராவணனுடைய தம்பி! அவன் என்னைப் பெரிதும் அவமானப்படுத்திவிட்டான். அதனால் நான் தங்களைச் சரணடைய வந்திருக்கிறேன்.

இலங்கையையும், நண்பர்களையும், செல்வத்தையும் விட்டுவிட்டு தங்கள் பால் நான் கொண்ட அன்பினால் வந்துள்ளேன்.

எனக்கு இனிச் சொத்தும், சுகமும், உயிரும், அரசும் என அனைத்தும் தங்களுடையவை" என்று சொல்லிச் கெஞ்சினான்.

இவ்வாறு விபீஷணன் சொன்னதும் இராமன் அவனை அன்போடு நோக்கியதோடு, ஆறுதல் வார்த்தைகள் பல கூறிய பின்னர், 'விபீஷணா! இராவணனின் எண்ணம் இலங்கையின் நிலவரம் உனது உடன்பிறப்புகளின் எண்ணம், அமைச்சர்களின் ஆலோசனைகள் என அனைத்தையும் உள்ளது உள்ளபடி எனக்குச் சொல்ல வேண்டும்' என்று இராமன் கேட்டுக் கொண்டான்.

இராமன் கேட்ட கேள்விகள் அனைத்துக்கும் சுருக்கமாகப் பதில் சொன்னான்.

விபீஷணன் சொன்ன விபரங்கள் அனைத்தையும் கேட்ட இராமன், "விபீஷணா! ஏற்கனவே இராவணனைப் பற்றியும் இலங்கையைப் பற்றியும் அனுமான் மூலமாகத் தெரிந்து வைத்திருந்தேன். அதனை உறுதிப்படுத்தவே உம்மிடம் கேட்டேன். எல்லா விபரங்களும் சரியாக உள்ளது. அதன் பொருட்டுப் பத்துத் தலைகளுள்ள இராவணனை உற்றார் உறவினருடன் சேர்த்து வதம் செய்கிறேன். அதன் பின்னர் உன்னை இலங்கைக்கு அரசன் ஆக்குகிறேன். இது உறுதி.

எங்கே சென்று இராவணன் ஒளிந்தாலும் சரி, அவனை நான் விடப்போவதில்லை. அவனை வதம் செய்த பின்பு தான் அயோத்திக்குத் திரும்புவேன். இது என் மூன்று சகோதரர்களின் மீது சத்தியம்!" என்றான் இராமன்.

இவ்வாறு இராமன் கூறியதும் அவரை, தலை தாழ்த்தி வணங்கிய பிறகு, "அண்ணலே! அரக்கர்களைக் கொல்வதற்கும் இலங்கையைத் தாக்குவதற்கும் என்னால் இயன்ற உதவியைத் தங்களுக்குச் செய்வேன்!" என்று உறுதி கூறினான்.

இதைக் கேட்ட இராமன் மிக்க மகிழ்ச்சி அடைந்தான்

அதன் பின்னர் இலக்குவணனை அழைத்தவர், "தம்பி! அறிவுள்ள விபீஷணனை அரக்கர் குலத் தலைவனாக நாம் அபிஷேகம் செய்யலாம். அதன் பொருட்டுக் கடலிலிருந்து நீர் கொண்டு வா!" என்று சொன்னான்.

இலக்குவணன் அவ்விதமே செய்தான்.

வானர வீரர்களுக்கு நடுவே விபீஷணனை வீற்றிருக்கச் செய்து அரக்கர் குல அரசனாக அபிஷேகம் செய்தான் இராமன்.

இராமனின் கருணையினைக் கண்ட வானர வீரர்கள் அவரைப் பெரிதும் கொண்டாடினார்கள்.

சுக்ரீவன் நெகிழ்ந்து போய்ச் சொன்னான். "அண்ணலே! உன்னைப் போன்ற தெய்வீகப் புருஷனை நண்பனாகப் பெற்றது எனது பாக்கியம்.

விபீஷணன் இனி உமது நண்பனென்றால் எல்லோருக்குமே அவன் நண்பனே."

சரணடைந்த விபீஷணனைக் கட்டித் தழுவிய இராமன், அவனை மார்போடு தழுவிக் கொண்ட வண்ணம் "விபீஷணா! என்னுடன் பிறந்த சகோதரர்கள் நால்வராக இருந்தோம். பின் குகனோடு ஐவரானோம். சுக்ரீவனோடு அறுவரானோம். இப்போது உன்னோடு சேர்ந்து எழுவரானோம்!" என்றான்.

"ஐயனே! உனது கருணையை என்னவென்று சொல்வேன். நான் மிகுந்த பாக்கியம் பெற்றேன். பிறவிப் பயன் அடைந்து விட்டேன் அண்ணலே!" என்று பாதங்களில் வீழ்ந்து வணங்கினான்.

அவனையும், தங்களுடன் இணைத்துக்கொண்டு அடுத்த கட்டக் காரியங்களைப் பற்றி யோசிக்கத் தொடங்கினார்கள்.

சேதுப் பாலம்

அரசன் சுக்ரீவனும், இலக்குவணனும், அனுமானும்,

அங்கதனும் சமுத்திரத்தைத் தாண்டி இலங்கை செல்வது எப்படி என்று யோசித்துக் கொண்டிருந்தனர்.

அதனை அறிந்த விபீஷணன் எனக்குத் தெரிந்த விஷயத்தை உங்களிடம் பகிர்ந்து கொள்ள விரும்புகிறேன்! என்று சிலவற்றைக் கூறலானான். நண்பர்களே! இராமனுடைய முன்னோர் சகரருக்கும், சமுத்திரருக்கும் சம்பந்தம் உண்டு. இராமன், சமுத்திரராசனைச் சரண் அடைந்தால் அவன் கட்டாயம் உதவுவான் என்றான்.

இந்த விவரத்தை அனுமானும், சுக்ரீவனும், இலக்குவனும் இராமனிடம் தெரிவித்தார்கள்.

‘அதுதான் என் எண்ணமும்!’ என்று கூறிய இராமன், கடற்கரையில் தர்ப்பைப் புல் பரப்பிச் சாத்திர முறைப்படி, சமுத்திரராஜனை உத்தேசித்து உபவாசம் தொடங்கினார்.

மூன்று நாட்கள் அன்ன அகாரமின்றி மௌன விரதமிருந்து இராமன், சமுத்திரராஜனைப் பூஜித்தார். சமுத்திர ராஜனாகிய வருணன் வரவில்லை. அதனால் இராமன், சமுத்திரராஜன் மீது கோபம் கொண்டார். தன் அருகில் நின்றிருந்த இலக்குவணனைப் பார்த்து, ‘தம்பி! சமுத்திர ராஜனுக்குள்ள செருக்கைப் பார்த்தாயா! நேரில் வந்து இன்னும் தரிசனம் தராமல் இருக்கிறான். இனிய வார்த்தைக்கும் அன்புக்கும் கட்டுப்படாதவனைத் தண்டனையால்தான் கட்டுப்படுத்த வேண்டும். ஆகையால் அம்பையும், வில்லையும் எடுத்துவா. பாணத்தை ஏவி சமுத்திர நீரை நான் வற்றச் செய்து விடுகிறேன். அதன் பின்னர் வானர வீரர்கள். காலால் இலங்கையை நோக்கி நடந்து செல்லட்டும்!” என்று கூறினான்.

பிறகு கோபத்தோடு கொடிய பாணங்களைச் சமுத்திரத்தின் மீது ஏவினார். அதன் விளைவாகப் பூமி அதிர்ந்தது. கடலில் கலக்கம் ஏற்பட்டது. கடல் வாழ் உயிர் வர்க்கங்கள் அனைத்தும் தத்தளிக்கத் தொடங்கின. சமுத்திர ராஜனால் அதைத் தாங்கிக்கொள்ள முடியவில்லை.

மேரு மலையில் சூரியன் ஜொலிப்பது போல் சமுத்திரராஜன் தோன்றினான்.

இராமனைக் கைகூப்பி வணங்கிய சமுத்திரராஜன், ★இராமச்சந்திர மூர்த்தியே! என் மீது கோபம் கொள்ள வேண்டாம். நீர், நெருப்பு, காற்று, வாள், மண் ஆகிய ஐந்தின் இயற்கை விதிப்படி நான் நடந்து கொள்ள வேண்டுமல்லவா! அதற்கு நீரில் வாழும் பெரும் பிராணிகளுக்கும், சிறு பிராணிகளுக்கும் நான் ஆதரவு தரவேண்டியுள்ளது. அதை எப்படிப் புறக்கணிக்க முடியும்?

கடந்து செல்ல முடியாதபடி அலைகளுடன் வழியடைத்து நிற்பது என் தருமம். அதை நான் விட்டுவிட இயலாது. ஆனாலும் உலகின் நன்மைக்காக அரக்கர் குல அழிவுக்காகத் தாங்கள் இறங்கியுள்ள காரியத்தில், என்னால் ஒருவிதத்தில் உதவுவது யாதெனில், "நளன்! என்னும் வானரன் ஒருவன் விசுவகர்மாவினுடைய புதல்வனும் மற்றும் வானரங்களைக் கொண்டு கடல் மீது கற்பாறைகளையும், கட்டு மரங்களையும் போட்டு அணை கட்டச் சொல்லுங்கள். அதற்கு நான் இடம் தருவேன். வேலைக்கு இடைஞ்சலுமின்றியும், போட்ட கல்லும் மரமும் நீரில் தங்கும் படியும் நான் உதவுவேன். இவ்வளவே நான் செய்ய முடியும்!" என்று கூறிவிட்டு அங்கிருந்து மறைந்தான் சமுத்திரராஜன்.

அதன்படியே நளனிடம் விஷயம் தெரிவிக்கப்பட்டது. உடனே அந்த வானரவீரன் இராமனிடம் வந்து, "அண்ணலே! சமுத்திரராஜன் சொன்னபடி கடல் மீது அணைகட்ட எனக்கு ஆற்றலும் திறமையும் உண்டு.

எனது திறமையை நானே கூற முற்படுவது கூடாது என்ற கருத்தினால் தான் இதுவரை நான் சும்மா இருந்தேன். இனி நாம் அந்தக் காரியத்தைத் தொடங்கலாம். அணை கட்டுவதற்கு வேண்டிய பொருள்களை வானர வீரர்கள் கொண்டு வரட்டும்!" என்றான்,

இராமனின் ஆணைப்படி வானரர்கள் காடுகளுக்குச் சென்று அங்கிருந்த பெரிய பெரிய மரங்களையும், செடிகளையும், கொடிகளையும், மலைகளிலிருந்து குன்றுகளையும், பாறைகளையும் பெயர்த்து எடுத்து வந்து கடலில் போட்டார்கள். நளனும் அணைகட்டத் தொடங்கினான்.

ஐந்தே நாட்களில் நூறு யோசனை தூர அணையைக் கட்டி முடித்தான் நளன்.

அதன் பின்னர் லட்சக்கணக்கான வானர வீரர்கள் நளன் கட்டி முடித்த அதிசயமான அந்தச் சேதுவின் வழியாகக் கடலின் மறு கரைக்குப் புறப்பட்டார்கள்.

பகைவர்கள் எதிர்த்து வந்தால், அவர்களைத் தாக்கும் பொருட்டுக் கையில் கதையுடனும், அமைச்சர்களுடனும் விபீஷணன் நின்றான்.

சுக்ரீவன் இந்தச் சமயத்தில் இராமனை நோக்கி, 'அண்ணலே! தாங்கள் அனுமன் மீது ஏறிக் கொள்ளுங்கள்.

அங்கதன் மீது இலக்குவண் ஏறிக் கொள்ளட்டும். எல்லோரும் சேர்ந்து புறப்படுவோம்!' என்றான்.

அதன்படி இராமனும், இலக்குவணும் அனுமான், அங்கதன் மீது ஏறிக் கொண்டார்கள்.

வானரப் படையுடன் அக்கரையை அடைந்தனர்.

அங்குள்ள பழத் தோட்டங்களில் பழங்களை உண்டும், நீர் நிலைகளில் நீரினைப் பருகிக் கொண்டும் ஓரிடத்தில் வானரப் படையினரும் ஓரிடத்தில் தங்கினர்.

இராமனுடைய செயற்கரிய இந்தச் செயலைக் கண்டு தேவர்களும் சித்தர்களும் இராமனிடம் வந்தார்கள்.

"அண்ணலே! பகைவர்களை வென்று, கடல் சூழ்ந்த அவனியைப் பன்னெடும் காலம் தாங்கள் ஆளுங்கள் என்று ஆசிக் கூறிவிட்டுச் சென்றார்கள்!"

யுத்தம் தொடங்கியது

இலங்காபுரியின் அழகையும், செல்வச் செழிப்பையும் பார்த்து வியந்த இராமன், இலக்குவணனிடம் கூறலானான்.

"தம்பி! இலங்கை நகரத்தின் அழகையும், ஐஸ்வரியத்தையும் பார்த்தாயா? இத்தனை அழகான பிரதேசம் யுத்தத்தால் நாசமாகப் போகிறதே! என்று நினைக்கும்போது வருத்தமாக இருக்கிறது!" என்றான்.

"அண்ணா! நினைத்துப் பார்த்தால் வருத்தமாகத்தான் இருக்கிறது. ஆனாலும் வேறு வழியில்லையே. அரசன் சரியில்லாத நாடு எவ்வளவு தான் அழகாயிருந்தாலும் அழிந்துதானே போகும்! யுத்தத்தைச் சரியாக நடத்தி, அரக்கன் இராவணனை அழிப்பதில் கவனத்தைச் செலுத்துவோம்!" என்றான்.

இந்தச் சமயத்தில் இராவணனால் வேவு பார்க்க அனுப்பப் பட்ட இரண்டு அரக்கர்கள், வானரர்கள்போல உருவம் மாறி வந்தனர். குவிக்கப்பட்டிருந்த சேனையைச் சுற்றிப் பார்த்தனர்.

அப்பகுதியிலிருந்த விபீஷணன், அரக்கர்களின் மாறுவேடத்தைக் கண்டுபிடித்து இராமன் முன் கொண்டு போய் நிறுத்தினான்.

சிக்கிக் கொண்ட அரக்கர்கள், உயிருக்குப் பயந்தவர்களாக இராமனிடம் மண்டியிட்டனர்.

'சுவாமி! நாங்கள் இலங்கை அரசனால் அனுப்பப்பட்ட தூதர்கள். அதனால் மன்னித்து எங்களுக்கு உயிர்ப் பிச்சை கொடுங்கள்!' என்று வேண்டினார்கள். இராமனும் அவர்கள் பால் இரக்கம் கொண்டு விபீஷணனிடம், "விபீஷணா! இவர்களை ஒன்றும் செய்யாமல் விட்டுவிடுங்கள். அத்தோடு இவர்களுக்கு நமது சேனை முழுவதையும் சுற்றிக்காட்டுங்கள்!" என்றான்.

சேனை முழுவதையும் சுற்றிப் பார்த்த தூது வந்த அரக்கர்களிடம் இராமன் இறுகிய குரலில் உறுதியாகச் சொல்லலானான்.

"அரக்க தூதர்களே! உங்கள் அரசனிடம் எந்த வலிமையின் காரணமாக ஆணவத்துடன் சீதையைத் தூக்கி வந்தாயோ, அந்த வலிமையும் பலமும் உடைக்கப்படும். உன்னுடைய கோட்டையும் சேனையும், நகரமும் அழிக்கப்படும். நாளையே இராமனின் பாணங்கள் உன் மீது பாயும் என்று நான் சொன்னதாகச் சொல்லுங்கள்!" என்று எச்சரித்து அனுப்பி வைத்தான்.

அதன் பின்னர் இராமனும், சுக்ரீவனும், இலக்குவணனும், விபீஷணமும் மற்றவர்களும் சேனையை அணிவகுத்து யார், யார் எந்த இடத்தில் இருக்க வேண்டும், எந்த இடங்களைத் தக்க வைக்க வேண்டும் என்று திட்டமிடலானார்கள்.

இதற்கிடையில் இராவணனுடைய யுத்த ஏற்பாடுகளைப் பற்றி வேவு பார்த்து வந்த சாரணர்கள் சொல்லலானார்கள்.

"அண்ணலே! கிழக்கு வாயிலுக்கு பிரகஸ்தனையும் தெற்கு வாயிலுக்கு மகாபாரிசுவனையும் மகோதரனையும், மேற்கு வாயிலுக்கு இந்திரஜித்தையும் வடக்கு வாயிலுக்கு இராவணனையும் போரில் ஈடுபடுவது எனவும், சேனையின் தலைவனாக மகாவீர பராக்கிரமனான விருபாட்சனை நியமித்துள்ளான்.

அதுமட்டுமின்றி இப்போது இராவணன் திரட்டியிருக்கும் சேனையானது கணக்கிலும், பலத்திலும், வீரத்திலும் குபேரனை எதிர்த்த சேனையைவிடப் பெரியது என்ற விபரத்தையும் சாரணர்கள் கூறினார்கள்.

அதைக் கேட்டறிந்த இராமனும் வீரர்களை ராட்சச சேனையை எதிர்ப்பதற்குப் பிரித்து விட்டான்.

நீலன் கிழக்குக் கோட்டை வாயிலில் பிரஹஸ்தனை எதிர்க்க வேண்டியது. தெற்கே மகோதரனையும், மகா பாரிசுவனையும்

அங்கதன் எதிர்க்க வேண்டியது. மேற்கு வாயிலைக் காக்க வரும் மாயாவியான இந்திரஜித்தை அனுமான் எதிர்க்க வேண்டியது. உலகத்தை உபத்திரவம் செய்யும் இராவணனை நானும், தம்பி இலக்குவணனும் எதிர்க்க வேண்டியது. சுக்ரீவனும், ஜாம்பவானும், விபீஷணனும் நம்முடைய சேனையும் இருக்க வேண்டியது!" என்று அணிவகுத்தான்.

அன்று இரவு இராமன் சுவேலை மலைமேல் சேனையுடன் தங்கினான்.

மறுநாள் காலை எழுந்து அங்கிருந்து இலங்கை நகரைப் பார்த்தான்.

திரிகூட மலைமேல் மனத்தைக் கவரும் விதத்தில் அழகுடன் ஜொலிக்கும் இலங்காபுரி, ஆகாயத்திலிருந்து தொங்குவதுபோல் காட்சி தந்தது.

இலங்கை நகரின் கோட்டையைக் காத்து நின்ற ராட்சச சேனையின் வரிசை மற்றொரு மதிலைப்போல் காணப்பட்டது.

இப்படி அழகு வாய்ந்த நகரம் அழியப் போகிறதே என்ற வருத்தத்துடன் சுவேலை மலையிலிருந்து இறங்கினார்கள்.

கடலைப் போன்ற வானர சேனை வனத்தில் இறங்கியதும், அங்கிருந்த மிருகங்களும், பட்சிகளும் பயந்து இங்குமங்கும் சென்றன.

அதைக் கடந்தது கோட்டை அருகே நெருங்கியபோது, அங்கிருந்த ராட்சச வீரர்கள், கோட்டை வாயில், மதில், இயந்திரங்கள் என அனைத்தையும் பார்க்கப் பார்க்க வானரர்களின் வேகம் மேலும் மேலும் பொங்கிற்று.

இந்த நிலையில் யாரும் எதிர்பார்க்காத சமயத்தில் சுக்ரீவன் திடீரென்று ஒரு பாய்ச்சல் பாய்ந்து இலங்கா நகரத்தின் ஒரு கோபுர மேடையில் இறங்கினான்.

அங்கே இராவணன் தன் பரிவாரத்துடன் ஆசனத்தில் அமர்ந்திருப்பதைக் கண்டு குதித்துப் பாய்ந்தான்.

அதே வேகத்தில் இராவணனைப் பார்த்து, "இராவணா! சிக்கினாய்!" என்று கர்ஜித்தான்.

"குரங்கே! நீ யார்?" என்று அதட்டிக் கேட்டான் இராவணன்.

"நானா! உன்னைக் கொல்லப் போகும் இராமனுடைய சகோதரனும், அரசனுமான சுக்ரீவன்."

"எதற்கு இங்கு வந்தாய்."

'உன் கதையை இன்று முடித்துவிட்டுப் போக வந்தேன்.'

'இப்போது உன் கதை முடியப் போகிறது!' என்று இராவணனும் எழுந்தான்.

அக்கணத்தில் இராவணனின் மீது பாய்ந்து அவன் கிரீடத்தைக் கீழே தள்ளிவிட்டதோடு ஓர் அறை அறைந்தான்.

பிறகு இருவருக்கும் பெரும் மல்யுத்தம் நடந்தது.

இராவணன் வெகு கஷ்டப்பட்டுப் போனான். அதனால் அவன் மாயவித்தையில் இறங்கினான்.

அப்போது சுக்ரீவன் அவனை விட்டுவிட்டு ஒரே பாய்ச்சலாக இராமன் இருந்த இடம் போனான்.

இவ்வாறு சூரிய புத்திரன் அற்புதக் காரியம் செய்துவிட்டு வந்ததைக் கண்ட வானரத் தலைவர்கள், தங்கள் அரசனைப் புகழ்ந்து பெரும் ஆரவாரம் செய்தார்கள்.

இராமனுக்கு ஒரு பக்கம் மகிழ்ச்சியும், வியப்பும் இருந்த போதிலும், 'சகோதரனே! அரசனான நீ இப்படிச் சாகசம் செய்யக் கூடாது. யாருடனும் யோசிக்காமல் இப்படிப்பட்ட அபாய காரியத்தில் இறங்கியது சரியல்ல.'

இவ்வாறு இராமன் கண்டித்ததைச் சுக்ரீவன் கேட்டு, 'அண்ணலே! சீதைக்கும் தங்களுக்கும் துரோகம் செய்த அந்தப் பாவியைப் பார்த்ததும் எனக்குப் பொங்கி எழுந்த கோபத்தை அடக்கமுடியாமல் இப்படி நடந்து கொண்டேன்!' என்றான்.

அடுத்து அனைவரும் சேர்ந்து நகருக்குள் நுழைந்து, நான்கு பக்கங்களிலும் சூழ்ந்து யுத்தத்தைத் தொடங்கு முன்பாக இராவணன் சரணடைவதற்கு சந்தர்ப்பம் அளிக்கலாம் என்று நினைத்த இராமன், அங்கதனை அழைத்தார்.

'அங்கதா! இராவணனிடம் தூது போய், 'மகா பாவியே! உன் காலம் நெருங்கிவிட்டது. கோட்டை வாயிலில் இராமன் யுத்தத்துக்குக் காத்திருக்கிறார்.

உனக்கு உயிரின் மேல் ஆசையிருந்தால் பேடித்தனமாகத் தூக்கிப் போன சீதையைத் திரும்பி இராமனிடம் சேர்ப்பித்துவிட்டு அவரிடம் சரண் அடைவாயாக. உயிருடன் பிழைத்துப் போகலாம்.

இல்லாவிடில் கடைசித் தடவையாக இலங்கையை நன்றாகப் பார்த்து விட்டு விடைபெற்றுக் கொண்டு, வெளியே வந்து இராமனோடு யுத்தம் செய்வாயாக!' என்று அரக்கனுக்குச் சொல்வாய் அங்கதனே!' என்றார்.

'அப்படியே செய்கிறேன் அண்ணலே!' என்று குதித்துக் கிளம்பி, அமைச்சர்களால் சூழப்பட்டு அரியணையில் அமர்ந்திருந்த இராவணன் முன்னிலையில் இறங்கினான்.

'இப்போது வந்துள்ள குரங்கே நீ யார்?' என்று கேட்டான் இராவணன்.

'இராவணனே! வீரத்திருமகன் வாலியின் மகன். நான் என் பெயர் அங்கதன். இப்போது இராமனுடைய தூதனாக வந்திருக்கிறேன். நான் சொல்லும் எச்சரிக்கையைக் கேள்,'

உலகத்தையே கொடுமைப்படுத்தி ஆட்டு வித்தவன் நீ! தேவர்களிடம் பெற்ற வரத்தால் ஆணவம் கொண்டு எளியவர்களை வதைத்து, முனிவர்களுக்கும், ரிஷிகளுக்கும் தொந்தரவு கொடுத்தவன் நீ.

இப்படிப்பட்ட உனது அக்கிரமங்களுக்கெல்லாம் விடிவு காலம் வந்துவிட்டது.

கோட்டை வாசலில் இராமன் காத்திருக்கிறார். உன்னுடைய பாவங்களுக்குத் தண்டனை வழங்கவே அவர் தனது வில்லாகிய கோதண்டத்தை வளைத்து உன்னை எதிர்நோக்கிக் கொண்டிருக்கிறார். 'நீ வீரனாக இருந்தால், வெளியே வந்து இராமனோடு போரிடு. மரணத்தில் நிம்மதியடைவாய். அப்படி உயிர் மீது உனக்கு ஆசையிருந்தால், சீதையைத் திருப்பி இராமனிடம் ஒப்படைத்துவிட்டு அவரிடம் சரணடைந்து விடு!' என்று முழங்கினான்.

அதைக் கேட்ட இராவணனின் கண்களில் நெருப்புப் பொறி பறந்தது. கோபக்கனலுடன் பிடியுங்கள். அந்த அற்பக் குரங்கை அடித்துக் கொல்லுங்கள் என்று கட்டளையிட்டான்.

இரண்டு அரக்கர்கள் ஓடிப்போய் அங்கதனைப் பிடித்தார்கள். அங்கதனோ, இராவணனின் முன்பு வருவதற்குப் பதிலாகத் தன்னைப் பிடித்த அரக்கர்கள் இருவரையும் தன்னுடன் தூக்கிக் கொண்டு உயரே கிளம்பினான்.

மேலே சென்று அந்தரத்தில் நின்றவாறே. தன்னைப் பிடித்திருந்த இரண்டு அரக்கர்களை தனது முஷ்டியால் குத்தி, காலால் உதைத்துத் தள்ளினான்.

அதன் பிறகு திரும்பிச் இராவணனின் முன்பு சென்று நின்றான். மீண்டும், 'ராவணா! நான் கேட்டதற்கு என்ன பதில் சொல்லுகிறாய். சண்டையிடப் போகிறாயா? இல்லை சரணடையப் போகிறாயா!' என்றான்.

'காவலர்களே! இந்தக் குரங்கை பிடித்து இப்போதே இங்கேயே கொல்லுங்கள்!' என்று கர்ஜித்தான்.

பல அரக்கர்கள் அங்கதனைப் பிடிக்க வந்தனர். அங்கதனோ இராவணனுடைய மாளிகையின் கோபுரத்தை உடைத்துக் கொண்டே இராமன் இருக்குமிடத்துக்குப் போய்ச் சேர்ந்தான்.

அங்கதன் வந்ததும், சொன்னதும், சென்றதும் மின்னல் வேகத்தில் நடந்து முடிந்துவிட்டன.

சபையில் இருந்த அரக்கர்களுக்கு மனத்தில் பயமிருந்தாலும் அதை மறைத்துக் கொண்டு அலட்சியம் காட்டினார்கள்.

மாளிகையின் விமானம் உடைந்ததை அபசகுனமாக நினைத்தான் இராவணன்.

அங்கதன் திரும்பி வந்து, விஷயத்தைச் சொன்னதும் இராமன், சேனைக்கு உத்தரவு கொடுத்துவிட்டார்.

யுத்தம் தொடங்கியது.

சீதை மகிழ்வு கொண்டாள்

அங்கதன் வந்ததும், சொன்னதும், சென்றதும், மின்னல் வேகத்தில் நடந்து முடிந்தன.

சபையில் இருந்த ராட்சதர்களுக்கு மனதில் திகில் இருந்தாலும் அதை மறைத்துக்கொண்டு அலட்சியம் காட்டினார்கள்.

மாளிகையின் விமானம் உடைந்ததை அபசகுனமாகக் கருதினான் இராவணன். ஆனாலும், அதைக் காட்டிக் கொள்ளாமல் வீரதிரமாகப் பேசலானான்.

"இந்த அற்பர்களின் சலசலப்புக்கு யாரும் அஞ்சத் தேவையில்லை. தேவர்கள், கந்தர்வர்கள், யட்சகர்கள் என எவராலும் சரி. என்னால் வதம் செய்யப்படுவது உறுதி.

இந்திரனோ, எமனோ, யாரானாலும் எனது பாணங்களுக்கு இரையாவார்கள்.

விரைவிலேயே இந்த இராமனும், வானர சேனையும் என்னால் நசுக்கப்படுவதை நீங்கள் பார்ப்பீர்கள்!" என்று சொல்லி சபையைக் கலைத்தான்.

அனைவரும் வெளியேறிய போதிலும், துர்புத்தி கொண்ட சேனாதிபதி ஒருவன் மட்டும், இராவணனின் அருகில் சென்று, "மகாராஜா! சீதையை முன்னிட்டுதானே இந்த யுத்தம்! உடனடியாகச் சீதையைப் பலாத்காரமாக அடைந்து விடுங்கள். அவளை நீங்கள் அடைந்துவிட்டீர்கள் என்று தெரிந்தால், அந்த இராமன் தற்கொலை புரிந்து கொள்வான்.

அதற்குப் பிறகு யுத்தமாவது ஒன்றாவது! வானரர்கள் தலைமை இல்லாமல் தலை தெறிக்க ஓடிப்போய் விடுவார்கள்!" என்று யோசனை சொன்னான்.

"சேனாதிபதியே!"

'அப்படிச் செய்வது கூடாது...'

"ஏன் மகாராஜா?"

"பெண்ணொருத்தியை நான் சிறையெடுக்கலாம். ஆனால் அவளுடைய சம்மதமில்லாமல் அவளை அடைய முயற்சித்தாலோ பலாத்காரமாக அவள் கற்பை அழித்தாலோ என்னுடைய தலை சுக்கல் சுக்கலாகச் சிதறிப் போய்விடும்."

"எதற்கு மகாராஜா"

'பிரம்மதேவன் எனக்குக் கட்டளையிட்டுள்ளான்!' என்று கையாலாகாதவனாக வருந்தினான்.

ஆனாலும், சீதையைச் சந்தித்து அவனிடம் பேசி அவளது மனத்தை மாற்ற முயற்சிக்கலாம் என்று சேனாதிபதியிடம் சொல்லிவிட்டு புறப்பட்டான்.

சீதையை எப்படியாவது ஒப்புக் கொள்ள வைத்து விடவேண்டும் என்று திட்டமிட்டவன்.

வழியில் மாய மந்திரங்களில் கைதேர்ந்த அரக்கன் ஒருவனை வரச் சொல்லி யுத்தியொன்றினைச் சொல்லலானான்.

"மந்திரக்காரரே! நான் இப்போது சீதையிடம் செல்கிறேன். அங்கு போனதும் உனக்குச் சொல்லி அனுப்புகிறேன். அப்போது நீ சீதையின் கணவனான இராமனின் தலையைப் போல ஒன்றைச் செய்து ரத்தம் சொட்டச் சொட்டக் கொண்டு வந்து அவளின் முன் காட்டு! மற்றதை நான் பார்த்துக் கொள்கிறேன்!" என்றான்.

அசோக வனத்துக்குச் சென்ற இராவணன், முன்புபோலவே, சீதையிடம் கனிவான காதல் வார்த்தைகளைப் பேசிவிட்டு கடைசியாக அவள் துக்கத்தில் துவழ்வது போன்ற ஒன்றைச் சொல்லலானான்.

"சீதா! இனியும் நீ பிடிவாதம் செய்வது வீண் என்று நான் கருதுகிறேன். ஏனெனில் எனது வீரர்கள் கடல் தாண்டிச் சென்று உறங்கிக் கொண்டிருந்த வானரப் படையைத் தாக்கி, ஒருவர் கூட மிச்சமில்லாத அளவிற்கு அடியோடு அனைவரையும் வதம் செய்துவிட்டனர். அதில் உனது கணவனும் எனது படையினரால் கொல்லப்பட்டுவிட்டான்.

அவனது தலையைக் கொண்டு வருமாறு எனது ஆட்களை அனுப்பியிருக்கிறேன். அவனே போன பிறகு இனி உனக்கு வேறு கதியில்லை. அதனால் எந்தவிதமான மனக் கலக்கத்துக்கும் ஆளாகாமல் என்னை ஏற்றுக்கொள். ஏற்கெனவே உன்னிடம் சொன்னதைப் போல நாடு, நகரம், ஆபரணங்கள், ஆடைகள் என அத்தனையும் அனுபவித்து சுகபோகங்களுடன் வாழலாம்... என்னை ஏற்றுக்கொள்!" என்று சீதையை நெருங்கிய நேரத்தில் மாய அரக்கன். இராவணன் சொன்னது போலவே இராமனின் மாயத் தலையைக் கொண்டு வந்து சீதையின் முன் வைத்தான்.

அதைக் கண்ட சீதை திடுக்கிட்டாள். அலறினாள் கதறினாள். ஓவென்று தலைவிரி கோலமாக அழத்தொடங்கினாள்.

தன் கதி இப்படியாகி விட்டதே என்று புலம்பவும் செய்தாள்.

இது நடந்துகொண்டிருந்தபோதே இராமனின் படை இலங்காபுரியின் தலைவாசலைத் தாக்குவதாகச் செய்தி வரவே, அவசரமாகப் புறப்பட்டுப் போனான் இராவணன்.

அவன் போனதும் இராமனது பொய்த்தலையின் மாயா உருவம் தானாகவே கரைந்து போயிற்று.

விபீஷணனின் மனைவி சரமை, சீதையை அணுகி, பொய்த் தலையின் மாயத்தைப் பற்றிக் கூறி, அவளை ஆறுதல் படுத்தலானாள்.

'சீதா! இராமனை யாரும் கொல்லவில்லை. அவனும், அவனுடைய பெரும்படையும் இலங்காபுரிக்குள் நுழைந்து விட்டனர்.

ராட்சகர்கள் எல்லோரும் திகிலடைந்து போயிருக்கிறார்கள். இராவணன் உன்னை மாய வித்தையால் ஏமாற்றப் பார்க்கிறான்.

இதோ பார்.... இந்தப் பொய்த் தலை உருகிவிட்டது!' என்று காட்டிச் சீதைக்கு உண்மையை விளக்கினாள்.

மேலும் சீதைக்கு இன்னும் சில விஷயங்களைச் சொன்னாள்.

"இராவணனுடைய அமைச்சர்களில் பலர். இராவணனுடைய நலத்தைக் கருதிச் சீதையை இராமனிடம் ஒப்படைத்துவிடு. அப்படிச் செய்வதின் மூலம் அழியாமல் தப்பலாம்" என்று சொன்னார்கள்.

இவ்விதம் எவ்வளவோ எடுத்துச் சொல்லியும் அவன் கேட்கவில்லை.

யுத்தத்திலாவது உயிரை விடுவேனேத் தவிர, சீதையை இராமனிடம் ஒப்படைத்துவிட்டுச் சரணடைந்து ஒரு போதும் நிற்கமாட்டேன் என்று தீர்மானமாகச் சொல்லிவிட்டான்.

அந்த வழியில் உனக்கு எந்த விதத்திலும் ஓர் அபாயமுமில்லை. இராமன் வெல்வான்.

இந்தக் கொடியவன் மாய்வான் என்று ஆறுதல் கூறினாள் சரமை.

இப்படி சரமை ஆறுதல் சொல்லி முடித்த வேளையில் திடீர் என்று வானர சேனையின் பேரிகைகளும் சங்குகளும் நாதங்களும் ஒலிக்கும் சத்தம் கிளம்பியது.

அதைக் கேட்ட சரமை, "சீதா! இராவணனுக்கு ஊதப்படும் அபாயச் சங்கு கேட்டுக் கொள்!" என்றாள்.

'ஆமாம்! சரமை சொன்னது போல இராவணன் அழிந்தான்!' என்று எண்ணிக் கொண்டாள் சீதை.

அதே நேரத்தில் அந்தப் பெருஞ்சத்தத்தை கேட்ட அரக்கர்கள் பயத்தால் நடுங்கினார்கள்.

நாக பாணங்கள்

கடல் போன்ற பெரும் வானர சேனையைக் கொண்டு இராமன் இலங்கையை நான்கு பக்கங்களிலும் சூழ்ந்து முற்றுகையிடச் செய்தார்.

இதனை அறிந்த அரக்கர்கள் இராவணனிடம் சொன்னார்கள். கோபங் கொண்ட இராவணன் மாளிகையின்மேல் ஏறிப் பார்த்தான்.

அரக்கர்கள் சொன்னது போலவே, நகரின் நான்கு பக்கங்களிலும் மரங்களையும், கற்பாறைகளையும் எடுத்துக்கொண்டு சூழ்ந்து நிற்கும் வானரர்களைப் பார்த்தான்.

இவர்களை எப்படி! 'அழிப்பது என்று ஆலோசித்தான். அதே சமயத்தில் இராமனும் நகரத்தைப் பார்த்தான். இந்த மதிலுக்குள்ள அல்லவா சீதை சிறைப்பட்டு வாடி வருகிறாள்' என்று எண்ணிக் கோபம் கொண்டு வானரர் படைக்கு உத்திரவிட்டார்.

"கோட்டையைத் தாக்குங்கள். அரக்கர்களைக் கொல்லுங்கள்! தயங்க வேண்டாம்!" என்று கட்டளையிட்டார்.

"வானராஜன் வாழ்க!"

"இராம இலக்குவணர்களுக்கே வெற்றி!"

இவ்விதம் கோஷம் எழுப்பியபடி இலங்கையின் மதிலையும், வாசலையும் தாக்கினார்கள். எதிர்ப்பட்ட அரக்கர்களை அழித்தார்கள்.

இதைப் பார்த்த இராவணன், அவர்களை எதிர்த்து, முறியடிக்கப் பெரும்படையொன்றினை அனுப்பி வைத்தான்.

பேரிகை ஒலிக்க, சங்குகள் முழங்க, வீர கோஷம் எழுப்பியபடி ராட்சத வீரர்களும் சகல விதமான ஆயுதங்களை ஏந்திக்கொண்டு வானரர்களை எதிர்த்துப் போரிட்டனர்.

வானரர்களும் தங்களின் ஆயுதங்களாகிய பாறாங்கற்களையும் மரங்களையும் தூக்கி எறிந்ததோடு தங்களது நகங்கள், முஷ்டிகள் முதலியவைகளை உபயோகித்து ராட்சசர்களை எதிர்த்தார்கள்.

இரு பக்கங்களிலும் கோரமான தாக்குதல் நடந்தது.

எங்கு பார்த்தாலும், வெட்டப்பட்ட உடல்களுமாக, மாமிசச் சிதறல்களுமாக யுத்த பூமி ரத்தத்தால் தோய்ந்து கிடந்தது.

இதைத் தவிர வீரர்களோடு வீரர்கள் கை கலந்து துவந்த யுத்தங்களும் நடைபெற்றன.

அங்கதன் இந்திரஜித்தை எதிர்த்தான்.

ப்ரஜங்கன் அனுமனோடு மோதினான்.

நிரும்பனும், சும்பனும் இலக்குவணனுடன் சண்டையிட்டனர்.

இரு தரப்பிலுமே மிகவும் மோசமாகத் தாக்கிக் கொண்டார்கள். அரக்கர் சேனையின் வசம் ஏராளமான

ரதங்கள் இருக்க, அரக்க வீரர்கள் அதிலிருந்து அம்பு மழை பொழிந்தார்கள்.

வானர சேனைகளோ முதல் வேலையாக அந்த ரதங்களை நொறுக்கித் தள்ளினார்கள். தவிடு பொடியாக்கவும் செய்தார்கள்.

இராமன் தனியாக நின்று, தனது பாணங்களால் ஆயிரக் கணக்கான அரக்கர்களைக் கொன்றொழித்துக் கொண்டிருந்தார்.

அன்றைய பகல் முழுவதும் நடந்த இந்தப் போர். இரவாகியும் நிற்காமல் தொடர்ந்தது.

இரவு யுத்தம் மேலும் கோரத் தாண்டவமாடியது.

இரு தரப்பிலும் உயிர் இழப்புகள் தொடர்ந்து கொண்டேயிருந்தன.

அங்கதன், இந்திரஜித்தை வெறி கொண்டு தாக்கினான். அவனது ரதத்தின் சாரதியைக் கொன்று ரதத்தையும் உடைத்துப் போட்டான்.

அங்கதனின் வீரத்தைக் கண்டு வானரர்கள் ஜெய கோஷம் எழுப்பினார்கள்

தேரை இழந்த இந்திரஜித் கோபம் கொண்டான். அதன் பொருட்டு மாய வித்தைகளைப் பயன்படுத்தத் தொடங்கினான்.

யார் கண்களுக்கும் படாமல், மாயமாகி மறைந்து நின்று, யுத்தம் செய்யலானான்.

இராம இலக்குவணர்களின் மீது பாணம் தொடுத்தான். அம்பினை மட்டும் கண்ட அவர்களால் மாயமாகி இருக்கும் இந்திரஜித்துவைப் பார்க்க முடியவில்லை.

வானர வீரர்கள் அவனைத் தேடித் தேடி ஏமாந்தார்கள். அதை ரசித்துச் சிரித்த இந்திரஜித். சந்தர்ப்பம் பார்த்துத் தனது நாகாஸ்திரத்தை எடுத்து இராம இலக்குவணர்கள் மீது தொடுத்தான்.

இராம இலக்குவணர்கள் நாகாஸ்திரத்தால் கட்டுண்டு, செயலற்றுப் போய், மண்ணில் விழுந்தார்கள்.

இதைக் கண்ட வானரப்படையினர் திகிலடைந்து போனார்கள். செய்வது அறியாது புலம்பலானார்கள்.

இந்திரஜித் அரண்மனைக்கு ஓடிச் சென்று தந்தை இராவணனிடம், "தந்தையே! இராம இலக்குவணர்களை வதம் செய்துவிட்டேன்" என்று கூறினான்.

மகிழ்ச்சியில் மிதந்த இராவணன், தன் மகன் இந்திரஜித்தைக் கட்டியணைத்து உச்சி மோந்து பாராட்டினான்.

அரக்கர்களும் மகிழ்ச்சிப் பெருக்கில் ஆரவாரம் செய்தார்கள்.

உடனே அரக்கிகளை அழைத்தான், இராவணன். வந்த அரக்கிகளிடம், "சீதையைப் புஷ்பக விமானத்தில் ஏற்றிக்கொண்டு யுத்த களத்தில் அவருடைய கணவன் இறந்து கிடப்பதைக் காட்டுங்கள்."

"இனித் தனக்கு வேறு ஆதரவு இல்லை என்பதை உணர்த்தும்படி செய்யுங்கள். இதன் பிறகாவது என் விருப்பத்திற்கு இணங்கட்டும்!" என்றான்.

அவனது கட்டளைப்படியே அரக்கிகள் சீதையைப், புஷ்பக விமானத்தில் ஏற்றிக் கொண்டு சென்று, இராம இலக்குவணர்கள் விழுந்து கிடக்கும் இடத்தினைக் காட்டினார்கள்.

இராம இலக்குவணர்கள் விழுந்துகிடப்பதைப் பார்த்த சீதை கதறியழுதாள்.

"இனி நான் உயிருடன் இருக்க மாட்டேன். இந்தக் கணமே உயிர் துறந்து எனது பிரபுவுடனே செல்கிறேன்!" என்று துடித்தவள், இராமனின் அருகே செல்ல நினைத்தாள்.

அவளை இராமன் அருகே செல்ல விடாது தடுத்தாள் விபீஷணனின் மகளான திரிசடை, அத்தோடு அவளது காதிலும் மெல்லச் சொன்னாள்.

"சீதையே! கவலைப் படாதீர். இராம இலக்குவணர்கள் இறக்கவில்லை. அவர்கள் மூர்ச்சையடைந்துதான் கிடக்கிறார்கள். அவர்களது முகத்தை நன்கு உற்றுப்பார். தூங்கிக் கொண்டிருப்பவர்கள் போலத்தான் இருக்கிறார்கள். நம்பிக்கையை இழக்காதீர்!" என்று தைரியம் சொன்னாள்.

திரிசடை சொன்னது போன்று உற்றுப் பார்த்தபோது தூங்கிக் கொண்டிருந்தவர்களைப் போல மயக்கமுற்றுக் கிடப்பது அவளின் மனதில் பட்டுக் கவலையிலிருந்து சற்றுத் தேறினாள்.

அந்த நிலையில் அரக்கிகள் சீதையை மீண்டும் அசோக வனத்துக்கு அழைத்துச் சென்றார்கள்.

யுத்த பூமியில் வானரர்கள் இராம இலக்குவணர்களைச் சுற்றி நின்று, செய்வதறியாது திகைத்து நின்றார்கள்.

அப்போது விபீஷணன் அங்கே வந்தான்.

இராம இலக்குவணர்களைப் பார்த்தான்.

இருவரும் காயம்பட்டு உடல் நிறைய அம்புகள் பாய்ந்து அசையாமல் கிடப்பதைப் பார்த்து அழ ஆரம்பித்தான்.

"சுக்ரீவரே! காரியம் எல்லாம் கெட்டுவிட்டதே! இனி என்ன செய்வது?" என்று விபீஷணன் புலம்புவதைப் பார்த்து, சுக்ரீவன் அவனுக்குத் தைரியம் சொன்னான். அதேசமயத்தில் தன் மாமன் சுஷேணனைப் பார்த்து, "மாமா! நீங்கள் இராம இலக்குவணர்களை எடுத்துக் கொண்டு கிஷ்கிந்தைக்குப் போங்கள். நான் அரக்கன் இராவணனைத் தொலைத்துவிட்டு, சீதையைச் மீட்டுக் கொண்டு வருவேன்!" என்றான்.

'மருமகனே! இந்த அரச குமாரர்களின் காயங்களைக் குணப்படுத்த மருந்துகள் இருக்கிறது. அந்த மருந்து சம்பந்தமான மூலிகைகள் இருக்குமிடம் நம்மில் சிலருக்குத் தெரியும். இதோ அந்த அனுமானுக்குக் கூடத் தெரியும். இவரை அனுப்பினால் அந்த மருந்துகளைக் கொண்டு வருவார்!" என்றான்.

இவ்விதம் இவர்கள் பேசிக் கொண்டிருந்த சமயத்தில் மிகப் பெரிய பறவையான 'கருடன்' வானத்தில் வருவதைக் கண்டனர்.

கீழே விழுந்து கிடந்த இராம இலக்குவணர்களின் அருகே கருடன் சென்று உட்கார்ந்து, நாகபாணங்களை அப்புறப்படுத்தியது. அதன் பொருட்டு இருவரின் உடல்களில் பாய்ந்திருந்த பாணங்கள் மாயமாய் ஓடி மறைந்தன. அவை யாவும் விஷ நாகங்கள் இந்திரஜித்தின் மந்திர பலத்தால் அம்புகளின் வடிவங்களாகப் பாய்ந்திருந்தன. அவை, கருடனின் உதவியினால், இராம இலக்குவணர்களின் தேகங்களைவிட்டு ஓடிவிட்டன.

அதன் பிறகு கருடன், இராம இலக்குவணர்களின் உடலை மீண்டும் தடவிக் கொடுத்து, அவர்களுக்குச் சகல சக்தியையும் மறுபடியும், உண்டாக்கிவிட்டான்.

காயங்கள் எல்லாம் உடனே மறைந்து, முன்னைக் காட்டிலும் பலமும், அழகும் பெற்று எழுந்தார்கள்.

"மயக்கத்திலிருந்த எங்களை யார் எழுப்பியது?" என்று இருவரும் கேட்டனர்.

"நான்தான் உங்களை எழுப்பினேன்!" என்றான் கருடன்.

"நீ யார்?"

"நான் உங்களுக்குப் பரம சினேகிதன். தோழன், மங்களம் உண்டாகட்டும் நான் போய் வருகிறேன். யுத்தத்தில் வெற்றி பெறுவீராக!" என்று ஹரிவாகனமாகிய கருடன் சொல்லிவிட்டுச் சென்றான்.

இராம இலக்குவணர்களும் பூரண பலத்துடன் நின்றதைக் கண்ட வானரர்கள் மிக்க மகிழ்ச்சி அடைந்து இராவணனுடைய கோட்டையை தாக்கலானார்கள்.

இன்று போய் நாளை வா

வா னரர்களின் ஆரவாரமும், ஆர்ப்பாட்டமும் அரண்மனைக்குள்ளிருந்த இராவணனின் செவிகளில் படவே, உடனே பக்கத்திலிருந்த அரக்கர்களிடம் கேட்டான்.

"வீரர்களே! இதென்ன வியப்பு! இராம இலக்குவணர்கள் மூர்ச்சையுற்றுக் கிடக்கும் நிலையில் கவலைப்படவேண்டிய இவர்கள், இப்படி உற்சாகமாகக் கூச்சலிடுவதன் காரணம் என்னவென்று தெரியவில்லையே!" 'யாது காரணம் என்று பார்த்துவிட்டு வாருங்கள்' என்று அரக்கர்களிடம் கூறினான்.

சில அரக்கர்கள் மதிலின் மேல் ஏறி நின்று பார்த்துவிட்டு இராவணனிடம் வந்தார்கள். "மகாராஜாவே! சுக்ரீவன் தலைமையில் வானர சேனை ஆரவாரத்துடன் கோட்டையைத் தாக்கிக் கொண்டிருக்கின்றனர். இராம இலக்குவணர்கள் உயிருடன் உடன் இருக்கின்றனர்!" என்றார்கள்.

"என்ன! இராம இலக்குவணர்கள் உயிருடன் இருக்கிறார்களா? அப்படியென்றால் இந்திரஜித்து அவர்களைக் கட்டிய பாணங்கள் வீணாகிவிட்டனவே... இந்தப் பாணங்கள் வீணாகிவிட்டன என்றால் இனி நமக்கு ஆபத்துத்தான்!" என்றான்.

அதன் பிறகு, "மானம் பெரிதெனக் கொண்டு ஏதும் ராட்சதனே!" வேண்டிய வீரர்களைக் கூட்டிக் கொண்டு உடனே போய் அவர்களை வதம் செய்துவிட்டு வா என்று அனுப்பினான்.

தூம் ரட்சனதும் வேண்டிய வீரர்களைத் தன்னுடன் அழைத்துக் கொண்டு கோட்டைக்கு வெளியே சென்று யுத்தத்தில் ஈடுபட்டான்.

கள்ளிப்பட்டி சு. குப்புசாமி | 259

மேற்கு வாயிலைத் தாக்கிக் கொண்டிருந்த அனுமான், தூம்ரட்சனை எதிர்கொண்டு போரிட்டான்.

போரில் இரு பக்கத்திலும் ஏராளமான உயிர்ச் சேதங்கள் ஏற்பட்டன. முடிவில் தூம் ராட்சன் அனுமானால் கொல்லப் பட்டான். அவனுடன் பலரும் மாண்டனர். எஞ்சியவர்கள் தப்பியோடிக் கோட்டைக்குள் புகுந்து கொண்டனர்.

இந்தத் தோல்வியை அறிந்து இராவணனுக்கு மேலும் கோபம் ஏற்பட்டது.

அடுத்து வஜ்ர தம்ஷ்ட்ரனை அழைத்து, "வீரசிகாமணியே! வானர துஷ்டர்களை நிர்மூலமாக்கிவிட்டு வா!" என்று அனுப்பினான்..

அரசனை வணங்கிவிட்டு 'பெரும் சேனையுடன் தெற்கு வாயில் வழியாகப் புறப்பட்டவன்,' அங்கேயிருந்த அங்கதனை எதிர்த்துப் போரிட்டான்.

எண்ணற்ற வானரர்களை வஜ்ரதம்ஷ்ட்ரன் கொன்றான்.

இருப்பினும் வானர சேனை பின்வாங்கவில்லை. பதிலுக்குப் பதிலாக எண்ணற்ற அரக்கர்களை வானரர்களும் கொன்றனர். இரு தரப்பிலும் தீவிர முறையில் யுத்தம் நடந்தது.

அங்கதனும், அரக்கத் தலைவனும் ஒருவரை ஒருவர் தாக்கிக்கொண்டே நெடு நேரம் வரை சண்டையிட்டனர்.

முடிவில் வஜ்ரதம்ஷ்ட்ரன் கொல்லப்பட்டான்.

அதைக் கண்டு அரக்கர் சேனை சிதறி ஓடிற்று.

அங்கதனைச் சூழ்ந்துகொண்டு வானரர்கள் வீர கர்ஜனை செய்தார்கள்.

இந்த விஷயமும் இராவணனுக்குத் தெரியவரவே, அடுத்தபடியாகப் பிரகஸ்தனை அழைத்து, யுத்தத்தில் நிபுணனாகிய அகம்பனனிடம் பயங்கர ராட்சதர்களைப் பொறுக்கித் தேர்ந்தெடுத்து அவர்களைப் போர்க்களத்திற்கு அழைத்துச் சென்று, "வானரப் படையையும், இராம இலக்குவணர்களையும், சுக்ரீவனையும் வதம் செய்து வரச் சொல்வாய்!" என்று கூறினாள்.

பிரகஸ்தன், இராவணனுடைய உத்தரவுப்படி அகம்பணன் தலைமையில் சேனையை அனுப்பினான்.

ஆயுதங்கள் கொண்ட பெரும்படையுடன் சென்றான் அகம்பனன்.

வானரர்களுக்கும் அரக்கர்களுக்கும் இடையில் பெரும்போர் நடந்தது. இருதரப்பிலும் கணக்கற்றவர்கள் மாண்டார்கள்.

வானர வீரர்களாகிய குமுதன், நளன், மயிந்தன், துவிவிதன் இவர்கள் அகம்பனனை எதிர்த்தார்கள். அகம்பனனும் மகாவீரத்துடன் அவர்களை எதிர்த்துப் போரிட்டான்.

தாக்குப் பிடிக்க முடியாமல் வானர வீரர்கள் பின் பக்கம் ஓடத் தொடங்கினர்.

இதனை எதிரே வந்த அனுமான் கண்டான். ஆத்திரம் கொண்டவன். பெரும் பாறையொன்றினை எடுத்துக் கரகரவென்று சுழற்றி அகம்பனன் மேல் விட்டெறிந்தான்.

அரக்கன் தன் பாணங்களால் அதைத் தடுத்துப் பொடியாக்கிவிட்டான். மேலும் ஆத்திரம் அரக்கன் கொண்ட அனுமான் ஒரு பெரிய மரத்தைப் பிடுங்கி வீசி அரக்கனைக் கொன்றிடச் செய்தான்.

அதைக் கண்ட ராட்சசர்கள் புயலில் மரங்கள் அசைவது போல் நடுங்கி ஓடினார்கள்.

ஓடும்போது பின்னால் பார்த்துக் கொண்டே ஓடினார்கள். அரக்கர்களில் மாண்டவர்கள் போக எஞ்சியவர்கள் கோட்டைக்குள் புகுந்து கொண்டு தப்பினார்கள்.

அகம்பனன் இறந்த செய்தி இராவணனைக் கோபத்தை மூட்டியது. அடுத்து என்ன செய்வதென்று யோசித்தான்.

சேனாதிபதி பிரகஸ்தனோடு கலந்து பேசினான்.

இந்த வானர முற்றுகையை ஒழித்துக் கட்ட வேண்டும் என்றால் பலமான யுத்தம் செய்து இவர்களுடைய தலைவர்களை முதலில் வதம் செய்ய வேண்டும்.

அவர்களை ஒழிப்பதற்காக நான், நீ, கும்பகர்ணன், இந்திரஜித்து, நிகும்பன் போன்ற ஐவரில் யாராவது ஒருவர் பொறுப்பினைக் கொண்டு சேனையை வழிநடத்திச் செல்ல வேண்டும்.

“இந்த வானரர்களைக் கண்டு நாம் இவ்வளவு பயப்படுவதா? நம்முடைய ராட்சசர்களின் கர்ஜனையைக் கேட்டாலே இந்தப் பிராணிகள் சிதறியோடும்.

யுத்த முறையில் அறிவும் பயிற்சியுமில்லாத இவர்களை ஓட்டுவது கஷ்டமல்ல.”

பிரகஸ்தன் இதைக் கேட்டு வினயமாகப் பேசலானான்.

"நாம் முன்பு எதிர்பார்த்தபடியே எல்லாம் நடந்திருக்கின்றது. இதற்கெல்லாம் ஒரே வழி. சீதையைத் திருப்பித் தந்து விடுவதே சரியானது. நமக்கும் நல்லது. இதை நான் முன்பே சொன்னேன். ஆனாலும் நான் உமக்குக் கடன்பட்டிருக்கிறேன்.

என் உடல், பொருள், ஆவி, குடும்பம் அனைத்தும் உங்கள் வசமே. அதனால் நானே சேனைக்குத் தலைமை ஏற்றுச் செல்கிறேன்!" என்றான்.

'அப்படியே ஆகட்டும்!' என்றான் இராவணன், நகரத்தில் ஹோமம், சாந்தி பிரம்மண பூஜை என்றெல்லாம் நடத்தப்பட்டன.

காற்றில் பரிமளம் நிரம்பிக் காணப்பட்டது.

அதன் பிறகு பேரிகை கோஷத்துடன் பிரஹஸ்தன் புறப்பட்டான்.

செல்லும் வழியில் அபசகுணங்கள் காணப்பட்டன. அவற்றைக் கண்டு கொள்ளாமல் சென்றான்.

பிரஹஸ்தன் தலைமையில் பெருஞ்சேனை கோட்டையைவிட்டுக் கிழக்கு வாயிலின் வழியே வெளிவந்ததைக் கண்டதும், வானரர்கள் கர்ஜித்து யுத்தத்துக்குத் தயாரானார்கள்.

நெருப்பில் பூச்சிகள் ஆவேசமாக விழுவது போல, பிரஹஸ்தன் தலைமையில் ராட்சசர்கள் வானர சேனையின்மேல் பாய்ந்தார்கள். வானரர்களும், அரக்கர்களும் எதிரும் புதிருமாக நின்று கோர யுத்தம் நடத்தலானார்கள்.

கல்மாரியும் சரமாரியும் பொழிந்தும், கைகலந்தும் யுத்தத்தை மேற்கொண்டனர்.

இதில் எண்ணற்ற வானரர்களும் அரக்கர்களும் மாண்டார்கள்.

பிரஹஸ்தனுடைய வீரர்களான நராந்தகன், மகா நாதன், கும்பஹன் முதலிய அரக்கர்களைத் துவிவிதன், துர்முகன், ஜாம்பவான் ஆகிய வீரர்கள் எதிர்த்துக் கொன்றார்கள்.

அத்துடன் பிரஹஸ்தனுக்கும், நீலனுக்கும் இடையே கடும்போர் நடந்தது. அப்போர் வெகு நேரம் நீடித்தது.

முழவில் பிரஹஸ்தன் தன் இரும்பு உலக்கையை எடுத்துக்கொண்டு நீலன் மேல் பாய்ந்தான்.

உடனே நீலன் பெரும் பாறையைப் பெயர்த்தெடுத்துப் பிரஹஸ்தன் தலை மீது வீசினான். அப்பாறை பிரஹஸ்தனைப் பதம்பார்த்து நொறுக்கிடச் செய்தது.

பிரஹஸ்தன் இறந்ததைக் கண்டவுடன் அரக்கர்கள் மூலைக்கு மூலை சிதறி ஓடினார்கள்.

ஓடிய அரக்கர்களில் சிலர் இராவணனிடம் அக்னி புத்திரனான நீலன், பிரஹஸ்தனைக் கொன்றுவிட்டான் என்ற செய்தியினைத் தெரிவித்தார்கள்.

இராவணனுக்குக் கோபம் பொங்கிக் கிளம்பிற்று. "பிரஹஸ்தா! இந்திரனையும், தேவர்களையும் வென்ற நீ, சாதாரணக் குரங்குகளான வானரர்களால் கொல்லப்பட்டுவிட்டாயே, உன்னைக் கொன்ற அந்த வானரர்களை நிர்மூலம் செய்து விடுகிறேன்!" என்று தானே தேர் ஏறிப் பூதகணங்களால் சூழப்பட்ட ருத்ரனைப்போல் சென்றான் இராவணன்.

தகதகவென்று ஜொலித்த தேரில் நகரத்தை விட்டு வெளியேறினதும், அலைகடல் போல ஆர்ப்பரித்து நின்ற வானர சேனையைக் கண்டான்.

இராவணன் தலைமையில் அரக்கர் படை வந்ததைக் கண்டதும், வானரர்கள் கையில் மரங்களும், கற்பாறைகளுமாக ஆயத்தமாக நின்றார்கள்.

வந்த அரக்க வீரர்கள் யார் யார் என்பதை இராமனுக்கு எடுத்துச் சொன்னான் விபீஷணன்.

"அதோ அந்தத் தேரின் மேல் பால சூரியனைப்போல் பிரகாசித்துக் கொண்டிருக்கிறானே; அவன் தான் இந்திரஜித். இதோ இந்தத் தேரில், சூரிய பிரகாசமாக நிற்பவன் தசமுகன். அவனே இராவணன் ஆவான்!" என்று ஒவ்வொருவரையும் குறிப்பிட்டுச் சொன்னான்.

இராமனுக்கோ இராவணனுடைய வடிவம், பிரகாசம் கண்டு வியப்பாக இருந்தது. மகாவீரன், மகாபலவான் என்பதில் சந்தேகமில்லை. இருப்பினும் பாவியான இவனை ஒழித்தேயாக வேண்டும் என்றார் இராமன்.

இராவணன் தனது போர்ப் பணியினைத் தொடக்கினான். வானரர்கள் பலரைத் தாக்கி வீழ்த்தினான்.

அதைக் கண்ட நீலன், பலவாறு இம்சித்து இராவணனை எதிர்த்தான். அவனை அக்னி அஸ்திரத்தின் மூலம் நினைவிழக்கச் செய்தான்.

அதனைக் கண்டு பொறுக்க முடியாத அனுமான், இராவணனைப் பலமாக எதிர்த்தான்.

பெரிய முஷ்டி யுத்தம் நடந்தது.

இராவணன் அசையவில்லை.

எதிர்த்த வானர வீரர்கள் இராவணனுடைய பாணங்களால் அடிபட்டு மூச்சையிழந்து விழுந்தார்கள்.

பிறகு இலக்குவணன் இராவணனுடன் போரில் ஈடுபட்டான். அதில் இலக்குவணனும் நினைவிழந்து விழுந்தான்.

இதைக் கண்ட அனுமான் இடையில் புகுந்து இலக்குவணனை எடுத்து இராமனிடம் கொண்டு போய்ச் சேர்த்துவிட்டான்.

அதன் பிறகு இராமனே. அனுமானுடைய தோளின்மேல் ஏறி இராவணனுடன் யுத்தம் செய்தார்.

அந்த யுத்தத்தில் இராவணன் பலமாகத் தாக்கப்பட்டான். கிரீடம் உடைந்து, தேரிழந்து, ஆயுதம் இழந்து, ஒன்றும் செய்ய முடியாத நிலையில் நின்றான்.

அதைப் பார்த்த இராமன், இராவணன் மீது இரக்கம் கொண்டு, ‘இராவணா, நன்றாக யுத்தம் செய்தாய். ஆனாலும் உன்னால் தொடர்ந்து போரிட முடியவில்லை. அதனால் அரண்மனையில் இளைப்பாறி விட்டு வர வேண்டும். அதற்காக இன்று போய் நாளை வா!” என்று இராவணனிடம் சொல்லி அனுப்பினார்.

அவமானப்பட்ட நிலையில் தலை குனிந்தவாறு இராவணன் நகரத்துக்குத் திரும்பிச் சென்றான்.

கும்பகர்ணன் எழுந்தான்

கொட்டைக்குத் திரும்பிய இராவணனால் அவமானம் தாங்க முடியவில்லை. உயிருடனிருக்கும் போதே ஜீவனை இழந்தவன் போல தவித்தான்.

என்ன செய்வதென்று தெரியாமலே அரண்மனை அந்தப்புரத்திற்குள் அங்குமிங்கும் நடந்து கொண்டிருந்தான்.

“நான் தவத்தால் பெற்ற வரங்களெல்லாம் என்னானது?’

சாதாரண மனிதன் போரில் என்னை வீழ்த்தி, ‘இன்றுபோய் நாளை வா!’ என்றதை எண்ணி மனம் வருந்தினான்.

அதன்பின்னர் ஒருவாறு மனத்தைத் தேற்றிக்கொண்டு, மாதக் கணக்கில் தூங்கப் போயிருந்த தனது தம்பி கும்பகர்ணனைத் தூக்கத்திலிருந்து எழுப்பி யுத்தத்திற்குத் தயாராகச் செய்யும்படி தனது அமைச்சர்களுக்கு உத்தரவிட்டான்.

உத்தரவினைச் சிரமேற்கொண்ட அமைச்சர்கள் கும்பகர்ணனுடைய அரண்மனைக்குச் சென்றார்கள்.

கும்பகர்ணனை எழுப்புவதற்கு முன்னர் அவன் விழித்தெழும்போது அடங்காப் பசி ஏற்படும். அதனைத் தீர்க்கும் வண்ணம் மலை போல உணவு வகைகளைச் சமைத்து வைத்தார்கள்.

அதன் பின்னர் அவனை எழுப்புவதற்காகப் பேரிகைகள், சங்குகள் போன்றவற்றை முழக்கிடச் செய்தனர்.

சாப நித்திரை கொண்ட கும்பகர்ணன் அந்தச் சத்தங்களுக்கெல்லாம் எழாமல் தூங்கிக் கொண்டேயிருந்தான். அவனை விழிக்க வைப்பதற்காக அவன் மீது யானைகளை நடக்கச் செய்து, கம்புகளைக் கொண்டு அடித்தார்கள்.

இப்படித் துன்பத்திற்கு மேல் துன்பத்தையும், இம்சையையும் அளித்ததினால் வேறு வழியின்றிக் கண்ணைத் திறந்தவன் கொசுக் கடிக்காகக் கையால் தட்டுவதுபோல அனைவரையும் தட்டித் துரத்திவிட்டுக் கொட்டாவிவிட்டான்.

எல்லோரும் எதிர்பார்த்தது போலக் கும்பகர்ணனுக்குத் தாங்காத பசி எடுக்கவே, தன் முன்னே மலை போல குவிக்கப்பட்டிருந்த உணவுப் பண்டங்களையும், மாமிசங்களையும் விழுங்கினான். அத்துடன் பானைகளில் வைக்கப்பட்டிருந்த ரத்தத்தையும் மது வகைகளையும் குடித்துத் தாகம் தீர்த்துக் கொண்டான்.

அதன் பின்னர் சுயநினைவுக்கு வந்த அவன், "ஏன் என்னை தூக்கத்திலிருந்து எழுப்பினீர்?" என்று கேட்டான்.

கும்பகர்ணன் கேட்ட கேள்விக்குப் பதில் அளிக்கும்விதமாக அமைச்சன் யூபாசன் பதில் சொல்லலானான்.

"இளையவரே! சீதையினை மகாராஜா கொண்டுவந்து அசோக வனத்தில் வைத்திருந்தார் என்பது உமக்குத் தெரியும். அவளை விடச் சொல்லி இராம இலக்குவணர்கள், சுக்ரீவன், அனுமான், அங்கதன் போன்றோர் கேட்டனர். மகாராஜா, அவர்களின் கோரிக்கையினை ஏற்காததினால், யுத்தம் ஏற்பட்டது.

கள்ளிப்பட்டி சு. குப்புசாமி | 265

அந்த யுத்தத்தில் நாம் இதுவரையில் கண்டிராத முறையில் நம்முடைய சேனையையும், வீரர்களையும் மாய்த்து வருகிறார்கள். இலங்கா நகரத்தைச் சுற்றிலும் கடல்போன்று வானரக் கூட்டம் நிற்கிறது.

இலங்கேஸ்வரனோ, இராமனுடன் எதிர்த்துப் போராடி அவனிடம் அடிபட்டுத் திரும்பிவிட்டார். அவர் உயிருடன் தப்பியதே நம்முடைய அதிர்ஷ்டம்தான் என்று சொல்ல வேண்டும்!"

இதைக் கேட்டதும் கும்பகர்ணன் அடக்க முடியாத கோபத்திற்கு ஆளானான்.

"இந்தக் கணம் எதிரிகளை நிர்மூலம் செய்வேன். வானர சேனையைக் கொன்று, இராம இலக்குவணர்களுடைய ரத்தத்தைக் குடிக்கப் போகிறேன்."

இவ்வாறு கோபத்தோடு பேசியதைக் கேட்ட அமைச்சர்கள் கும்பகர்ணன் அருகே நெருங்கி, "இளையவரே! முதலில் மகாராஜாவைக் கண்டு ஆலோசியுங்கள். அதற்குப்பின்னர் தக்கது செய்யுங்கள்!" என்று கேட்டுக் கொண்டனர்.

"சரி. அப்படியே!" என்று கூறிக் கொண்டு, இலங்கேஸ்வரன் அமர்ந்திருக்கும் மண்டபத்துக்குச் சென்றான்.

தன்னுடைய நிகரற்ற தம்பி எழுந்து வந்துவிட்டான் என்பதை அறிந்த இராவணன், எல்லையில்லா மகிழ்வுடன் எழுந்து ஆசனத்திலிருந்து இறங்கித் தம்பி கும்பகர்ணனைத் தழுவி வரவேற்றான்.

"அண்ணா! நான் செய்ய வேண்டியது என்ன? என்னை ஏன் எழுப்பச் சொன்னீர்?" என்று கேட்டான்.

"தம்பி! இராமன் என்னும் மானிடன் நம் குலத்தை வேரோடு அழிக்க வானர சேனையுடன் வந்துள்ளான். அவனை நீ போரில் வென்று, சத்ருக்களை எல்லாம் வதம் செய்து, என்னையும் இலங்கையையும் காப்பாற்றுவாய் என்றான்!"

"மன்னிக்க வேண்டும் அண்ணா!" தாங்கள் சபையைக் கூட்டி மந்திராலோசனை செய்த சமயத்தில் நாங்கள் என்ன எச்சரித்தோமோ அது இப்போது நடந்திருக்கிறது. நாங்கள் உங்களுடைய நன்மைக்கென்று சொன்னதை உதாசீனப்படுத்திவிட்டீர்.

வருமுன் காக்க வேண்டியதிருக்க,

வந்த பின்னர் தடுக்க முயற்சிப்பது போன்ற நிலைதான் இப்போது உங்களுக்கு ஏற்பட்டுள்ளது.

இவ்விதம் கும்பகர்ணன் செய்த தர்மோபதேசமும் நீதி சாஸ்திர விளக்கமும் இராவணனுக்குப் பிடிக்கவில்லை,

ஆனாலும் அதைக் காட்டிக் கொள்ளாமல், "தம்பி! எவ்வித ஆராய்ச்சியும் இப்போது தேவையில்லா தோன்றாகும். அதனால் நடந்தது நடந்தவையாக இருக்கட்டும். இனி நடக்கப் போவது நல்ல விதமாக நடக்க வேண்டும். அதற்கு என் பேரில் உனக்குப் பிரியம் இருப்பது உண்மையானால் இப்போது எனக்கு நீ யுத்தத்தில் கலந்து கொண்டு நான் இழந்த பெருமையை நிலை நாட்டுவாயாக!" என்று கவலை தோய்ந்த குரலில் கேட்டான்.

"அண்ணா! உங்களுக்கு இனி அந்தக் கவலை வேண்டாம். இதோ நான் இப்போதே யுத்தத்துக்குச் செல்லுகிறேன். நீங்கள் கேட்டுக் கொண்டபடி வானர சேனையைக் கொன்று குவிப்பதோடு, இராம இலக்குவணர்களின் ரத்தத்தைக் குடித்து அவர்களை அழித்துவிட்டு வெற்றிகரமாகக் காரியத்தை முடித்து விட்டு வருகிறேன்!" என்று கூறியவாறு, கைகளில் பெரிய குலத்தை ஏந்திக் கொண்டு போர்க்களத்துக்குத் தயாரானான்.

"தம்பி! உன்னைப்போல அண்ணனுக்கேற்பட்ட ஆபத்திலிருந்து உதவக் கூடியவர் எவருளர்?" என்று மகிழ்ச்சி பொங்கப் பேசித் தம்பியை யுத்தத்துக்கு அனுப்பினான்.

தம்பி கும்பகர்ணன் கட்டாயமாக ஜெயிப்பான், இழந்த மானத்தைக் காப்பாற்றுவான் என்று இராவணன் எண்ணினான். தான் செத்துப் பிழைத்தது போன்ற மகிழ்ச்சியும் அக்கணத்தில் இராவணனுக்கு ஏற்பட்டது.

கும்பகர்ணன் சூலத்தை எடுத்துக் கொண்டு ஒருவனாகவே புறப்பட்டான். அவ்விதம் தனித்துச் செல்வது தவறானது என எண்ணிய இராவணன், "தம்பி! சேனையைக் கூட்டிக் கொண்டு செல்!" என்று கூறினான்.

அண்ணன் சொன்னபடியே கும்பகர்ணன் சேனையுடன் புறப்பட்டவன், மதில் சுவர்களைக் காலாலே தாண்டிக் காலந்தக எமனைப்போல் வந்ததைக்கண்ட வானரர்கள் பயந்துபோய் அங்குமிங்கும் ஓடினார்கள்.

இதைக் கவனித்த அங்கதன், நளன் முதலிய வானர வீரர்கள் ஓடும் வானர வீரர்களுக்குத் தைரியமூட்டித் திரும்ப அழைத்தார்கள்.

"இந்தப் பேருருவத்தைக் கண்டு பயந்து நீங்கள் ஓட வேண்டாம். இப்படி ஓடுவது இழுக்கினை உண்டாக்கும். அதனால் உடனே திரும்பி வாருங்கள்!" என்றார்கள்.

வானரத் தலைவர்களின் வார்த்தைகள், வானரர்களுக்குத் தைரியம் ஊட்டவே, சுறுசுறுப்படைந்த வானரர்கள் கும்பகர்ணனை எதிர்த்து நின்று, மரங்களையும் பெயர்த்து எடுத்து வந்து தாக்கத் தொடங்கினார்கள்.

பதிலுக்குக் கும்பகர்ணன் தாக்கவே தாக்குப் பிடிக்கவே முடியாத வானரர்கள் நிலைகுலைந்து அங்குமிங்கும் சிதறியோடினார்கள்.

இதன் பின்னர் அனுமானுக்கும் கும்பகர்ணனுக்கும் இடையில் போர் நடந்தது. கும்பகர்ணனை அனுமான் மலைகளால் அடித்தான்.

பதிலுக்குக் கும்பகர்ணன் சூலத்தால் அனுமானைக் குத்தினான். மார்பில் அடிபட்ட அனுமான் வெகு பயங்கரமாகக் கர்ஜித்தான்.

இதைக் கண்டு பயந்த வானரர்கள் ஓட்டம் பிடித்தனர்.

இதைக் கவனித்த நீலன், பயத்தோடும் வானரர்களுக்கு ஆறுதல் சொல்லிக் கும்பகர்ணனை எதிர்த்தான். பெரியமலைச் சிகரம் ஒன்றைத் தூக்கிக் கும்பகர்ணன் மீது போட்டான்.

அதைக் கும்பகர்ணன் கையால் விலக்கித் தரையில் தள்ளினான். இது சமயம் தைரியம் கொண்டு ஓடிவந்த வானர வீரர்களில் சிலர் கும்பகர்ணன் மீது பாய்ந்து, அவனைத் தம் பற்களால் கடித்தார்கள். நகங்களால் கிழித்தார்கள். கைகளால் குத்தினார்கள்.

இப்படிச் செய்தவர்களையெல்லாம் தனது அகலமான வாயைத் திறந்து விழுங்கினான்.

ஆனால் வானர வீரர்களோ, கும்பகர்ணனின் காதுகள் வழியாகவும் மூக்குத் துவாரங்கள் வழியாகவும் வெளிவந்தார்கள்.

இதனால் கோபமுற்ற கும்பகர்ணன் கடுமையாக வானர சேனையைத் தாக்கினான்.

தாக்குப் பிடிக்க முடியாமல் தவித்த எஞ்சிய வானர வீரர்கள் இராமனைச் சரணடைந்தார்கள்.

இதன் பின்னர் அங்கதனுக்கும் கும்பகர்ணனுக்கும் இடையில் போர் நடந்தது. அதில் அங்கதன் மூர்ச்சித்து விழுந்தான்.

தொடர்ந்து சுக்ரீவன் கும்பகர்ணனுடன் போரிட்டான். அதில் சுக்ரீவன் மூர்ச்சித்துக் கீழே விழுந்தான்.

விழுந்த சுக்ரீவனைத் தூக்கிக் கொண்டு கும்பகர்ணன் இலங்கை நகருக்குள் நுழைந்தான்.

அதைக் கண்ட அரக்கர்கள் பெரும் ஆரவாரம் செய்தார்கள். மலர் மாரி பொழிந்து, பன்னீர் தெளித்துக் கும்பகர்ணனை வரவேற்றார்கள். கும்பகர்ணன் மீது வீசப்பட்ட அத்தனை மலர்களும், பன்னீரும் சுக்ரீவனின் மீது படவே, அவன் மயக்கத்திலிருந்து விழித்துக் கொண்டான்.

கும்பகர்ணனின் தோளில் இருப்பதைக் கண்டு, தன்னைக் கும்பகர்ணன் தூக்கி வந்திருக்கிறான் என்பதை அறிந்ததும் சுக்ரீவனுக்கு ஆத்திரம் உண்டாயிற்று.

அதன் பொருட்டுத் தனது கூரான நகங்களைக் கொண்டு கும்பகர்ணனுடைய இரு காதுகளையும் கிள்ளி எறிந்தான். பற்களால் அவனுடைய மூக்கைக் கடித்துத் துப்பினான். கால்களால் உதைத்து, இரு விலாப்புறங்களையும் குத்திப் புண்படுத்தினான்.

இந்த வலிகளைப் பொறுக்க முடியாத கும்ப கர்ணன், சுக்ரீவனை தரையில் போட்டுத் துவைக்கத் தொடங்கினான்.

சுக்ரீவனோ அடி தாங்காமல் அவனிடமிருந்து தப்பித்து ஆகாயமார்க்கமாகக் கிளம்பி, இராமன் இருந்த இடத்தை அடைந்தான்.

கும்பகர்ணன் வதம்

கும்ப கர்ணனின் அங்கங்கள் சிலவற்றை இப்படிச் சுக்ரீவன் செய்வான் என்பதை முன்கூட்டியே அறிந்து வைத்திருந்த அனுமான், கலங்கிப் போயிருந்த வானர சேனைக்குத் தைரியமூட்டி, அமைதியாகவும், தைரியமாகவும் நிற்கச் செய்து, மறுபடியும் யுத்தத்துக்கு ஆயத்தமாக்கினான்.

காதுகளும், மூக்கும் அறுபட்டு, ரத்தம் வடிந்த நிலை கொண்ட கும்பகர்ணன், பெருங்கோபத்தோடு, காலனைப்போல் ஒரு பெரிய இரும்பு உலக்கையைக் கையில் தூக்கிக்கொண்டு யுத்த களத்துக்கு மறுபடியும் திரும்பினான். போர்க்களத்தில் புகுந்த கும்பகர்ணனை யாராலும் தடுக்க முடியவில்லை.

வானர சேனையில் உள்ள வானரர்களைக் கொன்றும், தின்றும் அழித்துக் கொண்டே வந்தான்.

அவன் மீது வானரர்கள் ஏறி, மலைபோன்ற அவன் தேகத்தைக் குத்தியும், கிழித்தும் பார்த்தார்கள்.

அவனோ இவைகளையெல்லாம் ஒரு பொருட்டாகக் கருதவில்லை. இடைவிடாது வானரர்களைக் கொன்று குவித்துக் கொண்டிருந்தான்.

இதைக் கவனித்த இலக்குவணன் கோபங்கொண்டு, கும்பகர்ணன் மீது, பாணங்களைப் பொழிந்தான். ஆனால் அவன் இலக்குவணது பாணங்களைச் சமாளித்துக் கொண்டு, இராமன் இருக்குமிடத்திற்குச் சென்றான்.

அதன் பின்னர் இராமனுக்கும், கும்பகர்ணனுக்கும் இடையில் போர் தொடங்கியது,

அப்போது கும்பகர்ணன், இராமனைப் பார்த்து, “இராமா! என்னை விராடன், ஜபந்தன் வாலி, மாரீசன் ஆகியவர்களைப் போல எளிதாக எண்ணிவிடாதே. வந்திருப்பவன் இலங்கேஸ்வரனின் மூத்த சகோதரன் கும்பகர்ணன் என்பதை நீ அறிந்து கொள். உனது ஆற்றல் என்னிடம் பலிக்காது. எங்கே உன் வீரத்தை என்னிடம் காட்டு” என்று கூறினான்.

“கும்பகர்ணா! இதோ பார்த்துக்கோ என்னுடைய ஆற்றலை” என்று அவன் மீது பாணங்களைத் தொடுத்தார்.

அந்தப் பாணங்களை ‘முஷ்கரம்’ என்னும் தனது ஆயுதத்தால் கும்பகர்ணன் பயனற்றனாகச் செய்தான்,

இதைக் கவனித்த இராமன் ஒரு பாணத்தை எய்து ‘முஷ்கரம்’ கொண்டிருந்த கும்பகர்ணனின் கையினைத் துண்டித்துவிட்டார்.

வெட்டுண்ட கும்பகர்ணனின் கை கீழே விழுந்ததும், பெரிய கூச்சல் போட்டுக் கதறினான்.

இராமனுக்கும் கும்பகர்ணனுக்கும் இடையில் நடக்கும் போரைப் பயத்துடன் வானரர்கள் பார்த்துக் கொண்டிருந்தார்கள்.

ஒரு கையை இழந்த கும்பகர்ணன் மற்றொரு கையால் பெரிய மரம் ஒன்றைப் பிடுங்கிக் கொண்டு இராமனை அடிக்க ஓடிவந்தான்.

அப்போது இராமன் வேறொரு பாணத்தை விடுத்தார். கும்பகர்ணனது இரண்டாவது கையும் துண்டாகி மரத்துடன் கீழே விழுந்தது.

கீழே விழுந்த கை புரண்டு துடித்தபோது, அதனால் பல வானரர்களும் அரக்கர்களும் நாசமடைந்தார்கள்.

இரண்டு கைகளையும் இழந்த கும்பகர்ணன், பயங்கரமாகக் கத்திக் கொண்டே, வெறித்தனத்துடன் இராமனைநோக்கி ஓடிவந்தான்.

உடனே இராமன் அரைச் சந்திர வடிவமுள்ள ஒரு பாணத்தைத் தொடுத்து, கும்பகர்ணனுடைய இரு கால்களையும் துண்டித்தார்.

அந்த இரு கால்களும் பூமியில் விழுந்ததும், கும்பகர்ணன் பெரு முழக்கமிட்டான்.

கைகளையும், கால்களையும் இழந்த கும்பகர்ணன், பெருங்கூச்சலிட்டுக் கொண்டு வாயைப் பிளந்தவாறே இராமனை விழுங்க வந்தான்.

அவனுடைய வாய் மூடும் அளவிற்குப் பாணங்களைத் தொடுத்தார். அதனால் மூர்ச்சையடைந்து கும்பகர்ணன் தத்தளித்தான்.

இது சமயம், மற்றொரு பாணத்தை விடுத்துக் கும்பகர்ணனுடைய தலையை இராமன் அறுத்தார்.

அவனது தலை, கோபுரங்களையும், மதில்களையும் இடித்துத் தகர்த்துக் கொண்டு, தொப்பென்று பூமியில் விழுந்தது.

அவனுடைய பருத்த உடலும் உருண்டு கீழே விழுந்ததினால் எண்ணற்ற வானரர்கள் இறந்து போனார்கள்.

கும்ப கர்ணனை வதம் செய்த இராமனைத் தேவர்களும், ரிஷிகளும் பெரிதும் பாராட்டினார்கள்.

கும்பகர்ணன் மாண்டதும், அவனைச் சார்ந்த அரக்கர்கள் கதறி அழுதார்கள். அத்தோடு, இராவணனிடம் சென்று இராமனால் கும்பகர்ணன் மாண்ட துக்ககரமான விஷயத்தையும் சொல்லலானார்கள்.

துக்ககரமான சேதி தெரிய வந்ததும், இராவணன் மூர்ச்சித்துக் கீழே சாய்ந்தான்.

மூர்ச்சையுடன் விழுந்த இராவணனை அவனுடைய மனைவிகள் தண்ணீர் தெளித்து மூர்ச்சை தெளிவிக்க வைத்தனர்.

மூர்ச்சை தெளிந்த இராவணன் தன் தம்பி கும்பகர்ணனை நினைத்து நினைத்துப் புலம்பினான்.

"தம்பி! நீ எமன் உலகு அடைந்த பின்னர் நான் உயிருடன் இருந்தாலும் இறந்தவனேயாவேன். விபீஷணன் என்னைப் பற்றிச் சொல்லியது அனைத்தும் இப்போது மெய்யாகிவிட்டனவே!" என்று தொடர்ந்து புலம்பலானான்.

திரிசரன் வதம்

கும்பகர்ணன் கொல்லப்பட்டான் என்ற சேதி கேட்டு, மனம் உடைந்து போனான் இராவணன்.

அதே நேரத்தில் கோபமும் அவனது தலைக்கேறிக் குமுறலானான்.

'எனது தம்பியைக் கொன்ற இராமனை நானே கொல்வேன்!' என்று கர்ஜித்தான்.

அவனை மற்ற சேனாதிபதிகளும், மந்திரிகளும் ஆறுதல் சொல்லித் தேற்றினார்கள்.

"இன்றும் நமது பலம் போய்விடவில்லை. நாங்கள் இருக்கிறோம், மகாராஜா! இரண்டில் ஒன்றினைப் பார்த்துவிடுவோம்!" என்று தைரியமளித்தனர்.

அதில் கும்பகர்ணனின் அண்ணன் மகன் திரிசரன் என்பவன்,

'மகாராஜா! பிரம்மாவிடம் சக்தியும், கவசமும், வில்லும் பாணங்களும் கிடைக்கப் பெற்ற தாங்கள் ஏன் மனங் கலங்குகிறீர்கள்? என்னைப் போன்றவர்கள் யுத்தத்துக்குச் சென்று இராமனைக் கொல்ல இருக்கிறோம். கவலையை விடுங்கள். காரியத்தில் இறங்குவோம்!' என்று கூறிக்கொண்டு யுத்தத்துக்குப் புறப்பட்டான்.

'நான் முந்தி, நான் முந்தி!' என்று வேறு பலரும் யானை மேலும் ரதங்களில் ஏறியும் திரிசரனைத் தொடர்ந்து சென்றார்கள்.

பெரும் யுத்தம் நடந்தது. நராந்தகன் ஒரு குதிரையின்மீது ஏறி ஈட்டியினைக் கொண்டு வானர சேனையைத் தாக்கித் திணறச் செய்தான்.

சுக்ரீவனையே நோக்கிச் சென்ற நராந்தனை, ஆயுதமின்றி அங்கதன் எதிர்த்து, அவன் குதிரையையும், அவனையும் கொன்று வீழ்த்தினான்.

இப்படியே தேவாந்தகனும் திரிசிரனும் அனுமானாலும் மகோதரன் நீலனாலும் கொல்லப்பட்டார்கள்.

அதிகாயன் இலக்குவணனின் அஸ்திரத்துக்கு இரையானான்.

யுத்தத்துக்குச் சென்ற நால்வரும் மாண்டனர் என்பதை அறிந்ததும் இராவணன் மனம் கலங்கிப் போனான்.

என்ன ஆச்சரியம்! மலை போன்ற தேகங்களும், கடலைப் போன்ற கலங்காத தைரியமும் கொண்ட என் வீரர்கள், ஒருவர் பின் ஒருவராக, இந்தச் சத்துருக்களால் மாண்டுவிட்டார்களே. இதுவரையில் தோல்வி என்பதை அறியாத என் சூரர்கள் எல்லோரும் இப்போது தோல்வியடைந்து வீழ்த்தப்பட்டுவிட்டார்களே என்ற கவலை இராவணனை மனமுடையச் செய்தது.

கோட்டைக்குள் உள்ள அசோக வனத்திற்குள் சத்துருக்கள் நுழையாமல் இருப்பதற்கான தீவிர ஏற்பாடுகள் செய்துவிட்டு, மனம் சோர்ந்த நிலையில் அரண் மனைக்குள் நுழைந்தான்.

சஞ்சீவி மலை

அரண்மனைக்குள் இராவணனைப் பின்தொடர்ந்த இந்திரஜித்து, 'தந்தையே! நான் இருக்கும்போது ஒருபோதும் கவலைப்படாதீர்கள். இதோ இப்போதே சென்று இராம இலக்குவணர்களைக் கொன்றுவிட்டு வருகிறேன்!' என்றான்.

இப்படித் தகப்பனுக்குத் தைரியம் சொல்லிவிட்டு, சேனையைத் திரட்டிக் கொண்டு யுத்த களம் சென்றான்.

வானர சேனையைத் தாக்கினான். அதன் பேரில் லட்சக் கணக்கான வானரர்கள் இறந்தனர்.

ஆயிரக்கணக்கானோர்க்குப் பலத்த படுகாயங்கள் ஏற்பட்டன. அதனால் வானர சேனை ஒன்றும் செய்ய முடியாமல் தத்தளித்தது.

இராம இலக்குவணர்களும் இந்திரஜித்தின் பிரம்மாஸ்திரத்தால் கட்டுண்டு நினைவிழந்து விழுந்தார்கள்.

வானரசேனையில் மாண்டவர்கள் போக, மற்ற அனைவருமே காயமடைந்து குலையுயிரும், குற்றுயிருமாகக் கிடந்தார்கள்.

கள்ளிப்பட்டி சு. குப்புசாமி | 273

இத்தகைய வெற்றித் தகவலைத் தந்தையிடம் சொல்லிவிட்டு, தனது சக்தியை மேலும் பெருக்கிக் கொள்ள, அசுரயாகம் செய்யப் போனான் இந்திரஜித்.

விபீஷணனோ, போர்க் களத்தில் வானர சேனையினரைத் தேடிக் கண்டுபிடித்துத் தேற்றிக் கொண்டே வந்தான்.

இத்தனை பேர் அடிபட்டு வீழ்ந்து கிடக்கும்போது என்ன செய்வதென்று அவனுக்கும் புரியவில்லை.

அடிபட்டு விழுந்து கிடந்த ஜாம்பவான் அருகே சென்று விபீஷணன் ஆறுதல் சொன்னான்.

அதற்கு, "விபீஷணா! ஆறுதல் செய்வதெல்லாம் இருக்கட்டும். அனுமான் உயிருடன் இருக்கிறானா!" என்று கேட்டான்.

"ஆமாம். உயிருடன் இருக்கிறான், இதோ, அழைத்து வருகிறேன்," சென்றான்.

விபீஷணனுடன் வந்த அனுமான், "ஐயா! இதோ இருக்கிறேன்!" என்று கூறி ஜாம்பவானின் பாதத்தில் விழுந்து பணிந்து வணங்கினான்.

"அனுமா! நீ சற்றும் காலங்கடத்தாமல் கடலைத் தாண்டி இமயமலைத் தொடர்பகுதிக்குப் போ. ரிஷப பர்வதத்துக்கும் கைலாய பர்வதத்துக்கும் இடையில் இருக்கும் ஔஷத பர்வதத்தின் மலை உச்சிக்குப் போ. அங்குள்ள நான்கு மருந்துச் செடிகளைப் பறித்துக் கொண்டு வந்து, இராம இலக்குவணர்கள் மற்றும் மயங்கிக்கிடக்கும் வானர சேனையினரின் மூக்கருகே காட்டினால் நினைவிழந்தவர்கள் அனைவரும் மூர்ச்சை தெளிந்து நினைவுண்டாகி ஆரோக்கியம் பெறுவார்கள். இவ்விதம் செய்யக்கூடியது உன் ஒருவனால் தான் முடியும்!" என்றான்.

ஜாம்பவான் சொன்னதைச் சிரமேற் கொண்ட அனுமான் சற்றும் தாமதிக்காமல் புறப்பட்டான்.

ஆகாய மார்க்கமாகச் சென்று குறிப்பிட்ட (பர்வதத்தை) சஞ்சீவி மலையை அடைந்தான். ஆனால் ஔஷத்தைக் கண்டெடுக்க அவனால் முடியவில்லை. அதனால் அந்த சஞ்சீவி மலையையே பெயர்த்துக் கொண்டு ஆகாய மார்க்கமாகப் பறந்தான்.

அனுமான் தூக்கி வந்த 'சஞ்சீவி மலை' ஆகாயத்தில் இலங்கையை நெருங்கிய உடனே அடிபட்டு, மூர்ச்சையற்று

வீழ்ந்து கிடந்தவர்கள் மூலிகைக்காற்றுப் பட்டு அனைவரும் காயங்கள் ஆறி, பூரணகுணத்துடன் நினைவு திரும்பி இராம இலக்குவணன் உட்பட அனைத்து வானரர்களும் எழுந்து நின்றார்கள்.

இராமனும், சுக்ரீவனும் கலந்து பேசி, அடுத்த கட்டமாகத் திறன் பெற்ற சில வானரர்களைப் பொறுக்கி யெடுத்து இலங்கை நகரத்துக்குள் பிரவேசித்து, 'தீ' மூட்டச் சொன்னார்கள்.

அதன்படியே வீரர்கள் முன்னிரவு நேரத்தில் 'தீ' வட்டிகளுடன் பிரவேசித்தார்கள். தடுத்த காவலர்களை அடித்துத் தள்ளிவிட்டு இலங்கையிலுள்ள மாட மாளிகைகள், கூட கோபுரங்கள், வீடுகள் அனைத்துக்கும் நெருப்பினை வைத்தார்கள். ஆயிரக்கணக்கான மாட மாளிகைகள், வீடுகள் எரிந்து சாம்பலாயின.

செல்வமும், நாகரிகமும் நிறைந்த இலங்கை நகரம் கோரமான வடிவில் நாசம் அடைந்தது.

வானரர்களால் இலங்கை நகரம் எரிக்கப்படுவதைக் கண்ட இராவணன் பெருங் கோபம் கொண்டு, கும்பகர்ணனுடைய புத்திரர்களான கும்பன், நிகும்பன் இவர்களை யூபாட்சன் முதலிய அரக்கவீரர்களுடன் யுத்தகளத்துக்கு அனுப்பினான்.

அரக்கர்களுக்கும் - வானரர்களுக்கும் கடுமையான போர் நடந்தது.

கும்பனைச் சுக்ரீவனும், நிகும்பனை அனுமானும் எதிர்த்துக் கொன்றார்கள்.

கரனுடைய மகன் 'மகாராட்சசன்' என்ற அரக்கன் இராமனையே எதிர்த்து இராமனுடைய ஆக்னேய அஸ்திரத்துக்கு இரையானான்.

இன்னும் பல பெரிய அரக்கர்கள் போரில் மாண்டார்கள்.

அதன் பேரில் இராவணன் சொல்லியபடி இந்திரஜித்து மறுபடியும் பெரும்படையுடன் போர்க்களத்துக்குப் புறப்பட்டான்.

இந்திரஜித்து அசுரவேள்வி ஒன்று ஆரம்பித்து, அதன் பயனாக ஆகாயம் ஏறிக் கண்ணுக்கு மறைந்து யுத்தம் செய்தான். அதன் மூலம் அம்புமாரி பொழிந்து வானரர்களை அழிக்கலானான்.

அத்தோடு இராம இலக்குவணர்கள் இருவரையும் அவன் தாக்கலானான்.

அவர்களும் பதிலுக்கு இந்திரஜித்து மீது பாணங்களைத் தொடுத்தார்கள். அவர்கள் ஏவின அந்தப் பாணங்கள் இந்திரஜித்தை ஒன்றும் செய்யவில்லை.

ஆனால், இந்திரஜித்து ஏவிய பாணங்களோ இராமன் உடலில் ஆங்காங்கே பாய்ந்து கொண்டிருந்தன.

அதைக் கண்ட இலக்குவணன், மாயை மூலம் போர் செய்யும் இந்திரஜித்து மீது கோபம் கொண்டு, அவன் மீது பிரம்மாத்திரத்தைத் தொடுக்க விரும்புவதாக இராமனிடம் சொன்னான்.

'ஒருவன் செய்த குற்றத்துக்காக மற்ற அரக்கர்களை ஒழிக்க முற்படுவது முறையன்று!' என்று சொல்லி இலக்குவணை இராமன் தடுத்துவிட்டார்.

இராமனது உள்ளத்தை அறிந்து கொண்ட இந்திரஜித் இலங்கை திரும்பினான்.

பிறகு, அரக்கர்களை அழைத்துக் கொண்டு இலங்கை நகரின் மேலை வாயில் வழியாக வந்தான்.

அங்கே இராமனும் இலக்குவணனும் போருக்கு ஆயத்தமாக இருப்பதை அறிந்து இந்திரஜித்து ஒரு மாயை செய்யலானான்.

கெட்ட எண்ணமுள்ள அவன் மாயையால் ஒரு சீதையைச் செய்து, தேரில் வைத்துக்கொண்டு வானரர்கள் இருக்கும் இடத்திற்குச் சென்றான்.

அப்போது அனுமான் இந்திரஜித்தின் தேரில் இருக்கும் சீதையைக் கவனித்தான். சிறிது நேரம் கூர்ந்துநோக்கி, தேரில் இருப்பவள் சீதைதான் என்ற முடிவுக்கு வந்து வருந்தினான்.

'எந்த எண்ணத்துடன் சீதையை இவன் இங்கே அழைத்து வந்திருக்கிறான்?' என்று கருதி, சில வானர வீரர்களை அழைத்துக் கொண்டு இந்திரஜித்து இருந்த இடத்திற்கு எட்டி நடைபோட்டான்.

வானர சேனை வருவதைக் கண்ட இந்திரஜித்து, தான் வைத்திருக்கும் வாளை உருவித், தேரில் இருக்கும் சீதையின் தலையை துண்டித்தான்.

தேரில் இருந்த மாய சீதை மாய்ந்து கீழே விழுந்தாள்.

அந்த சமயத்தில் அனுமான் முதலிய வானர வீரர்களை நோக்கிய இந்திரஜித்து, "இராமனுடைய மனைவி சீதையை உங்கள் முன்னாலே நான் கொன்றுவிட்டேன். இனிமேல் நீங்கள்

செய்யக்கூடிய போர்களும், முயற்சிகளும், விழலுக்கிறைக்கப் போகும் நீர் தானே!" என்று ஏளனமாகச் சொல்லிச் சிரித்தான்.

இதனால் பெரிதும் பீதியடைந்த வானரர்கள் இனி போர் செய்வதற்கு அர்த்தமில்லை என்று திரும்பி ஓட்டம் பிடித்தனர்.

இந்திரஜித்தோ, வானரவீரர்களைக் கண்டு வெற்றிக் களிப்பில் பெருமுழக்கம் செய்து கொண்டு தனது கோட்டைக்குத் திரும்பினான்.

பயந்தோடும் வானர வீரர்களுக்கு அனுமான் ஆறுதல் சொன்னான்.

"இனிப் போர் செய்ய வேண்டாம். திரும்புங்கள். எந்தப் பெண்மணியின் பொருட்டுப் போர் செய்வதில் ஈடுபட்டோமோ, அந்தப் பெண்மணியை இந்திரஜித்துக் கொன்றுவிட்டான்."

இது சம்பந்தமானவற்றைச் சுக்ரீவனுக்கும், இராம இலக்குவணர்களுக்கும் நாம் தெரிவிப்பது அவசியம்! என்று கூறினான்.

இந்திரஜித்தோ தனக்கு வெற்றியைத் தருகின்ற ஒரு வேள்வியை முடிக்க விருப்பம் கொண்டு, சைத்திய தோட்டத்தில் இருக்கும் 'நிகும்பலை' என்னும் ஆலயத்துக்குச் சென்று ஹோமம் செய்யத் தொடங்கினான்.

அனுமானோ இராமனிடம் திரும்பி, "அண்ணலே! சீதையை இந்திரஜித்து கொன்றுவிட்டான்!" என்று வருத்தத்துடன் கூறினான்.'

விவரம் தெரிய வந்ததும், வேரில் வெட்டுண்ட மரம்போல் மூர்ச்சித்துக் கீழே விழுந்தார் இராமன்.

இதைக் கவனித்த வானர சேனாதிபதிகள் ஓடிவந்து, நறுமணம் கமழும் நீரைத் தெளித்து, மூர்ச்சை தெளிவித்தார்கள்.

இராமனுக்கு இலக்குவண் ஆறுதல் வார்த்தைகளை சொன்னான்.

இது சமயம் தன் மந்திரிகளுடன் இராமன் இருக்குமிடம் விபீஷணன் வந்து சேர்ந்தான்.

இராமன் சோகத்துடன் இலக்குவண் மடியில் படுத்திருப்பதையும், வானரர்கள் கண்ணீர் வகுத்துக் கொண்டிருப்பதையும் விபீஷணன் கண்டான்.

'விவரம் என்ன?' என்று இலக்குவணிடம் விபீஷணன் விசாரித்தான்!

"சீதையை இந்திரஜித்து கொன்றுவிட்டான்!" என்று அனுமான் வந்து தெரிவித்தான். அதனால் அண்ணன் மூர்ச்சித்துக் கிடக்கிறார்!" என்று இலக்குவண் பதில் சொன்னான்.

அதற்கு விபீஷணன், "இலக்குவணரே! சீதையை, இந்திரஜித்து கொன்றிருக்க மாட்டான். மாயையால் வானரர்களையும், மற்றவர்களையும் வஞ்சித்துவிட்டு 'நிகும்பலை'க் கோயிலில் அவன் வேள்வி செய்து கொண்டிருக்கிறான். அந்த வேள்வி முடிவுறுமானால் இந்திரன் முதலிய தேவர்களாலும் அவனை வெல்ல முடியாது.

எனவே முன்னதாகவே அங்கு சென்று அந்த வேள்வையக் கெடுப்பது அவசியமானதாகும்.

ஆகையால், அனைவரும் இங்கேயே இருங்கள். நான் மட்டும் இலக்குவணனை அழைத்துக் கொண்டு செல்லுகிறேன்.

இந்திரஜித்து செய்யும் வேள்வியை இலக்குவணால் அழிக்க முடியும்!" என்று சொன்னான்.

அனைவரும் ஆமோதித்தனர்.

இந்திரஜித்து வதம்

இலக்குவண் தன் உடம்பில் கவசத்தைத் தரித்துக் கொண்டு, கைகளில் கத்தியையும், வில்லையும், அம்புகளையும் எடுத்துக் கொண்டான்.

அதன் பின்னர், இராமனின் திருவடிகளைத் தொட்டு வணங்கி விடைபெற்றுக் கொண்டு போருக்குப் புறப்பட்டான்.

விபீஷணனை அழைத்துக் கொண்டு இந்திரஜித்து யாகம் செய்து கொண்டிருக்கும் நிகும்ப மலையை அடைந்தான்.

அங்கு அரக்கர் சேனை குவிக்கப்பட்டிருப்பதைக்கண்டு, வானர சேனையையும் வரவழைத்தான் விபீஷணன்.

வானர சேனை வந்தவுடன், "இலக்குவணரே! அரக்கர் சேனையை அழிக்க ஏற்பாடு செய்யுங்கள். இந்தச் சேனை அழிந்தால்தான் மாயையில் தந்திரசாலியான இந்திரஜித்தை நாம் காண முடியும். அதன் பின்புதான் இந்திரஜித்தை எளிதில் கொல்ல முடியும்!" என்று சொன்னான் விபீஷணன்.

அதன்படி அரக்கர் சேனையை இலக்குவண் தாக்கத் தொடங்கினான். வானர வீரர்களும் தாக்க விரைந்தார்கள்.

அரக்கர்களுக்கும், வானரவீரர்களுக்கும் இடையில் பயங்கரமான பெரும் போர் நடந்து கொண்டிருந்தது.

வானரர்களிடம் தாக்குப் பிடிக்க முடியாமல் அரக்கர் சேனை திணறியது.

தனது சேனை சங்கடத்தில் இருப்பது தெரிய வந்ததும் தான் செய்து கொண்டிருந்த ஹோமத்தைத் தொடர்ந்து செய்யாமல் நிறுத்திவிட்டுப் போர்த் தேரில் புறப்பட்டான்.

தேரிலிருந்தவாறே இந்திரஜித்து பாணங்களைச் செலுத்தினான்.

இலக்குவணன், அனுமானின் மேல் நின்று, பாணங்களைத் தொடுத்தான்.

இருவரும் வெகுநேரம்வரை யுத்தம் நடத்தினார்கள்.

விபீஷணன் இலக்குவணனுக்கு உற்சாகத்தை ஊட்டிக்கொண்டே இருந்தான்.

இலக்குவணன் விட்ட பாணத்தினால் இந்திரஜித்து நின்றிருந்த தேர் சாயத் தொடங்கியது.

அதிலிருந்து தாவித் தரையில் குதித்து அங்கிருந்தவாறே இருவரும் நேருக்கு நேர் போர் புரியலானார்கள்.

முடிவில் இலக்குவணன் 'இந்திராஸ்திரம் மந்திரம்' சொல்லி, இராமன் மேல் ஆணையிட்டுப் பாணத்தைச் செலுத்தினான். அந்தப் பாணம் இந்திரஜித்தின் தலையினை அறுத்துக் கொண்டு சென்றது.

இவ்விதம் இந்திரஜித்தை வீழ்த்திய இலக்குவணன், அண்ணன் இராமன் இருக்குமிடம் புறப்பட்டான்.

இந்திரஜித் தொடுத்த பாணங்களினால் காயம் பட்டிருந்த இலக்குவணன், ஜாம்பவான், அனுமான் இருவரது தோள்களில் சாய்ந்தவாறு மெல்ல நடந்தான்.

மூர்ச்சை தெளிந்திருந்த இராமன், இலக்குவணனால், இந்திரஜித்து வதம் செய்யப்பட்டான் என்பதை அறிந்து மிகப் பரவசப்பட்டார்.

அடக்கத்துடன் ஒதுங்கி நின்ற இலக்குவணை, இராமன் தன் மடிமேல் உட்கார வைத்து, உச்சி மோந்து, தன் ஆனந்தத்துக்குப் போக்கு காட்டிவிட்டுப் பேசலானார்.

"தம்பி! ஒருவராலும் செய்ய முடியாத வீரச்செயலைச் செய்து தீர்த்தாய். இராவணனுடைய வலக்கை உன்னால் வெட்டப்பட்டது.

விபீஷணன், அனுமான், ஜாம்பவான், அங்கதன் போன்றவர்கள் நம் பக்கம் இருக்கும் வரையில் இனி எனக்கு எந்த விதமான கவலையுமில்லை.

இந்திரனை ஜெயித்த வீரனை நீ ஜெயித்து வதம் செய்துவிட்டாய். இவைகளையெல்லாம் பார்க்கையில் சீதையை விரைவில் அடைந்து விடுவேன் என்றே எண்ணுகிறேன்!" என்றார் இராமன்.

அதே நேரத்தில்,

இலங்கை நகரின் அரண்மனையிலிருந்த இராவணனிடம், சில வீரர்கள் சென்று, "மகாராஜா! உங்கள் தம்பி விபீஷணனின் ஆலோசனைப்படி, அவருடைய உதவியினால் உமது மகன் இந்திரஜித்துவை, இலக்குவணன் கொன்றான்!" என்ற செய்தியைச் சொல்லக் கேட்டதும், இராவணன் அடைந்த துக்கத்திற்கும், கோபத்திற்கும் அளவேயில்லை.

எரியும் சுடர் எண்ணெய்த் துளிகள் போல் கண்ணீர்விட்டான். அவனுடைய வாயிலிருந்தும், கண்களிலிருந்தும் புகையும் நெருப்புமாக மூச்சு வெளிவந்தது.

"ஐயோ! என் அருமை மகனே! ஒப்பற்ற வீரனே! மகேந்திரனை வென்ற சூரனே! எமன் வெற்றியடைந்துவிட்டானா? அதனால் நீ வீரசுவர்க்கம் விட்டாயா!"

"இந்திரஜித்... என்னுடைய மகனே! நீ மாண்டாயா? உன் மறைவு எனக்குச் சூன்யமாகிவிட்டதே!" என்று வருந்தினான்.

"உன் தாய் மண்டோதரியையும், உன் பிரிய மனைவியையும் என்னையும் விட்டுப் போய்விட்டாயே.... உன் எண்ணம் நிறைவேறாமலும், பழியைத் தீர்க்காமலும் எங்களை விட்டுப் போய்விட்டாயே; என்று கதறினான்.

இந்த அளவிற்கு வந்த பிறகு, எவனால் என்னுடைய உறவினர்களும் நெருங்கிய பாசங்களும், போவதற்கு காரணமாக இருந்த அந்த சீதையைக் கொன்று விடுவதே சரியானதொன்றாகும்.

"என் மகனே! சீதையைப் போன்று மாயை செய்து கொன்றாயே! இன்று உண்மைச் சீதையையே நான் வெட்டிக் கொல்லப் போகிறேன்!" என்று வாள் எடுத்துப் புறப்பட்டான்.

'அவ்விதம் செய்வது என்பது முறையுமல்ல! அதற்கு முடிவுமல்ல' என்று கூறி 'சுபார்சவன்' என்ற அமைச்சன் இராவணனைத் தடுத்தான்.

'மகாராஜனே! என்ன காரியம் செய்யத் துணிந்தீர்! வேதங்களை ஓதிச் சகல வித்தைகளையும் கற்று விரதம் அனுசரித்த நீர் இப்படிச் செய்யச் செல்லலாமா? உமக்கு நிகர் யார்? யுத்தத்தில் உம்மை எதிர்ப்பவர்கள் யார்?'

"யுத்தத்தில் வென்று சீதையை முறையோடு அடைவீர்! சந்தேகமில்லை. நாளை அமாவாசை, எல்லாப் பலத்தையும் கொண்டு இலங்கையிலிருந்து புறப்பட்டு இராம இலக்குவணர்களை வதம் செய்து வெற்றி பெறுங்கள். அதன் பின்னர் சீதையை அடையுங்கள்!" என்றான்.

இவ்விதம் சபார்சவன் சொன்னதே சரியென்று இராவணனும் ஒப்புக் கொண்டான்.

சிம்மாசனத்தின்மேல் உட்கார்ந்த இராவணன் சிறிது நேரம் யோசித்தான். பிறகு சேனைத்தலைவர்களை வரவழைத்தான்.

'தலைவர்களே! நீங்கள் சகல பலத்துடனும் உடனே சென்று இராம இலக்குவணர்களை வதம் செய்யுங்கள்!' என்று ஆணையிட்டான்.

தேர்களிலும், யானைகளிலும், குதிரைகளிலும் ஏறி ராட்சச சேனை முழுப் பலத்துடன் யுத்தத்திற்குப் புறப்பட்டது.

அவர்களைக் கண்ட வானரர்கள் வழக்கம்போலக் கற்பாறைகளையும் மரங்களையும் அடியோடு பெயர்த்தெடுத்து ராட்சசகர்கள்மீது எறிந்தனர்.

அதனை எதிர்த்து அரக்கர் படையும் பலமாகத் தாக்கத் தொடங்கியது. ரத்த வெள்ளம் ஆறாகப் பெருகிற்று.

வானரர்கள் தாவித் தாவி அரக்கர்களையும் அவர்களுடைய ரதங்களையும், வாகனங்களையும், ஆயுதங்களையும் ஒடித்தும் அறுத்தும், கிழித்தும் துவம்சம் செய்தார்கள்.

ராட்சசர்களும், வானரர்களை வளைத்து, தாங்கள் வைத்திருந்த ஆயுதங்களைக் கொண்டு தாக்கி, ஆயிரக்கணக்கில் வானரர்களைக் கொன்றார்கள்.

வானரர்களில் பலர் மடிவதைக் கண்ட இராமன் தன் வில்லை வளைத்து அரக்கர்களின் பேரில் சரமாரி பொழிந்தான்.

நெருப்பைப்போல் ராட்சசசேனையை இராமனின் பாணங்கள் எரித்தன.

அம்பு மலையில் இராமனை அரக்கர்கள் காணவில்லை. பதிலாக அனேக இராமன்களைப்போல் அவர்களின் கண்களுக்குத் தெரிந்தன.

அதன் பொருட்டு எண்ணற்ற ராட்சசர்கள் மாண்டனர். எண்ணற்ற யானைகள் மடிந்தன. எண்ணற்ற ரதங்கள் ஒடிந்தன.

போரில் மாண்ட அரக்கர்களைத் தவிர, எஞ்சிய அரக்கர்கள் சிதறி ஓடினார்கள்.

அதைக் கண்ட தேவர்களும் சித்தர்களும் இராமனை வானத்திலிருந்தே வாழ்த்தினார்கள்.

இராவணன் வதம்

இலங்கை நகரில் உள்ள ஒவ்வொரு வீட்டிலும் உள்ள பெண்கள் ஒருவரையொருவர் கட்டிப்பிடித்துக்கொண்டு பெரும் கூக்குரலிட்டுக் கொண்டனர்.

'இராவணனுடைய அறிவீனத்தால் இப்படி ஆயிற்றே!' என்று அழத் தொடங்கினார்கள்.

இதுபோன்ற நிகழ்வுகளெல்லாம் இராவணனுக்குத் துக்கத்தையும் வெட்கத்தையும், கோபத்தையும் கொந்தளிக்கச் செய்தது.

இனி யாரை நம்பியும் எந்தப் பலனுமில்லை. நாமே நேரடியாகப் போர்க்களத்தில் இறங்கி முழுப் பலத்துடன் யுத்தம் செய்து வானரர்களை அழிக்க வேண்டும் என்று தீர்மானம் செய்து கொண்டு புறப்பட்டான்.

எல்லாவிதமான போர் ஆயுதங்களுடனும், எட்டுக் குதிரைகள் பூட்டிய தேரில் ஏறினான்.

அரக்க வீரர்களில் பலர் தத்தம் தேர்களில் ஏறி அணிவகுத்துச் சென்றனர்.

இலங்கையிலிருந்து இராவணன் புறப்பட்டதும், பட்சிகள் கோரமாகக் கூவின. சூரியனுடைய ஒளி மங்கியது போன்ற கெட்ட சகுனங்கள் வெளிப்பட்டன.

இராவணன் இவைகளையெல்லாம் கொஞ்சமும் பொருட்படுத்தாமல் வடக்குக் கோட்டை வாயில் வழியாக யுத்த களத்துக்குச் சென்றான்.

விருபாட்சன், மகோதரன், மகாபார்சவன் போன்ற அரக்க வீரர்களும் இராவணனைத் தொடர்ந்து தங்கள் தேர்களில் சென்றனர்.

இராவணனைத் தொடர்ந்து சென்ற வீரர்கள் சுக்ரீவனாலும், அங்கதனாலும் வீழ்த்தப்பட்டு உயிர் நீத்தார்கள்.

இலக்குவண் இலங்கேஸ்வரனை எதிர்த்தான்.

இலக்குவணின் தாக்குதலை இராவணன் கொஞ்சமும் லட்சியம் செய்யவில்லை. இலக்குவணது பாணத்தைத் தன் பாணங்களால் எளிதாக அகற்றிவிட்டு, இராவணன் அவ்விடத்திலிருந்து அகன்று, இராமன் இருக்குமிடம் சென்றான்.

நேருக்கு நேராக இருவரும் சந்தித்துக் கொண்டனர்.

இருவரும் தத்தமது பலங்களைக் கொண்டு, பாணங்களைச் செலுத்தலானார்கள்.

இராவணன் செலுத்திய பலமான பாணங்களை, இராமன் தன் பாணங்களால் தடுத்து விட்டார்.

அத்தோடு இராவணன் இன்னும் அதிக சக்தி பொருந்திய பாணங்களைப் பிரயோகம் செய்தான்.

அதையும் இராமன் தடுத்து விட்டார்.

அதைக் கண்டு கோபம்கொண்ட இராவணன் பல பாணங்களை ஏவினான்.

அந்த வழியில் யுத்தம் மிகக் கடுமையானது.

வெகு நேரம் நீடித்தது.

இராவணனுடைய ஆக்ரோஷமான அம்புகள், இராமனுடைய நெற்றியிலும் தலையின் பகுதியிலும் பட்டபோதிலும் எவ்வித சேதத்தையும் உண்டாக்கவில்லை.

அதேபோன்று இராமனுடைய கோதண்டத்திலிருந்து பாய்ந்த சரங்கமும், இராவணனுடைய கவசத்தைப் பிளக்கவில்லை.

இராமனுடைய அஸ்திரங்களை இராவணனும் தன் பாணங்களால் தடுத்து நிறுத்தினான்.

இவ்வாறு இராவணனுக்கும், இராமனுக்கும் இடையில் யுத்தம் தொடர்ந்தது.

இரு பக்கங்களிலும் விடப்பட்ட அஸ்திரங்கள் மந்திர சக்தி பொருந்தியவை. இராவணனுடைய அஸ்திரங்களின் சக்தியைக் கண்டு இராமன் மிகவும் வியந்தார்.

இருவரும் ஒன்றுக்கு மேல் ஒன்றாக மிகச் சக்தி வாய்ந்த அஸ்திரங்களைப் பிரயோகித்தார்கள்.

அஸ்திரங்களின் ஜ்வாலைகளினால் ஆகாயமெல்லாம் பல சூரியன்கள் சேர்ந்தாற்போல் பிரகாசித்த மாதிரி ஜோதி உண்டாயிற்று.

இராவணனுடைய சகல அங்கங்களையும் பாணங்களால் இராமன் துளைத்தான். இருந்தாலும் யுத்தம் முடிவுக்கு வரவில்லை.

பிறகு, இலக்குவணும், விபீஷணனும் இராவணனைத் தாக்கினார்கள்.

உடன் பிறந்த தம்பி விபீஷணனும் தன்னைத் தாக்குகிறானே என்று வெறுப்புக் கொண்ட இராவணன், தன் தம்பியைக் கொல்ல மிகக் கோபத்துடன் ஒரு சக்தி வாய்ந்த ஆயுதத்தை வீசியெறிந்தான்.

அது விபீஷணன் மீது விழப் போவதை அறிந்த இலக்குவண் ஒரு பாணத்தால் தடுத்துவிட்டான். அது துண்டிக்கப்பட்டு எரியும் கொள்ளிக் கட்டையைப் போல் பூமியில் விழுந்தது.

மறுபடியும் ஒரு சக்தி வாய்ந்த ஆயுதத்தை விபீஷணன் மீது ஏவி, "உடன் பிறந்த கொள்ளிவாய்ப் பிசாசே!" நீ செத்தாய் என்று கர்ஜித்தான்.

அந்த ஆயுதம் விபீஷணனைத் தாக்குவதற்குப் பதிலாக உடனிருந்த இலக்குவணைத் தாக்கியது. அந்தத் தாக்குதலினால் இலக்குவண் நினைவிழந்து பூமியில் விழுந்தான். ஆனால் உயிர் போகவில்லை.

இதைக் கவனிக்காமல் இராமன் இராவணனை மிகப் பலமாகத் தாக்கிக் கொண்டேயிருந்தார்.

இராம, இராவணன் இருவருக்கும் யுத்தம் நடந்து கொண்டிருக்கும் போதே வானர வீரர்கள் இலக்குவணின் உயிரைக் காப்பாற்றுவதற்காக அனுமானை ஔவுதி மலைக்கு அனுப்ப ஏற்பாடு செய்தனர்.

அனுமான் இரண்டாம் தடவை ஆகாய மார்க்கமாகச் சென்று ஔவுதிகள் கொண்ட சிரஞ்சீவி மலையைத் தூக்கிக் கொண்டு திரும்பி வந்தான்.

ஔவுதிகளைப் பிரயோகம் செய்த பிறகு இலக்குவண் குணமாகி மூர்ச்சை தெளிந்து எழுந்தான்.

அக்கணத்தில் யுத்தத்தில் மறுபடியும் கலந்து கொண்டான்.

இராவணன் தனது தங்க ரதத்தில் நின்று போரிட்டான். இராமன் தரையில் நின்று போர் செய்தான்.

இதனை அறிந்த வானுலகத் தேவராஜன் இராவணனுக்குச் சரியாக இராமனும் ரதத்திலிருந்து போர் புரிய இந்திரனுடைய தேரினை, இந்திரனின் சாரதியான மாதவியின் மூலம் அனுப்பி வைத்தனர்.

மாதவி யுத்த பூமிக்குத் தேரினைக் கொண்டு வந்தவுடன், இராமனை வணங்கி இராமபிரானே! தேவராஜன் தங்களுக்காக இந்தத் தேரினை அனுப்பி வைத்தார். இதில் ஏறிச் சென்று தேவர்களுடைய விரோதியான இராவணனுடன் போரிட்டு அவனை வதம் செய்யுங்கள்!" என்று வேண்டினாள்.

அவனது வேண்டுதலுக்கிணங்கிய இராமனும், இந்திரனின் தேரில் ஏறிக் கொண்டார்.

போர் மீண்டும் பயங்கரமானது.

இருபுறத்திலும் விடப்பட்ட அஸ்திரங்கள் மந்திரசக்தி பொருந்தியவை.

அஸ்திரங்களால் தாக்கப்பட்ட இராவணன் மனம் தளர்ந்தான். இதைக் கண்ட அவனுடைய சாரதி மெதுவாகத் தேரை யுத்த பூமியிலிருந்து வெளியே ஓட்டிக் கொண்டு போனாள்.

கொஞ்ச நேரத்தில் மயக்கந்தெளிந்த இராவணன் "சாரதியே! ஏன் தேரை யுத்த பூமியை விட்டுத் தனியாகக் கொண்டு வந்தாய்?" என்று கேட்டுக் கோபித்துக் கொண்டவன், மறுபடியும் தேரினைத் திருப்பச் சொல்லி இராமனுடைய தேர்முன் நிறுத்தச் சொன்னான்.

மீண்டும் கோர யுத்தம் தொடங்கியது.

மண்ணும், விண்ணும் அதிரும்படியாக அஸ்திரங்கள் அங்குமிங்கும் சென்று கொண்டிருந்தன.

அதனைக் கண்டு சேனையிலிருந்த வீரர்கள் பிரமித்துப்போய்த் தங்களை மறந்த நிலையில் நின்று பார்த்துக் கொண்டிருந்தனர்.

இராமன் தனது பாணங்களால், இராவணனது தலையை அறுத்துத் தள்ளிக் கொண்டேயிருக்க, அவனது தலைகளோ மீண்டும் மீண்டும் புதிய தலைகளாக முளைத்துக் கொண்டேயிருந்தன.

இராவணனை எவ்விதம் வீழ்த்துவது என்று தெரியாது விழித்ததைக் கவனித்த சாரதி மாதவி, "இராமபிரானே! இராவணனுடைய கெட்ட நேரம் நெருங்கிவிட்டது. சற்றும் தாமதிக்காமல், அவன் களைப்படைந்த இந்த நேரத்தில் உங்களிடமிருக்கும் பிரம்மாஸ்திரத்தை உரிய மந்திரத்தைச் சொல்லிச் செலுத்துங்கள்!" என்று மெதுவாகச் சொன்னான்.

இவ்வாறு மாதவி சொன்னதும், இராமனும் பிரம்மாஸ்திரத்தை உரிய மந்திரத்தைச் சொல்லிச் செலுத்தினார்.

அதுவரையில் பலமுறை இராவணனது தலைகள் அறுபட்டு விழுந்து, புதிய தலைகள் முளைத்தது போல் அல்லாமல் பிரம்மாஸ்திரம் ஜுவாலை விட்டுக் கொண்டே, இராவணனது மார்பினைத் துளைத்தது.

அதன் பொருட்டு இராவணனுடைய கையிலிருந்த வில் நழுவிக் கீழே விழுந்தது.

இராவணன் உயிர் விண்ணில் பறக்க, அவனது உடல் தேரிலிருந்து மண்ணில் உருண்டு விழுந்தது..

இதைப் பார்த்ததும், அரக்கர்கள் பயந்து ஓட்டம் எடுத்தார்கள்.

வானரர்கள் ஆரவாரம் செய்தனர்.

ஆகாயத்தில் தேவ துந்துபிகள் முழங்கின. நறுமணத்துடன் காற்று இனிதாக வீசிற்று. ஆகாயத்திலிருந்து மலர் மாரி பொழிந்தது.

தேவர்கள் இராமனைப் புகழ்ந்தார்கள்.

சுக்ரீவன், விபீஷணன், அனுமான், அங்கதன் முதலானோர் வந்து இராமனை முறைப்படி மகிழ்வுடன் பாராட்டினார்கள்.

தேவர்களால் சூழப்பட்ட தேவேந்திரன் போல் இராமன் விளங்கினான்.

விபீஷணன் பட்டாபிஷேகம்

உயிர் பிரிந்து போர்க் களத்தில் கிடக்கும் இராவணனை, விபீஷணன் பார்த்ததும், கலக்கமடைந்து புலம்பலானான்.

"அண்ணா! உயர்ந்த படுக்கையில் படுக்கும் தகுதியுள்ள நீ, மாண்டு இப்பொழுது மண் தரையில் கிடக்கிறாயே.

நான் முதலில் சொன்னதை நீ கேட்காமல், காமத்தால் மயக்குண்டு அறிவை இழந்துவிட்டாய்.

கும்பகர்ணன், இந்திரஜித்து போன்றவர்கள் சொல்லிவிட்டு அழிந்தது போல, நீயும் அழிந்துவிட்டாய்!" என்று சொல்லி வருந்தினான்.

அவனுக்கு இராமன் ஆறுதல் சொன்னான். "விபீஷணா! உன் அண்ணன் அஞ்சாமல் போர் செய்து உயிர் நீத்தான். போர் புரிந்து போர்க் களத்தில் மடிந்தவர்களைப் பற்றித் துக்கப்படுதல் கூடாது. இந்திரன் போன்றவர்களை வென்ற இராவணன் காலத்தின் முடிவால் மடிந்தானேயன்றி, வேறில்லை. எனவே நீ துயரப் படலாகாது!" என்று சொல்லி தேற்றினான்.

இந்த நிலையில் போர்க்களத்தில் இராவணன் மடிந்தான் என்ற விஷயத்தைத் தெரிய வந்த அவனுடைய மனைவி மண்டோதரி போன்ற மனைவியர் அழுது புலம்பினார்கள்.

"பெரும்பாக்கியம் பெற்றவரே! தாங்கள் கோபம் கொண்டால் உலகமே நடுங்கி வந்ததே. கந்தர்வர்கள், மகரிஷிகள், அந்தணர்கள் போன்றவர்களெல்லாம் நடுங்கி வந்தனரே!"

அத்தகைய பெருமை பெற்ற தங்களைக் காட்டில் வாழ்ந்து வந்த இராமன் வென்று விட்டாரே! அதை என்னால் நம்ப முடியவில்லை.

அருந்ததிக்கும் ரோகினிக்கும் மேலான சீதையைத் தாங்கள் கவர்ந்து பெருநெருப்பால் தாங்கள் வீழ்ந்துவிட்டீர்களே!

தங்களைப் பிரிந்த பின்னர் நான் எப்படி உயிர் வாழ்வேன். என்னையும் தங்களிடம் அழைத்துக் கொள்ளுங்கள்.

உத்தமிகளின் சாபங்களால்தான் தங்கள் உயிர் போய்விட்டது என்று சொல்லத் தோன்றுகிறது.

பதிவிரதைகள் வடிக்கும் கண்ணீர் வீணாகப் பூமியில் விழுவது இல்லை என்பது தங்கள் சம்பந்தப்பட்ட வரையில் முற்றும் மெய்யாகிவிட்டது.

உங்கள் தம்பி விபீஷணர் சொன்னதைத் தாங்கள் கேட்டிருந்தால் இந்த விபரீதம் தங்களுக்கு ஏற்பட்டிருக்காதே!" என்று சொல்லிக் கதறிக் கொண்டே பூமியில் விழுந்து புலம்பினாள் மண்டோதரி.

இதைக் கவனித்த இராமன், விபீஷணனைப் பார்த்து தமையனின் உத்தரக் கிரியைகளைச் செய்யுங்கள் புலம்பி

அழுது கொண்டிருக்கும் இந்த மாதர்களை அந்தப்புரம் செல்லச் சொல்லுங்கள் என்று சொன்னார்.

இராமன் சொன்னபடியே மாதர்களை அந்தப்புரத்துக்கு அனுப்பிவிட்டு, இராவணனுக்கு முறைப்படி சத்தரிக் கிரியைகளைச் செய்தான்.

பிறகு இராமன் முதலானோர் இருக்கும் இடத்துக்கு விபீஷணன் திரும்பினான்.

இந்திரன் தனக்கு அனுப்பிய தேரைத் திரும்ப அனுப்ப இராமன் திருவுளம் கொண்டார். தேர்ப்பாகன் மாதலிக்குத் தக்க மரியாதை செய்து இந்திரனிடம் திருப்பி அனுப்பினார்.

இதன் பின்னர் இராமன் மகிழ்ச்சியோடு சுக்ரீவனைத் தழுவிக் கொண்டார். அடுத்து இலக்குவணைப் பார்த்து, "தம்பி! நம்பால் அன்பு கொண்டு நமக்கு உதவி செய்த விபீஷணனை இலங்கைக்கு அரசன் ஆக்க வேண்டும். நீ சென்று விபீஷணனுக்கு முடிசூட்டி வைக்க வேண்டும்!" என்றார்.

அதன்படி இலக்குவண் இலங்கை சென்று விபீஷணனை இலங்கைக்கு அரசனாக்கி அபிஷேகம் செய்தான்.

இலக்குவணின் கட்டளைப்படி வானரவீரர்கள் புறப்பட்டுச் சென்று, பொற்குடங்களில் சமுத்திர நீர் கொண்டு வந்தார்கள். வந்ததும் விபீஷணனை உயர்ந்த ஆசனத்தில் அமர்த்தி, ஒரு குடத்தின் நீரால் முதலில் இலக்குவண் அபிஷேகம் செய்து, முறைப்படி அவனை இலங்கைக்கு அரசன் ஆக்கிப் பட்டாபிஷேகம் சூட்டினான்.

அக்னிப் பரீட்சை

இலங்கையின் அரசனாக விபீஷணன் பொறுப்பேற்றதும் முறைப்படி காணிக்கைகளை எடுத்துக்கொண்டு இராமனைக் காண வந்தான்.

விபீஷணன் கொடுத்த காணிக்கைகளை இராமனும், இலக்குவணும் விருப்போடு ஏற்றுக் கொண்டார்கள்.

இதன் பிறகு கைகூப்பியவாறு நின்று அனுமானைப் பார்த்து, "அனுமா! அரசர் விபீஷணனிடம் அனுமதி பெற்றுக்கொண்டு, இலங்கைக்குச் செல். நமக்கு வெற்றி கிடைத்திருக்கும் மகிழ்ச்சி தரும் செய்தியைச் சீதையிடம்

தெரிவி. நான், இலக்குவண், சுக்ரீவன் முதலியோர் நலத்துடன் இருப்பதையும் தெரிவித்துவிட்டு, அவளை அலங்காரத்துடன் அழைத்துவா!" என்றான் இராமன்.

அதன்படியே அசோகவனத்திலிருக்கும் சீதையைக் கண்டான் அனுமான், அந்த நேரத்தில் விபீஷணனும் அங்கு வந்து சேர்ந்தான்.

சீதை, ஆனந்தக் கண்ணீருடன் வார்த்தைகள் ஏதும் கூறாமல், உணர்ச்சிப் பெருக்கோடு நின்றாள்.

அவளிடம், "இராமபிரான் தங்களை நீராடச் செய்து, சகல ஆபரணங்களையும் தரிக்கச் செய்து, அழைத்துக்கொண்டு வரச்சொன்னார்!" என்றான் அனுமான்.

"அனுமா! நான் இந்நிலையிலேயே என்னவரைக் காண விரும்புகிறேன்!" என்றாள் சீதை.

'அப்படியல்ல தேவி! இராமனின் ஆணைக்கு நாம் அனைவரும் கட்டுப்பட்டவர்கள். அவர் சொன்னபடி செய்வோம்!' என்று வேண்டிக் கொண்ட விபீஷணன், பணிப் பெண்களை அழைத்துச் சீதையை அவர்களுடன் அனுப்பி வைத்தான்.

இராமன் சொன்னபடியே நீராடி, சகல ஆபரணங்களையும் தரித்துக்கொண்டு, அலங்கார அழகியாக, சீதை ரதத்தில் ஏறிப் புறப்பட்டாள்.

இராமன் இருந்த இடத்தின் அருகே ரதத்திலிருந்து இறங்கி, தரை பார்த்து, நடந்து வந்து இராமன் முன் நின்றாள்.

சீதை தன் முன்னால் நிற்பதை அறிந்து தியானத்திலிருந்து விடுபட்ட இராமன் மனதில் நடந்து போன நிகழ்ச்சிகள் வந்து போயின.

துக்கம், மகிழ்ச்சி, குழப்பம், ரோஷம் போன்ற உணர்ச்சிகள் கலந்த நிலையில் காணப்பட்டார்.

அவரைத் தலை நிமிர்ந்து பார்த்தாள். சுவாமி என்ற ஒரு வார்த்தைக்கு மேல் பேச முடியாமல் தழுதழுத்தாள்.

இராமனின் முகத்தில் எவ்வித உணர்வுகளும் இல்லாது இறுக்கமாகக் காணப்பட்டார்.

அந்த நிலையில் சீதையைப் பார்த்து, "சீதா! எதிரியைக் கொன்றேன். உன்னை மீட்டேன். அத்துடன் எனது சத்திரியக் கடமை முடிந்தது. அதன் மூலம் எனது சபதமும் நிறைவேறியது!"

என்று எவ்விதமான பிடிப்புமின்றிச் சொன்னவர், மேலும் தொடர்ந்தார்.

“உனக்காக நான் இந்த யுத்தத்தைச் செய்யவில்லை. என் கடமையைத் தீர்க்கத்தான் செய்தேன். அதன்மூலம் உன்னை அடைந்தது இப்போது எனக்கு மகிழ்ச்சியைத் தரவில்லை.”

“அந்நியனிடம் பல மாதங்கள் தங்கியிருந்தாய். அதனால் உன்னைப் பார்க்கும்பொழுது என் கண்கள் கூசுகின்றன. அதன் பொருட்டு உள்ளம் வருந்துகிறது. ஆகையால், உனக்கு விருப்பம் இருக்கும் இடத்துக்கு நீ போகலாம்!” என்று சொன்னார்.

இராமனின் அன்பற்ற இந்த வார்த்தைகளைச் செவிமடுத்த சீதை, கண்ணீரைத் தாரை தாரையாகக் கொட்டினாள்.

‘சுவாமி! ஒரு கணவர் சொல்லக் கூடாத, சொல்லத் தகாத வார்த்தைகளை எண்ணிப் பார்க்காமல் சொல்லிவிட்டீர்கள். எனக்கேற்பட்ட இந்தத் துயர நிலை வேறு எந்தப் பெண்ணுக்கும் வரக்கூடாது. ஒரு பாமரன் சொல்லக் கூடிய வார்த்தைகளைத் தாங்கள் சொல்லலாமா!

இதயத்தைப் பிளக்கும் இந்த வார்த்தைகளைச் சொல்ல உங்களுக்கு எப்படித்தான் மனம் வந்தது!’

“பிரபுவே! ஒன்றை மட்டும் தெளிவாகப் புரிந்து கொள்ளுங்கள். உத்தமகுலத்தில் பிறந்தவள். யார் என்ன சொன்னாலும், கற்புடைய என்னை எதுவும் தீண்டாது. இருந்தாலும் என்னைப் புறக்கணித்துவிட்டீர். அதோடு என் விருப்பப்படி எதையும் செய்து கொள்ள அனுமதியும் தந்துவிட்டீர்...” என்று ஆக்ரோஷமாகப் பேசியவள், அருகிலிருந்த இலக்குவனை அழைத்தாள்.

“தம்பி! நீ இப்போதே கட்டைகளைக் கொண்டு வந்து இந்த இடத்தில் போட்டுத் தீயினை மூட்டு. நான் அந்த அக்னியில் இறங்கி!” கற்புடையவள் என்று நிரூபித்துக் காட்டுகிறேன் என்றாள்.

சீதையின் உத்தரவினைக் கேட்ட இலக்குவண் தனது அண்ணனைப் பார்த்தான்.

சீதையின் முடிவுக்குச் சம்மதிப்பவர் போன்றே இராமன் இருந்தார். வேறு வழி தெரியாத இலக்குவனும் மனம் வருந்திய நிலையில் சீதை சொன்னபடியே தீயினை மூட்டினான்.

சீதை, கணவன் இராமனை வலம் வந்து வணங்கிவிட்டு, அக்னி முன் சென்று நின்றாள்.

'அக்னி தேவனே! எனது கற்பினை நீ அறிவாய். இதோ நான் உனக்குள் பிரவேசிக்கிறேன்!" என்று சொல்லிக்கொண்டே... திகுதிகுவெனக் கொழுந்துவிட்டு எரியும் அக்னிக்குள் குதித்தாள்.'

அப்போது வானுலகிலிருந்து தோன்றிய பிரமன், இறுகிப்போன முகம் கொண்டிருந்த இராமனிடம்,

'நாராயணா! இராவண வதம் நிகழ்த்துவதற்காகப் பூவுலகில் அவதாரம் செய்தவன் நீ. உம்முடைய மனைவியான லட்சுமி தேவியின் அவதாரம்தானே சீதை, அவளுக்கு இந்தச் சோதனை செய்வது தேவைதானா?" என்று கேட்டான்.

"பிரமா! நான் தசரதன் மகன் என்பது மட்டும்தான் எனக்குத் தெரியும். மற்றதைப் பற்றி நான் அறிந்துகொள்ள ஏதுமில்லை."

"மனிதனாகப் பிறந்தால், மனிதகுல நியதிகளுக்கு உட்பட்டுத்தானே போக வேண்டும். அதற்குத்தான் இந்தச் சோதனை" என்றார்.

அப்போது யாரும் எதிர்பாராத நிகழ்வொன்று நிகழ்ந்தது.

அதாவது தீக் குண்டத்திலிருந்து எரியும் நெருப்புத் தழலானது, சீதையை அப்படியே ஏந்திக்கொண்டு வந்து இறக்கிவிட்டது.

குண்டத்திலிருந்த அக்னி தேவன் இராமனின் முன் தோன்றினான். 'இராமச் சந்திர மூர்த்தியே! சீதை தூய்மையின் வடிவானவள். மகா கற்புக்கரசியும், பதிவிரதையுமான தேவியைத் தங்களிடமே சேர்ப்பித்துவிட்டேன். மங்கலம் உண்டாகட்டும்!" என்றான்.

"சீதா! உனது கற்பின் தன்மை எனக்குத் தெரியாதா என்ன? நான் உன்னைச் சோதித்தது மக்களின் திருப்திக்காகவே. அதனால் பொறுத்துக்கொள்வாயாக!" என்றார் இராமன்.

அப்போது வானுலகத்திலிருந்து தசரதமன்னனும் இறங்கி வந்தான். இராமனையும், இலக்குவனையும் தழுவிக் கொண்டான். கண் கலங்க சீதையைச் ஆசீர்வதித்தான்.

"சீதா! என் மகனை மன்னித்துவிடு!' உலக தர்மத்தைக் காப்பாற்றவே அவன் இவ்விதம் உன்னைச் சோதித்தான். அது குற்றமாக நீ கருதினால், அந்தக் குற்றத்தைப் பொறுத்துக்

கொள்வாயாக!" என்று வேண்டிக்கொண்டு விடைபெற்று மீண்டும் வானுலகத்திற்குச் சென்றான்.

அப்போது இந்திரன், இராமன் வேண்டிக் கொண்டதற் கிணங்க, யுத்தத்தில் இராமனுக்காக உயிர் நீத்த வானரர்கள், கரடிகள் எல்லோரும் உயிர் பெற்று எழச் செய்தான்.

இராமர் பட்டாபிஷேகம்

எல்லாம் சுபமாக முடிந்த மகிழ்வில் விபீஷணன் இராமனிடம் மகிழ்வான செய்தியொன்றினைச் சொல்லலானான்.

"அண்ணலே! தங்களது பதினான்கு ஆண்டுகால வனவாசம் முடியும் தருவாயில் உள்ளது. அதனால் தாங்களும், இலக்குவணும் அன்னை சீதையும் எனது விருந்தினராகச் சிலகாலம் தங்கிச் செல்ல வேண்டும். அதுவே எனக்கு மகிழ்வாக இருக்கும்!" என்றான்.

அதற்கு இராமன், "விபீஷணா! உனது விருப்பத்தை நிறைவேற்ற எனக்கும் ஆசைதான்! ஆனால் அதற்கெல்லாம் கால அவகாசம் இல்லை.

"எனது தம்பி பரதன்! என்னைப் போலவே தவக்கோலத்தை மேற்கொண்டு இருக்கிறான். அப்படியிருக்கையில் நான் மட்டும் தவக்கோலத்தை நீக்கி, விருந்தினராக உன்னுடன் இருப்பதென்பது பொருத்தமாக இருக்காது!" என்றான் இராமன்.

அது சரியென விபீஷணனுக்குப்பட்டது. அதனை ஏற்றுக் கொண்டவன், இராமன் பரதனிடம் விரைவாகச் சென்று சேர்வதற்காக இராவணன் குபேரனிடம் கைப்பற்றி வைத்திருந்த 'புஷ்பக விமான'த்தில் இராமன், சீதை, இலக்குவண், சுக்ரீவன் ஆகியோரை ஏற்றியதோடு தானும் ஏறிக் கொண்ட விபீஷணன், வடதிசையை நோக்கி விமானத்தைப் பறக்கச் செய்தான்.

விமானத்தில் சென்று கொண்டிருந்தபோது, சீதையிடம் இராமன் தானும் இலக்குவணனும் சீதையைத் தேடித் திரிந்த இடங்களையெல்லாம் காட்டிக் கொண்டே சென்றார்.

"அங்கே பார் சீதை! நீ இருக்குமிடத்திற்கு வருவதற்காக இலங்கைக்குக் கட்டப்பட்ட சேதுப்பாலம்.'

இதோ இந்த இடத்தில் தான் நானும், இலக்குவணும் முதன் முதலாக அனுமானையும், சுக்ரீவனையும் சந்தித்தோம்!" என்று சுட்டிக் காட்டினார்.

அவைகளையெல்லாம் கண்டு மனம் நெகிழ்ந்த சீதை ஆனந்தக் கண்ணீர் வடித்தாள்.

பரத்வாஜ முனிவருடைய ஆசிரமத்தின் அருகே விமானம் கீழே இறங்கியது.

விமானத்திலிருந்து அனைவரும் அங்கேயே கீழே இறங்கினார்கள்.

பரத்துவாஜ ஆசிரமத்தில் அனைவரும் தங்கினார்கள். அங்கிருந்தவாறே அனுமானும், அங்கதனும், குகனுக்கும், பரதனுக்கும் முன்னதாகவே தகவல் தெரிவிக்க அனுப்பப்பட்டனர்.

கங்கைக் கரைக்குச் சென்று குகனிடமும் பின்னர் நந்திக் கிராமம் சென்று பரதனிடமும் இராமனின் வருகையைப் பற்றி தெரிவித்தனர்.

அதைக் கேட்ட பரதன், ஆனந்தம் கொண்டான்.

அயோத்தியில் சிறப்பான வரவேற்புக்கு ஏற்பாடுகள் செய்யச் சொல்லியும், அண்ணன் இராமனின் பட்டாபிஷேகத்துக்கான ஏற்பாடுகளை செய்யும்படியும் அமைச்சர்களை அனுப்பி வைத்தான்.

அண்ணனின் வருகைக்காக ஆவலுடன் காத்திருந்தான். அயோத்தி நகரம் ஆனந்த வெள்ளத்தில் மிதந்தது.

வரவேற்புத் தோரணங்கள், இன்னிசை முழக்கங்கள், மக்களின் கோலாகலக் கொண்டாட்டங்கள், வாழ்த்துக் கோஷங்கள் என்று அயோத்தி நகரெங்கும் ஒரே கலகலப்பாக இருந்தது.

மறுநாள் புஷ்பக விமானத்தின் மூலம் நந்தி கிராமத்திற்கு வந்து சேர்ந்தார் இராமன்.

காத்திருந்த பரதன், அண்ணன் இராமனின் பாதுகைகளைத் தனது தலையின் மேல் வைத்துக்கொண்டு ஓடிச்சென்று, இராமனது திருப்பாதங்களில் சேர்ப்பித்தான்.

அதன் பின்னர் அங்கிருந்து அனைவரும் ஊர்வலமாகப் புறப்பட்டு, அயோத்திக்குச் சென்றார்கள்.

இராமனின் வருகை அயோத்தி மக்களை ஆரவாரப்படுத்தியது. பொருள்களும் சேகரிக்கப்பட்டுத் தயாராக இருந்தன.

பல புண்ணியத் தலங்களிலிருந்து குடங்களில் கொண்டு வந்த தீர்த்தங்கள் முன்னனியில் வைக்கப்பட்டிருந்தன.

குறிப்பிட்ட நல்ல நாளில், நல்ல நேரத்தில் இராமனும், சீதையும், அரசன், அரசிக்கு ஏற்றவாறு ஆடை ஆபரணங்களால் அலங்கரிக்கப்பட்டு ரத்தினச் சிம்மாசனத்தில் அமர வைக்கப்பட்டனர்.

புனித தீர்த்தங்கள் தெளித்து, மந்திர கோஷங்கள் முழங்க வசிஷ்டர், இராமனுக்குப் பட்டாபிஷேகம் செய்வித்தார்.

அதன்பின்னர், வசிஷ்ட முனிவரின் கட்டளைப்படி, மந்திர விதிப்படி, ரித்துவிக்குகளும் அந்தணர்களும் இராமனுக்கு அபிஷேகம் செய்தார்கள்.

பிறகு, கன்னிகளும், அமைச்சர்களும், நகர மாந்தர்களும் அபிஷேகம் செய்தார்கள்.

சத்துருக்கனன் வெண்கொற்றக் குடையைப் பிடித்தான்.

ஒரு வெண் சாமரத்தைச் சுக்கிரீவனும், மற்றொரு வெண்சாமரத்தை விபீஷணனும் வீசினார்கள்.

நூற்றெட்டுப் பொற்றாமரைகள் கோத்த மாலை ஒன்றினை இந்திரனுடைய கட்டளைப்படி வாயுபகவான் இராமனுக்குக் கொடுத்தார்.

தேவர்களும், கந்தர்வர்களும் இன்னிசையோடு பாடினார்கள். அப்சரசுகள் நடனம் ஆடினார்கள்.

இவ்வாறு இராமனுடைய பட்டாபிஷேகப் பெருவிழா, வெகு விமரிசையாக நடைபெற்றது.

இதன் பின்னர் இராமன் அந்தணர்களுக்குத் தானம் வழங்கினான். இரத்தினம் இழைக்கப்பட்ட முத்து மாலையைச் சுக்ரீவனுக்குக் கொடுத்தான்.

அழகான இரு தோள் வளையங்களை அங்கதனுக்கு வழங்கினான்.

மற்றொரு முத்து மாலையைச் சீதாபிராட்டிக்குக் கொடுத்தான். உயர்தரமான ஆடைகளையும், ஆபரணங்களையும் வழங்கினான்.

அந்த மாலையை வாங்கிக்கொண்ட சீதை அன்போடு இராமரைப் பார்த்தாள். அவருடைய அனுமதியின் பேரில் அந்த மாலையைச் சீதை, அனுமானுக்கு வழங்கினாள்.

விபீஷணனுக்கும் மற்ற வீரர்களுக்கும் அவரவர் தகுதிக்கேற்ப இராமன் வெகுமதிகளை வழங்கினான்.

முடிசூட்டு விழா இனிதே நடைபெற்று முடிந்த பின்னர், சுக்ரீவன். விபீஷணன் போன்றோர் இராமனிடம் விடைபெற்றுக்கொண்டு தத்தம் நாடுகளுக்குத் திரும்பினார்கள்.

பிறகு இராமன் பரதனுக்கு இளவரசர் பட்டம் சூட்டி வைத்தான். இந்த உலகத்தை இனிதே பரிபாலித்தார்.

அந்த நாட்டில் எல்லோரும் மனநிறைவுடன் வாழ்ந்தார்கள். மகிழ்ச்சியுடன் தானதர்மங்களைச் செய்தார்கள்.

இராமன் ஆட்சியின் மேன்மையையும், இறப்பையும் பற்றிச் சதா சர்வ காலமும் குடிமக்கள் பேசிக்கொண்டே இருந்தார்கள்.

இதனால் உலகம் முழுவதுமே "இராமன் மயம்' ஆகிவிட்டது.

மரங்கள் நன்றாகக் கிளைகள் விட்டுக்கொண்டு எப்பொழுதும் பூத்துக் காய்த்தன. மேகங்கள் தக்க காலத்தில் தகுந்த மழை பெய்தன.

அதனால் விவசாயம் நன்கு நடைபெற்றது.

மக்கள் பசி பட்டினியின்றி மகிழ்வுடன் வாழ்ந்தனர். இராம இராஜ்ஜியம் சீரோடும் சிறப்போடும் நடந்து வந்தது.

யுத்த காண்டம் முற்றிற்று